आपल्या स्नेहीजनांना पुस्तके भेट द्या

'किंग्डम' या इंग्रजी पुस्तकाचा मराठी अनुवाद

विश्वसत्ता

जगाच्या मन:शक्तीवर साम्राज्य करणारे साधक, विनाश ठरवणारा ज्ञानग्रंथ आणि
जगावर नियंत्रण करणारे अदृश्य 'शांग्री-ला' राज्य यांची चित्तथरारक सफर

मूळ लेखक
टॉम मार्टिन

अनुवाद
उदय भिडे

मेहता पब्लिशिंग हाऊस

Please contact us at **Mehta Publishing House,** 1941, Madiwale Colony, Sadashiv Peth, Pune 411030.
✆ +91 020-24476924 / 24460313
Email : info@mehtapublishinghouse.com
production@mehtapublishinghouse.com
sales@mehtapublishinghouse.com
Website : www.mehtapublishinghouse.com

KINGDOM by TOM MARTIN

First Published 2009 by Pan, an imprint of Pan Macmillan,
a division of Macmillan Publishers International Limited
Translated into Marathi Language by Uday Bhide

विश्वसत्ता / अनुवादित कादंबरी

अनुवाद : उदय भिडे
१, शिल्पश्री सोसायटी, कर्वे हॉस्पिटलजवळ,
नौपाडा, ठाणे (प.) ४००६०२.

मराठी अनुवादाचे व प्रकाशनाचे हक्क मेहता पब्लिशिंग हाऊस, पुणे – ४११०३०.

प्रकाशक : सुनील अनिल मेहता, मेहता पब्लिशिंग हाऊस,
१९४१, सदाशिव पेठ, माडीवाले कॉलनी, पुणे – ४११०३०.

मुद्रक : रेप्रो इंडिया लि., मराठे उद्योग भवन, अप्पासाहेब मराठे मार्ग,
प्रभादेवी, मुंबई – ४०००२५.

मुखपृष्ठ : चंद्रमोहन कुलकर्णी

प्रथमावृत्ती : जानेवारी, २०१३ / पुनर्मुद्रण : सप्टेंबर, २०१५

किंमत : ₹ ३८०/-

ISBN for Printed Book 9788184984477
ISBN for E-Book 9788184987669

कुह्न सुचरितकुल
आणि जेके, इल मिलिओर फाब्रो
यांना अर्पण

एखादी गोष्ट सगळ्यांना चांगली वाटू लागते,
तेव्हा ती वाईट होते.
लाओ झू, चिनी विद्वान, ख्रिस्तपूर्व चौथे शतक

एक

लितांग मठ, पिमाको जंगल, तिबेट

तो कोण होता हे कोणालाच माहीत नव्हते. एका खेचराच्या पाठीवर खेचराच्या पोटाकडे हातपाय बांधलेल्या अवस्थेत अगदी एकटाच असा तो मठाच्या फाटकापाशी पोहोचला होता.

गेले तीन दिवस पावसाने जंगल धुऊन काढण्याचा सपाटा लावला होता. सारे जंगल एक चकाकता सजीव समुद्र असावा असे वाटत होते आणि तो समुद्र मठाच्या भिंतीवर धडका देऊन भिंती जमीनदोस्त करण्याचा प्रयत्न करत होता. एक प्रचंड मोठे सुरवंट झाडाच्या फांदीवर सरकत होते. त्याचे इंचइंचभर लांब काटे त्याच्या पुढे सरकण्याच्या हालचालीबरोबर वर-खाली होत होते. जंगलामध्ये खोलवर कुठंतरी काहीतरी हालचाल झाली; परंतु जंगलातल्या जमिनीतरून काहीतरी सारपटल्याचा, सरकत असल्याचा तो आवाज पावसाच्या संततधारेच्या ताशाच्या आवाजात बुडून गेला. लहान डोक्याच्या आणि लांब शेपट्या असलेल्या वानरांचे ओरडणेदेखील दूरवरून ऐकू येत होते. अतिशय भयावह, पाण्याच्या दडपणाखाली गुदमरल्यासारखे ते वाटत होते.

एक नवखासा भिक्षू दोर्गेन त्रुंग्पा, मठाच्या मध्यवर्ती भागातील प्रांगणातल्या पाण्यातून वाट काढत चालला होता. मठाधिपतींनी त्याला जवळच्या गावात जायला सांगितले होते. त्याचे भिजलेले कपडे त्याच्या अंगाला चिकटले होते आणि धावताना त्याचे पाय चिखलात रुतत होते; मात्र त्याची त्याला पर्वा नव्हती.

तरुण आणि सुदृढ असला तरीही दोर्गेन त्रुंग्पा त्या दिवशी मठाच्या फाटकापेक्षा जास्त दूर पळू शकला नव्हता. तिथं पोहोचताच त्याला खेचरावर

लादलेला तो माणूस दिसला आणि भीतीने थरथरत तो जागच्या जागीच थिजला. आजवर त्याने गोरा माणूस कधी पाहिलाच नव्हता. त्या तरुण भिक्षूसाठी अशी फिकट, पांढरी कातडी ही अगदी विचित्र अशीच गोष्ट होती, पण त्यातही भर म्हणजे ती पांढऱ्या दगडासारखी फटफटीत पांढरी कातडी भल्या मोठ्या जळवांच्या खाली बऱ्याच प्रमाणात झाकली गेली होती. समोर दिसत असलेल्या दृश्याचा काहीच अर्थबोध होत नसल्यासारखा आणि आता काय करायला हवं ते काहीच न सुचून तो तिथंच खिन्न उभा राहिला. मग हृदयाचे ठोके घणाच्या घावासारखे स्वत:लाच ऐकू येत असताना आणि मन नको नको म्हणत असतानादेखील तो हळूच त्या अपरिचित व्यक्तीच्या दिशेने सरकला.

खेचरावर लादलेल्या त्या माणसाची कातडी इतकी पांढरीफटक आणि निर्जीव दिसत होती, की तो माणूस मेला असावा असेच त्याला वाटले, पण मग त्याला रक्त... रक्ताने माखलेले त्या माणसाचे हात आणि त्याच्या फाटक्या कपड्यांवर पसरलेले रक्त दिसले. करकचून बांधलेल्या दोरामुळे त्या माणसाच्या मनगटांवर आणि घोट्यांवर खोलवर वळ उठले होते. त्या माणसाचे तोंड खेचराच्या पोटाच्या दिशेने वळवलेले होते, पण दोर्गेन त्रुंगपाला त्या माणसाचे डोके उचलून चेहरा पाहण्याचे धाडस झाले नाही. मनातल्या मनातच त्याने त्या माणसाच्या थिजलेल्या, शून्यात पाहणाऱ्या डोळ्यांची आणि त्याच्या मृतप्राय कातडीतून रक्त शोषणाऱ्या त्या जळवांची कल्पना केली.

आपण अचानक केलेल्या हालचालीने कदाचित त्या माणसाला त्रास होईल, असे वाटून हलकेच मागे सरकत दोर्गेन त्रुंगपा त्या माणसापासून दूर झाला आणि मागे वळला. प्रचंड भीतीने तो धावत सुटला आणि मागे वळूनही न बघता धापा टाकत तो पुन्हा मठाच्या प्रांगणात पोहोचला.

"एक माणूस आहे तिथं! संगमरवरी दगडासारखी पांढरी कातडी असलेला एक भयानक माणूस! जळवा त्याच्या कातडीतून रक्त शोषून घेत आहेत आणि खेचरावर बांधलं आहे त्याला!!" असे तो इतर भिक्षूंना सांगू लागला. "चला, लवकर चला तिकडं" असे तो म्हणत राहिल्यावर दोन भिक्षू काहीतरी संकट येणार असल्याचा हा अशुभ संकेत असावा, असे म्हणत त्याच्या पाठोपाठ निघाले.

अंगावर फटकारे मारत असलेल्या त्या पावसात मनात दाटलेल्या भीतीने वाचाच गेल्यासारखे ते भिक्षू त्या माणसाजवळ गेले आणि खेचराच्या पाठीवर बांधलेले दोर कापून मोठ्या कष्टानेच त्या माणसाचे बांधलेले शरीर सोडवले व खाली ठेवले. उजव्या खांद्याला अडकवून डाव्या काखेत दाबून धरलेली एक

चिंब भिजलेली कॅनव्हासची बॅग... एवढाच काय तो ऐवज त्या माणसाजवळ दिसत होता.

एवढा पांढराफटक, निर्जीव दिसणारा माणूस जिवंत असेल अशी शंकासुद्धा वाटणे चुकीचे वाटल्यामुळे आपण एक प्रेतच उचलून ठेवतो आहोत असेच दोर्गेन त्रुंग्पाला वाटत होते. त्या जड ओझ्यामुळे धडपडत चिखलात घसरत कच्च्या रस्त्यावरून कसेबसे सुरक्षित जागी पोहोचताना त्यांना फुटलेला घाम पावसाच्या पाण्यात मिसळून वाहून जात होता.

मठाच्या प्रांगणात आणून त्यांनी त्या माणसाला दगडी चौथऱ्यावर ठेवले. त्या मठाच्या अंतर्भागात कुठंतरी दूर पाण्याखाली वाजत असावी तशी बुजऱ्या, दबक्या आवाजात घंटा वाजू लागली आणि मठाबाहेरच्या डोंगरदऱ्यातून वादळाचा आणि विजांच्या कडकडाटाचा आवाज घरंगळत राहिला.

घाबरत घाबरतच त्या तीन भिक्षूंनी त्या माणसाच्या गालावर डसलेल्या जळवा ओढून काढायला सुरुवात केली. त्यांच्या नांग्या तशाच त्या माणसाच्या काळपट झालेल्या कातडीत रुतत होत्या. दोर्गेन त्रुंग्पाने त्या माणसाच्या तोंडात बोट घालून फिरवले. त्याच्या हाताला लागलेला एक फुगून लठ्ठ झालेला किडा झटकन बाहेर काढला. उलटी होईल की काय असे वाटायच्या आत त्याने तो बाजूच्या डबक्यात फेकला. तिथं तो वळवळत राहिला.

एवढ्यात प्रार्थनागृहाच्या दारात येऊन मठाधिपती उभे राहिले. पिमाकोमधील सर्वांत वरिष्ठ लामा असलेले मठाधिपती त्यांच्या सर्व भिक्षूंसाठी एक अत्यंत आदरणीय व्यक्ती होते. सत्तरीचे असलेले मठाधिपती कुपोषित वाटावेत इतके कृश वाटत होते; परंतु आंतरिक ऊर्जेने ते टवटवीत दिसत होते. मठाच्या प्रांगणातून जवळ येताना त्यांच्या पावलांचा आवाज ऐकू येऊ लागल्याबरोबर त्या तरुण भिक्षूंनी हातातले काम थांबवले आणि त्या माणसाचे जड शरीर अलगदपणे प्रांगणातल्या जमिनीवर ठेवले.

मठाधिपतींच्या हातात जपाची माळ होती. भर पावसातही माळेतल्या त्या पुढे सरकणाऱ्या मण्यांचा टकटक आवाज ऐकू येत होता. त्यांच्या पाठोपाठ एक बुटकीशी, काळेभोर बारीक केस असलेली अस्वस्थ वाटणारी व्यक्ती, उपमठाधिपतीही होते. त्या मृतप्राय शरीराजवळ येऊन ते दोन्ही लामा थांबले आणि खाली बसले. आपली बोटे अलगद त्या माणसाच्या गळ्याजवळ ठेवून उपमठाधिपतींनी नाडी लागते आहे का, जिवंतपणाचे काही लक्षण दिसते आहे का ते पाहिले. क्षणभराने मान वर करून त्यांनी भिक्षूंकडे पाहिले आणि फक्त एकच शब्द उच्चारला.

"डॉक्टर."

शब्द ऐकताक्षणीच एक भिक्षू धावत निघाला आणि दूरवरच्या भिंतीत असलेल्या एका लहानशा दरवाजातून बाहेर पडून क्षणार्धात दिसेनासा झाला. एका हाताने माळेतले मणी फिरवतानाच मठाधिपती त्या माणसाकडे वळले आणि त्याच्या चेहऱ्याकडे टक लावून काही ओळखीच्या खुणा दिसतात का ते पाहत राहिले. आपल्या गाठाळ बोटांनी उपमठाधिपतींनी त्या माणसाची कॅनव्हासची बॅग चाचपून पाहिली आणि त्यातल्या सर्व वस्तू बाहेर काढल्या. त्यात एक चिलीम, थोडी अफू आणि एक काळ्या रंगाचे जीर्ण झालेले, अगम्य भाषेत लिहिलेले पुस्तक होते. दोन्ही लामांनी त्या सगळ्या वस्तू नीट निरखून पाहिल्या. गूढ न उलगडल्याने त्यांनी त्या पुन्हा बॅगेत भरल्या. जणूकाही त्याच्या हृदयात दडलेले गुपित बाहेर काढण्यासाठी ठेवावा, तसा मठाधिपतींनी क्षणभर आपला हात त्या माणसाच्या हृदयावर ठेवला.

सर्वप्रथम उपमठाधिपतींनी बोलायला सुरुवात केली. मठाधिपतींच्या अगदी कानाजवळ कुजबुजत्या स्वरात, बाजूलाच उभ्या असलेल्या त्या दोन तरुण भिक्षूंनाही ऐकू जाणार नाही इतक्या दबक्या आवाजात ते बोलू लागले. बोलताना त्यांचा आवाज थरथरत होता.

"तो तापाने फणफणला असेल म्हणून त्याच्याबरोबरचे शेरपा त्याला इथं आपल्या फाटकापाशी सोडून गेले असतील... तो अगदी मरायला टेकला आहे..."

पुन्हा एकदा त्या माणसाकडे वळून बघत जवळपास फक्त त्याचा त्यालाच ऐकू जाईल इतक्या बारीक आवाजात ते पुढे म्हणाले,

"...पण खरं म्हणजे इथं पिमाकोपर्यंत एक पाश्चिमात्य माणूस आला तरी कसा? आणि का?"

उत्तरादाखल बोलणाऱ्या मठाधिपतींचा आवाज क्षीण आणि उदासीन होता.

"या माणसाचं येणं अशुभ सूचक आहे. त्याच्या आगमनानं आपल्या मठाचं अस्तित्वच नष्ट होण्याचे संकेत मिळत आहेत. रात्र पडेपर्यंत माझा मृत्यू झालेला असेल आणि आपला मठ उद्ध्वस्त झालेला असेल."

मठाच्या प्रांगणात पाऊस दणाणून कोसळत होता आणि त्या दगडी इमारतीच्या छतावरून धबाधबा ओसंडत होता. एवढ्यात तो धावत गेलेला तरुण भिक्षू डॉक्टरांना घेऊन आला. डॉक्टर त्या अपरिचित माणसाजवळ वाकले आणि त्याची तपासणी करायला सुरुवात केली. मठाधिपतींच्या तोंडावरून पाणी निथळत होते; पण एकटक बघणाऱ्या त्यांच्या नजरेत भीती किंवा धास्तीचा अंधूकसादेखील इशारा दिसत नव्हता.

''जंगलाकडून एक भयंकर अशुभ असे काहीतरी चालून येत आहे.''

''पण मग आता आपण करायचे तरी काय?'' घोगऱ्या, भीतिग्रस्त, खोल गेलेल्या आवाजात उपमठाधिपती म्हणाले. प्रचंड भेदरलेल्या नजरेने ते त्या अपरिचिताकडे पाहत होते. पुढे होत मठाधिपतींनी त्यांना आश्वासक स्पर्श केला.

''घाबरू नका. या अशुभ गोष्टी म्हणजे तुम्हाला गोंधळात टाकण्यासाठी पाठवलेल्या फक्त सावल्या आहेत. तुम्ही तत्काळ आपल्या जादूगारांच्या गुहेकडे जा. तुमचा पाठलाग झाला, तर तिथल्या भुयारांच्या जाळ्यात घुसून अगार्थीमध्ये जा. सात दिवस परत मागे येऊ नका. तुम्ही तुमच्याबरोबर सगळ्यांना, अगदी या अपरिचित माणसालादेखील घेऊन जा. आपल्या दाराशी याचकासारख्या आलेल्या या माणसाची आपण काळजी घेतलीच पाहिजे आणि संकटांपासून त्याचे रक्षण केले पाहिजे.''

उपमठाधिपतींच्या चेहऱ्यावर अतीव चिंतेची एक लहर उमटून गेली.

''पण हा माणूस जर आपल्यासाठी अशुभ आहे; तर मग आपल्याला त्याच्याशी संबंध ठेवायची काय गरज आहे?''

''नाही. तसं करणं आपल्या धर्माज्ञेच्या विरुद्ध आहे. त्याची काळजी आपण घेतलीच पाहिजे. तुम्ही त्याला तुमच्याबरोबर नेलंच पाहिजे. मी मात्र इथंच राहीन. दुष्ट शक्तींचा सामना तितक्याच समर्थ अनुकंपेनं करणं आवश्यक आहे. जिवंत असेल तोपर्यंत या अपरिचित माणसाची जबाबदारी आपल्यावरच आहे. डॉक्टरांना आत्ता जे काही करणं शक्य असेल ते करू द्या. मग मात्र ताबडतोब मागच्या दारानं बाहेर पडून जंगलात निघून जा. खरं म्हणजे तुम्ही आता निघायलाच हवं.''

मठाधिपतींनी त्या अपरिचित माणसाकडे एकदा शेवटचे पाहिले. फाटून चिंध्या झालेल्या आणि चिखलापाण्याने बुळबुळीत झालेल्या कपड्यातला तो माणूस म्हणजे एखाद्या फुटलेल्या बोटीतून कुठल्यातरी एकाकी किनाऱ्यावर येऊन पडलेला खलाशी असावा तसा वाटत होता. अज्ञाताच्या शोधात निघालेल्या, पण सामोऱ्या आलेल्या घनदाट अरण्यामुळे आणि त्यातही केवळ अंधारच हाती आल्यामुळे जिद्दच हरपलेल्या त्या माणसाबद्दल मठाधिपतींच्या मनात करुणा दाटून आली. उपमठाधिपतींकडे वळून त्यांनी मान हलवत खूण केली, पण ते अजूनही भेदरलेले आणि काय करावे ते न सुचून दिङ्मूढ अवस्थेत उभेच होते. वादळाच्या जोरामुळे वाकलेले मठाधिपती मागे वळले आणि सावकाशपणे निघून गेले.

प्रार्थनागृहातल्या उदास शांततेत मठाधिपतींच्या हातातल्या माळेतील मण्यांचा टकटक आवाज घुमत राहिला. तिथल्या प्राचीन गर्भागारात ते सावकाश चालत शिरले आणि त्यांच्या पंथाचे संस्थापक संत मिलरेप यांच्या पुतळ्यासमोर शांतपणे पद्मासनात बसत दिवसामागून जशी रात्र येते तशाच अनिवार्यपणे त्यांचा विनाश करावयास येणाऱ्या दुष्टांच्या आत्म्यांसाठी करुणेची याचना करणारे मंत्र धीरगंभीर आवाजात म्हणायला त्यांनी सुरुवात केली.

ॐ मणी पद्मे हूँ

कमलदलामध्ये अमूल्य मणी आहे.

जप करण्यात किती मिनिटे किंवा तास सरले ते मठाधिपतींना कळलेच नाही. क्षमा आणि करुणेची अर्चना करणारी प्रार्थना म्हटल्यावर त्यांना आपला आत्मा अशारीर, तरल होत असल्याचे जाणवले. अशाच अवस्थेत कुणीतरी आपल्या खांद्यावर हात ठेवला असल्याची त्यांना जाणीव झाली. दोर्गेन त्रुंग्पा त्यांच्या कानात कुजबुजत काहीतरी सांगत होता.

"तुमच्या ध्यानधारणेत व्यत्यय आणल्याबद्दल मला क्षमा करा, आदरणीय मठाधिपती..."

प्रार्थनागृहातल्या अंधूकशा उजेडात लामांनी डोळे उघडले आणि त्यांचे गंभीर आवाजात चाललेले मंत्रोच्चारण थांबले. दोर्गेन त्रुंग्पा भीतीने थरथरत होता. त्याच्या तोंडून शब्दही फुटत नव्हते. तो काहीतरी सांगण्याचा प्रयत्न करत होता.

"बाहेर रस्त्यावर चिनी सैनिक आले आहेत. ते आपले फाटक तोडण्याचा प्रयत्न करत आहेत."

मठाधिपती उठून उभे राहिले आणि त्यांनी आपली ओलसर झालेली वस्त्रे सावरून वर घेतली. अत्यंत कनवाळूपणे पाहत त्यांनी त्या तरुण भिक्षूच्या थरथरणाऱ्या खांद्यावर हात ठेवला.

"तू इथं कशाला थांबलास? मी तुम्हा सर्वांना जायला सांगितलं होतं ना?"

घोगऱ्या आवाजात तो भिक्षू म्हणाला, "हे सर्व माझ्यामुळंच घडलं. हे माझंच कर्म आहे. मला तो अपरिचित माणूस सापडला, मी त्याला मठात आणलं."

मठाधिपतींनी सर्व काही कळल्यासारखी मान हलवत एक दीर्घ निःश्वास सोडला.

"बाळ, तुला लाज वाटण्याचं किंवा अपराधी वाटण्याचं काहीच कारण नाही. पण आता मात्र तुला कदाचित एकच मार्ग अनुसरावा लागेल. आजपासून तू हे लक्षात ठेव, की तुला ते जे काही भोगायला लावतील, ते केवळ भास

आहेत. ज्याला आपण सत्य मानतो ते विचार म्हणजे फक्त स्वप्नं आहेत असं समज. जगातल्या सर्व दुष्ट शक्ती फक्त आपल्या कल्पनेतच असतात आणि त्याचप्रमाणे सर्व वेदना आणि दु:खेदेखील केवळ कल्पनेतच असतात, हे आजपासून लक्षात ठेव.''

अचानक काहीतरी धाडकन कोसळल्याचा एक मोठा आवाज संपूर्ण मठात घुमला आणि त्याने मठाच्या भिंतीदेखील थरथरल्या. पूजनीय लामांची शिकवण मनात साठवून ठेवण्याच्या प्रयत्नात असलेल्या दोर्गेन त्रुंग्पाला अचानक झालेल्या त्या आवाजामुळे भयाने फुटलेली किंकाळी थांबवता आली नाही. भीतीच्या एका नव्या लाटेने त्याला ग्रासून टाकले.

''माझे शब्द नीट लक्षात ठेव, म्हणजे सर्व काही ठीक होईल.'' दोर्गेन त्रुंग्पा स्वत:ला सावरत असताना मठाधिपती म्हणत होते. ''चल मुला, आता आपल्याला बाहेर गेलंच पाहिजे.''

बाहेर आल्यावर मठाचे पुरातन लाकडी दार बिजागऱ्यांपासून उखडून मोडून पडलेले त्यांना दिसले. शेकडो वर्षे त्या दाराने मठाचे रक्षण केले होते, पण आता ते पाडून चिनी सैनिक मठाच्या प्रांगणात येऊन दाखल होत होते. त्यांच्या मध्यभागी एक लष्करी जीप उभी होती आणि त्या जीपमध्ये एक बुटका, लठ्ठ चिनी लष्करी अधिकारी उभा होता. त्याचा गलिच्छ, भोंगळ, मातकट हिरव्या रंगाचा गणवेश पूर्ण भिजला होता आणि त्याच्या टोपीच्या पुढच्या पट्टीवरून पावसाचे पाणी त्याच्या चेहऱ्यावर ओघळत होते.

प्रार्थनागृहे, भिक्षूंच्या खोल्या, स्वयंपाकघर आणि जेवणाच्या खोल्या वगैरे मठाच्या सर्वच भागांत सैनिक घुसले होते. काहीतरी शोधत असल्यासारखे ते मठाच्या रिकाम्या खोल्यांमधून फिरत होते. दारात उभे राहून मठाधिपती समोरच होत असलेल्या या उलथापालथीकडे, सैनिकांच्या धुडगुशीकडे पाहत राहिले, पण त्यांची मुद्रा अत्यंत शांत होती. खरं तर त्यांच्या चेहऱ्यावर स्मितही होतं.

मठाधिपतींना पाहिल्याबरोबर त्या लष्करी अधिकाऱ्याच्या तोंडून बसक्या आवाजात आज्ञा सुटली. त्याबरोबर हातातील शस्त्रे परजत काही सैनिक त्यांच्या दिशेने पुढे आले. काय घडतंय त्यावर विश्वास बसत नसल्यासारखे दोर्गेन त्रुंग्पाने डोळे चोळून पुन्हा एकदा पाहिले, मग मात्र त्याला सुरक्षित अशा प्रार्थनागृहात पळून जावेसे वाटले. मठाधिपतींनी कोणत्याही प्रकारे प्रतिकार करण्याचा प्रयत्न केला नाही, म्हणून दोर्गेन त्रुंग्पादेखील त्यांच्या बाजूला, पण भीतीने गोठून उभा राहिला. एका सैनिकाने हातातल्या बंदुकीच्या दस्त्याने मठाधिपतींच्या तोंडावर प्रहार केला. मठाधिपती खाली कोसळले. मग सैनिकांनी त्यांना जीपपर्यंत लाथाबुक्क्यांनी मारहाण करत आणि पावसाच्या पाण्यातून

फरफटत नेले. लाथाबुक्क्यांच्या भडिमारामुळे पुन:पुन्हा ते कोसळत राहिले आणि पुन:पुन्हा सैनिक त्यांना खेचून उचलत, मारत आणि फरफटत राहिले.

लामांनी आतापर्यंत दिलेल्या सगळ्या शिकवणीचा विसर पडला असून, आपल्या अंगावर चालून येणाऱ्या सैनिकांपासून दूर पळून जाण्यासाठी आपण भराभर मागे मागे सरकत आहोत, असे दोर्गेन त्रुंग्पाच्या लक्षात आले. कोपऱ्यापाशी वळल्यानंतर त्याही बाजूने त्याच्याचकडे येत असलेले सैनिक त्याला दिसले. जंगली कुत्र्यांसारखे ते त्याच्यावर तुटून पडले. शेवटी तो भडिमार सहन न होऊन वेदनांनी कण्हत आणि आपल्याला हे सर्व का भोगावे लागते आहे असा गोंधळ उडाल्यामुळे कसलाच प्रतिकार न करता तो पडून राहिला. मग त्या सैनिकांनी त्यालाही प्रांगणातून फरफटत नेले आणि मठाधिपतींच्या जवळच टाकले.

'हे माझ्याच कर्माचं फळ आहे, माझ्यामुळंच हे सर्व ओढवलं आहे,' पडल्या पडल्या दोर्गेन त्रुंग्पा विचार करत राहिला. माझ्या एका कृत्यामुळे आम्हा दोघांवर मरण ओढवले आहे आणि या मठाचा सर्वनाश झाला आहे असेही त्याला वाटले. चिनी लष्करी अधिकारी करड्या आवाजात सैनिकांना देत असलेल्या आज्ञा ऐकता ऐकताच तो आपण मरणाला सामोरे कसे जायचे, त्याचा विचार करत राहिला. तो अधिकारी जीपमधून बाहेर आला. त्याचा चेहरा संतापाने विद्रूप दिसत होता. त्याने तिरस्कारपूर्ण आवाजात मठाधिपतींशी बोलायला सुरुवात केली.

"काय रे, ए बांडगुळा, तुला चिनी भाषा कळते का?"

आपले हात आणि गुडघे जमिनीवर टेकवून चतुष्पादासारख्या अवस्थेत असलेल्या मठाधिपतींनी आपले ठणकणारे, जड झालेले डोके वर उचलले आणि अत्यंत शुद्ध चिनी भाषेत त्यांनी उत्तर दिले, "हो."

आपल्या कोटाचे बटण उघडून त्या अधिकाऱ्याने आतल्या खिशातून एक कागद काढला. कागद पावसाने भिजत असतानाच त्याने वाचायला सुरुवात केली.

"पिमाकोचे शेतकरी आणि लोकांच्या प्रजातंत्र चीन देशातील तिबेटच्या स्वायत्त क्षेत्राच्या शासनाच्या वतीनं, आम्ही तुमच्यावर सरंजामशाही चालवल्याचा आरोप करत आहोत."

हातातल्या कागदावरून नजर काढून त्या वृद्ध लामाकडे पाहत तो लष्करी अधिकारी तुच्छतेनं थुंकला.

"येथील शेतकऱ्यांची पद्धतशीरपणे पिळवणूक करण्याचा, तुमच्या जागेत त्यांना गुलामासारखं वागवण्याचा, त्यांच्याकडून लोणी आणि याकचे मांस

जबरदस्तीनं वसूल करण्याचा आणि आपण स्वत: आळशासारखे काही न करता बसून राहून त्यांना मात्र तुमच्या मठांमधल्या भटारखान्यात वेठबिगारासारखे काम करायला लावण्याचा तुम्ही गुन्हा केला आहे. या सर्व सरंजामशाही पद्धती तुम्ही पिढ्यानपिढ्या चालवत आहात आणि तुमच्या आज्ञा पाळल्या नाहीत तर पुढच्या जन्मात किडामुंगीचे जीवन जगावे लागेल किंवा मृत्यूनंतर नरकात तरी खितपत पडावे लागेल असल्या भाकडकथा ऐकवून त्यांच्या मनात भीती निर्माण करून तुम्ही त्यांच्याकडून तुमचे काम करून घेत आहात. थोडक्यात सांगायचं तर त्यांच्या अज्ञानाचा तुम्ही गैरफायदा घेतला आहे आणि त्यांच्यावर दडपशाही करण्यासाठी अंधश्रद्धा आणि धर्माचा तुम्ही वापर केला आहे. तसंच तुमच्या त्या सर्वांत मोठ्या बांडगुळाच्या, त्या दुष्ट हुकूमशहाच्या, तुमच्या या सरंजामशाही पद्धतीच्या नेत्याच्या, तो काय तुम्ही दलाई लामा म्हणता त्याच्या, ज्याने या मातृभूमीचे तुकडे पाडण्याचे प्रयत्न केले आणि इतर देशांबरोबरच्या चीनच्या सौहार्दपूर्ण संबंधांमध्ये बाधा आणण्याचे प्रयत्न केले त्याच्या प्रतिमा बाळगण्याचा गुन्हा तुम्ही केला आहे. त्याचबरोबर चीनच्या कम्युनिस्ट पक्षाच्या सर्वोच्च अधिकारांची तुम्ही पायमल्ली केली आहे. याशिवाय एका परदेशी गुप्तहेराला आश्रय दिल्याचा तुमच्यावर आरोप आहे. या माणसाला तुम्ही तत्काळ आमच्या हवाली करावे, अशी आमची आज्ञा आहे.''

एवढं वाचून तो लष्करी अधिकारी मठाधिपतींवर गुरकावत म्हणाला, ''तुझं काय म्हणणं आहे रे यावर? बांडगुळा!''

मठाधिपती शांत राहिले.

त्यांचा शांतपणा सहन न होऊन अधिकाऱ्याने हातातला कागद रागाने फेकला आणि त्वेषाने पुढे होत आपल्या जड लष्करी बुटाची लाथ त्याने त्या वृद्ध माणसाच्या हनुवटीवर हाणली. काटकन काहीतरी मोडल्यासारखा आवाज झाला आणि मठाधिपती धाडकन पाठीवर कोसळले.

दोर्गेन त्रुंग्पा भयाने किंचाळला. त्याला पकडून धरलेल्या दोन सैनिकांच्या पकडीतून सुटण्याचा आणि मठाधिपतींकडे जाण्याचा त्याने प्रयत्न केला; पण सैनिकांनी त्याला बदडले आणि गप्प बसवले.

लोळागोळा झालेल्या, असाहाय्य मठाधिपतींच्या जवळ येऊन उभा राहत तो अधिकारी म्हणाला, ''ऊठ रे, ए बांडगुळा! तिथं भिजत पडून काय राहिलायस? काय तुझं ते दैवी सामर्थ्य का काय म्हणतात ते, त्यानं तू स्वत:ला वर उचलू शकत नाहीस? हेच तर तुम्ही इथल्या अजाण शेतकऱ्यांना सांगत असता ना?''

मठाधिपतींनी आपले डोळे सावकाश उघडले. त्यांच्या गळ्यावर आपला

पाय रोवून खाली वाकत तो अधिकारी ओरडला, ‘‘कुठं आहे तो तुमच्या आश्रयाला असलेला गुप्तहेर?’’

गुदमरलेल्या श्वासानेदेखील मठाधिपतींनी काहीतरी बोलण्याचा प्रयत्न केला. आपल्या प्रश्नाचे उत्तर मिळेल या अपेक्षेने अधिकाऱ्याने आपला पाय त्यांच्या गळ्यावरून उचलला. हळूहळू मठाधिपतींचे शब्द ऐकू येण्याइतके स्पष्ट झाले.

‘‘ॐ मणी पद्मे हूँ ... ॐ मणी पद्मे ...’’

मंत्रजप कानी पडताक्षणीच तो अधिकारी गर्रकन मागे वळला आणि जमलेल्या सैनिकांकडे पाहत त्याने करड्या आवाजात आज्ञा केली. दोन माणसं पुढे आली. मठाधिपतींनी गावातून बहिष्कृत केलेल्या त्या दोन्ही तिबेटी माणसांना ओळखले. त्या दोघांनीही पूर्वायुष्यात गंभीर गुन्हे केले होते आणि म्हणूनच गावाने वाळीत टाकून त्यांना गावाबाहेरच्या जंगलात उपासमारीत जगायला आणि भीक मागायला भाग पाडले होते. मठातील शौचालये स्वच्छ करणे आणि मृतांचे दफन करण्याचे काम त्यांना करावे लागत असे. त्यांच्या अंगावरचे गणवेश त्यांच्या मापाचे नव्हते; पण नवे दिसत होते. अगदी काही तासांपूर्वीच त्यांना या सैन्यात भरती करून घेतल्यासारखे वाटत होते.

हसत हसतच तो लष्करी अधिकारी त्या दोन तिबेटींना म्हणाला, ‘‘मला वाटतं, या बांडगुळाचं डोकं दुखत आहे. त्याची डोकेदुखी थांबवा.’’

एका सैनिकाच्या हातात एक हातोडी आणि एक चार इंच लांबीचा काशाचा खिळा होता. त्याच्या चेहऱ्यावर अतीव समाधानाचे भाव दिसत होते. सैन्यात नव्यानेच भरती झालेल्या या दोघांपैकी दुसरा दाणकन मठाधिपतींच्या छातीवरच बसला आणि त्याने मठाधिपतींचे डोके जोरात खेचले. या सगळ्यांपासून अगदी अलिप्त असल्यासारखे मठाधिपतींच्या तोंडातून मंत्रोच्चारण ऐकू येत राहिले.

हातात हातोडी असलेला सैनिक मठाधिपतींच्या बाजूला बसला आणि त्याने तो काशाचा खिळा बरोबर त्यांच्या कपाळावर मध्यभागी ठेवला. थोडे थांबून त्याने अधिकाऱ्याकडे पाहिले. अधिकाऱ्याने संमती दर्शवताच एक जोरदार हालचाल होत हातोडीचा घाव खिळ्यावर पडला, एक अभद्रसा आवाज झाला. खिळा मठाधिपतींच्या कपाळात घुसला. आणखी दोन घाव पडताच त्या खिळ्याचे वरचे टोकदेखील दिसेनासे झाले. मठाधिपतींचे हात क्षणभर हवेत तरंगल्यासारखे दिसले आणि मग निर्जीवपणे खाली पडले. काळीज पिळवटून दोर्गेन त्रुंग्पा ओरडला आणि जमिनीवर पडला. मठाच्या प्रांगणात एक भयप्रद शांतता पसरली.

मग त्या अधिकाऱ्याचा आवाज ऐकू येऊ लागला आणि तो आपल्याला उद्देशूनच काहीतरी बोलत आहे, याची दोर्गेन त्रुंग्पाला अंधूकशी जाणीव झाली.

''मुला, बीजिंगपासून कितीही दूर असलं तरी पिमाकोसारख्या या गावातदेखील चीनचा न्याय पोहोचला आहे हे तुझ्या लक्षात आलंच असेल आणि कदाचित तुझ्यासारख्या तरुणाला या दुष्ट आणि वेड्या म्हाताऱ्यांच्या तावडीतून सोडवता येणं शक्य आहे. तू अजून तरुण आहेस. बघू काय करता येतं तुझ्यासाठी...''

मोडलेल्या दाराकडे वळत त्या अधिकाऱ्याने काहीतरी आज्ञा सोडली. अर्थबोध होताक्षणीच मनात उसळलेल्या रागाने दोर्गेन त्रुंग्पानं दातओठ करकचून आवळले, पण तो असहाय होता. दोन सैनिक एका तरुण मुलीला ओढत घेऊन येत होते. ती त्या गावातल्या सगळ्यात मोठ्या जमीनदाराची मुलगी होती. नुकतीच वयात येत असलेली सुंदर दिसणारी ती तरुण मुलगी भीतीने, दुःखाने क्षीण आवाजात कण्हत होती आणि त्या आडदांड सैनिकांच्या तावडीतून सुटण्याचा निष्फळ प्रयत्न करत होती. सैनिकांनी तिला त्या तरुण भिक्षूजवळ आणले. अधिकाऱ्याने आणखी एक आज्ञा केली. तिला धरून ठेवलेल्या दोन्ही सैनिकांनी तिच्या अंगावरचे कपडे टराटरा फाडले. सैनिक तिला पूर्ण नग्न करून त्याच्यासमोर उभे करत असताना दोर्गेन त्रुंग्पाने शरमेने आपले डोळे बंद करून घेतले.

''तर आता, बरं का संन्याशा, तू एका खऱ्या मर्द माणसासारखं वागताना आम्हाला पाहायचंय. या शेतकऱ्याच्या मुलीशी आता तू संभोग करावा अशी मी तुला आज्ञा करतो.''

दोर्गेन त्रुंग्पाच्या नजरेतले सारे चैतन्यच मृतवत झाले होते. त्याच्या अठरा वर्षांतल्या कोणत्याच जीवनानुभवाने त्याला अशा प्रसंगास तोंड द्यायला सिद्ध केले नव्हते. मठातील समारंभातील आपल्या वाट्याला येणारी कामे करणे, प्रार्थना सप्ताह, उपासतापास आणि ध्यानधारणा करणे, जवळच्या गावातल्या उत्सवात सहभागी होणे आणि एकंदरीतच निसर्गातल्या विविध शक्तींशी अनुसंधान साधत जीवन जगणे एवढेच काय ते त्याला माहीत होते. सैनिक त्याला खेचत नेऊन त्याच्याइतक्याच घाबरलेल्या त्या मुलीकडे ढकलत असताना मेल्याहून मेल्यासारखे होऊन त्याला गुदमरल्यासारखे झाले. डोळे मिटल्यामुळे तिचे नग्न शरीर त्याला पाहावे लागत नव्हते, पण एखाद्या मरणपंथाला लागलेल्या प्राण्यासारखे दुःखातिरेकाने तिच्या गळ्यातून फुटणारे अस्फुट हुंदके तर त्याला ऐकू येतच होते. उपरोधिक सुरात त्याला प्रोत्साहन देत तो अधिकारी ओरडत राहिला.

''चल आटप, मुला! त्या दुष्ट म्हातारड्यांनी तुझ्या मनात भरवलेल्या सगळ्या तद्दन खोट्या गोष्टी विसरून जा. ब्रह्मचर्याची शपथ वगैरे निव्वळ

मूर्खपणा आहे. तुझ्या मेंदूवर त्यांच्या भिकार विचारांचा पगडा बसला आहे, तो काढून टाक, इतकंच! ... चल, आटप! आता माझा संयम संपत आला आहे ... माझी तुला आज्ञा आहे, की प्रथम तू या मुलीशी संभोग कर, कारण तो झाल्यावर तुला या मठाच्या ग्रंथालयाला आग लावायची आहे.''

महाभयानक राक्षसांनी केलेले आत्म्याचे हाल आणि वर्णन करणंही अशक्य अशा मरणकळा भोगाव्या लागणाऱ्या मृतात्म्यांच्या नरकयातनांविषयीचे वर्णन करणाऱ्या तिबेटी पुस्तकातील वर्णने सत्यात उतरल्यासारखी स्पष्टपणे त्या तरुण भिक्षूच्या नजरेसमोर फेर धरू लागली, पण हेच तर आयुष्याचे खरं कल्पनातीत असे वास्तव होते आणि ते आहे तसे स्वीकारण्याची दोर्गेन त्रुंग्पाची क्षमताच नव्हती. मग त्याने डोळे मिटले, श्वासावर नियंत्रण मिळवत आपल्यावर जे काही लादले जात आहे त्या सगळ्यापासून मनाने अलिप्त, मुक्त होण्याचा प्रयत्न सुरू केला.

दोन

ती दिवसाची वेळ होती आणि इतकंच नॅन्सी केलीला कळत होतं. ती कुठं आहे, किती वाजले असावेत हे तिला काहीच आठवत नव्हतं. पुन्हा तो धाडधाड आवाज ऐकू येत होता. तिच्या डोक्यावर छतापासून टांगलेला एक भलामोठा पंखा गरागरा फिरत होता, पण त्याच्या त्या उदासवाण्या फिरण्याने थोडीदेखील वाऱ्याची झुळूक निर्माण होत नव्हती. गोंधळल्या अवस्थेत ती काही क्षण तशीच त्या गरगरणाऱ्या पंख्याकडे पाहत होती आणि अचानक स्मृती परत आल्यासारख्या तिला सगळ्या गोष्टी आठवल्या. ती भारतात होती, तिच्या कंपनीच्या दिल्लीतल्या अपार्टमेंटमध्ये होती आणि कोणीतरी दरवाजावर जोरजोरात थापा मारत होते.

कोण त्रास द्यायला कडमडलं आहे, असा विचार करत थकलेली नॅन्सी दुसऱ्या कुशीवर वळली. खिडक्यांवर झिरझिरीत पांढरे पडदे होते आणि सगळी खोली प्रकाशाने न्हाऊन निघाली होती. अजूनही तिला आपण स्वत: इथं कशासाठी आलो आहोत, याविषयी संभ्रमच होता, पण तसेही तिला भारतात येऊन काही तासच झाले होते. म्हणजे मी लगेच आजारी तर पडले नाही? तसं झालं तर काही खरं नाही, असे विचार तिच्या मनात आले.

चाचपडत तिने जवळच्या टेबलावरचा मोबाईल फोन उचलला आणि आपण न्यूयॉर्कच्या दाखवल्या जाणाऱ्या वेळेत बदल करून दिल्लीची वेळ मोबाईलवर दिसण्यासाठी हवा तो बदल केलाय की नाही ते न आठवल्यामुळे त्यावर दिसणाऱ्या वेळेकडे टक लावून, पण काहीच डोक्यात शिरत नसल्यासारखे पाहत राहिली. मध्यरात्रीच्या सुमाराला तिचे विमान दिल्लीला उतरल्याचे आणि 'डॉलर्सचे रुपये करून देतो, नाहीतर चांगली आणि स्वस्त हॉटेलमधली खोली मिळवून देतो' म्हणत सारखे तिच्या पुढे पुढे करणाऱ्या एजंटांमधून आणि

भिकाऱ्यांमधून वाट काढत तिच्या ड्रायव्हरने तिला तिच्यासाठी आणलेल्या मर्सिडीज गाडीपर्यंत नेल्याचे तिला आठवले. आरामशीर असली तरी आरामासाठीसुद्धा फारच ऐसपैस असलेल्या मागच्या सीटवर ती बसली आणि गाडीच्या खिडकीतून दिल्लीच्या रस्त्यावरच्या रात्रीच्या वेळेतल्या एखाद्या टीव्हीच्या पडद्यावर सरकणाऱ्या दृश्यासारख्या दिसणाऱ्या रंगीतसंगीत गोंधळाकडे पाहता पाहता एका निर्जन रस्त्याच्या दृश्यानंतर एकदम अपार्टमेंटच्या बाहेर आपली गाडी उभी राहिल्याचेच दृश्य तिला आठवत राहिले.

'इंटरनॅशनल हेराल्ड ट्रिब्यून'च्या दक्षिण आशियाई कार्यालयाची प्रमुख म्हणून काम पाहण्यासाठी नॅन्सी केली दिल्लीला आली होती. ती तीस वर्षांची होती आणि या महत्त्वाच्या पदाचे काम पेलण्यासाठी ती समर्थ होती. पण ही संधी तिला नशिबानेच मिळाली होती. हा तिच्या कारकिर्दीतला एक नवा टप्पा तर होताच, पण त्याचबरोबर तो तिच्या आयुष्यातीलदेखील एक नवा टप्पा होता. भूतकाळातल्या कटू आठवणी मागे टाकण्यासाठी या नव्या जबाबदारीच्या कामामुळे मदतच होईल आणि जणूकाही वर्ष सरले असावे असे वाटायला लावणाऱ्या न्यूयॉर्कमधील अगदी अलीकडच्या काही रटाळ, उदासवाण्या महिन्यांमुळे आलेला प्रचंड कंटाळा दूर व्हायला भारतातील रंगीबेरंगी आणि उत्साही वातावरणामुळे मदत होईल, अशी आशा तिला वाटत होती.

दारावर अजूनही थापा पडतच होत्या, पण अजूनही तिला थकवा वाटत होता आणि अंथरुणातून उठावेसे वाटत नव्हते. मोबाईलवर संदेश आल्याचा संकेत झळकत आणि वाजत होता. 'आले, थांबा एक मिनिट' असे त्या आवाजाला सांगतच तिने तो संदेश उघडला. ट्रिब्यूनच्या ब्यूनोस एरेसमध्ये वार्ताहराचे काम करणाऱ्या तिच्या पूर्वीच्या प्रियकरमित्राचा, जेम्स लाँगचा तो संदेश होता. त्याचा संदेश म्हटल्यावर तिच्या मनात धस्स झाले. भारतात आल्याबरोबर दुसऱ्या कुणाच्या संदेशाऐवजी त्याचा संदेश येणे म्हणजे अपशकुनच झाला, असे तिला वाटले. न्यूयॉर्कच्या ऑफिसमध्ये काम करत असताना पाच वर्षांपूर्वी ते भेटले होते, नंतर तीन वर्षं त्यांची मैत्री बहरली होती. ती निश्चितच प्रेमात पडली होती... पण त्यांच्या आकांक्षांमध्ये जमीनअस्मानाचा फरक होता. त्याला आपलं असं एक घर हवं होतं आणि आपल्या पत्नीने घरीच राहून मुलांकडे लक्ष द्यावं असं वाटत होतं आणि तिला तर ते करायचं नव्हतं. शेवटी ती तिच्या अनेक परदेश दौऱ्यांपैकी एका दौऱ्यावर असताना त्याला अगदी त्याच्या मनासारखी एक माता, गृहिणी बनून त्याचं घर सांभाळणारी मैत्रीण मिळाली असल्याचं त्यानं जाहीर केलं. ती अर्जेंटिनाची होती आणि जेम्सचे नशीब नक्कीच जोरावर होते; कारण दुसऱ्याच दिवशी ब्यूनोस एरेस येथे

वार्ताहराची गरज असल्याची माहिती मिळाली. जेम्सने त्या जागेसाठी अर्ज केला आणि ती त्याला मिळालीदेखील! कदाचित खरोखरच हे सगळं असंच घडलं असेल किंवा ती स्त्री आणि जेम्स एकमेकांना आधीपासूनच भेटत असावेत. पण नॅन्सी किंवा जेम्स दोघेही खरं काय ते मान्य करायला तयार नव्हते. या सगळ्याला आता तीन महिने झाले होते. हे असं घडणार आहे याची कल्पना तिला आधीच यायला हवी होती, पण तरीही तिनं ते फारच मनाला लावून घेतलं होतं. वेगळ्या विचारांचे असल्याने ते एकमेकांसाठी अनुरूप नव्हते हे तिला माहीत होतं, पण तरीही ती प्रेमात पडायची ती पडलीच होती.

"प्रिय नॅन्सी, तुझे फोनकॉल्स मी घेतले नाहीत आणि तुझ्याशी बोललो नाही त्याबद्दल मला खरोखरच वाईट वाटत आहे, पण आपण शेवटचं भेटलो होतो तेव्हा मी तुला सांगितलं होतं की, मला वाटतं हे सगळं आपल्या दोघांच्या भल्यासाठीच होत आहे..."

त्या शब्दजड संदेशाने आपल्या मोबाईलचे वजन कितपत वाढले आहे त्याचा अंदाज घेतल्यासारखा तिने मोबाईल थोडा वेळ हातात तोलून पाहिला आणि मग पुढचा संदेश न वाचताच मोबाईलवरून काढून टाकला. कोणती वायर कापली म्हणजे बॉम्ब फुटण्याचा धोका टळेल याचा अचूक निर्णय घेऊन ती वायर कापल्यावर सुटका झाल्यासारखे वाटावे तसा तो संदेश काढून टाकल्यावर तिने निःश्वास टाकला. अतीव दुःख सोसावे लागल्यानंतर मनाची जी नाजूक अवस्था होते आणि आयुष्यात काहीतरी पोकळी निर्माण झाल्यासारखे वाटते, त्या काळातील गोष्ट असती तर त्याचा नुसता आवाज ऐकायला तिचे कान आसुसले असते. पण आता जवळपास आपला तोल पुन्हा एकदा सावरलेला असताना पुन्हा त्याच्याशी संपर्क व्हावा असे तिला अजिबातच वाटत नव्हते.

दिल्लीच्या उष्ण आणि दमट वाऱ्यावर हलणाऱ्या त्या झिरझिरीत पडद्यांकडे पाहत ती स्वतःशीच, पण मोठ्याने म्हणाली, "माझ्या परमप्रिय मित्रा जेम्स, आता माझी अशी खात्री होत चालली आहे की, एक दिवस असा येईल आणि तो लवकरच येईल, की त्या दिवसापासून तुझा विचारही माझ्या मनात येणार नाही."

बळेच हसत, उत्साहवर्धक असे काहीतरी दिसावे अशा अपेक्षेने ती आजूबाजूला असलेल्या आणि तिच्या नजरेला नव्याच असलेल्या गोष्टींकडे पाहत राहिली. हे कोण जोरजोरात दार ठोठावतंय आणि कशासाठी असा विचार करत ती म्हणाली, "थांबा, थांबा, मी दार उघडते." आणि तिने उठण्याचा प्रयत्न केला. पलंगावरून एका बाजूला उतरत आणि डोळे चोळत ती उभी राहिली. ती जगातल्या एका अत्यंत निसर्गरम्य, लुब्ध करणाऱ्या देशात होती. तिच्यासमोर

एक कारकिर्दीला नवे वळण देणारी आव्हानात्मक जबाबदारी होती आणि मुख्य म्हणजे तिचा भूतकाळ आता खरोखरच भूतकाळात जमा होत होता.

नंतरच्या काही गोष्टी कशा अगदी ठरवून दिल्यासारख्या घडत गेल्या होत्या. परदेशी जाण्याचा ती विचार करत होती. त्याच दिवशी भारतातल्या कार्यालयात एक पद रिक्त असल्याची जाहिरात करण्यात आली होती किंवा अगदी बरोबर सांगायचं तर पॅरीसहून आलेल्या डॅन फिशरने म्हणजे ट्रिब्यूनच्या संपादकाने तिला आपल्या कार्यालयात बोलावले होते. ट्रिब्यूनच्या दिल्ली येथील कार्यालयाचा प्रमुख म्हणून दीर्घ काळ काम करत असलेला आणि फक्त तिचाच नव्हे तर ट्रिब्यूनमधील सर्वांचाच आदर्श असलेला अन्तोन हरझोग तीन महिन्यांपासून बेपत्ता होता. वीस वर्षांच्या उत्तम नोकरीनंतर तिबेटच्या डोंगरदऱ्यात कोणताही ठावठिकाणा मागे न सोडता नाहीसा झाला होता. डॅन फिशरने त्याचा काहीतरी थांगपत्ता कळेल या आशेवर बरेच दिवस वाट पाहिली, पण भारत हा आशिया खंडातला एक मोठा आणि बातम्यांच्या दृष्टीने महत्त्वाचा देश होता आणि हरझोग परत येण्याची अनिश्चित काळ वाट पाहत बसणे परवडणारे नव्हते. म्हणून शेवटी कंपनीच्या व्यवस्थापनाने त्याच्या पदाची जबाबदारी घेण्यासाठी दुसरी व्यक्ती नेमण्यासाठी डॅनी फिशरवर दबाव टाकायला सुरुवात केली होती. नॅन्सीला ही जबाबदारी देण्याचे त्याने तत्काळ ठरवले होते. म्हणजे कंपनीतल्या कंपनीतसुद्धा या रिक्त पदाची जाहिरात करण्याची तसदी त्याने घेतली नव्हती. न्यूयॉर्कपासून शक्य तितके दूर जाण्याच्या विचारात असलेल्या नॅन्सीला ही संधी अगदी चालून आलेली वाटल्यामुळे इतर वेळी तिच्या मनात किंतु निर्माण करण्यासारख्या या गोष्टीकडे तिचे लक्षच गेले नव्हते. पद जबाबदारीचे होते यात शंकाच नव्हती आणि यापूर्वी ती कधीच भारतात आली नव्हती हेदेखील खरं होतं, तरीही आपल्या वर्तमानपत्रात काम करणाऱ्यांमध्ये तिच्या लेखनाची आणि घटनेचा सखोल शोध घेण्याच्या तिच्या कार्यपद्धतीची प्रशंसा करणारे प्रबळ पाठीराखे आहेतच असे डॅनने तिला सांगितले होते. शिवाय बरोबर जोडीदार असणाऱ्यांना चटकन दुसऱ्या जागी जाऊन नवी जबाबदारी स्वीकारणे तसे कठीणच जाते. पण ती एकटीच असल्याने तिला ही गोष्ट सहज शक्य होती. असे असले तरी तिच्यावर जी जबाबदारी सोपवली जात होती ती खरोखरच खूप मोठी होती याची कल्पना डॅनने तिला दिली होती. कारण अन्तोन हा जिवंतपणीच एक दंतकथा झाला होता. त्याचे रिक्त पद भरून काढण्यासाठी तिला भरपूर परिश्रम करणे आवश्यक होते. कल्पनाही करता येणार नाही अशा नशिबाने तिला दिलेल्या या दानामुळे भारावून जात ती हसली होती. काहीही असलं तरी ही आयुष्यातील फारच मोठी संधी होती आणि पारंपरिक पद्धतीने तिला ती

मिळाली नसल्याबद्दल तक्रार करण्याचा वेडेपणा ती निश्चितच करणार नव्हती.

उण्यापुऱ्या साठ वर्षांच्या अर्जेन्टाईन-अमेरिकन अन्तोनच्या बाबतीत तो त्याच्या नेहमीच्या पद्धतीने कशाच्या तरी शोधात खोल घुसलेला असावा आणि योग्य वेळी तो पुन्हा परत येईलच अशी आशा सगळ्यांनाच वाटत होती. पत्रकार होण्याची स्फूर्ती नॅन्सीला खरं तर अन्तोनकडूनच मिळाली होती, पण अन्तोनबद्दल प्रचंड आदर व कौतुक वाटत असले तरी त्याच्याबद्दल तिला विशेष काही माहीत नव्हते. तिला त्याने लिहिलेल्या बातम्या आवडत असत आणि वर्तमानपत्र हातात घेतले की, नेहमीच ती त्याने केलेल्या बातम्या आवर्जून शोधून वाचत असे. पण प्रत्यक्षात मात्र तिची त्याच्याशी एक-दोनदाच भेट झाली होती. एकतर तो क्वचितच कार्यालयात येत असे आणि जेव्हा तो येत असे तेव्हा डॅन त्याची बडदास्त एखाद्या राजासारखी ठेवत असे आणि इतरांना त्याच्याजवळ जाण्याची अगदी क्वचितच संधी देत असे. ज्या एकदोन वेळेला तिला त्याच्याशी बोलण्याची संधी मिळाली होती, तेव्हा त्याच्या मृदू स्वभावाने, प्रोत्साहनपर बोलण्याने आणि नम्रतेने ती नुसती प्रभावितच झाली नव्हती; तर त्याच्याशी आणखीही खूप बोलायला मिळावे अशी आशा करत होती. आताही गायब झाला असला तरी अचानक एक दिवस तो दिल्लीच्या कार्यालयात पुन्हा दाखल होईल, नुसताच येणार नाही, तर बरोबर काही पारितोषिकविजेत्या बातम्या घेऊन आलेला असेल आणि त्या सर्वप्रथम ऐकण्याचा मान या वेळी आपल्याला मिळेल अशी तिला आशा वाटली.

असं असलं तरी कुठं कुठं त्याच्याबद्दल नाराजीचे सूरही ऐकू येत होते. न्यूयॉर्कमधील कार्यालयातल्या जुन्या सहकाऱ्यांना आणि अन्तोनच्या जवळच्या मित्रांना काहीतरी भलतंच घडलं असल्याच्या शंकेने काळजी वाटत होती. अन्तोनच्या नेहमीच्या सवयीप्रमाणे त्यांच्यापैकी कुणाला तरी एखादा फोन, एखादे पोस्टकार्ड किंवा काहीतरी चिठ्ठी असे इतक्या दिवसांत त्याच्याकडून यायला हवे होते, पण या वेळी कुणाला काहीच त्याच्याकडून कळले नव्हते. तरुणपणी अन्तोन एक चांगला गिर्यारोहक होता. अत्यंत खंबीर मनाचा व जिद्दी होता. स्वत:ची बुद्धी आणि शारीरिक क्षमता यावर विश्वासून प्रसंगी पुरेशी आणि योग्य साधने हाताशी नसतानादेखील जिद्दीने कुठंतरी अवघड ठिकाणी चढून जाण्याच्या प्रयत्नात तो असेल अशी कल्पना त्याच्या बाबतीत करणं चुकीचं नव्हतं. तो जुन्या पठडीतला पत्रकार होता. त्याला अनेक आशियाई भाषा अवगत होत्या आणि त्याचं डोकं म्हणजे भारत, चीन व तिबेटविषयीचे प्रचंड ज्ञानभांडार होते. आपल्या कामासाठी दूरदूर एकटेच भटकण्यासाठी बातम्यांचा मागोवा घेत आणि त्याच्या निम्म्या वयाचे तरुण पत्रकारदेखील जो धोका

पत्करण्यास तयार होणार नाहीत तसले धोके अंगावर घेत बातमीचा शोध घेण्याच्या त्याच्या आवडत्या कामासाठी त्याने अनेक वेळा बढत्या आणि पगारवाढ नाकारली होती. या जगावेगळ्या स्वभावामुळे तो जिवंतपणीच एक दंतकथा बनला होता आणि म्हणूनच त्याच्या संदर्भात काहीतरी अघटित घडले असेल, असे मानायची कोणाचीच तयारी नव्हती.

आता मात्र नॅन्सी खडबडून जागी झाली. दारावरील थापा आता आणखीच जोरजोरात पडत होत्या. पत्रपेटीच्या फटीतून एक भारतीय आवाज तिच्याच नावाचा मोठ्याने पुकारा करत होता. हातातला मोबाईल गादीवर टाकत ती चटकन उभी राहिली. घाईगडबडीने बॅगेतून आपली खाकी पँट आणि एक स्वच्छ शर्ट काढून अंगात चढवला. एक हेअरबँड घेऊन आपले खांद्यापर्यंत येणारे तपकिरी केस पोनीटेल पद्धतीने बांधून टाकले. आरशात नजर टाकताना आपण थकलेले दिसतो आहोत, हे तिला समजले. पण ते साहजिकच आहे असा विचारही लगेचच तिच्या मनात आला.

हॉलमध्ये आल्याबरोबर तिच्या नजरेसमोर मुख्य बैठकीच्या खोलीचे दृश्य उभे झाले. आली तेव्हा प्रचंड थकव्यामुळे तिच्या लक्षात आले नव्हते, पण आता जे दृश्य दिसत होते त्यामुळे ती आश्चर्यचकित झाली. सगळी खोली दगडी पुतळे आणि शिल्पाकृतींनी भरून गेली होती. अक्षरश: प्रत्येक टेबलावरच्या प्रत्येक पृष्ठभागावर अगणित कोरीव पुतळे ठेवलेले होते आणि अशी पुरातन काळातील विविध आकारांची असंख्य टेबलं तिथं होती. त्यात काही प्रचंड आकाराची बुद्धाच्या मस्तकाची शिल्पे होती; तर काही शिल्पे पिढ्यान्‌पिढ्या ज्या व्यापारी मार्गाने वाहतूक होत होती त्या रेशीम मार्गाने उंटांच्या पाठीवर माल लादून जात असलेल्या व्यापाऱ्यांची होती. खोलीचे एकूण दृश्य अवाक् करणारेच होते. जणूकाही साऊथबीच्या एखाद्या किमती सामान ठेवायच्या खोलीतच आलो आहोत, असे वाटायला लावणारे होते. अन्तोन हरझोग हा एक अत्यंत उच्च अभिरुचीचा माणूस होता, हेच या दृश्याद्वारे स्पष्ट होत होते.

"मिस केली, तुम्ही आत असाल तर कृपया दार उघडता का?" एक मोठ्याने बोलणारा उतावळा आवाज ऐकू आला. पत्र टाकायची सोय म्हणून असलेल्या दाराच्या फटीतून पाहिल्यावर तिला तिच्याकडेच रोखून बघत असलेले दोन तपकिरी डोळे दिसले.

"काय झालं?"

"आम्ही पोलीस आहोत. माझं नाव कॅप्टन हुंदलानी. कृपा करून दार उघडा."

पत्रपेटीपाशी वाकलेला कॅप्टन हुंदलानी पुन्हा सरळ झाल्यामुळे त्याचे ते एकटक पाहणारे डोळे दिसेनासे झाले.

''अं... हो... उघडते.''

दाराला असलेली आतील तीन कुलपे उघडून तिने दार किलकिले करून बाहेर पाहिले. बाहेर उभ्या असलेल्या तिघांपैकी दोन माणसांच्या अंगावर पोलिसी गणवेश असलेला पाहून तिने दार उघडून त्यांना आत बोलावले. तिसऱ्या माणसाने गडद रंगाचा उत्तम सूट परिधान केला होता. कॅप्टन हुंदलानी एक तिशी-पस्तिशीचा, गुळगुळीत दाढी केलेला आणि फक्त बारीकशी मिशी राखलेला माणूस होता. तो तिसरा माणूस आणि ते दोन्ही पोलीस अत्यंत गंभीरपणे उभे होते.

''तुम्हाला तसदी दिली त्याबद्दल माफी मागतो. पण काम तितकंच तातडीचं असल्यानं आम्हाला तसं करणं भाग होतं.''

''असं? पण ठीक आहे. तुम्ही आत या, इथं बैठकीच्या खोलीत या. कुठंही तुम्हाला बरं वाटेल तिथं बसा. म्हणजे हे काही माझं घर नाही... हे हेरॉल्ड ट्रिब्यूनमधील माझे सहकारी श्री. हरझोग यांचं घर आहे. खरं सांगायचं तर ते इथं राहतात. हे खरं तर कंपनीच्या मालकीचं अपार्टमेंट आहे. पण श्री. हरझोग सध्या इथं नाहीत.''

''ते सगळं आम्हाला माहीत आहे, मिस केली आणि त्यासाठीच तर आम्ही इथं आलो आहोत... आम्ही जे सांगणार आहोत ते शांतपणे ऐकून घेतलंत, तर ते तुमच्याच फायद्याचं होईल.''

त्याच्या आवाजाला एक स्पष्ट अशी धमकीची धार आहे, असे नॅन्सीला वाटले. पण काय प्रकार असावा त्याची तिला काहीच कल्पना करता येत नव्हती. आपण भारतात आल्याची नोंद पोलिसांकडे केली नसल्याबद्दल काही प्रश्न उद्भवण्याची शक्यता वाटत नव्हती. तसे तिला येऊन काही तासच तर झाले होते. अनामिक भीतीने पोटात गोळा उठत असतानाच इकडं तिकडं पाहताना एका रेशमाचे आच्छादन घातलेल्या आणि आतापर्यंत तिच्या आकर्षकतेकडे नीट निरखून पाहण्याइतकाही वेळ न मिळालेल्या सुंदर खुर्चीत तिने बसकण मारली. कॅप्टन हुंदलानी आणि ते दोघे पोलीस तिच्याकडे रोखून पाहत अद्याप उभेच होते.

''मिस केली, तुम्ही आमच्याबरोबर यावं आणि काही प्रश्नांची उत्तरं द्यावीत असं आम्हाला वाटतं.''

कॅप्टन हुंदलानीच्या चेहऱ्यावर शंका घेण्याइतकीसुद्धा मित्रत्वाची भावना दिसत नव्हती. भीतीची एक थंड लहर तिच्या अंगातून गेली.

"काय? आणि का? मला इथं भारतात येऊन फक्त काही तास झाले आहेत. मी आताच झोपेतून उठले आहे. मी इथं आल्याची नोंद करण्यापूर्वी कमीतकमी अंघोळ करून स्वच्छ कपडे घालण्याची तरी मला परवानगी असावी असं मला वाटतं."

तिचा बारीक आणि अशक्त आवाज तिचा तिलाच दुसरेच कोणीतरी बोलत असल्यासारखा ऐकू येत होता आणि हे सगळं काय चाललं आहे त्याबद्दलच्या अचानक स्पष्ट झालेल्या विचाराने आश्चर्यचकित आणि भयग्रस्त होत ती म्हणाली, "म्हणजे तुम्ही मला अटक करताय का?"

जे बोलायचे आहे त्यासाठी काळजीपूर्वक शब्द निवडण्यासाठी कॅप्टन हुंदलानी क्षणभर थांबले, मग म्हणाले, "नाही मिस केली, तुम्ही जर आमच्याबरोबर आलात तर नाही."

तिच्या घशाला कोरड पडली.

"तुम्ही काय बोलताय मला काहीच कळत नाही! मला इथं येऊन फक्त काही तासच झाले आहेत आणि त्यातले बहुतेक तास मी झोपलेलीच होते. अशा परिस्थितीत मी कोणतीही बेकायदेशीर गोष्ट करणं शक्य तरी आहे का?"

"तुमचे सहकारी श्री. अन्तोन हरझोग भारत व तिबेटमध्ये असण्यामागचं खरं कारण काय असावं या संदर्भात आमचा तपास चालू आहे."

"हो, त्याचा तपास करणं खरोखरच महत्त्वाचं आहे, कारण अन्तोन खरोखरच एक उमद्या व्यक्तिमत्त्वाचे धनी आहेत. पण या बाबतीत मी तुम्हाला काही मदत करू शकेन असं वाटत नाही. मी यापूर्वी कधीच भारतात आलेली नाही आणि गेले कित्येक महिने मी त्याला पाहिलेलंदेखील नाही. मी त्याच्या जागी काम करायला इथं आले आहे. त्यानं केलीच असतील तरी त्या बेकायदेशीर कृत्यांबद्दल जाबजबाब द्यायला आलेली नाही." बोलता बोलता अस्वस्थपणे तिने आजूबाजूला पसरलेल्या पुराणवस्तूंकडे, शिल्पांकडे, पुतळ्यांकडे आणि हरझोगच्या व्यक्तिमत्त्वाचे ठसे जागोजागी दिसणाऱ्या असंख्य वस्तूंकडे नजर फिरवली. "काहीही असलं, तरी तुम्ही असं जबरदस्तीनं इथं घुसून मला घेऊन जाऊ शकत नाही. मला माझ्या कार्यालयात फोन करायचा आहे, मला माझी बाजू मांडण्यासाठी एक वकील हवा आहे."

झालेली हालचाल डोळ्याच्या कोपऱ्यातून टिपताना तिच्या लक्षात आलं की, एका पोलिसाचा हात त्याच्या कमरेच्या पट्ट्यात अडकवलेल्या हातकड्यांकडे गेला आहे. हे काय घडत होतं त्यावर नॅन्सीचा विश्वासच बसत नव्हता आणि त्यातही त्याबद्दल तिला काहीच करता येत नव्हतं हीच अत्यंत भीतिदायक गोष्ट होती.

ती अशा हताश अवस्थेत उभी असतानाच त्या पोलिसाने पट्ट्यातून हातकड्या

काढून तिच्या मनगटांवर चढवून तिचे हात जखडून टाकले.

"पण मी काहीच केलेलं नाही. मला एक वकील हवा आहे." आपल्याला अपराधी वाटण्याचं काहीही कारण नाही हे माहीत असूनदेखील एखाद्या लहान मुलाने गयावया कराव्यात तशा सुरात ती पुटपुटत राहिली. मग अगदी अनपेक्षितपणे कॅप्टन हुंदलानीच्या चेहऱ्यावर एक छद्मी, भीतीचा शहारा उमटवणारे स्मित उमटले. तिच्या विनंतीबद्दल काही बोलण्याचीदेखील त्याने तसदी घेतली नाही.

"मिस केली, तसं तुम्हाला करता येणार नाही हे सांगताना मला खेद होतो. आता जर तुम्ही सहकार्य करणार असाल, तर आपण निघू या का? आपले संबंध मैत्रीपूर्ण राहिले तर अनेक गोष्टी सोप्या होतील, नाही का?"

तीन

"ताबडतोब थांबवा हा प्रकार."

बीजिंगच्या शुद्ध भाषेत आज्ञा देणारा तो भारदस्त आवाज मठाच्या प्रांगणात घुमला. नक्कीच प्रत्यक्ष देवच हे बोलत असावा असे वाटून दोर्गेन त्रुंग्पाने आनंदाश्चर्याने डोळे उघडले.

सगळ्यांच्या नजरा नग्न मुलीकडून मठाच्या फाटकाकडे वळल्या. त्या मोडक्या फाटकामध्ये खास लष्करासाठी देण्यात येणारा रेनकोट आणि त्याचे अधिकारपद दर्शवणारी टोपी घातलेला एक उंच, आकर्षक व्यक्तिमत्त्वाचा, चीनच्या उत्तर भागातला असावासा वाटणारा माणूस उभा होता. त्याच्या पाठीमागे दूरवर रस्त्यावर काही माणसं पावसात हालचाल करत असताना दिसत होती. सर्वांचे लक्ष आपल्याकडे वेधले गेल्याची खात्री झाल्यावर तो माणूस थेट त्या लष्करी अधिकाऱ्याशी बोलू लागला.

"ताबडतोब मठाचा विध्वंस थांबवण्याची तुझ्या सैनिकांना आज्ञा दे आणि त्या मुलीला तिचे कपडे परत कर. तू काय फार महान कार्य करतो आहेस, असा तुझा समज आहे काय? सांस्कृतिक क्रांती झाली त्याला अनेक दशकं झाली आणि हो, त्या मुलाला सोडून दे."

दोर्गेन त्रुंग्पाचा तर आपल्या कानांवर विश्वासच बसत नव्हता. जंगलातून एखादा देवदूतच अवतीर्ण झाल्यासारखं त्याला वाटत होतं. कडक शब्दातील त्या आज्ञांमुळे अपमानित झालेला तो लष्करी अधिकारी रागाने लाल होत गरजला, "कोण तुम्ही, बेधडक इथं येता आणि आज्ञा सोडता? पिमाको भागातला मी वरिष्ठ अधिकारी आहे. तुम्ही कोण आहात असं तुम्हाला वाटतं? तुमचा अधिकार काय ते तत्काळ स्पष्ट करा, अन्यथा मी आत्ताच्या आत्ता तुम्हाला गोळी घालण्याची आज्ञा देतो."

दमदार पावले टाकत तो उत्तरेकडील अपरिचित माणूस प्रांगणातून पुढे आला आणि त्याबरोबरच त्याच्या टोपीवरील त्याचा अधिकार दर्शवणाऱ्या चिन्हांमुळे आणि तो चालत असताना त्याच्या रेनकोटवरून ओघळणाऱ्या पाण्याखाली चकाकणाऱ्या, गुडघ्यापर्यंत उंच चकचकीत पॉलिश केलेल्या चामड्याच्या बुटांमुळे त्याचे अधिकार एकदम स्पष्ट झाले. पब्लिक सिक्युरिटी ब्यूरो किंवा 'पीएसबी' म्हणून ओळखल्या जाणाऱ्या, सीआयए किंवा एफबीआयसारख्याच असलेल्या चीनमधील अत्यंत वरिष्ठ स्तराची मान्यता असलेल्या गटातला तो एक कर्नल होता. कम्युनिस्ट पक्षाचे खंदे समर्थक म्हणवणारेदेखील पीएसबीला वचकून असत. पीएसबीतील अधिकारी हे चिनी शासनकर्त्यांचे लोकांच्या विचारांवर नियंत्रण ठेवणारे पोलीस होते. क्रांतिकारी कम्युनिस्ट विचारांचे ते संरक्षक होते.

त्या उत्तर चीनमधल्या अधिकाऱ्याच्या हुद्याची आणि त्याच्या हाती असलेल्या अधिकारांची जाणीव होताच मठाच्या प्रांगणातील सैनिक एकदम दक्षपणे उभे राहिले. प्रांगणात मध्यभागी पोहोचल्यावर आपल्या खिशातून त्याने एक पत्र काढून हात कोपरात न वाकवता सरळ लष्करी शिस्तीने त्या स्तंभित झालेल्या लष्करी अधिकाऱ्यापुढे धरलं. लाखेच्या फक्त एकाच लाल रंगाच्या ताऱ्याच्या चिन्हाने पत्राचा लिफाफा अंकित केलेला होता.

"मी पीएसबी गटातील कर्नल वी जेन. शोन्गकिन्ग येथील सदर्न कमांडच्या जनरल ते यांची ही आज्ञा आहे. आत्तापासून पिमाको क्षेत्रासाठी वरिष्ठ अधिकारी म्हणून माझी नेमणूक झाली असून, सु ला खिंडीच्या दक्षिणेकडे असलेल्या सर्व लष्करी तुकड्या माझ्या अधिकाराखाली असतील आणि त्यात तुमचासुद्धा समावेश आहे."

विश्वासच बसत नसल्यासारखे त्या लष्करी अधिकाऱ्याने कर्नल जेनकडे पाहिले. एखाद्या चिडखोर मुलासारखे त्याने कर्नलच्या हातातले ते पाकीट हिसकावून घेतले आणि घाईघाईने फाडत उघडले. एक मिनिटभर ते पत्र नीट वाचून झाल्यावर आपल्या तुकडीतील सैनिकांकडे वळून त्याने आज्ञा सोडली, तेव्हा झालेल्या अपमानाचा राग त्याच्या डोळ्यांत स्पष्ट दिसत होता.

"त्या स्त्रीला तिचे कपडे द्या आणि फाटकाजवळ जमा... आणि त्या भिक्षूला सोडून द्या."

दोर्गेन त्रुंगपाला धसमुसळेपणाने पुढे ढकललं गेलं. सुटका झाल्यावर तो धावतच मठाधिपतींपाशी पोहोचला आणि त्यांच्या कलेवरावर पडून हमसून हमसून रडू लागला. लष्करी अधिकाऱ्याकडे सस्मित मुद्रेने पाहत कर्नल जेननी मान हलवून मान्यतादर्शक खूण केली.

"हे छान केलंत तुम्ही. हे म्हातारे अंधश्रद्ध भिक्षू म्हणजे फक्त पर्यटकांचे

आकर्षण असतात. त्यापेक्षा जास्त काही किंमत नाही त्यांची. जुनं तिबेट आता संपलं आहे, नष्ट झालं आहे. या असल्या काही अवशेषांकडे दुर्लक्ष करायला काही हरकत नाही.''

लष्करी अधिकाऱ्याची त्याच्याच हाताखालच्या सैनिकांसमोर आणखी मानहानी होऊ नये, याची काळजी घेत कर्नल जेन त्या अधिकाऱ्याच्या पाठीवर थाप टाकून पुढे बोलत राहिले.

''तिबेटची राजधानी म्हणावी त्या ल्हासामध्येदेखील आता तिबेटींच्या दुप्पट संख्येने चिनी लोक आहेत. त्यांच्या मूर्ख विचारांचा बुद्धिभेद करत बसण्याची आपल्याला आता फारशी गरज नाही. नाहीतरी इथल्या तरुणांना आता प्रार्थना चक्रांपेक्षा मोबाईल फोनचे जास्त आकर्षण आहे. कम्युनिझमच्या चांगल्या विचारांनी भिक्षूंच्या त्या मूर्ख धर्माची जागा घेतली आहे.''

असे म्हणत ते त्या पावसात भिजून चिंब झालेल्या सैनिकांची पाहणी करण्यासाठी वळले.

''कुठं आहेत तुमचे बाकीचे सर्व सैनिक? संध्याकाळी सर्व सैनिकांनी इथं या प्रांगणात जमा व्हायचं आहे. मला एक शोधपथक तयार करून जंगलात शोध घ्यायचा आहे. प्रत्येकानं आपल्याबरोबर कमीतकमी दहा दिवस पुरेल इतके अन्नपदार्थ घेऊन आलं पाहिजे. पण त्याआधी या भिक्षूच्या जखमांवर औषधोपचार करा आणि हे प्रेत इथून ताबडतोब हलवा. हे सगळं झाल्यावर मला या मुलाला काही प्रश्न विचारायचे आहेत. त्याला चांगली मलमपट्टी करून आणि स्वच्छ करून माझ्यासमोर घेऊन या. आता मी या मठाच्या ग्रंथालयाचाच माझे कार्यालय म्हणून उपयोग करणार आहे...''

वरून संततधार धरलेल्या आकाशाकडे वैतागल्यासारखे पाहत ते म्हणाले, ''निदान ती जागा तरी नक्की कोरडी असेल आणि हो, एक वीजनिर्मिती संच आणा आणि इथं जरा प्रकाश पाडा.''

एवढं बोलून कर्नल झटपट, पण शिस्तबद्ध पावले टाकत प्रार्थनागृहाकडे गेले आणि दारापलीकडच्या अंधूक प्रकाशात लुप्त झाले.

चार

नॅन्सी केली आत शिरल्यावर तिच्या पाठीमागचे लोखंडी दार धाडकन बंद झाले. मग तिला एका अंधूकशा प्रकाशातून बोळवजा रस्त्याने पुढे नेण्यात आले. त्या अरुंद वाटेने चालताना तिच्याच पावलांचा होणारा प्रतिध्वनी तिच्या मनात धडकी भरवत होता. बहुधा अन्तोन हरझोगविषयी ते आपल्याला प्रश्न विचारणार असे तिला वाटत होते. त्यांना एकतर संशय तरी होता किंवा त्याचा गुन्हा अगोदरच सिद्ध झालेला असावा आणि शिक्षा करण्यासाठी फक्त तो सापडण्याचीच गरज असावी. कसेही असले तरी चौकशीसाठी त्यांनी चुकीच्या स्त्रीला ताब्यात घेतलं होतं असं तिचं स्पष्ट मत होतं. याबाबतीत तरी ती कुठल्याच प्रकारे मदत करू शकत नव्हती. एक पत्रकार म्हणून जरी हरझोग आदर्श, आदरणीय असला तरी एक व्यक्ती म्हणून त्याच्याबद्दल तिला काहीच माहीत नव्हते. क्वचितच कधीतरी आलेला असताना बातमीकक्षामध्ये विलक्षण अशा घटनांच्या बातम्या आगल्या ओघवत्या शैलीत वर्णन करून सांगताना ऐकणाऱ्यांना मंत्रमुग्ध करणारा अन्तोन तिच्या कल्पनाचक्षूंसमोर साकार झाला. परंतु त्याचे व्यक्तिगत आयुष्य, त्याच्या चमकदार दृश्य रूपामागे असलेले त्याचे खरेखुरे व्यक्तिमत्त्व, त्याची प्रवृत्ती, त्याचे धोरण या सगळ्याबद्दल तिला काही म्हणजे काहीच माहीत नव्हते आणि या तिच्या आत्यंतिक अज्ञानाचीच तिला आता जास्त भीती वाटू लागली होती. आपण एखाद्या भयंकर दु:स्वप्नाच्या गर्तेत पडत आहोत, असे तिला वाटू लागले. त्या प्रसिद्ध कथेतील विस्मयकारी प्रदेशात अनाहूतपणे शिरलेल्या आणि आपल्यावर कोणता आरोप ठेवला जात आहे, कशाबद्दल ठेवला जात आहे याची काहीच कल्पना नसल्यामुळे आपली बाजू नीट मांडून ते आरोप खोडून काढणे शक्य नसलेल्या ॲलीसप्रमाणे आपण एका भयाण अज्ञातात प्रवेश करत आहोत असे तिला वाटू लागले.

पण आता तिच्यापुढे पर्याय तरी कोणता होता? कायद्याच्या दृष्टीने तिला काय अधिकार होते ही गोष्ट सध्यातरी फक्त कागदोपत्रीच होती आणि कॅप्टन हुंदलानीच्या तुटक आणि आक्रमक पवित्र्यामुळे ती कसल्यातरी भानगडीत अगोदरच खोल रुतली होती हे स्पष्ट होते. तिला तिच्या मनाविरुद्ध, वकिलाशी बोलण्याचीदेखील संधी न देता अटक करून नेले जात होते आणि हीच गोष्ट तिच्यासाठी महत्त्वाची होती. कुठल्यातरी गलिच्छ तुरुंगात कुठंतरी तिला अडकवण्यात येणार होते आणि ती कुठं अडकली आहे ते कुणालाही कळण्याची शक्यतादेखील नव्हती... कदाचित अन्तोन हरझोगच्याबाबतीतदेखील असेच घडले असेल... म्हणजे तोदेखील गेले कित्येक महिने अशाच कुठल्यातरी एखाद्या गलिच्छ, क्षमतेपेक्षा जास्त कैदी कोंबलेल्या दिल्लीच्या केंद्रीय तुरुंगात खितपत, व्याधिग्रस्त अवस्थेत पडला असेल आणि कोणीच कसे आपली सुटका करण्यासाठी येत नाही असा विचार करत असेल, असे तिला वाटले.

तो बोळवजा रस्ता दुसऱ्या एका बोळात शिरला आणि मग काही पायऱ्या उतरून खाली गेल्यावर आणि अनेक दरवाजे पार करून गेल्यावर तुरुंगापेक्षा पोलीस स्टेशनमधील एखादे कार्यालय असावे असे वाटणाऱ्या भागात ते पोहोचले. कसलीही खूण नसलेल्या एका दारावर तिथल्या शीख पोलिसाने टकटक केले आणि मग ते दार उघडून तिला आत जाण्याची खूण केली.

टेबलापाशी एक मध्यमवयीन, मख्ख चेहऱ्याचा भारतीय बसला होता. त्याचा चेहरा इतका भावनाशून्य होता की, तो लक्षात राहणेदेखील अशक्य होते. जे चौकशी अधिकारी असतात त्यांचे चेहरे असेच निर्विकार, मख्ख असतात; एखाद्या बँकेतल्या कारकुनासारखे किंवा एखाद्या डॉक्टरच्या दवाखान्यात डॉक्टरांकडे जाण्याची आपली पाळी येण्याची वाट पाहत बसलेल्या माणसांसारखे! तिथून बाहेर पडताक्षणीच विस्मृतीत जाणाऱ्या लोकांच्या चेहऱ्यासारखे असतात. सीआयएमध्ये काम करणाऱ्या आपल्या एका मित्राने टाइम्स स्क्वेअरमध्ये कॉफी घेत बसलेले असताना सांगितलेली गोष्ट तिला अचानक आठवली - अशा व्यक्तींचे चेहरे इतके व्यक्तित्वशून्य असतात की ते गर्दीत असतील, तर त्यांना वेगळे काढणेदेखील शक्य नसते. इतकंच नाही तर ते एकटे असतील तरी त्यांचा चेहरा वारंवार पाहिल्यानंतरही लक्षात राहण्यासारखा नसतो. अशी माणसं आमच्यासाठी फार मोलाची असतात; कारण तुम्ही त्यांच्याकडे तासन्तास पाहिलेले असले तरीही नंतर तुम्हाला त्यांचा चेहरा आठवत नाही.

त्याच्या एकूण व्यक्तिमत्त्वापैकी लक्षणीय अशी एकच गोष्ट होती आणि ते होते त्याचे डोळे. एरवी सर्वसामान्य चेहरा असलेल्या त्या माणसाचे डोळे कमालीचे थंड, निर्विकार होते. कडक शब्दांत आज्ञा सोडताना त्याच्या आवाजाला

आलेल्या रागीट धारेने आणि त्याच्या उतावळ्या स्वराने तिला चकितच केले.

"सर्वप्रथम यांच्या हातकड्या काढा. त्याची काहीही आवश्यकता नाही."

पोलीस तिच्या हातकड्या काढत असताना तो माणूस उभा राहिला आणि टेबलाच्या बाजूने पुढे येत तिच्याजवळ आला आणि अनपेक्षितपणे त्याने तिच्यासाठी खुर्ची पुढे केली.

"कृपा करून आपण बसा, मिस केली."

अधिकच गोंधळात पडलेली नॅन्सी बसली. तो पुन्हा टेबलामागे जात त्याच्या खुर्चीवर बसला.

"तुम्हाला अशा पद्धतीनं इथं बोलवावं लागलं याबद्दल मला खरोखरच वाईट वाटतं."

हे ऐकताक्षणीच ती ताडकन म्हणाली, "मला इथं येण्याबद्दल विचारण्यात आलं नव्हतं. मला तशी आज्ञा केली गेली." दुखऱ्या मनगटांवरून हात फिरवत ती पुढे म्हणाली, "आणि या हातकड्या वगैरेची काही आवश्यकता नव्हती."

त्या माणसाच्या चेहऱ्यावर क्षणभरच एक सहानुभूतीची छटा उमटली.

"क्षमा करा, पण या तरुण अधिकाऱ्यांना कधीकधी खरोखरच काही कल्पना नसते. मी कॅप्टन हुंदलानींशी याबद्दल बोलेन."

त्याच्या सहानुभूतीच्या स्वरामुळे आपण आपला राग थोडा तरी व्यक्त करण्यास काही हरकत नाही, असे तिला वाटले, म्हणून नॅन्सी म्हणाली, "आणि दारावर धडाधडा थापा मारून आणि मोठ्या विमानप्रवासानंतर आलेल्या गाढ झोपेतून असे जागे करून वर मला अटक करण्याची धमकी देण्याचा अर्थ काय? तुम्ही मला घाबरवण्याचा प्रयत्न करताय काय?"

अचानकपणे त्या माणसाच्या डोळ्यात अंगार फुलला. आपण आपली प्रतिक्रिया सावधपणे व्यक्त केली पाहिजे, याची तिला जाणीव झाली. पुन्हा बोलू लागल्यावर त्या माणसाचा स्वर पूर्णपणे कोरडा, भावनाशून्य झाला.

"मिस केली, ही उत्तर अमेरिका नाही. भारत हा अजून तरी तितका समृद्ध देश नाही. इथं दिल्लीमध्ये पोलिसांवर कामाचा भरपूर ताण असतो. आमच्याकडे फारसा वेळही नसतो आणि महत्त्वाचे म्हणजे तुम्ही ज्या परिस्थितीत इथं आला आहात त्या परिस्थितीत आम्ही जे काही करतो आहोत ते योग्यच ठरतं."

बोलता बोलता खुर्ची मागे ढकलत तो उभा राहिला आणि बहुतांश भावनाशून्य, पण तरीही मनातला तिरस्कार स्पष्ट दाखवणाऱ्या नजरेने तिच्याकडे पाहत राहिला.

"आणि आमच्या कामाच्या पद्धतीवर एका उत्तर अमेरिकी व्यक्तीने टीकाटिप्पणी केलेली मी ऐकून घेणार नाही. अमेरिकेत काळ्या वर्णाच्या तीन व्यक्तींपैकी एक

व्यक्ती तुरुंगात असते आणि हे काही चांगल्या आणि कार्यक्षम समाजपद्धतीचे लक्षण आहे, असं मला वाटत नाही.''

घाबरली असली तरी चेहऱ्यावर तसे दिसू न देण्याचा नॅन्सीने निश्चय केला होता.

''मला असं वाटतं की, तुम्ही तुमच्या तक्रारी अमेरिकन वकिलातीकडे पाठवाव्यात. अमेरिकन न्यायपद्धतीसंदर्भातल्या तुमच्या विचारांशी मी कितीही सहमत असले तरी मी एक पत्रकार आहे, न्यायाधीश नाही.''

हा जो कोणी होता त्याला तिच्या अटकेविषयी आणखी काहीही चर्चा करायची नव्हती हे स्पष्ट दिसत होतं. काही क्षण इकडं-तिकडं नजर फिरवताना आपल्या मनातला गोंधळ थोडा कमी करण्याची तिला संधी मिळाली. त्याच्याबरोबर वाद घालण्यात काही अर्थ नाही हे तिला पटले. तो बऱ्याच वरच्या हुद्यावरचा अधिकारी होता आणि तिला कोणत्याही प्रकारची वागणूक देण्यात त्याला कोणतीच आडकाठी येणार नव्हती असं तिला वाटलं. तिने पुढे काही बोलायच्या आधीच त्याने बोलायला सुरुवात केली. तो म्हणाला, ''मी इन्स्पेक्टर लाल. हरझोगच्या भानगडीसंदर्भात तुम्हाला इथं आणण्यात आले आहे.''

भीतीने तिच्या मनात धडकी भरली. 'हरझोगची भानगड' असा केला जाणारा उल्लेख तिला जास्तच गंभीर वाटला आणि त्याहूनही वाईट गोष्ट अशी होती की, आतापर्यंत तिच्याशी बोलताना प्रत्येक जण 'अन्तोन हरझोग तिच्या चांगलाच परिचयाचा आहे' हे गृहीत धरूनच बोलत होता. ती इथं येण्यापूर्वी इथल्या पदावर असलेल्या या माणसाशी तिचा अत्यंत जवळून परिचय होता आणि हे सगळे जण ज्याचा शोध घेत होते ती गोष्ट तिला इत्थंभूतपणे माहिती होती असाच त्यांचा ग्रह असल्याचे तिला जाणवत होते.

आता बोलताना ती जरा अडखळली, ''माझं जरा ऐकून घ्या. मी कॅप्टन हुंदलानींनादेखील सांगितलं आहे की, तुम्ही कशाबद्दल बोलता आहात त्याबद्दल मला काहीही कल्पना नाही. मी तर अन्तोन हरझोग यांना फारसं ओळखतदेखील नाही. मला फक्त त्यांच्या जागी काम करण्यासाठी इथं पाठवलं आहे. द ट्रिब– म्हणजे दी इंटरनॅशनल हेरॉल्ड ट्रिब्यून हे जागतिक स्तरावर प्रसिद्ध होणारे खूप मोठं वृत्तपत्र आहे आणि आमच्या वकिलातीच्या प्रतिनिधीची किंवा वकिलाची भेट घेण्याची परवानगी तुम्ही मला दिलीच पाहिजे, अशी माझी मागणी आहे.''

थंड, निर्विकार नजरेने थोडा वेळ तिच्याकडे पाहिल्यावर तो माणूस दरवाजाजवळ उभ्या असलेल्या पोलिसाकडे वळत म्हणाला, ''जरा श्री. अरमुगम यांना बोलवा.''

दाराजवळचा पोलीस हॉलमध्ये नाहीसा झाल्यावर तो माणूस पुन्हा आपल्या

जागेवर येऊन बसला. त्याच्या थंड, धारदार आवाजामुळे तिला प्रचंड भीती वाटू लागली.

"मिस केली, एक वकील इथं येत आहेत. ते आल्यानंतर तुम्ही माझ्या प्रश्नांना सरळ सरळ उत्तरे द्यावीत असा सल्ला तुम्हाला देतो. ते प्रश्न विचारलेच पाहिजेत असं मला वाटत नसलं, तरी हे फारच गंभीर प्रकरण आहे. माझ्यावर विश्वास ठेवा, हे खरोखरच गंभीर प्रकरण आहे. अर्थात तुम्हाला तुमच्या कोठडीत जाऊन यासंदर्भात पुरेसा विचार करायचा असेल तर तसं तुम्ही करू शकता. आता तुम्ही कोठडीत गेल्यावर आम्ही तुम्हाला विसरून जाणार नाही. पण तुम्ही तिथल्या कोणाही व्यक्तीला स्पर्श करू नये असं सुचवावंसं वाटतं. म्हणजे तुम्हाला कुष्ठरोगाचा संसर्ग व्हावा असं आम्हाला वाटत नाही म्हणून सांगतो."

भीतीचा एक थंडगार शहारा तिच्या अंगावर उमटला. दरवाजा उघडला आणि मघाचाच तो पोलीस आत आला. त्याच्या मागोमाग एक बुटकासा, टक्कल पडलेला, काळ्याभोर वर्णाचा, जाड भिंगांचा चश्मा घातलेला एक थकलेला पन्नाशीतला माणूस आत आला. हे जे काही करावं लागत आहे ते किती बेगडी आहे आणि त्यात वेळ घालवण्यात कसा अर्थ नाही हे सर्व आपल्या आविर्भावातून दर्शवत, हाताने इशारा करत इन्स्पेक्टर लाल यांनी त्याची ओळख करून दिली.

"मिस केली, हे तुमचे कायदेविषयक सल्लातज्ज्ञ श्री.अरमुगम, तुम्ही त्यांना काहीही प्रश्न विचारू शकता."

नॅन्सीने तिच्या बाजूला येऊन बसलेल्या त्या थकल्याभागल्या वयस्कर माणसाकडे पाहिले. त्याच्याकडे पाहून तिला थोडंदेखील आशादायी वाटलं नाही, पण पोलिसांकडून ही आणि एवढीच मदत मिळण्याची शक्यता होती. आपल्या मनात दाटून आलेली भीती कशीबशी लपवण्याचा प्रयत्न करत ती म्हणाली, "हा सर्व काय प्रकार आहे? माझ्यावर अशी जबरदस्ती ते करू शकतात का? तुम्ही मला मदत केलीच पाहिजे."

काहीतरी समजल्यासारखी मान हलवत श्री.अरमुगम यांनी चश्मा ठीकठाक केला. खिशात हात घालून चाचपडून पाहत एक बिझनेस कार्ड काढून तिच्याकडे देत म्हटले, "मिस केली, हे माझे कार्ड."

मनातील वैफल्य लपवू न शकल्याने ती जवळजवळ किंचाळलीच, "मला तुमचं कार्ड नकोय. मला इथून बाहेर पडायचंय. हे सर्व काय आणि कशासाठी चाललंय इतकंच फक्त मला सांगा!"

अवाक होत त्या वकिलाने आवंढा गिळत घसा साफ केला. त्या दोघांमधील हे संभाषण काहीसे उदासीनपणे ऐकत, पण अधीरपणे पाहत इन्स्पेक्टर लाल

हाताची घडी घालून उभे होते. श्री.अरमुगम म्हणाले, "तुम्हाला हेरगिरी केल्याच्या संशयावरून अटक करण्यात आली आहे. परिणामत: दहशतवाद आणि हेरगिरी कायदा २००५ च्या प्रकरण ३, कलम ७ अन्वये तुमचे सर्वसामान्य स्वरूपाचे सर्व हक्क निलंबित करण्यात आले आहेत. कोणतीही सुनावणी न होता या कायद्याखाली तुम्हाला एकशे तीस दिवसांपर्यंत कैदेची शिक्षा होऊ शकते आणि त्यानंतरही तुमचे अस्तित्व राष्ट्रासाठी धोकादायक आहे किंवा कसे याविषयी मूल्यमापन करून तसे असल्यास पुन्हा एकशेतीस दिवसांसाठी कैदेची शिक्षा होऊ शकते. तुम्हाला कुणाचीही भेट घेण्याचे स्वातंत्र्य असणार नाही. तसेच जामीन मिळवण्याचादेखील तुम्हाला हक्क असणार नाही. हेरगिरीच्या गुन्ह्याबाबतची सर्वोच्च शिक्षा देहदंड आहे आणि हेरगिरीस मदत केल्याबद्दल पंचवीस वर्षं कैद अशी शिक्षा आहे. तुम्हाला हेरगिरीस मदत केल्याच्या आरोपाखाली बंदिवान करण्यात आलं आहे असं मला वाटतं."

श्री.अरमुगम यांचा चेहरा मागच्या भिंतीत मिसळून गेला आहे आणि दूर कुठूनतरी त्यांचा आवाज फक्त ऐकू येत आहे असा काहीसा भास नॅन्सीला झाला. पूर्ण मिनिटभर आपले जड झालेले हात टेबलावर टेकून आणि हाताच्या ओंजळीत आपला चेहरा खुपसून ती दिङ्मूढपणे बसून राहिली. मग मान वर करत तिने इन्स्पेक्टर लालकडे पाहिले. तिच्या आवाजातला कंप स्पष्ट जाणवत होता, "हेरगिरीला मदत? हा शुद्ध वेडेपणा आहे."

काही काळ तेथे भयानक स्मशानशांतता पसरली. मग आपल्या आवाजात मनातील खळबळ जाणवू न देण्याचा प्रयत्न करत ती म्हणाली, "पण माझ्या वकिलातीविषयी काय म्हणता तुम्ही? आणि माझ्या वृत्तपत्राविषयी? तत्काळ माझ्या वृत्तपत्राच्या कार्यालयाशी तुम्ही संपर्क साधावा, अशी माझी मागणी आहे."

"तो तर साधला जाईलच," इतक्या थंड सुरात श्री.अरमुगम ते वाक्य बोलले की, त्याचा काहीही उपयोग होणार नाही हे त्यांच्या बोलण्यातूनच स्पष्ट झाले.

इन्स्पेक्टर लाल यांनी होकारार्थी मान हलवली व अत्यंत करड्या आणि कठोर आवाजात म्हणाले, "तर मिस केली, आपण कामाला सुरुवात करू या, नाही का?"

समोरच्या टेबलावरची जाडजूड फाईल उघडून आपल्या नाकावरच्या चश्म्यातून बघत त्यातील पाने चाळायला त्यांनी सुरुवात केली.

"तुम्ही सोरबॉन, पॅरीस येथील युनिव्हर्सिटीमध्ये शिक्षण घेतलं. बरोबर?"

घडणाऱ्या सर्व प्रकाराला असलेला आपला विरोध स्पष्ट दर्शवण्याचा

प्रयत्न करत नॅन्सी म्हणाली; "हो."

"तिथं तुम्ही सन १९९७ ते २००० दरम्यान होतात. बरोबर?"

"हो."

"आणि तुम्ही श्री.अन्तोन हरझोग यांना फारसं ओळखत नाही, असंही म्हणता?"

आपली बाजू पुन्हा मांडण्याचा प्रयत्न करत ती म्हणाली, "मी त्यांना तशी एकदोन वेळा भेटले होते, पण ते तितकंच. तेदेखील त्यांच्या कार्यालयात. ते काही माझे मित्र नाहीत किंवा मी त्यांच्याबरोबर काही काम करत होते, असंही नाही."

इन्स्पेक्टर लाल यांच्या आवाजात आता अधिकच उतावीळपणा जाणवू लागला. ते म्हणाले, "मिस केली, तुम्ही अत्यंत प्रामाणिकपणं उत्तरं देणं अतिशय महत्त्वाचं आहे. मी माझा प्रश्न पुन्हा एकदा विचारतो. पण त्यापूर्वी तुम्हाला हेदेखील सांगतो की, श्री.अन्तोन हरझोग हे सोरबॉन येथे १९९८ ते १९९९ दरम्यान वर्षभरासाठी अध्यापन करत होते. इंटरनॅशनल हेराल्ड ट्रिब्यूनमधून त्यांना वर्षभराच्या विश्रांतीसाठी मुक्त केलेले होते आणि त्या काळात ते लेखनकलेविषयी अध्यापन करत होते असे समजले जाते, हे सर्व आम्हाला माहीत आहे. दुसरी गोष्ट अशी की, तुम्ही या वृत्तपत्रामध्ये काम करायला सुरुवात केलीत तेव्हा नव्या दमाच्या पत्रकारांमधील विशेष लक्षवेधी पत्रकाराला देण्यात येणारी शिष्यवृत्ती तुम्हाला बहाल करणाऱ्या समितीचे ते अध्यक्ष होते हेदेखील आम्हाला माहीत आहे आणि आता तुम्ही त्यांच्याच पदाची जबाबदारी सांभाळण्यासाठी इथं आला आहात. त्यांना अजिबातच ओळखत नसलेली व्यक्ती असण्यापेक्षा तुम्हाला तर त्यांनी आपल्या पंखांनीच उडायला शिकवलं असावं असं मला वाटतं."

नॅन्सीने आश्चर्यातिरेकाने आणि वैफल्याने मान हलवली. त्यांच्याकडे आरोप करण्यासारखे काहीच नव्हते. त्यांचे निष्कर्ष फारच वरवरचे आणि उथळ होते आणि विनोदाची गोष्ट अशी होती की, आता तिने सर्व काही कबूल करावे अशा आविर्भावाने इन्स्पेक्टर लाल तिच्याकडे रोखून पाहत होते. मनात उसळणाऱ्या रागावर महत्प्रयासाने ताबा मिळवत ती म्हणाली, "सोरबॉन येथे असताना मी कधीच हरझोग यांना भेटले नव्हते. भविष्यात मी उत्तम पत्रकार होईन, अशी शंकादेखील येईल इतकी प्रगती मी अभ्यासात दाखवत नव्हते. मी अगदी सर्वसामान्य विद्यार्थिनी होते. इतर बऱ्याच विद्यार्थ्यांप्रमाणे प्राध्यापकांना सादर करावयाचे प्रकल्प उशिरा सादर करणारीच मीदेखील एक विद्यार्थिनी होते आणि मजेत दिवस काढत होते आणि समजा, तिथं ते असताना माझी त्यांच्याशी

ओळख झाली असेल, तरी त्याचं एवढं काय महत्त्व आहे? त्यामुळे लगेच मी काही त्यांची वारस ठरत नाही. अशी असंख्य माणसं हरझोग यांना ओळखतात. ते एक सुप्रसिद्ध आंतरराष्ट्रीय पत्रकार आहेत आणि या पदाची जबाबदारी माझ्याकडं येण्यामुळे असं काय सिद्ध होतंय की, ज्यामुळे मला असं अटक करण्यात यावं? ही बढती मिळण्यासाठी मी अनेक वर्षं परिश्रम घेतले आहेत आणि माझ्या उत्तम कामगिरीमुळेच मला हे पद मिळालं आहे. तेव्हा तुम्हाला नक्की काय म्हणायचं आहे ते मला तरी नीट कळलेलं नाही.''

तिची कीव करणाऱ्या नजरेने बघत त्या माणसाने शांतपणे फाईलमधील पान उलटले.

''मिस केली, श्री.हरझोग भारतात आणि तिबेटमध्ये काय करत होते याची तुम्हाला कल्पना आहे का?''

''हो, ते तर मला माहीत असायलाच हवं, नाही का? ते ट्रिब्यूनसाठी पत्रकारिता करत होते. तिबेटच्या पठारी भागातल्या हिमनद्यांच्या वितळण्यावर आणि त्यांच्या परिणामांसंदर्भात माहिती संपादित करण्याच्या कामात ते गुंतले होते. आमच्या वृत्तपत्राचा जेव्हा त्यांच्याशी अखेरचा संवाद झाला होता त्यावेळी ते याच कामात गुंतले होते.''

इन्स्पेक्टर लाल यांची रोखलेली तिरस्कारपूर्ण नजर सहन होत नसल्याने ती बोलता बोलता थांबली.

''तुम्ही बोलत राहा,'' तुच्छतापूर्वक स्वरात ते म्हणाले.

''तिबेटच्या पठारावरच्या हिमनद्या वितळताहेत आणि त्यामुळे निर्माण होणारे पाणी आशिया खंडातल्या सात पवित्र नद्यांना म्हणजे पीत नदी, गंगा, ब्रह्मपुत्र यांसारख्या नद्यांना मिळते आणि याचाच अर्थ असाही आहे की, या नद्या जगाच्या ५० टक्के लोकांना पिण्याचं पाणी पुरवत आहेत. या हिमनद्या नाहीशा झाल्या तर या नद्यांचे पाणी आटेल आणि लोकांना प्यायलादेखील पाणी मिळणार नाही. सगळीकडं दुष्काळ आणि उपासमार होईल आणि युद्धे होतील. ही खरोखरच एक महत्त्वाची बातमी ठरेल.''

''म्हणजे हे त्यांच्या कामाचं दर्शनी स्वरूप होतं, असंच ना?''

''दर्शनी स्वरूप? कशाचं? माझ्या माहितीप्रमाणे ते हेच काम करत होते आणि खरोखरच मला इतकंच माहीत आहे. ट्रिब्यूनचे संपादक, डॅन फिशर यांनी मला हेच सांगितलं आहे. माझे संपादक माझ्याशी खोटं का बोलतील? हरझोग यांचा ठावठिकाणा ट्रिब्यूनला कळेनासा झाला त्या क्षणापर्यंत ते याच कामात व्यग्र होते. ते कुठं आहेत त्याबद्दल आता काहीच माहीत नाही. म्हणजे

मला तरी काही माहीत नाही. आता तुम्हाला जर त्याबद्दल काही माहीत असेल तर आम्हा ट्रिब्यूनमध्ये काम करणाऱ्यांना ते जाणून घ्यायला निश्चितच आवडेल.''

इन्स्पेक्टर लाल आणखी एक पान उलटत अगदी हलक्या आवाजात म्हणाले, ''आमच्यावर विश्वास ठेवा मिस केली, पण श्री.हरझोग सापडले तर आम्हालाही फार आनंद होईल. खरंच फार आनंद होईल.''

जवळजवळ मिनिटभर तेथे नि:शब्द शांतता पसरली. इन्स्पेक्टर लाल सावकाश फाईलमधील एकेक पान उलटून वाचत होते आणि शेवटी फाईलमधील सर्व काही वाचून झाल्यावर झटक्यात त्यांनी फाईल बंद करून वर पाहिले आणि म्हणाले, ''यात काही अर्थ नाही.''

जवळच उभ्या असलेल्या शीख पोलिसाकडे बघत ते म्हणाले, ''ते मिस केलींसाठी असलेलं पाकीट घेऊन या.''

पाच

मठाच्या ग्रंथालयातल्या एका जुन्या लाकडी टेबलाजवळ ऑर्डर्लीने कर्नल जेनच्या बॅगा आणून ठेवल्या, तेव्हा कर्नलचे त्याकडे लक्षही नव्हते. पीएसबीतील एका कॅप्टनसह ते सावकाशपणे दगडी भिंतीलगत हारीने मांडलेल्या असंख्य पुस्तकांकडे पाहत त्या अंधाऱ्या खोलीत फिरत होते. त्यांच्या लष्करी बुटांचा त्या दगडी फरशीवर होणारा आवाज घुमत होता. हातातील टॉर्चचा प्रकाश याकच्या कातड्याची बांधणी असलेल्या पुस्तकांवर टाकत ते वाचत होते. त्यांनी पाहून बाजूला काढलेली अनेक पुस्तके दगडी फरशीवर रचून ठेवलेली होती. शेल्फवरची नजर न हटवताच कर्नल कॅप्टनला म्हणाले, "जर कधी काळी ते पुस्तक इथं असलंच, तर ते आता नाहीसं झालं आहे."

मग गर्रकन कॅप्टनकडे वळत त्यांनी विचारले, "इतर सगळीकडे तुम्ही व्यवस्थित शोध घेतला आहे याची खात्री आहे ना?"

शेल्फवरच्या पुस्तकांवर नजर फिरवता फिरवता कॅप्टनही उत्तरला, "होय साहेब. अगदी इंचन् इंच शोधला आहे. अगदी दगडाचा प्रत्येक चिरा आणि प्रत्येक वीट तपासली आहे. माझी पूर्ण खात्री आहे साहेब."

एक जाडजूड पुस्तक खाली काढून कॅप्टनने ते सहजपणे चाळल्यासारखे उघडले. काही पाने वरवर वाचून त्याने ते परत जागच्या जागी ठेवले.

त्याच्याकडं पाहत कर्नल म्हणाले, "तू वेळ वाया घालवू नकोस. ते इथं नाही. त्या लठ्ठ्या लष्करी मूर्खाने भिक्षूंना घाबरवून पळवून लावले. त्यांच्याजवळ ते असेलच, तर ते त्यांच्याबरोबर घेऊन गेले असावेत किंवा मग आपण तरी चुकीच्या मठात शोध घेत आहोत."

"पण पिमाकोमध्ये असलेली ही एकच गुहा आहे."

"चूक! ही आपल्याला माहीत असलेली एकच गुहा आहे. पण दुसरीही

गुहा असल्याच्या कथाही ऐकिवात आहेत.'' विचित्र नजरेने कॅप्टनकडे पाहत कर्नल म्हणाले, ''कळतंय ना मी काय म्हणतोय ते?''

''हो साहेब, कळतंय. पण नक्कीच त्या दंतकथा असाव्यात. कारण या सर्व भागांची अनेक वेळा विमानातून पाहणी करण्यात आली आहे.''

''आपल्या हवाई दलावरचा तुमचा विश्वास पाहून मी हेलावून गेलो आहे, पण तरी मला खात्री वाटत नाही. या भागात विमान चालवणं अत्यंत धोकादायक आहे आणि सर्वेक्षण करणारे अगदी दर्जेदार लोकदेखील अशा भागाचे सर्वेक्षण आपल्या सुखदायी बरॅक्समध्ये बसूनच करण्याचा आणि त्याबरहुकूम नकाशे तयार करण्याचा मोह टाळू शकत नाहीत. कारण त्याच्या सत्यतेची शहानिशा करायला कोण वेडा जाणार आहे? शिवाय या दुसऱ्या गुहेविषयी भाष्य करणारे प्राचीन लेख असंख्य प्रमाणात उपलब्ध आहेत आणि दुर्लक्ष करता येणार नाही इतक्या वेळा त्या गुहेचा त्यात वारंवार उल्लेख आलेला आहे.''

हातातला टॉर्च बंद करत कर्नल जेन यांनी नैराश्याने नि:श्वास टाकला.

''कॅप्टन, मला काही काळ एकांत हवा आहे. कृपया तुम्ही दारापाशी पहारा देत उभे राहा. मला ओरॅकलचा कौल घ्यायचा आहे आणि माझ्या या कामात त्या लष्करी धटिंगणानं आणलेला व्यत्यय मला नको आहे. इथपर्यंत आपल्याला ओरॅकलनं उत्तम मार्गदर्शन केलं आहे. आता आणखी एकदा ते आपल्याला मदत करतील अशी आशा बाळगू या.''

''हो, साहेब.''

ऑर्डर्लीने आणून ठेवलेली खांद्यावर अडकवायची पिशवी उचलून कर्नल जेन यांनी टेबलावर ठेवली.

''दुर्दैवानं त्यांनी मठाधिपतींचा खून केला आहे,'' पिशवीचे बंद सोडवता सोडवता कर्नल म्हणाले, ''ते एक बोधिसत्त्व होते. एक ज्ञानी माणूस होते. बुद्धपद प्राप्त करूनदेखील इतरांनी त्यांचा मार्ग अनुसरावा यासाठी त्यांना मदत करावी म्हणून ते या नश्वर जगात राहिले होते. मी त्यांच्याबरोबर तासन्तास या जगाविषयी बोलू शकलो असतो. कदाचित आपल्याला मदत करण्याची गळ आपण त्यांना घालू शकलो असतो. कदाचित त्यांनी आपल्याला मार्गही दाखवला असता.''

कॅप्टनकडे पाहत आपले बोलणे थांबवताना अगदी कोरड्या, औपचारिक सुरात कर्नल जेन म्हणाले, ''चला, इतकं पुरेसं आहे. ओरॅकल नक्कीच आपल्याला सल्ला देईल.''

कॅप्टनने पाय जुळवत कडक सॅल्यूट ठोकला आणि आपल्यामागे दार बंद करत तो बाहेर गेला.

कर्नल जेन एकटेच त्या पुस्तकांच्या भिंतींकडे बघत राहिले आणि इतका वेळ निर्विकार असलेल्या त्यांच्या चेहऱ्याला एक भावनादर्शक हालचाल करण्याचे त्यांनी स्वातंत्र्य दिले. मग आपल्या बॅगेत हात घालून एक लहानशी चामड्याची नळी आणि एक वापरून जीर्ण झालेले पुस्तक बाहेर काढले. टेबलापाशी बसत त्यांनी ती नळी उघडली आणि त्यातल्या एकोणपन्नास बारीक लाकडी काड्या उजव्या हातात काढून घेतल्या. त्यांचे डोळे बंद झाले आणि त्यांचे ओठ एखादी प्रार्थना म्हणत असल्यासारखे हलू लागले.

मग त्या काड्यांची जुडी करून त्या एका टोकाने टेबलावर टेकून धरल्या आणि मग मूठ उघडत टेबलावर त्या काड्यांना पडू दिले.

एक मोठा श्वास घेत त्या पडलेल्या काड्यांनी तयार केलेल्या आकृतिबंधाचा अन्वयार्थ लावण्यास सुरुवात केली. एकेक काडी उचलता उचलता एका कागदावर त्यांनी ठिपके आणि रेघांच्या स्वरूपात काही आलेखन करायला सुरुवात केली. काड्यांच्या पडण्याच्या क्रियेचे आलेखन झाले होते. आता ओरॅकल त्याचा अर्थ सांगणार होते.

सहा

बोलत असताना इन्स्पेक्टर लाल यांचं नॅन्सीकडे बारीक लक्ष होतं. त्यांच्यासमोर टेबलावर एक कापडात गुंडाळलेली काहीतरी गोष्ट होती. एका घाणेरड्या दोऱ्यानं ते बांधलेलं होतं.

लाल सांगत होते, "एका आठवड्यापूर्वी हे बंडल एका पिवळ्या टोपीच्या तिबेटी भिक्षूच्या प्रेतावर सापडलं. नेपाळच्या सीमेलगत धर्मशाला येथील मॅक्लोड गंजच्या उत्तरेकडे हिमवादळात सापडून तो भिक्षू गारठून मेला होता. साधारण आठ ते नऊ दिवसांपूर्वी तो मेला असावा असे शवविच्छेदनानंतर निश्चित झालं होतं. मॅक्लोड गंज हे तिबेटच्या हद्दपार झालेल्या सरकारचे दलाई लामांचे निवासस्थान आहे, हे कदाचित तुम्हाला माहीत असेल."

हात पुढे करत नॅन्सीने ते बंडल घेतले. वाटले तितके ते जड नव्हते, पण त्यात नक्कीच काहीतरी गुंडाळलेले होते. श्री. लाल पुढे सांगतच होते,

"तो भिक्षू अति उंचावरच्या दुर्गम खिंडींमधून भारतात पळून येण्याचा प्रयत्न करत होता, असा आमचा अंदाज आहे आणि इतर अनेकांप्रमाणे त्या प्रयत्नातच त्याने प्राण गमावले. हे बंडल मुळात कुणाचे होते त्याबद्दल आम्हाला पुरेशी खात्री आहे. ते ट्रिब्यूनमधील तुमच्या पूर्वाधिकाऱ्याचे अन्तोन हरझोग यांचे आहे." क्षणभर थांबून अत्यंत कडवट शब्दांत ते पुढे म्हणाले, "पण ते तुमच्यासाठीच पाठवले गेले आहे. तुम्ही ते उघडून का बघत नाही?"

नॅन्सीने इन्स्पेक्टर लाल यांच्याकडे एकटक पाहिले. त्याचा आविर्भाव पाहता आपल्याला ते उघडण्याशिवाय दुसरा पर्यायच नाही हे तिच्या लक्षात आले. 'पण तुमच्यासाठीच पाठवले आहे,' असे तो म्हणाला त्याचा काय अर्थ होता? थरथरत्या हाताने तिने त्या बंडलाचा दोरा सोडवण्याचा प्रयत्न केला. तिची प्रत्येक हालचाल इन्स्पेक्टर लाल अगदी बारकाईने लक्ष देऊन पाहत

आहेत याची तिला जाणीव होती. पुन्हा एकदा तिरस्कारयुक्त सुरात ते म्हणाले, "त्यात काय असावे ते तुम्हाला आधीच माहीत आहे, नाही का मिस केली?"

त्यांच्या आरोपांकडे दुर्लक्ष करत तिने ते बंडल उघडण्याचा प्रयत्न सुरूच ठेवला. कदाचित ते आपल्याला उगाचच अडकवण्याचा प्रयत्न करत असावेत किंवा कसली तरी टांगती तलवार तिच्या डोक्यावर ठेवून पुढे कधीतरी त्या गोष्टीचा वापर करून काहीतरी साधण्याचा प्रयत्न करत असावेत असे तिला वाटले. तो शीख पोलीस चटकन पुढे झाला आणि त्याने खिशातून एक सुरी काढली. काळजीपूर्वक दोरा कापून तो टेबलावर तसाच पडू दिला.

ती कापडी गुंडाळी टेबलावर ठेवून नॅन्सीने उलगडली. एखाद्या क्रेडिट कार्डापेक्षा थोड्या मोठ्या आकाराची एक प्लॅस्टिकची पट्टी प्रथम तिच्या नजरेला पडली. नॅन्सीने ती वस्तू पाहताक्षणीच ओळखली. इंटरनॅशनल हेराल्ड ट्रिब्यूनचे ते ओळखपत्र होते आणि त्यावर एका भुरकटशा चित्राशेजारी काळ्या अक्षरात लिहिलेले नाव होते, अन्तोन हरझोग.

तिने वर पाहिले. ती आपल्यापासून काही लपवत असेल तर ते त्या गुंडाळीतल्या वस्तू पाहताना तिच्या चेहऱ्यावर उमटणाऱ्या प्रतिक्रियेतून कसे पकडायचे, असा विचार करत इन्स्पेक्टर लाल आणि त्यांचा सहकारी तिच्याकडेच टक लावून पाहत होते. आता ती अधिकच काळजीपूर्वक ती गुंडाळी उलगडून पाहू लागली. तसे करत असताना आता काय पाहायला मिळणार आहे अशा उत्सुकतेने तिथं असलेले सगळेच जण, अगदी तिच्या मागे उभा असलेला शीख पोलीससुद्धा पुढे वाकून पाहू लागले. गुंडाळी उलगडली आणि त्यात गुंडाळलेले एक प्राण्याचे हाड पाहून तिला आश्चर्यच वाटले. ते साधारणपणे वीस इंच लांबीचे असावे आणि ते बहुधा मांडीचे हाड असावे असा तिने अंदाज केला. ते खूपच जुने असावे असे दिसत होते. अनेक वर्षं उघडे पडल्यामुळे हवामानाच्या झालेल्या परिणामाने त्यावर डाग पडले होते. तसेच ते पिवळे, मातकट दिसत होते आणि कमरेच्या हाडात किंवा गुडघ्याच्या सांध्यात ज्या ठिकाणी ते जोडले जाते त्या बाजूच्या गोल गोळ्यासारख्या टोकाकडच्या भागात एखादे वाद्य वाजवण्यासाठी ओठात धरावयाची एक रंग उडालेल्या धातूच्या पिपाणीसारखी दिसणारी वस्तू अडकवलेली होती. ती पिपाणीसारखी वस्तू साधारण एका इंचापेक्षा थोडी जास्त लांबीची होती. तिच्या एका बाजूला एक अगदी साधे, पण अचूकपणे रेखित केलेले संकेतचिन्ह दिसत होते. स्वस्तिकाच्या चिन्हावर आतल्या बाजूने कोरल्यामुळे उठावदार दिसणारी एक झळाळती कट्यार त्यात दिसत होती. या चिन्हाचा काय अर्थ असावा याचा ती थोडा वेळ विचार करत राहिली. संपूर्ण आशिया खंडात स्वस्तिक हे एक शुभचिन्ह मानले जाते हे

तिला माहीत होते; परंतु स्वस्तिकाबरोबर एक कट्यार असण्याचा काय अर्थ असावा याबद्दल तिला काहीच कल्पना नव्हती. कदाचित एखाद्या प्राचीन तिबेटी बौद्धधर्मीय पंथाचे ते चिन्ह असावे किंवा एखाद्या हिंदू राजघराण्याचे असावे अशी तिने कल्पना केली.

त्या संकेतचिन्हाखाली आणखी सहा विचित्र दिसणारी चिन्हे होती. खरं तर ती कुठल्यातरी नष्टप्राय झालेल्या लिपीतील अक्षरे होती. त्यांचे अगदी प्राथमिक स्वरूप पाहून ती तिबेटी लिपीतील अक्षरे नसावीत असे नॅन्सीला वाटले. कदाचित ती पाचरीच्या आकाराची उलट दिशेने लिहिल्या जाणाऱ्या लिपीतील अक्षरे किंवा सुमेरियन लिपीतील अक्षरे असावीत का? अशीही शंका तिच्या मनात आली. पण या सगळ्याचा काहीच अर्थबोध होत नव्हता. कुठल्यातरी आशियाई लिपीतीलच ती अक्षरे असायला हवी होती, कारण ते हाड तर तिबेटमधीलच होते.

अक्षरे अगदीच प्राथमिक स्वरूपाची होती. म्हणजे ती फक्त सरळ रेषांच्या आकृतिबंधाची होती, त्यात कुठंही वळण किंवा बाकदारपणा नव्हता. म्हणजे अनादिकाळापर्यंत शाश्वत राहण्यासाठी ग्रानाईटच्या दगडात किंवा सोन्यासारख्या धातूमध्ये खोदल्यासारखे कोरून लिहायला सोपे जावे म्हणून आणि निव्वळ कागदावर लिहिण्यासाठी नसावीच म्हणून ती अक्षरे सरळ रेषांची होती, असे वाटत होते.

त्या पिपाणीसारख्या भागाकडे पाहताना - म्हातारी माणसं धूम्रपान करताना वापरत असत त्या - आपण लहानपणी पाहिलेल्या पाईपची नॅन्सीला आठवण झाली. पूर्ण गोंधळून गेल्यामुळे वैफल्यग्रस्त होत तिने मान हलवली. आपण कसल्या भयंकर त्रांगड्यात अडकलो आहोत याच्या जाणिवेने तिला शहारल्यासारखे झाले. आता पुढे काय करायचे ते काही न सुचून केवळ चाळा म्हणून तिने ते हाड उचलले आणि त्याचे निरीक्षण करू लागली. दिसायला भयप्रद असले तरी त्यापासून एक विचित्र ऊर्जा संक्रमित होत होती. अचानक तिच्या नजरेसमोरून काही दृश्ये तरळून गेली. वितळलेले सोने कुठंतरी मुशीमध्ये ओतले जात असताना तिला दिसले. एका ज्वालामुखीचा उद्रेक होताना दिसला. एक टॉवर, एक वैराण पठार. एका निर्मनुष्य रस्त्यावरून धावणारे एक कुपोषित मूल तिला दिसले. त्या दृश्यांच्या स्पष्टतेने आणि तत्काळ दृश्यमान होण्याने तिला धक्काच बसला. ती दृश्ये नजरेसमोरून दूर करण्यासाठी तिने पापण्यांची जोरजोरात उघडझाप केली आणि अगदी हलक्या हाताने ते हाड टेबलवर ठेवत पुन्हा एकदा आपले लक्ष या सर्व गोष्टी बांधलेल्या त्या कापडाकडे वळवले. कापडाला पडलेल्या सर्व घड्या उलगडून तिने जेव्हा ते पूर्ण पसरले तेव्हा तिची नजर एका

पत्त्याएवढ्या आकाराच्या दलाई लामांच्या चित्रावर पडली. तिने ते चित्र उचलून पाहिले तेव्हा त्याच्या मागच्या बाजूला गिचमिड, फिकट अक्षरात काहीतरी इंग्लिश भाषेत लिहिले होते.

नॅन्सी केलीसाठी. अन्तोन हरझोग यांनी शोधून मिळविलेली हाडाची तुतारी. पिमाको, तिबेट, १७ जून.

नॅन्सीचा श्वासच थांबला. भीतीचे साप विळखा घालताहेत असे तिला वाटू लागले. मनाचा निग्रह करून पुन्हा श्वास घेण्याचे ठरवल्यामुळेच केवळ तिचा श्वास सुरू झाला. तिला अगदी गुदमरल्यासारखं वाटत होतं. या पोलीस स्टेशनमधून लवकरात लवकर बाहेर पडायचं होतं. दिल्लीपासून शक्य तितक्या दूर जायचं होतं. खरं तर या क्षणाक्षणाला वाढत असलेल्या हरझोगच्या भानगडीच्या भयापासून तिला लवकरात लवकर शक्य तितकं दूर जायचं होतं. तसं जाता आलं नाही, तर तिचं मरण अटळ आहे असंच तिला वाटू लागलं. वाईट, अभद्र ते सर्व तिच्याविरुद्ध कार्यरत झालं होतं. असा अनुभव तिला पूर्वी कधी आला नव्हता, पण आता ते सर्व काही तिच्याकडे चाल करून येत होतं असं तिला वाटू लागलं.

तिला या पदाची जबाबदारी देण्यात आली, त्याच्या बराच काळ आधीच हे हाड आणि त्या गुंडाळीतल्या सर्व वस्तू तिच्यासाठी पाठवण्यात आल्या होत्या. पण हे सर्व अतर्क्यच होतं. म्हणजे असं घडणं कसं काय शक्य होतं तेच कळत नव्हतं. तिच्या चेहऱ्यावर तिला काही वेगळी माहिती असल्याची एवढीशी तरी खूण दिसते का ते पाहण्याचा इन्स्पेक्टर लाल प्रयत्न करत होते हे तिच्या लक्षात येत होतं. पण पूर्णपणे गोंधळलेल्या नॅन्सीने विषण्णपणे मान हलवली. चोवीस तासांपूर्वी ती आपल्या मित्रांचा न्यूयॉर्कमध्ये निरोप घेत होती आणि आता ती दिल्लीतल्या एका तुरुंगात, कैदेत खितपत पडण्याच्या धोक्याचा सामना करत आणि काडीइतकीदेखील माहिती नसलेल्या कुठल्यातरी पुरातन हाडाचे काय वैशिष्ट्य आहे, ते स्पष्ट करावे असल्या अपेक्षेला तोंड देत बसली होती.

सुईने टोचून जागे करावे तशा सुरात इन्स्पेक्टर लाल तिला म्हणाले, "मिस केली, हे सर्व श्री. हरझोग यांनी तुम्हाला का पाठवले आहे? हे त्यांचेच हस्ताक्षर असल्याची खात्री आम्ही केली आहे. शिवाय तुम्हाला या जुन्यापुराण्या हाडामध्ये एवढं काय महत्त्वाचं वाटतं? तुम्ही काही प्राचीन वस्तुसंग्राहक नाही आणि त्याचीही आम्ही खातरजमा केली आहे. तेव्हा हे हाड तुमच्या दृष्टीनं काही वेगळ्याच कारणासाठी महत्त्वाचे आहे. त्याचा काहीतरी वेगळाच अर्थ आहे असं मला वाटलं तर त्याबद्दल तुम्ही निश्चितच मला क्षमा कराल, हो ना?"

आता काय बोलावं ते काही कळत नसल्याने नॅन्सीने हताशपणे मान

हलवली. हे चौकशी करणारे लोक सगळ्यांना असेच भंडावून सोडत असणार. शेवटी त्यांच्या प्रश्नांच्या भडिमाराने थकून जाऊन न केलेला गुन्हादेखील कबूल करत असणार असं तिला वाटलं. तिला प्रचंड थकवा येऊन अगदी गलितगात्र झाल्यासारखे वाटू लागले. यापूर्वीदेखील तिला पोलिसांबरोबर उडालेल्या खटक्यांचा अनुभव होता, पण ते सर्व अमेरिकेत; जिथे तिला तिच्या हक्कांची पूर्ण माहिती होती आणि एका जबरदस्त वृत्तपत्राची पत्रकार म्हणून तिला उत्तम अशा वकिलांचे साहाय्य मिळेल याची तिला खात्री होती. पण इथं भारतात, हेरगिरीच्या आरोपाखाली चौकशीसाठी अटक केल्यावर तिला कसलेच हक्क नव्हते आणि गोष्टी जर तिच्याविरुद्धच असतील तरीदेखील किंवा निव्वळ इन्स्पेक्टर लाल यांनी तसा निर्णय घेतला म्हणून, तिला दीर्घ काळपर्यंत तुरुंगातल्या अंधारात पडावे लागणार होते, याची तिला खात्री वाटू लागली.

खुर्ची मागे ढकलून इन्स्पेक्टर लाल उभे राहिले आणि त्यांनी खोलीतल्या खोलीत फेऱ्या मारायला सुरुवात केली. चौकशीसाठी बसलेला अधिकारी त्याच्या जडशीळ डोळ्यांनी एकटक तिच्याकडे बघत राहिला. भयाण, दडपून टाकणाऱ्या शांततेत नॅन्सी अस्वस्थपणे बसून होती आणि पुढे काय करायचं ते तिला काहीच कळत नव्हतं. इतक्यात इन्स्पेक्टर लाल बोलू लागले,

"मिस केली, हा काही संदेश आहे का? की कसला इशारा आहे? तुम्ही सहकार्य केलंत तर सगळ्यांचं आयुष्य किती सुखाचं होईल, पाहा बरं. कदाचित तुमच्या मित्राला, श्री. हरझोगना आम्ही काही मदतदेखील करू शकू. तुम्हाला ते नक्कीच आवडेल, नाही का? त्यांच्याशी कसा संपर्क साधायचा किंवा ते कुठं आहेत तेवढं जरी तुम्ही आम्हाला सांगितलंत तर आम्ही त्यांची सुटका तर करूच, पण गुन्ह्याबाबतच्या पुढच्या चौकशीतूनदेखील तुमची मुक्तता करू. कसा वाटतो हा प्रस्ताव?"

पुन्हा एकदा त्याने तिच्याकडे लक्षपूर्वक पाहिले. पण ती फक्त मान हलवत राहिली.

"मिस केली, मी प्रामाणिकपणे सांगतो की, तुमचे सहकारी तिबेटमध्ये कुठंतरी जिवंत आहेत असं आम्हाला वाटतं. विश्वसनीय सूत्रांकडून मिळालेल्या माहितीनुसार श्री. हरझोग दोन महिन्यांपूर्वीच पिमाकोच्या दऱ्याखोऱ्यांमध्ये शिरले आणि अद्याप ते बाहेर पडलेले नाहीत आणि आपण इथं वेळ वाया घालवत बसलो असताना, ते चिनी लोक त्यांची शिकार करण्यासाठी जंगले पालथी घालत असतील. त्यांच्या हाती ते जिवंतपणी लागू नयेत एवढीच माझी प्रामाणिक इच्छा आहे. हिमालयाच्या दुसऱ्या बाजूला जीनिव्हा कराराच्या अटी लागू होत नाहीत. त्यामुळे चीनच्या न्यायपद्धतीला तोंड देण्यापेक्षा भारतातल्या न्यायासनासमोर

खटला चालवणं शक्य केल्याबद्दल श्री. हरझोग तुम्हाला लाख लाख दुवा देतील याबद्दल आम्हाला काहीच शंका नाही. आता तुम्ही आम्हाला मदत केली नाहीत, तर आम्ही त्यांना मदत करू शकणार नाही. मी शेवटचं तुम्हाला विचारतो, या हाडाच्या तुतारीचा काय अर्थ आहे आणि अन्तोन हरझोग यांच्याशी संपर्क कसा साधायचा?''

दडपण वाढत होतं, असह्य होत होतं, कितीही भीती वाटली तरी आणि परिस्थिती कितीही बिकट वाटत असली तरीही आपल्यावर अन्याय होत असल्याचे आणि आपल्या स्वातंत्र्यावर घाला घातला जात असल्याचे दाखवून देणे आवश्यक आहे असे नॅन्सीचे अंतर्मन तिला सांगत होतं. हाच आत्मरक्षणाचा एकमेव उपाय आहे असं तिला वाटत होतं. मग एखाद्या लहान मुलाला समजावून सांगावं तशा सुरात ती अगदी सावकाशपणे बोलू लागली. ''हे पाहा इन्स्पेक्टर लाल, मी तुम्हाला सगळं काही सोपं करून सांगते. पहिली गोष्ट म्हणजे तुम्ही काय बोलत आहात त्याबद्दल मला काहीही माहीत नाही. मला खरोखरच एक अक्षरदेखील माहीत नाही. तुम्ही चुकीच्या व्यक्तीला पकडून चुकीच्या दिशेने तपास चालवला आहे आणि मला इथं दिवसभर डांबून ठेवलंत तरी त्यातून काहीही निष्पन्न होणार नाही. तेव्हा मी तुम्हाला असे नम्रपणे सुचवते की, एकतर तुम्हाला जो काही कपोलकल्पित आणि अर्थशून्य आरोप करायचा असेल तो प्रत्यक्ष आरोपपत्र देऊन करा, नाहीतर मला ताबडतोब मुक्त करा आणि जर तुम्ही असं केलं नाहीत, तर जेव्हा कधी मी इथून बाहेर पडेन आणि मी नक्कीच बाहेर पडेन, तेव्हा या तुमच्या पोलिसी खाक्याच्या आणि धाकदपटशाच्या वागणुकीबद्दल सगळ्या जगभरातल्या वृत्तपत्रांतून महिनोन्‌महिने तुमचे वाभाडे काढत राहीन याची खात्री बाळगा.''

या वेळी तिच्या आक्रमक बोलण्याचा काही परिणाम होत आहे असं दिसलं. इन्स्पेक्टर लाल एक क्षणभर विचार करत राहिले. मग एक दीर्घ श्वास घेत आणि तिरस्कारपूर्ण नजरेने बघत ते म्हणाले, ''ठीक आहे, तुम्ही मुक्त आहात सध्यापुरत्या. पण मीही एक मेहरबानी करतो आहे हे लक्षात ठेवा. अतिरेकी कारवायांबाबतच्या कायद्याअंतर्गत मी तुम्हाला एकशे तीस दिवस अटक करून ठेवू शकतो हेदेखील लक्षात घ्या. अनिश्चित काळाच्या जामिनावर तुम्हाला मुक्त केलं आहे, पण तुम्ही दिल्लीतच राहणं अत्यंत आवश्यक आहे. नीट समजलं ना?''

त्याची नजर चुकवत तिने होकारार्थी मान हलवली, पण तिच्या मनात आनंदाच्या उकळ्या फुटत होत्या. बाजूला बसलेल्या वकिलाकडे तिने नजर टाकली. इतक्या झटपट झालेल्या परिस्थितीतील बदलाने तिच्यापेक्षा त्यालाच

जास्त आश्चर्य वाटल्याचं त्याच्या चेहऱ्यावर स्पष्ट दिसत होते.

इन्स्पेक्टर लाल त्या शीख पोलिसाकडे वळत म्हणाले, "यांना बाहेरच्या ऑफिसात घेऊन जा. त्यांचा फोन आणि पाकीट त्यांना परत द्या आणि जामिनाची कागदपत्रे रीतसर भरून घ्या. ते प्राण्याचे हाड त्यांना देऊन टाका. ते त्यांच्या वृत्तपत्राच्या मालकीचे आहे."

आपण आता आणखी काहीही बोलायला गेलो, तरीदेखील त्यांचा विचार बदलेल की काय अशी भीती वाटल्याने काही न बोलता नॅन्सीने ते घाणेरडे दिसणारे गुंडाळे उचलले आणि त्या पोलिसामागोमाग बाहेर पडली.

दार उघडून आपल्यामागे हलकेच बंद करत कॅप्टन हुंदलानी पुन्हा चौकशीच्या खोलीत आले. त्यांनी काही बोलायच्या आधीच लाल बोलू लागले.

"हुंदलानी, तिच्यावर सक्त नजर ठेवा." त्रासलेल्या मुद्रेने इन्स्पेक्टर आपले कपाळ बोटाच्या चिमटीत धरून चोळत होते. "आपली पुराव्याची अशी एकमेव वस्तू आता तिच्याजवळ आहे. हे धोकादायक आहे."

"होय, साहेब."

"ते हाड नक्कीच विशेष महत्त्वाचे आहे. शेवटी तीच आपल्याला त्याच्यापर्यंत घेऊन जाईल, याची मला खात्री आहे."

अचानकपणे लाल उभे राहिले. त्यांना थकल्यासारखं वाटत होतं आणि लवकरात लवकर त्यांना त्या चौकशीच्या खोलीतील गुदमरवणाऱ्या वातावरणातून बाहेर पडायचं होतं.

"या सगळ्या भानगडीत ती त्याची साथीदार असेल असं तुम्हाला खरोखरच वाटतं का, साहेब?" अस्वस्थपणे कॅप्टन हुंदलानींनी विचारले.

"असेलही किंवा नसेलही! पण कुणासाठी तरी हे हाड खास महत्त्वाचं आहे, याची मला खात्री आहे."

शेवटचं कधी असं झालं होतं ते कॅप्टन हुंदलानींना आठवतही नव्हतं. इतक्या काळानंतर आज पहिल्यांदाच इन्स्पेक्टर लाल त्यांच्याकडे पाहत दिलखुलासपणे हसले. पण त्यांचं ते हसणं इतकं अनपेक्षित आणि विसंगत होतं की, त्या हसण्याने त्या तरुण कॅप्टनच्या अंगातून एक भीतीची लहर सळसळून गेली.

"कॅप्टन, आपल्या हाती असलेले तपासाचे धागेदोरे निष्फळ ठरले आहेत. ही आपली स्टार पत्रकार आता पुढे काय करते ते पाहू या. कदाचित आपल्या शोधकार्यात तीच आपल्याला मदत करेल."

सात

"मला इथं पाठवण्याचा निर्णय घेण्याचं धाडस तुला झालंच तरी कसं?"

नॅन्सी जवळजवळ ओरडतच फोनवर बोलत होती. पोलीस स्टेशनच्या पायऱ्यांवर उभे असलेले शिपाई दाणदाण पावले टाकत दूर जाणाऱ्या नॅन्सीकडे अचंबित होऊन पाहत होते. दिल्लीच्या रस्त्यावरची गर्दीदेखील तिला वाट करून देत होती. दुकानदार आणि इतर व्यावसायिक लोकदेखील तिच्याकडे वळून पाहत होते. फोनच्या दुसऱ्या बाजूला असलेला ट्रिब्यूनचा न्यूयॉर्कमधला संपादक डॅन फिशर तिचा राग शांत करण्याचा प्रयत्न करत होता.

"नॅन्सी, मला खरंच काहीच कल्पना नव्हती. इकडंदेखील सकाळी सकाळीच सीआयएचे लोक माझ्याकडं आले होते. मला तुला एवढंच सांगायचं आहे की..."

"हो, पण त्यांनी तुला अटक केली नसेल, जबरदस्तीनं पोलीस स्टेशनवर नेलं नसेल आणि कोलकत्यातल्या कुठल्यातरी काळकोठडीत पंचवीस वर्षं डांबून ठेवण्याच्या धमक्यादेखील दिल्या नसतील आणि कुष्ठरोग? कुष्ठरोगाचा संसर्गदेखील देण्याची धमकी होती का तुझ्यासाठी तिथं? आं?"

"नाही, पण नॅन्सी माझं ऐकून तर घे..."

"पण तू मला इथं पाठवलंच कसं? उद्या तू मला कदाचित उत्तर कोरियातदेखील पाठवशील, नाही का? म्हणजे हे जे काही घडतंय ते माझ्यासाठी पुरेसं आव्हानात्मक नाही असंच तुला वाटत असेल, नाही का?"

"नॅन्सी, कृपा कर आणि माझं म्हणणं थोडं ऐकून तरी घे."

अचानक जाणीव झाल्यासारखी जीभ चावून नॅन्सी आता तो काय कारणं सांगतोय ते ऐकण्यासाठी वाट पाहू लागली.

"हे सगळं प्रकरण इतक्या गंभीर स्थितीला पोहोचलं आहे याची आज

सकाळपर्यंत मला अजिबात कल्पना नव्हती. तुझ्याइतकाच मीदेखील अंधारातच होतो. भारत आणि चीनदरम्यानच्या कसल्यातरी हेरगिरीच्या भानगडीत आपल्या वृत्तपत्राला गुंतवलं जात असल्याची मला कुणकुण जरी लागली असती तरी मी तुला तिकडं पाठवलं नसतं आणि अन्तोनविषयी बोलायचं, तर जे काही बोललं जातंय ते धादांत असत्य आहे.''

''हे तूच इथल्या महान पोलिसांना सांगण्याचा प्रयत्न कर, मग कळेल तुला!''

''हे बघ, भारतीय आणि चिनी लोक नेहमीच एकमेकांना पाण्यात पाहत असतात. ते नेहमीच एकमेकांना घाबरवून सोडत असतात आणि एकमेकांवर कुरघोडी करण्यासाठी कारणंच शोधत असतात.''

नॅन्सी शांत होत ऐकत होती.

डॅन फिशर पुढे बोलत होता. तो म्हणाला, ''हेरगिरीच्या कारवायांचा तपास करणाऱ्या भारतीय पोलिसांनी केलेल्या विनंतीनुसार हरझोगविषयी चौकशी करण्यासाठी ते माझ्याकडं आले असल्याचं आज सकाळीच माझ्याकडं आलेल्या सीआयएच्या अधिकाऱ्यांनी मला सांगितलं. भारतीय पोलिसांनी केलेल्या आरोपांवर त्यांचादेखील विश्वास नसल्याचं त्यांनी मला सांगितलं आणि त्यांच्या माहितीनुसार हरझोग कधीच कुठल्याही हेरगिरी करणाऱ्यांबरोबर गुंतलेला असल्याची कोणतीही शक्यता नाही असंही ते म्हणाले. हेच सत्य असल्याचं मीदेखील त्यांना म्हणालो. अन्तोन माझा सहकारीच नाही, तर मित्रदेखील आहे. गेली अनेक वर्षं मी त्याला ओळखतो. तो कसल्यातरी हेरगिरीत गुंतला असल्याची गोष्टच मला अत्यंत हास्यास्पद वाटते.''

''तो जर तुझा मित्र आहे, तर तू त्याला शोधण्याचा प्रयत्न का करत नाहीस?''

बोलता बोलता जोरात हातवारे करून तिने एक टॅक्सी थांबवली. टॅक्सीचे दार उघडून ती आत बसली.

''डॅन, एक सेकंद थांब हां. प्लीज, अकबर स्ट्रीटवरच्या इंटरनॅशनल हेराल्ड ट्रिब्यूनच्या ऑफिसपाशी चला.''

''असा काही पहिल्यांदाच तो गायब झालेला नाही नॅन्सी, ती त्याची कामाची पद्धतच आहे.''

''असेलही, पण तब्बल तीन महिने म्हणजे फारच होतात डॅन.''

''इकडं लक्ष दे, नॅन्सी. सीआयएचा सल्ला अगदी साधा सोपा आहे. अशा परिस्थितीत काहीही न करता शांत राहणं हेच फायद्याचं आहे.''

''तुला बोलायला काय जातंय रे!''

"आता इतका त्रागा करणंदेखील काही बरोबर नाही, नॅन्सी."

अचानक तिला हातात इतका वेळ घट्ट धरून ठेवलेल्या कापडी गुंडाळीतल्या त्या भीतिदायक हाडाची आठवण झाली. ती क्षणभर विचारात पडली. पण देव जाणे काहीतरी विचार मनात येऊन त्या हाडाच्या तुतारीविषयी डॅनला सांगावं असं तिला वाटलं नाही. मग अचानक ट्रिब्यूनच्या ऑफिसपासून आणि पर्यायाने हरझोगच्या भानगडीपासून दूर कुठंतरी घेऊन जायला त्या टॅक्सी ड्रायव्हरला सांगण्याचा विचार तिच्या मनात उसळून आला. आपल्याला थोडा नीट विचार करायला वेळ हवा आहे. हे जे काही घडत आहे त्याची तर्कसंगती लावता येते का ते पाहायला हवं आहे असंही तिला वाटलं.

"हे बघ डॅन, मी आपल्या ऑफिसमध्ये जातेय किंवा जिथे मला कुणी त्रास देणार नाही आणि अटकही करणार नाही अशा ठिकाणी जातेय. थोड्या वेळानं मी पुन्हा तुला फोन करीन."

"चालेल नॅन्सी, पण तू ठीक आहेस ना?"

"हो, ठीक आहे ना! म्हणजे एखाद्या मोठ्या विमानप्रवासानंतर जेटलॅगमुळे येणाऱ्या गाढ झोपेतून जबरदस्तीनं जागं करून पोलिसी खाक्यात प्रश्नांचा भडिमार केलेल्या आणि जन्मठेपेच्या शिक्षेची धमकी देण्यात येणाऱ्या माणसाला जसं वाटेल तितकी मी ठीकच आहे."

"मला खरोखरच वाईट वाटतंय. मी त्याबद्दल तुझी क्षमाच मागतो. पण कृपा करून जरा धीर धर. हा गुंता सोडवण्यासाठी आमच्या बाजूने आम्ही सर्वतोपरी प्रयत्न करत आहोत. परराष्ट्रीय संबंध खात्याचे प्रमुख भारतीय राजदूतांशी संपर्क साधण्याचा प्रयत्न करत आहेत. जरा धीर धर, वाटल्यास विरंगुळा म्हणून एखाद्या स्थानिक विषयावर आकर्षक वृत्तकथा तयार कर. भारतातले हत्ती किंवा शेती असलं काहीतरी. थोड्या कालावधीतच सगळं काही आपण मार्गी लावू. तसं मी तुला वचनच देतो. पण तू तिथंच थांबणं अतिशय महत्त्वाचं आहे. यदाकदाचित जर आपण नाहीसे झालो तर आपल्या जागी तुझीच नेमणूक व्हावी अशीच अन्तोनची इच्छा होती. तेव्हा त्यासाठी तरी तू इतकं करच."

नॅन्सीला सगळ्याचा अगदी उबग आला होता.

"तुला काय म्हणायचंय? मला इथं पाठवावं असं त्यानं तुला सांगितलं?"

"हो, वेगवेगळ्या क्षेत्रांत काम करणाऱ्या माझ्या सगळ्याच वरिष्ठ अधिकारपदावरच्या व्यक्तींना, त्यांच्या क्षेत्रांत रिकाम्या होणाऱ्या जागांवर कुणाची नेमणूक करावी याबद्दल मी नेहमीच विचारत असतो आणि दक्षिण आशियाई क्षेत्रासाठी तुला नेमणं अत्यंत योग्य असल्याचे तो नेहमीच ठामपणे सांगत असे. त्याचं कारण असं आहे की, तो आपलं वृत्तपत्र नीट वाचत असे आणि तुझे

लेख तर तो विशेष लक्षपूर्वक वाचत असे.''

''म्हणजे मी दिल्लीला येणार आहे, हे त्याला माहीत होतं?''

''ते त्याला कसं माहीत असेल? तो नाहीसा झाल्यापासून त्याच्याशी कोणालाही संपर्क साधता आलेला नाही. मला फक्त एवढंच म्हणायचं होतं की, तुझी तो नेहमीच माझ्याकडे शिफारस करत असे. अगदी जोरदार! म्हणजे या पदासाठी तूच एकमेव पात्र उमेदवार आहेस असं तो निक्षून सांगत असे आणि म्हणूनच नेमकी तीच संधी चालून आल्यावर तूदेखील होकार दिलास तेव्हा मला अतिशय आनंद झाला.''

गोंधळात पडलेल्या नॅन्सीने मान हलवत गोंधळ निस्तरण्याचा प्रयत्न केला. ती हाडाची तुतारी तिच्याच नावावर पाठवण्यात आली, हे डॅनला माहीत नव्हते आणि इन्स्पेक्टर लालच्या टोकदार प्रश्नांचा सामनादेखील त्याला करावा लागला नव्हता. कसे ते कळत नव्हते, पण तरीही ती दिल्लीला येणार हे हरझोगला नक्कीच माहीत असणार याची तिला खात्री वाटू लागली. कदाचित त्याने संपादक डॅनवर टाकलेल्या प्रभावाविषयी त्याला इतकी खात्री असावी की, तो तिलाच त्याच्या जागी पाठवेल हे त्याने गृहीतच धरले असावे. कदाचित त्याने जिंकण्याची जास्त शक्यता असलेला एक जुगार खेळला असावा. पण त्यानं तसं का केलं असावं काहीच कळत नव्हतं. अती विचारांचादेखील उबग आल्यामुळे पोटात ढवळून आल्यासारखे नॅन्सीला वाटले. मग एकदम तिला आपण कुठल्यातरी अदृश्य शक्तीच्या हातातल्या कठपुतळीसारखे निष्क्रिय, निर्जीव असल्यासारखे वाटू लागले. इथं येण्यापूर्वी भारतात येण्याची तिला लागलेली ओढ, तिबेटच्या दऱ्याखोऱ्यांची तिला पडलेली स्वप्नं, सोरबॉन येथे असताना हरझोग यांनी विशेष लक्षवेधी पत्रकाराच्या पारितोषिकासाठीची तिची केलेली शिफारस आणि आता हे जे काही ऐकतो आहोत ते सगळे विचार तिच्या मन:पटलावरून भराभर पुढे सरकले. पण लगेचच आपल्याला आता पोलिसांनी जामिनावर सोडले आहे त्याची आठवण होऊन तिचा राग पुन्हा उफाळून आला.

''हे बघ डॅन, हे जरा माझी अवास्तव स्तुती करणारंच वाटतंय. खरं म्हणजे त्याचा अर्थ काय ते मला कळत नाहीये, पण स्तुती ऐकून मला अगदी भरून आलंय. खूप आनंदच झालाय म्हण ना! पण माझं डोकं कसं तल्लख आहे ते तुला माहीतच आहे आणि या माझ्या डोक्यात एकच प्रश्न घोळतोय, तो म्हणजे या अन्तोनच्या गायब होण्यावरच आपण एक वृत्तकथा का करू नये! सगळ्या जगाला तो नाहीसा झाल्याचं सांगावं, त्याचा शोध घेण्याबाबत भारतीय पोलिसांना काडीइतकीदेखील प्रगती करता आली नसून परिस्थिती त्यांच्या हाताबाहेर

गेलेली असल्याचं सांगावं, काय? थोडी खळबळ उडवून टाकू या. बघू या काय घडतं ते? काय?"

"नॅन्सी, कृपा करून थोडं दमानं घे. तू म्हणतेस ती एक चांगली चाल ठरेलदेखील. पण आता तरी आपल्याला या शासनव्यवस्थांची मदत हवी आहे. आताच त्यांना तोडून टाकणं बरोबर नाही."

"इन्स्पेक्टर लाल आणि त्याचे मित्र आताच आपल्यापासून बरेच दूर गेलेले आहेत असं मी म्हणतेय त्यावर विश्वास ठेव. डॅन, तुझं म्हणणं मला कळत नाही. तो तुझा मित्र आहे असं तू म्हणतोस आणि तो तुझ्या टीममधलाच एक आहे आणि तरीसुद्धा तू त्याला असाच वाऱ्यावर सोडून देतोयस, हे कसं काय?"

"नॅन्सी, मी जे काही करतोय ते मला करू दे. म्हणजे तुझा मुद्दा मी लक्षात ठेवतोय, पण तरीही त्याबद्दलचा निर्णय मी घेतोय आणि मी काय करतोय ते मला नीट कळतंय यावर विश्वास ठेव. थोडं शांतपणे, धीरानं घे. निदान एवढं तरी तू माझ्यासाठी करशील असं वचन दे."

"ठीक आहे. मी शांतपणे वागते. आता तुला इतकं वाटतंय तर मी थेट एखाद्या केरळी योगसाधना केंद्रात दाखल होते आणि अष्टांग योग आणि हटयोगाचा तौलनिक अभ्यास करायला सुरुवात करते. फक्त या भानगडीविषयी आणखी काही कळलं तर मलाही ते कळव एवढीच विनंती तुला करते आणि माझ्याविषयी तुला काहीच ऐकायला आलं नाही तर मला कुठं शोधायचं ते तुला माहीत आहेच, कोलकत्यातल्या कोणत्या तरी काळकोठडीत! ठीक आहे ना?"

वृत्तपत्रात येणाऱ्या मथळ्यांबाबत डॅनला जास्त काळजी वाटत असावी असं तिला वाटलं. 'हेराल्ड ट्रिब्यूनच्या परागंदा पत्रकाराला हेरगिरीच्या आरोपाखाली अटक' अशा प्रकारची बातमी छापून येणं कंपनीच्या हिताचं निश्चितच नव्हतं. हरझोगवर विसंबून राहणे नेहमीच धोक्याचे असे आणि तरीही त्याच्या समर्थनासाठी फिशर नेहमीच प्रयत्न करत असे याची तिला जाणीव होती. डॅन फिशरबाबत तिचे मत चांगले होते. म्हणजे एरवी तो एक चांगला मित्र आहे असं तिला वाटे. तो एक समर्थ पत्रकार होता. उत्तुंग महत्त्वाकांक्षा असलेला आणि धाडसी होता. तिच्यापेक्षा थोड्याच फरकाने मोठा असलेला डॅन फक्त बेचाळीस वर्षांचा होता आणि त्यांचे अनेक समाईक मित्र होते. तसा अगदी आनंदी स्वभावाचा असला तरी त्याचं डोकं अगदी तल्लख होतं आणि प्रसंगी तो अत्यंत धूर्तपणे वागत असे. भव्य, दिमाखदार मेजवान्या आयोजित करून तो सर्वांवर छाप पाडत असे. कोणाशी वैर पत्करायचे हे तो तोलूनमापून ठरवत असे आणि वेळ पडल्यास कोणालाही खर्ची घालता येऊ शकते हे त्याला पक्कं माहीत होतं.

कोणत्याही परिस्थितीत कंपनीचे नाव आणि वृत्तपत्राची प्रतिष्ठा सगळ्यात महत्त्वाची होती. भारतीय किंवा चिनी सरकारच्या विरोधात जाहीररीत्या उभे राहणे कंपनीच्या लाभधारकांना कदापिही आवडणार नाही, हा विचार तिच्या मनात उमटला. तसं केलं तर कदाचित त्याचा उलटाच परिणाम होईल आणि इतर सरकारेसुद्धा आपल्या वृत्तपत्राला असलेला पाठिंबा काढून घेतील. पर्यायाने आपल्या वृत्तपत्राचा खप प्रचंड प्रमाणात घटेल हाही विचार तिच्या मनात आला.

दीर्घ नि:श्वास टाकत तिने डोळे मिटून घेतले. दिवसाची भट्टी तापू लागली होती आणि मानेवरून वाहत असलेल्या घामाच्या धारा तिला जाणवत होत्या. आपण स्वत:च हरझोगच्या गायब होण्याविषयीचं वृत्त तयार करावं असं तिला वाटलं, पण त्याचा काय उपयोग होता? डॅनने ते नक्कीच उडवून लावले असते. त्याच्या धूर्त स्वभावामुळे आणि राजकारणाविषयीच्या प्रगल्भ ज्ञानामुळे हरझोगचं नाहीसं होणं ही एक वाईट बातमी आहे हे डॅनला स्पष्टपणे कळलं होतं. त्याच्या मनात नक्कीच काहीतरी योजना होती, पण ती आंतरराष्ट्रीय स्तरावर काही करण्याची नव्हती हे नक्की. मळलेल्या चामडी सीटवर मागे डोके टेकताना नॅन्सीला थकून गेल्यासारखे वाटले आणि भीतीही वाटत राहिली, पण या सगळ्या परिस्थितीतही अगदी एकाकी पडलेल्या, अज्ञातात हरवलेल्या आणि मदत करणाऱ्या मित्रांची प्राणांतिक गरज असलेल्या हरझोगसारखी आपली अवस्था नाही याचेच तिला समाधान वाटले. संबंधित वरिष्ठ अधिकाऱ्यांना या प्रकरणाची आताच दखल घ्यायला लावण्याची डॅन फिशरची तयारी नसल्याचे तिला कळत असले, तरी अन्तोन हरझोगला त्याच्या नशिबावर सोडून देऊन त्याच्याकडं दुर्लक्ष करण्यास तिचे अंतर्मन तयार नव्हते.

आठ

क्षणाचीही उसंत न घेता कोसळत असलेल्या पावसात मान खाली घालून आणि अंगाभोवती शाल घट्ट लपेटून घेत एक तरुण तिबेटी महिला त्या संधिप्रकाशात घाईघाईने जंगलवाटेने चालली होती. गावातल्या एका शाळेत शिक्षिका म्हणून काम करणाऱ्या त्या महिलेने ल्हासामध्ये राहून रुग्णसेवेचेही शिक्षण घेतले होते. तिच्या पाठीमागे जंगलाच्या जमिनीवर ठेवलेल्या एका कामचलाऊ स्ट्रेचरवर त्या अपरिचिताचे शरीर ठेवलेले होते. त्याचे गळ्यापासून खालचे धड एका निळ्या प्लॅस्टिकच्या तुकड्याने झाकले होते. त्याच्या कपाळावर डोळे झाकले जातील अशा बेताने एक ओला टॉवेल गुंडाळला होता. एखादा युद्धात मरण पावलेला वीर असावा आणि शाही इतमामाने अग्नी दिला जाण्याची वाट पाहत ठेवला असावा तसं त्याचे पांढरेफटक पडलेले हात त्याच्या छातीवर फुली घालून दुमडून ठेवले होते. आजूबाजूला मोकळ्या जागेत भिक्षूंचे लहान लहान गट छोट्या छोट्या शेकोट्यांभोवती बसून याकच्या दुधाचा चहा करण्यात गुंतले होते.

पावसापासून संरक्षणासाठी झाडांच्या फांद्यांमध्ये ताणून बांधलेल्या ताडपत्रीच्या आडोशाखाली ती महिला मान वाकवत शिरली. कमरेत वाकत तिने उपमठाधिपतींना अभिवादन केले आणि याकच्या लोकरीच्या घोंगडीवर गुडघे टेकत बसली. आपल्याजवळ बसलेल्या दोन भिक्षूंना उपमठाधिपतींनी हातानेच दूर जाण्याचा इशारा केला. घाईघाईने उठत ते भिक्षू चहा पिणाऱ्या इतर भिक्षूंमध्ये जाऊन बसले. थोडे पुढे वाकत उपमठाधिपती लामांनी उत्सुकतेने तिला विचारले, "काही बोलला का तो?"

त्या मुलीच्या चेहऱ्यावर अस्वस्थता, गोंधळ दिसत होता.

"त्यांना भरपूर ताप चढला आहे. डॉक्टरांना त्यांची काळजी वाटते आहे."

"पण तो काही बोलला का?"

क्षणभर ती मुलगी बावरलेली वाटली. म्हणजे आपण काही चुकीचे तर बोलत

नाही ना अशा शंकेने तिला भीती वाटली.

"हो, पण ते काय बोलतात ते मला काही कळत नाही. ते तापाच्या भरात असल्यासारखं बरळतात. त्यांना भास होताहेत. म्हणजे ज्या प्रत्यक्षात नाहीतच त्या गोष्टी..."

"तो जे काही बोलला ते मला सांग. काय शब्द होते? त्याचं नाव काय?"

"नाही, लामाजी. कधीकधी ते तिबेटी भाषेत काहीतरी बोलतात. सार्वजनिक प्रार्थनेच्या वेळी भिक्षू उच्चारतात तसे शब्द ते उच्चारतात. मधेच ते दुसऱ्याच कुठल्या तरी, मी कधीच न ऐकलेल्या भाषेमध्ये बोलू लागतात, तर कधी इंग्रजीत बोलतात. तापाने ते फणफणलेत. ते कुणालातरी बोलावतात असं वाटतं. त्यांना भयंकर यातना होताहेत. फक्त एकदा आपण त्या धबधब्याजवळ थांबलो होतो तेव्हा मी खरोखरच त्यांच्यासमोर उभी असल्याचं त्यांना नीट समजलं असावं तसं माझ्याकडं पाहत हसले होते. तेव्हा ते अगदी आनंदात दिसत होते. माझा हात हातात धरून ते केवळ एकच गोष्ट पुन:पुन्हा पुटपुटत होते, शांग्री–ला, शांग्री–ला, शांग्री–ला."

क्षणभर आपले हृदय गपकन थांबले आणि कुणीतरी एखाद्या बोथट सुईने जोरात टोचल्यासारखी असह्य कळ येऊन एका झटक्यानेच पुन्हा चालू झाले असल्यासारखे त्या भिक्षूला वाटले. मनातील खळबळ दिसू न देण्याचा आटोकाट प्रयत्न करत त्याने मान हलवली आणि म्हणाला, "तो काय म्हणतोय ते नीट लक्ष देऊन ऐकत राहा. त्याची शुश्रूषा कर. त्याला बोलण्यासाठी प्रोत्साहन दे."

"होय, लामाजी. मी सदैव त्यांच्याजवळ राहून त्यांची शुश्रूषा करीन."

उठून उभी राहत ती जायला निघाली आणि एकदम थांबली.

"लामाजी, शांग्री–ला म्हणजे काय?"

"त्याचा काय अर्थ आहे याची काळजी करत बसू नकोस मुली," ते वृद्ध लामा म्हणाले, "तू फक्त त्याच्याजवळ राहा आणि तो काहीही बोलला तर ते मला सगळे सांग."

पुन्हा एकदा अभिवादन करून ती महिला निघून गेली. ताडपत्रीवर पावसाचा ताशा वाजतच होता. शांग्री–ला याचा अर्थ काय ते लामांना अगदी पूर्णपणे माहीत होतं. हिमालयाच्या पर्वतरांगांमधील पश्चिमेकडच्या दऱ्यांमध्ये कुठंतरी असलेल्या एका गुप्त, रहस्यमय राजवटीला, शांबाला राजवटीला पाश्चिमात्यांनी दिलेले ते नाव होते. अगदी बोटावर मोजता येतील इतक्या मोजक्याच लामांना त्या राजवटीपर्यंत कडेकपारीतून जाणारा रहस्यमय मार्ग माहीत होता. इतकंच काय अगदी मठाधिपतींना स्वत:लाही त्या मार्गाने जाण्यास मनाई होती.

साफसूफ केलेल्या जागेच्या दुसऱ्या टोकाकडे स्ट्रेचरवर ठेवलेल्या त्या प्रेतवत पडलेल्या अपरिचित माणसाकडे ते थोडा वेळ पाहत राहिले, मग डोळे

मिटून ते ध्यानधारणेच्या तयारीला लागले.

त्यांच्या मन:चक्षूसमोर अनेक आकृत्या नाचू लागल्या. अगदी लहान वयापासून त्यांना ज्यांनी शिकवण दिली होती त्या... कितीतरी वर्षांपूर्वी मरण पावलेल्या लामांचे चेहरे त्यांना दिसले. जणूकाही आता आपण त्यांच्याच पायाशी बसून त्यांचे बोलणे ऐकत आहोत असे त्यांचे आवाज त्यांना ऐकू येत राहिले. एकदा कैलास मठात असताना एका वयोवृद्ध आदरणीय लामांनी सांगितलेली हिमालयापलीकडच्या पश्चिमी प्रदेशात कोणे एके काळी झालेल्या घनघोर युद्धाची गोष्ट आठवली. आता सगळ्या जगाचा विनाश होऊन ते अंधारात बुडून जाणार आणि सूर्य कायमचा अस्ताला जाणार असेच त्यावेळी वाटले असल्याचे त्यांनी सांगितले होते. शांबालाच्या राज्याचा शोध घेत काही पांढऱ्या कातडीची माणसं आली होती. शांबालाच्या राजाकडे जाऊन त्यांना त्यांची मदत मागायची होती. लामांनी त्यांना तिथपर्यंत पोहोचण्यासाठी मदत केली होती. पण ती एक फार मोठी चूक ठरली होती. ही पांढऱ्या कातडीची माणसं एका वेगळ्याच विश्वातून आली आहेत, ते अतिशय रक्तलांच्छित जग आहे, हे त्या लामांच्या लक्षात आलेच नाही. त्यांनी त्यांच्याबरोबर कसलाच व्यवहार करायला नको होता. कसलीच मदत करायला नको होती. कारण अशी माणसं त्यांच्याबरोबर केवळ विनाशच घेऊन येतात.

या सगळ्या विचारांनी उपमठाधिपतींच्या मनात गर्दी केली, मग श्वासावर नियंत्रण मिळवत त्यांनी मन शांत करण्याचा प्रयत्न केला, पण ध्यानधारणेसाठी मन एकाग्र करण्याचा जितका जास्त प्रयत्न ते करू लागले तितका त्या अपरिचिताच्या तोंडून निघालेला शब्द त्यांचा पाठलाग करत अस्वस्थ करत राहिला, शांग्री-ला.

झटकन उठावे, धावत जात सर्व भयाचे मूर्तिमंत रूप असलेल्या त्या अपरिचिताला जवळच वाहणाऱ्या नदीपाशी घेऊन जावे, मग प्रवाहाच्या मध्यात जाऊन ते स्ट्रेचर आणि त्यावरचा तो अपरिचित या सगळ्या गोष्टी त्या नदीच्या हवाली कराव्यात. मग ते हिमालयातील बर्फगार पाणी त्या दु:स्वप्नाला त्यांच्यापासून दूर घेऊन जाईल. अगदी त्या मोठ्या धबधब्याच्या मार्गाने भारतात आणि त्याच्याही पार पलीकडे कुठंतरी घेऊन जाईल, अशी अनावर इच्छा त्यांच्या मनात मूळ धरू लागली.

पण मठाधिपतींनी या माणसाची पूर्ण काळजी घेण्याची स्पष्ट आज्ञा दिली होती. आतापर्यंत मिळालेल्या माहितीमुळे मनात घर करणारा विचार बाजूला सारून त्याला या सफेद कातडीच्या माणसाची काळजी घ्यायची होती. जमल्यास त्याचे संरक्षण करायचे होते. वाचवायचे होते. अनिवार भीतीने लामा थरथरू लागले आणि आता आपल्याबरोबर आपले मठाधिपती असणे किती आवश्यक होते, असा विचार करत राहिले. फक्त मठाधिपतींच्या कानापर्यंत त्यांचे हे विचार कसे पोहोचणार होते कुणास ठाऊक!

नऊ

अकबर स्ट्रीटवरच्या इंटरनॅशनल हेराल्ड ट्रिब्यूनच्या ऑफिसमध्ये नॅन्सी केली पोहोचली, तोपर्यंत मध्यान्ह उलटून सूर्य बराच पश्चिमेकडे झुकलेला होता. दिल्लीतल्या महत्त्वाच्या रस्त्यांवरदेखील जागोजागी आढळणाऱ्या वेगवेगळ्या प्रकारच्या नादुरुस्त पडलेल्या गाड्या, रिक्षा, गाई, भिकारी या सगळ्यांतून वाट काढत काढत तिथं पोहोचायला टॅक्सीला जवळजवळ एक तास लागला होता. डॅनशी फोनवर चाललेले बोलणे संपल्याबरोबर सर्वप्रथम तिने या ऑफिसमध्ये फोन केला होता.

फोन लागण्याची वाट पाहत ती टॅक्सीच्या खिडकीतून बाहेर पाहत होती. या कंटाळवाण्या प्रवासाने त्रासून जात आणि आता पुढे आपण काय करायचे याचा विचार करत होती. जगण्याच्या धडपडीत गुंतलेले दिल्लीतील गोरगरीब लोक तिला दिसत होते. प्लॅस्टिकच्या हजारो फुटक्या, चेपून बसवलेल्या बाटल्यांचे पोते खांद्यावर टाकून चाललेला एक म्हातारा तिच्या टॅक्सीजवळून जाताना तिने पाहिला. त्याच्या चेहऱ्यावरच्या सुरकुत्यांमधून त्याचे जगण्याच्या काळजीने काळवंडलेले मन तिला स्पष्ट दिसत होते. रस्त्याच्या तोंडाशीच ढिम्म उभ्या राहिलेल्या एका गाईमुळे सगळ्या गाड्यांना गाईला वळसा घालून जावे लागत होते आणि तसे करताना काही गाड्यां जवळच असलेल्या एका भाजीवाल्याच्या स्टॉलला धडक मारण्याइतक्या त्याच्याजवळून जात असल्याने तो भाजीवाला चिडून ओरडत होता तेही तिला दिसत होते. म्हणजे तिला दिसलं खरं, पण ते मेंदूपर्यंत पोहोचत नव्हतं. पोलिसांबरोबर झालेली प्रश्नोत्तरेच पुन:पुन्हा तिच्या मनात घोळत होती आणि हातातले ते बंडल ती अस्वस्थपणे चाचपून पाहत होती. दोन बलशाली देशांची सुरक्षितता धोक्यात यावी असं हरझोगने काय केलं असेल? नेमक्या नको त्या माणसांच्या मुलाखती घेण्यात तर तो गुंतला नव्हता ना? की पुरोगामी तिबेटींकरिता राजकीय महत्त्वाची असलेली कागदपत्रे तर त्याच्या हाताला लागली नव्हती?

असल्या उचापती करताना पकडले जाणे म्हणजे या बाबतीत तुम्ही अगदीच कच्चे आहात असाच त्याचा अर्थ होता. हे सगळं तिला अतर्क्यच वाटत होतं आणि हरझोग इतर कोणापेक्षाही याबाबतीत अतिशय सावधपणे काम करणारा माणूस होता.

शिवाय चीनमध्ये गुन्ह्याच्या कारवाईला तोंड द्यावे लागण्यापेक्षा आपली बाजू भारतीयांपुढे मांडण्याची संधी मिळणे हे केव्हाही जास्त चांगले असते असे जे इन्स्पेक्टर लाल म्हणाले होते, ते तिला खरोखरच पटले होते. निष्पाप असला किंवा नसला तरीही सीमेपलीकडे कुठंही जर तो पकडला गेला असेल तर त्याचे काय झाले असेल याची कल्पना करतानाही भीतीने तिचा थरकाप उडत होता. चीनमध्ये झालेल्या सांस्कृतिक क्रांतीच्या काळात वापरल्या गेलेल्या व्यक्तिगत चौकशीच्या भयानक तंत्राबद्दल तिच्या सहकाऱ्याने लिहिलेला एक वृत्तलेख तिला आठवला. माणूस आणि माणुसकीवरचा विश्वास नष्ट करायला तेवढा एकच लेख पुरेसा होता.

शेवटी एकदाचा तिचा फोन लागला. चौकस बुद्धीने भरपूर वाचन करणारा म्हणून आणि ट्रिब्यूनमधल्या इतर कोणापेक्षाही जास्त माहितीचे चालतेबोलते भांडार म्हणून आशिया खंडात काम करणाऱ्या ट्रिब्यूनच्या सगळ्याच पत्रकारांमध्ये प्रसिद्ध असलेल्या साधारण तिशीतल्या कृष्णमूर्तीने फोन उचलला. अमेरिकेतून निघण्यापूर्वी न्यूयॉर्कमध्ये नुकत्याच भारतात येऊन गेलेल्या आपल्या सहकाऱ्यांशी एकदा जेवणाच्या सुट्टीत गप्पा मारताना, भारतात राहणे सुखाचे होण्यासाठी कोणाला खूश ठेवणे महत्त्वाचे आहे असे तिने विचारले तेव्हा सर्वांनी एकमुखाने कृष्णमूर्तीचेच नाव घेतले होते. अशक्य वाटणाऱ्या गोष्टीही सहज करून दाखवणारा तो एक चमत्कारी माणूस होता असे सर्वांचे मत होते. कसल्याही अवघड परिस्थितीतून मार्ग काढण्याची क्षमता असलेला तो एक हरहुन्नरी माणूस होता. घामेजलेल्या हातात फोन आणि दुसऱ्या हातात ते विचित्रसे बंडल धरून आपण याआधीच म्हणजे भारतात पोहोचल्याबरोबरच संपर्क न साधल्याबद्दल दिलगिरी व्यक्त करत नॅन्सी कृष्णमूर्तीला आपली ओळख सांगत होती. "ऑफिसमध्ये पोहोचल्यावर सगळे सविस्तर सांगेन," असं म्हणून तिनं पटकन फोन ठेवला. निदान कृष्णमूर्ती तरी हरझोगच्या रहस्यमय हालचालींविषयी काहीतरी महत्त्वाचं सांगू शकेल असं तिला वाटलं.

ऑफिसचे दुधी काचेचे दार उघडून ती आत शिरली तेव्हा कृष्णमूर्ती तिचीच वाट पाहत थांबलेला तिला दिसला. बारीक चणीच्या, आकर्षक पेहराव केलेल्या कृष्णमूर्तीने हस्तांदोलनासाठी हात पुढे करत म्हटले, "मिस केली, आपल्याला भेटून आनंद झाला. तुमच्या फोननंतर लगेचच श्री. डॅन फिशर यांचा

फोन आला होता.''

आपण दिल्लीतच राहावे आणि आधीच बिघडलेल्या परिस्थितीत आणखी काही उलथापालथ घडवू नये याची खात्री करण्यासाठी योग्य त्या सूचना त्याला देण्यासाठीच डॅनने फोन केला असणार असा विचार नॅन्सीच्या मनात आला.

कृष्णमूर्ती पुढे म्हणाला, ''आणखी पुढेही त्यांनी माहिती दिली. तुमचं भारतात अशा पद्धतीनं स्वागत व्हावं याचं मला खरोखरच वाईट वाटतं.''

ऑफिसमध्ये येण्यासाठी वाट करून देत कृष्णमूर्तीने दार उघडून धरले. त्याच्या बुद्धिमत्तेचे तेज त्याच्या डोळ्यांत दिसत होते. तसेच चेहऱ्यावर समंजसपणा होता आणि काहीतरी शोधाशोध करताना सगळ्या वस्तू अस्ताव्यस्त पसरलेल्या असाव्यात तशा अवस्थेत असलेल्या त्या ऑफिसमध्ये नजर फिरवताना मन शांत करणारा तो एकमेव घटक होता. कंपनीच्या फ्लॅटमधल्या बैठकीच्या खोलीत दिसलेल्या विविध आकृती आणि दगडी शिल्पांसारख्या शेकडो शिल्पांशिवाय तेथे कागदपत्रे रचलेली, अनेक फोन आणि कॉम्प्युटर्स असलेली दोन टेबले होती. टेबलांसमोरच एक मोठा, भरपूर वापराने फिकट दिसणारा सोफा आणि त्यावर पडलेले मासिकांचे गठ्ठे तिला दिसले. तिला बसता यावे म्हणून लगबगीने पुढे होत कृष्णमूर्तीने थोडी जागा मोकळी केली. आलेल्या प्रचंड शारीरिक व मानसिक थकव्याची प्रथमच जाणीव होत असल्यासारखी नॅन्सी सोफ्यावर अगदी कोसळलीच. सावरण्यासाठी तिला वेळ देत त्या पसाऱ्यातून आणि टेबलांमधून मार्ग काढत कृष्णमूर्ती दुसऱ्या बाजूच्या दारापाशी गेला आणि दार उघडत त्या बाजूच्या दुसऱ्या खोलीतल्या कुणाशी तरी हिंदीमध्ये बोलत झटपट काहीतरी सूचना केल्या आणि पुन्हा नॅन्सीकडे आला.

''तुमच्यासाठी मी चहा मागवला आहे. फॉरिन प्रेस कॉर्प्सला फोन करून इथल्या सरकारकडे तक्रार नोंदविण्याची मी त्यांना विनंती केली आहे आणि आपल्या वृत्तपत्राच्या वतीने गृह खात्याकडेदेखील तक्रार दाखल केली आहे.''

''हे ठीक केलंत,'' नॅन्सी म्हणाली, ''त्या भयंकर जागेतून जिवंत बाहेर आले आहे, याचाच मला अतिशय आनंद होतोय.''

''तुमच्यासाठी काहीतरी खायला मागवू का? तुम्हाला नक्कीच भूक लागली असेल. पोलीस स्टेशनमध्ये तग धरण्याइतपत तरी तुम्हाला काही खाऊ दिलं असेल की नाही मला शंकाच आहे.''

''हो हो, मला खरोखरच कडकडून भूक लागली आहे. काहीही... काहीही मागवलंत तरी चालेल.''

थोड्याच वेळात बाजूच्या खोलीतून एक बाई ट्रेमध्ये एक ग्लास पाणी, एक कप चहा आणि दोन ताजे सामोसे घेऊन आली. नॅन्सीने अधाशासारखे ते

खाल्ले. हातातल्या कपातून सावकाश चहाचा घोट घेता घेता कृष्णमूर्ती तिच्या बोलण्याची वाट पाहत होता. नीट खाऊन झाल्यावर नॅपकिनने तोंड पुसत पुढे बोलण्यासाठी मनातल्या मनात तिने विचारांची जुळवाजुळव केली.

"कृष्णा, या सगळ्याबद्दल खरंच तुमचे आभार मानावे तितके थोडेच आहेत. मी जरा विक्षिप्तपणे वागल्याबद्दल मला माफ कर."

"त्यात काय एवढं? तुम्हाला आणखी काही हवंय का?"

"नको नको, हे एवढंच पुरेसं आहे. मला खरं म्हणजे अन्तोन हरझोगबद्दल आणखी माहिती हवी आहे."

सावध होत कृष्णाने मान हलवली. ती पुढे बोलतच होती.

"तू मला काही मदत करू शकशील का?"

त्याला अवघडल्यासारखे वाटत असावे, म्हणजे तिने दिल्लीत फेरफटका मारण्यासाठी किंवा रोजच्या खाण्यापिण्याच्या गोष्टी दिल्लीत कुठं खरेदी कराव्यात किंवा कुठल्या हॉटेलात उत्तम पदार्थ मिळतात किंवा यासारख्या सर्वसामान्य अडचणी दूर करण्यासाठी मदत मागावी पण असले काही विचारू नये, असे त्याच्या चेहऱ्यावरून स्पष्ट दिसत होते.

"म्हणजे तुम्हाला नक्की कशाबद्दल माहिती हवी आहे?"

"तू त्यांचा सहकारी म्हणून काम करत होतास. त्यांच्या सवयी, आवडीनिवडी, सध्या ते कसल्या कामात गुंतले होते याविषयी इतरांपेक्षा तुलाच जास्त चांगलं माहीत असणार. नाही का?"

"मी अनेक वर्षं त्यांच्यासमवेत काम करतोय हे खरं आहे. तरीही तुम्हाला जितकं वाटतंय तितकं काही मला त्यांच्याबद्दल माहीत नाही..." तिने विषय बदलावा अशी अपेक्षा करत बोलता बोलता तो थोडा थांबलाय, असे तिला वाटले. पण ती काहीच बोलली नाही आणि त्याने पुढे बोलत राहावे याची वाट पाहत थांबली.

बसल्याजागी अस्वस्थपणे चुळबुळ करत तो पुटपुटला, "खरं सांगू का, अन्तोन म्हणजे एक विक्षिप्तच माणूस आहे."

"म्हणजे तुला काय म्हणायचंय?"

"त्यांना भारत देश आवडतो, यात काही शंकाच नाही. त्यांचा भारताच्या महानतेवर अगदी गाढा विश्वास आहे. सगळ्या जगाला भारताच्या महानतेबद्दल हिरिरीने सांगावं आणि जगानं ते लक्षपूर्वक ऐकावं असं त्यांना मनापासून वाटतं हेदेखील खरं आहे. पण एक व्यक्ती म्हणून त्यांच्याविषयी जाणून घेणं सोपं नाही. स्वत:विषयी बोलायला ते नाखूशच असतात, म्हणजे तसं काही विचारलं तर ते अगदी तटस्थ असतात."

"तटस्थ!"

"नाही, तटस्थ नाही. म्हणजे मला ते नीट शब्दांत सांगता येत नाहीये. माफ करा. पण मला ते खरंच नीट स्पष्ट करता येत नाही. ते अगदीच मित्रत्वाने वागत नव्हते असं नाही. अनेक वेळा मी त्यांच्या आदरातिथ्याचा अनुभव घेतला आहे आणि खरं म्हणजे त्यांनीच मला या क्षेत्राचं ज्ञान दिलं आहे. माझ्या तोंडून त्यांच्याविषयी नेहमी आदराचे आणि स्तुतीचेच शब्द बाहेर पडतील, इतके ते उत्तम बॉस होते. पण इतकं असलं तरीही त्यांच्या आयुष्याचा एक भाग कुणालाही समजलेला नाही. मला वाटतं मी इतकंच त्याबाबतीत सांगू शकतो."

"त्याच्या गायब होण्याबद्दल तुला काय वाटतं?"

"मला काहीच सांगता येत नाही. तेच तर मी तुम्हाला सांगायचा प्रयत्न करतोय. इतकी वर्षं त्यांच्या सान्निध्यात राहून काम केल्यानंतर आणि त्यांच्या चांगुलपणाचा इतका अनुभव घेतल्यानंतरही मला त्यांच्याबद्दल एक व्यक्ती म्हणून काहीही माहीत नाही आणि म्हणूनच ते कुठं, कसे गायब झाले असतील त्याचा काहीही अंदाज करता येत नाही."

"आपल्या खासगी आयुष्याबद्दल तो कधीच बोलला नाही का?"

"नाही. आपल्या भावना, आपला भूतकाळ, आपले कुटुंब, नातेवाईक यांच्याविषयी ते कधीच बोलत नसत. त्यांच्या आवडींविषयी मी थोडं सांगू शकतो. ते ड्रिंक घ्यायला कुठं जात, सगळ्यात आधी ट्रिब्यूनचा कोणता भाग ते रोज वाचत असत, तीन-तीन महिने कॉफी प्यायचे सोडून देऊन मग मधेच पुन्हा तीन-तीन महिने सतत कॉफीच प्यायचे सत्र ते कसं चालवत याबद्दल मी तुम्हाला सांगू शकतो. त्यांच्या वागण्यातील वेगळेपणा आणि त्यांनी स्वत:ची ठरवून घेतलेली कर्मकांडं याबद्दल सांगू शकतो. पण त्यांच्या मनात काय चाललंय, मूळ स्वभाव कसा असावा याबद्दल जाणून घ्यायचे दरवाजे माझ्यासाठी तरी बंदच होते. जेव्हा ते इथं काम करण्यासाठी म्हणून आले तेव्हा अगदी पहिल्याच दिवशी ते आपल्या कुटुंबाविषयी थोडंसं बोलले होते. त्यांचा जन्म होण्यापूर्वीच त्यांचे वडील मरण पावले होते. दुसरे महायुद्ध संपतानाच्या काळात स्टॅलिनग्राडच्या लढाईत त्यांचा मृत्यू झाला होता आणि त्यानंतर त्यांची आई म्युनिक हे आपले मूळ गाव सोडून अर्जेंटिना येथे कायमची वास्तव्यास गेली होती असं ते म्हणाले होते. पण या संदर्भात नंतर ते कधीच काहीच बोलले नाहीत आणि मलाही मुद्दाम काही विचारावं असं वाटलं नाही."

बोलता बोलता टेबलावर रचून ठेवलेले कागद नीटनेटके करत असताना तिथं असलेल्या एका चांदीच्या जुनाट फ्रेममध्ये लावलेला एका स्त्रीचा फोटो त्याने पुढे केला.

"ही त्यांची आई, ॲना हरझोग."

मोहिनी पडल्यासारखी फोटोतल्या स्त्रीकडे नॅन्सी एकटक पाहत राहिली. फिकट तपकिरी केसांचा अंबाडा बांधलेली आणि गळाबंद पांढरा शर्ट परिधान केलेली. फोटोतील स्त्री मध्यमवयीन दिसत होती. काळेभोर डोळे आणि गालांच्या उंचावलेल्या हाडांची आकर्षक ठेवण असलेली ती स्त्री अतिशय सुंदर होती. तिच्या कातडीचा रंग गोरा, पण फिकट होता. नॅन्सीने तो फोटो कृष्णाच्या हातातून घेतला.

मूल जन्माला येण्याआधीच नवरा गमावण्याचे भोग का तुझ्या नशिबी यावेत बाई, असा विचार नॅन्सीच्या मनात आला. अख्ख्या युरोपभर युद्धाचा आगडोंब उसळलेला असताना आणि नवरादेखील मरण पावलेला असताना एका तान्ह्या मुलाला वाढवणं म्हणजे काय मामुली गोष्ट होती का? मोत्यांसारखी कांती असलेली ही सुंदर स्त्री निश्चितच कणखर मनाची असली पाहिजे. नव्हे; ती तशी होतीच हे त्या फोटोतूनही प्रतीत होत होतं. पण अशी तर असंख्य माणसं त्यावेळी अशाच परिस्थितीत सापडलेली होती आणि प्राप्त परिस्थितीत माणसांच्या आयुष्याकडून असलेल्या अपेक्षादेखील अगदी प्राथमिक स्वरूपाच्या; जिवंत राहणं आणि युद्धाच्या हाहाकारापासून शक्य तितके दूर राहणं इतक्याच उरलेल्या असणार हेही खरंच होतं. आला दिवस आपला एवढेच सुख आणि जिवंत राहणं हेच इप्सित असावं, असा तो काळ होता. नॅन्सीने हलकेच तो फोटो टेबलावर ठेवला.

कृष्णा पुढे बोलत होता. "जर्मनीबद्दल त्यांच्या स्वत:च्या अशा काहीही आठवणी नव्हत्या, खरं तर आयुष्यातले सुरुवातीचे फक्त काही आठवडेच ते तिथं राहिले असावेत. तरीही ते एक सच्चा जर्मनच असावेत असं वाटे."

बोलता बोलता कृष्णा उठला आणि हरझोगच्या टेबलाजवळ गेला. ऑफिसमधून शेवटचे बाहेर पडण्याआधी हरझोग भराभरा काहीतरी शोधत असावा तशा टेबलावर पसरलेल्या फायलीतल्या कागदांनी टेबल भरलेले होते.

"आता हेच पहा ना! गोथे यांच्या समग्र कविता, शिलर यांच्या समग्र कविता, निएत्शे झरत्रुष्ट उवाच."

टेबलाजवळ येऊन नॅन्सीने ती पुस्तके नीट निरखून पाहिली. कृष्णा म्हणत होता ते खरंच दिसत होतं. टेबलावर सगळीकडे अभिजात जर्मन साहित्यकृतींचा खच पडलेला होता. घरच्या आठवणीने व्याकूळ झालेल्या कोणा तरी माणसाचे टेबल असावं तसं ते दृश्य होतं. आपल्या टेबलापाशी ऑफिसातले सगळे निघून गेले असताना रात्री उशिरापर्यंत एकटेच बसून बाशचे संगीत ऐकत आणि गोथेची फाऊस्त वाचण्यात हरझोग गढून गेला आहे आणि भारतातल्या

धूळभरल्या वातावरणापासून आणि उष्म्यापासून दूर कुठंतरी बसलो असल्याची कल्पना करत बसला आहे, असे दृश्य तिच्या नजरेसमोर तरळून गेले.

डॅन फिशरने दिलेला सल्ला क्षणभर विसरून जात कृष्णा उत्साहाने पुढे सांगू लागला. "फक्त पुस्तकांचीच गोष्ट नाही, मला तर खात्रीनं असं वाटतं की, त्यांचा आत्मा आणि बुद्धी दोन्ही जर्मन माणसाचेच होते. खरं तर अन्तोनमध्ये जर्मन माणसाची दृढ इच्छाशक्ती, कर्तव्यकठोरता आणि उदंड उत्साह हे सर्व सद्‌गुण होते. त्यांची श्रद्धा असलेल्या विषयावर बोलताना त्यांच्या आवाजाला निसर्गदत्त ओजस्वीपणा येत असे आणि जेव्हा ते या विश्वाचा पसारा आणि मानवाचे त्यामधील स्थान याविषयी बोलत असत तेव्हा तर एखादे हिंदू गुरूच बोलत आहेत असे वाटत असे." नॅन्सीकडे पाहत स्मितहास्य करत कृष्णा पुढे म्हणाला, "आणि हे फक्त एक जर्मन माणूसच करू जाणे! इतकंच नाही, तर त्यांना संगीताचं उत्तम ज्ञान आणि प्रचंड आवड होती. अगदी जाहीर कार्यक्रम करण्याच्या योग्यतेचं पियानो वादन ते करत असत."

काहीतरी समजल्यासारखी नॅन्सीने मान हलवली. आपली रुजलेली पाळंमुळं सोडून माणसाला आणि त्याच्या कुटुंबकबिल्याला देशांतराला लावणारे हे मानवी आयुष्य किती कठोर आहे, असे तिला वाटले. हरझोग हा फक्त तिचाच नव्हे तर इतरही कितीतरी माणसांचा आदर्श होता, पण आता त्याच्या टेबलावरील त्या अस्ताव्यस्त पसरलेल्या कागदांकडे, त्या फोटोतील त्याच्या आईच्या, सुंदर पण करुण भाव असलेल्या चेहऱ्याकडे आणि त्या जर्मन पुस्तकांकडे पाहताना हरझोग नावाच्या दंतकथेची दुसरी बाजू तिला दिसू लागली आणि तो आतल्या आत एक अत्यंत अस्वस्थ आणि दुःखी माणूस असावा, असे तिला जाणवू लागले.

ज्या माणसाबद्दल आपल्या मनात अतीव आदराची भावना आहे त्याच माणसाबद्दल असे विचारणे गैर वाटत होते. तरीही तिने विचारले, "त्याची कोणी जोडीदार होती का?"

"नाही, माझ्या माहितीप्रमाणे तरी नाही. म्हणजे खास अशी कोणी नाही."

तो आणखी काहीतरी सांगेल या अपेक्षेने नॅन्सी वाट पाहत होती, पण कृष्णाची याहून जास्त काही सांगण्याची इच्छा दिसली नाही.

"कधीच नाही?"

"म्हणजे तुम्हाला शंका आली असेल तर ते समलिंगी नव्हतेच नव्हते. त्यांच्या काही मैत्रिणी होत्या, पण खास अशी कोणीच नव्हती आणि त्यापैकी कुणीही त्यांच्याशी बौद्धिक बरोबरी करू शकणारे नव्हते. याशिवाय आणखीदेखील काही स्त्रिया त्यांच्या आयुष्यात होत्या."

तिने एक दीर्घ नि:श्वास सोडला. सगळंच पुरतं गोंधळात टाकणारं होतं. काहीही झालं तरी त्याच्या जर्मन असण्या-वागण्याचा, तिला गाढ झोपेतून उठवून जवळपास ओढतच तुरुंगातच टाकण्याशी आणि तेदेखील हेरगिरीच्या कृत्यात त्याला साथ देत असल्याच्या आरोपाखाली अटक करून टाकण्याशी काय संबंध होता? एक दु:खी वयस्कर माणूस, एक तिबेटविषयी प्रचंड ओढ असलेला एकांडा शिलेदार, यापेक्षा त्याच्याबद्दल जास्त काय समजणं शक्य होतं? कदाचित काहीच नाही. अचानक तिची नजर टेबलावर अगदी मध्यभागी महत्त्वाची जागा अडवून ठेवलेल्या, वर्षानुवर्षांच्या वापरामुळे जीर्ण झालेल्या एका पुस्तकाकडे गेली. एखाद्या पोथीची रोजच्या हाताळण्यामुळे जी अवस्था व्हावी तसे ते पुस्तक दिसत होते.

"हे कसलं पुस्तक आहे?"

कृष्णाने तिच्याकडे पाहिले. तो म्हणाला, "ते आईशिंग. इंग्रजीत त्याला दि बुक ऑफ चेंजेस असे म्हणतात. हे पुस्तक ते न चुकता रोज वापरत असत."

"मी ऐकलंय या पुस्तकाबद्दल. ते कसल्यातरी कोड्यांबद्दलचं पुस्तक आहे, खरं ना?"

"नाही. ते केवळ कोड्यांबद्दलचं पुस्तक नाही. ते पुस्तक म्हणजे आशिया खंडातलं बायबलच आहे म्हणा ना!"

भारतीय आणि आशियाई संस्कृतीबद्दलच्या आपल्या अज्ञानाची प्रकर्षाने जाणीव झाल्यामुळे नॅन्सीला संकोच वाटला.

"काय म्हणतोस?"

"हो. ते पुस्तक म्हणजे बीजमंत्राचे पुस्तक आहे."

"म्हणजे? कशाबद्दल आहे ते पुस्तक?"

क्षणभर विचार करत कृष्णा थांबला. मग ठाम सुरात म्हणाला, "ते 'कशाबद्दल' तरी असलेलं पुस्तक नाही, तर ते पुस्तक म्हणजेच प्रत्यक्ष दैवी संकेत आहे."

तिच्या बुद्धिनिष्ठ मनात उमटलेला संशय ती लपवू शकली नाही.

"दैवी संकेत? म्हणजे त्याने भविष्यात काय आहे ते समजते का? म्हणजे ते जन्मकुंडलीसारखं काहीतरी आहे का?"

आपण ज्याला एका पवित्र धार्मिक ग्रंथाचे स्थान देतो त्याला ही पाश्चिमात्य स्त्री एका जन्मकुंडलीसारख्या सर्वसामान्य गोष्टीसारखे मानते आहे, याची नाराजी 'च्यक च्यक' असा आवाज करत कृष्णाने व्यक्त केली.

"वेड्यासारखं काहीतरी विचारते आहे, म्हणून मला माफ कर." ती चटकन म्हणाली.

कृष्णा हसला. म्हणाला, "जे कोणी या पुस्तकाचा उपयोग करतात ते

त्याच्या सत्यतेविषयी शपथ घ्यायला तयार असतात. जगाच्या पूर्वेकडील भागातल्या सध्याच्या जीवनात त्याचे महत्त्व अनन्यसाधारण आहे. अनेक अडचणीच्या प्रसंगांत जपानी सरकार त्याचा सल्ला घेतं. हाँगकाँग आणि सिंगापूरमधील उद्योजक तर याचा सदैव वापर करत असतात. आता त्याची पश्चिमी देशांतही प्रसिद्धी होऊ लागली आहे असं मला वाटतं.''

''फारच विलक्षण आहे हे!''

स्वतःच्या बुद्धीने अत्यंत यशस्वी झालेले, कडक सुटाबुटात वावरणारे उद्योजक आणि राजकारणी लोक असल्या कौलविद्येच्या पुस्तकाचा, त्यांचे महत्त्वाचे निर्णय घेताना उपयोग करत असतील हे तर्कबुद्धीला पटणारे नव्हते. पण त्याचा कुठं गाजावाजा करत नसले तरी पश्चिमी देशांतही अगदी हेच करणारे अनेक राजकारणी लोक होते.

''मी पाहू का ते पुस्तक?''

कृष्णाने पुस्तक उचलून तिच्याकडे दिले. संशयी स्वभावाला मुरड घालत नॅन्सीने काहीही न ठरवता अचानक उघडल्यासारखे ते पुस्तक उघडले आणि जे समोर आले ते पान पाहू लागली. पानावर वरच्या बाजूला एकावर एक रचलेल्या काड्यांसारखी दिसणारी सहा सरळ रेषांनी बनवलेली एक विचित्र रेखाकृती होती. प्रत्येक रेघ सुमारे दोन इंच लांबीची होती. काही रेषा अखंड होत्या; तर काही रेषा मध्यावर तुटलेल्या होत्या. आकृतीखाली त्या आकृतीचे नाव होते व त्याखाली लिहिलेल्या सांकेतिक भाषेतील मजकुराकडे पाहताना तिला लहान असताना शिकलेल्या कोड्यांची आठवण झाली. कृष्णाने पुढे वाकत त्या आकृतीकडे बोट दाखवले.

''याला षटकोनाकृती म्हणतात. सहा तुटक आणि सहा अखंड रेषांच्या एकूण चौसष्ट रेखाकृती होतात आणि म्हणूनच पूर्ण विश्वामध्ये चौसष्ट षटकोनाकृती आहेत, असं मानलं जातं. प्रत्येक आकृतीला एक विशिष्ट नाव आहे. ही प्रत्येक षटकोनाकृती या विश्वात असलेल्या, प्रत्येक गोष्टीवर परिणाम करणाऱ्या, निसर्गातील बदलणाऱ्या परिस्थितीचं प्रतिनिधित्व करते. कोणत्याही वेळी निसर्गात अखंड चालणाऱ्या बदलाच्या चक्रावर आपण कोणत्या जागी आहोत ते अशी एक षटकोनाकृती तयार करून या पुस्तकात दिलेल्या त्या षटकोनाकृतीचा अर्थ समजून घेऊन ठरवता येते. हे पहा, हे प्रत्येक आकृतीखाली जे लिहिलेलं आहे ते त्या षटकोनाकृतीचा अर्थ स्पष्ट करते. या दैवी संकेताच्या पुस्तकाचा सल्ला तुम्हाला घ्यायचा असेल, तर आपल्याला पडलेला प्रश्न स्वतःलाच आधी विचारायचा, मग एक षटकोनाकृती तयार करायची. जुन्या काळी दर्भाच्या एकोणपन्नास काड्या जमिनीवर टाकून ही आकृती तयार केली जात असे. या

काड्या ज्या प्रकारे खाली पडतात, त्यानुसार या चौसष्टपैकी एक षटकोनाकृती तयार होत असे. पण अलीकडे लोक त्याऐवजी सहा वेळा नाणेफेक करतात. श्री. अन्तोन रोज सकाळी हेच करत असत. म्हणजे छापा आला म्हणजे तुटक रेषा आणि काटा आला तर अखंड रेषा असे ठरवून त्याद्वारे आकृती तयार करत. कारण ते खूपच सोपे होते.''

''पण मुळात त्यांना ते वापरावंसंच का वाटलं असेल याचा मला प्रश्न पडला आहे. कारण आपल्या संस्कारात बसत नसेल तर ती गोष्ट करणं जरा विचित्रच वाटते. मुळात त्यांच्या हातात हे आलं तरी कसं?''

''ते काही माहीत नाही. पण जेव्हापासून ते आलं तेव्हापासून मात्र कुठलीही गोष्ट त्याच्या सल्ल्याशिवाय ते करतच नसत. लोकांनासुद्धा त्या पुस्तकाचं मार्गदर्शन आश्वासक वाटतं.''

''पण हा जो काही मार्गदर्शनाचा भाग आहे तो अनमानधपक्यानं तयार होणाऱ्या रेखाकृतीवर आधारलेला आहे. हो की नाही?''

''नाही, हे काही तितकंसं खरं नाही. या विश्वात, निसर्गात खरंच कोणतीही गोष्ट अचानकपणे होत नसते. अगदी पाण्याच्या प्रवाहाचा किंवा लाकडाच्या फळीत दिसणाऱ्या वळ्यांच्या रेघांचा विचार तुम्ही केलात तरी वरवर जरी त्या अचानक उमटलेल्या असाव्यात असं वाटलं तरी प्रत्यक्षात मात्र या गोष्टी आपल्या आकलनापलीकडे असलेल्या सूत्रानं बांधलेल्या असतात. 'सूत्रबद्ध गोंधळ' असं याला म्हणता येईल आणि तो आपल्या नजरेतून सुटला तरी या संकेतांमध्ये तो बंदिस्त होतोच होतो. या वरकरणी गोंधळाच्या दिसणाऱ्या वैश्विक परिस्थितीच्या मागे असलेल्या सूत्रबद्धतेला चिनी लोकांनी 'ली' असे नाव दिले. हे दैवी संकेत पुस्तक फक्त या 'ली'चा अन्वयार्थ सांगतं असं काहींचं म्हणणं आहे. मग त्यामुळे आपण या सतत बदलणाऱ्या विश्वपसाऱ्यात कुठं आहोत ते आपल्याला कळते व त्यानुसार पुढील कृती करणं सोपं जातं. म्हणजे एका अर्थानं तुम्ही जेव्हा या संकेत पुस्तकाचा सल्ला ऐकता तेव्हा खरं तर तुम्ही त्या विश्वशक्तीचा सल्ला ऐकता. म्हणजे ऋषीमुनी तरी तेच सांगतात.''

पुस्तक मिटत नजर वर करत कृष्णाने तिच्याकडे पाहिले.

''पूर्वेकडील संस्कृती, विशेषत: तिबेटी आणि चिनी संस्कृतींबद्दल अन्तोनकडे प्रचंड ज्ञान होते. त्यांना 'ली'बद्दल नक्कीच माहिती असणार आणि म्हणूनच या पुस्तकाचे महत्त्व त्यांच्यासाठी विशेष असणार यात शंका नाही. कधीतरी अशाच कुठल्यातरी भटकंतीत त्याला कुणीतरी या पुस्तकाची ओळख करून दिली असेल, असं मला वाटतं.''

खरोखरच काय विक्षिप्त माणूस आहे हा! नॅन्सीच्या मनात विचार आला.

विक्षिप्त तर खराच, पण गूढदेखील! आता तिचे स्वत:चे व्यक्तित्व किती साधेसरळ होते. आपण कुठून आलो, कुठल्या संस्कृतीत राहिल्याने आपल्याला बरे वाटते, वगैरे गोष्टींबद्दल तिच्या मनात तरी काही द्विधा स्थिती नव्हती, पण हरझोगचे व्यक्तित्व संमिश्र होते. असल्या कसल्या तरी कौल देण्याच्या प्रकारावर आपले आयुष्य बेतणे म्हणजे त्या माणसाच्या मनात असलेली अशाश्वततेची भावना किंवा मनाने खंबीर नसल्याचे ते द्योतक म्हणणे योग्य ठरले असते, पण प्रत्यक्षात हरझोगचे व्यक्तिमत्त्व अगदी उलट होते. हरझोग एक उमद्या व्यक्तिमत्त्वाचा, शरीराने आणि मनानेही सशक्त, आग्रही स्वभावाचा, भेटणाऱ्या माणसावर पहिल्याच भेटीत छाप पाडणारा माणूस होता. पण वरकरणी असा असलेला हरझोग प्रत्यक्षात कसा होता हे ट्रिब्यूनमध्ये कोणाला तरी माहीत होते का? समोरच्या पानावरची षटकोनाकृती ती पाहत होती. भविष्यात काय आहे ते ही आकृती सांगू शकेल का? जो काही अर्थ निघेल तो खरा ठरेल का?

नॅन्सी विचार करत राहिली.

तिने विचारले, "आणि तू म्हणतोस की, ते रोज याचा उपयोग करत असत?"

कृष्णाने होकारार्थी मान हलवली. त्या विचित्र पुस्तकाच्या भरपूर हाताळणीमुळे खराब झालेल्या चामड्याच्या कव्हरकडे नॅन्सी बराच वेळ पाहत आणि विचार करत राहिली. मग एखाद्या झोपी गेलेल्या प्राण्याला त्याची झोपमोड होऊ नये, अशा बेताने अलगद खाली ठेवावे तसे ते पुस्तक तिने शांतपणे त्याच्या मूळ जागी टेबलावर ठेवून दिले. तिने ते पुस्तक ठेवले, तसा कृष्णा उठला.

"मी तुम्हाला आणखी काहीतरी दाखवतो. त्यामुळे अन्तोन कसे होते ते तुम्हाला अधिक चांगले समजेल असं वाटतं. एक व्हिडिओ शूटिंग केलेलं आहे काही दिवसांपूर्वी. तिकडं दुसऱ्या खोलीत एका डीव्हीडीवर ते आहे. जरा थांबा, मी आणतो."

कृष्णा खोलीतून बाहेर पडताक्षणी नॅन्सीची नजर पुन्हा त्या पुस्तकाकडे वळली. त्या पुस्तकाने तिला जणू भारून टाकलं होतं आणि तिची परिस्थितीच अशी होती की पुढे काय करायचं असा यक्षप्रश्न तिच्यापुढे उभा होता. म्हणजे या दैवी संकेताद्वारे विश्वाच्या चलशक्तीचा अंतस्थ आवाज वगैरे ऐकू येईल अशी तिला कल्पनाही करवत नव्हती, पण तरीही ती त्याकडे खेचली जात होती. आता या क्षणी तरी ती पोलिसांबरोबरचा आलेला कटू अनुभव विसरली होती आणि ती अन्तोन हरझोगचाही विचार करत नव्हती. ते दैवी संकेत सांगणारे पुस्तक खरोखरच तसा काही अनुभव देते का एवढेच पाहण्याचा विचार तिच्या

मनात येत होता. जास्तीतजास्त काय होईल? हरझोगच्या खुर्चीत बसत ते 'आईशिंग'चे पुस्तक टेबलावर मध्यभागी ठेवता ठेवता ती विचार करत होती. कोर्टात खरं बोलण्याची शपथ घेताना बायबलवर हात ठेवतात तसा आपला डावा हात तिने त्या पुस्तकावर ठेवला आणि शपथ घ्यावी तसा सावकाशपणे आपलाच प्रश्न आपल्या मनाशी विचारला.

"हे दैवी संकेतपुस्तका, तू खरोखरच उपयोगी आहेस का? या जगाचं जे निखळ सत्य म्हणावं तिथपर्यंत तुला पोहोचता येतं का?

मग कृष्णाने नुकत्याच सांगितलेल्या सूचनांनुसार पुढील कृती करायला तिने सुरुवात केली. एक नाणे सहा वेळा उडवून त्यातून मिळालेले तुटक आणि अखंड रेषांचे निष्कर्ष एका कागदावर मांडून त्यातून एक षटकोनाकृती तयार केली. मग बराच वेळ ती त्या आकृतीकडे पाहत राहिली. पण काही तुटक आणि काही अखंड रेषांची एक आकृती यापलीकडे तिला कसलाच अर्थबोध होत नव्हता. मग तिने ते पुस्तक उघडले आणि त्या पुस्तकात दाखवलेली आपल्या षटकोनाकृतीसारखी दिसणारी आकृती शोधली.

षटकोनाकृती क्र.५० : 'टिंग' – एक मोठी कढई.

पुढे त्या आकृतीखाली लिहिलेला त्या आकृतीचा सांकेतिक भाषेतला अर्थ वाचला.

५० टिंग – एक मोठी कढई

या कढईत अजून अन्न शिल्लक आहे,
माझ्या सहकाऱ्यांना माझा मत्सर वाटतो,
पण ते मला अपाय करू शकणार नाहीत.
नशीब चांगले.
पण या कढईची कडी नीट वापरलेली नाही
तिच्या योग्य काम करण्याला प्रतिबंध होतो आहे
तितर पक्ष्याची चरबी खाल्लेली नाही
पाऊस पडला, की खेद वाहून जाईल
चांगले नशीब परतून येईल.

नॅन्सी पुन:पुन्हा त्या ओळी वाचून काही अर्थ लागतो का ते पाहत होती, पण शेवटी निराश होत तिने प्रयत्न सोडून दिला.

दहा

“ही पहा मिळाली.” कृष्णा वाटेतल्या टेबलाखुर्च्यांमधून, तसेच पुस्तके आणि मासिकांच्या पसाऱ्यातून मार्ग काढत येता येता म्हणाला.

सांकेतिक भाषेतला तो संदेश आणि त्या षटकोनाकृतीबद्दल अजूनही नॅन्सी विचार करतच होती. वर न बघताच ती म्हणाली, “कृष्णा, जरा इकडं पाहशील का?”

“काय?”

“हे इथं षटकोनाकृती क्रमांक ५० बद्दल काय लिहिलंय ते.”

टेबलाजवळ येत कृष्णा मान वाकडी करून ती पुस्तकात काय पाहते आहे ते बघू लागला.

“म्हणजे तुम्हीदेखील त्या दैवी संकेतपुस्तकाला प्रश्न विचारलाच तर?” संशयी नजरेने काही काळ तिच्याकडे पाहून मग पुस्तक वाचण्यासाठी आपल्या बाजूला वळवत कृष्णा म्हणाला, “बघू बरं काय लिहिलंय ते.”

सर्वप्रथम पुस्तकाच्या मागच्या बाजूच्या पानांवर पाहत तिने योग्य तीच षटकोनाकृती निवडली आहे ना याची त्याने खात्री करून घेतली.

“हा षटकोनाकृती क्र.५० तर बरोबर आहे.” ‘टिंग’ – एक मोठी कढई

मग त्याने त्या षटकोनाकृतीखाली लिहिलेला सांकेतिक भाषेतला संदेश वाचला. वाचता वाचता त्याचा अर्थ त्याला जसजसा उलगडत गेला तसतशा त्याच्या भुवया उंचावत गेल्या आणि प्रश्नार्थक नजरेने तो तिच्याकडे पाहू लागला.

“नॅन्सी, तुम्ही नक्की काय प्रश्न या संकेतपुस्तकाला विचारलात?”

तिला अगदी लाजल्यासारखे झाले.

“म्हणजे हे पुस्तकच मुळात उपयोगी आहे का, असा प्रश्न मी विचारला होता.”

तिच्याकडे विस्मयाने पाहता पाहता कृष्णाच्या चेहऱ्यावर हसू तरळले.

''ठीक तर मग, आता तुमच्या या प्रश्नाचं कसं उत्तर दिलं आहे ते तुम्हाला सांगतो. हे संकेतपुस्तक स्वत:चाच उल्लेख कढई असा करतंय.''

''हाच अंदाज मीदेखील केला. पण त्याचा काहीच अर्थ कळला नाही, संदेशातल्या इतर ओळींची तर गोष्टच नको.''

''थांबा, थोडा शांतपणे विचार करा. पूर्वीच्या काळात चीनमध्ये संपूर्ण गावाच्या भरणपोषणासाठीचं अन्न एका मोठ्या कढईत शिजवलं जात असे. आताच्या काळात कोणी कढई वापरत नाही ते सोडा. आता या सांकेतिक भाषेतून हे संकेतपुस्तक तुम्हाला सांगत आहे, की पूर्वीच्या काळी लोक त्याचा नेहमी वापर करत असत आणि त्याचे फायदे घेत असत, पण आता मात्र ते फारसं वापरलं जात नाही.''

नॅन्सी मंत्रमुग्ध होऊन ऐकत राहिली. कृष्णा पुढे सांगत होता.

''आता पुढचं मी काय सांगतो ते नीट लक्ष देऊन ऐका. कारण हा संदेशातला अतिशय महत्त्वाचा भाग आहे.''

त्याने पुन्हा एकदा संदेशातल्या पुढच्या ओळी वाचल्या,

या कढईत अजून अन्न शिल्लक आहे,
माझ्या सहकाऱ्यांना माझा मत्सर वाटतो,
पण ते मला अपाय करू शकणार नाहीत.
नशीब चांगले.

नॅन्सीने खांदे उडवत काहीच न कळल्याचे दाखवले. कृष्णा पुढे सांगतच होता.

''हे दैवी संकेताचे पुस्तक सांगते आहे की, त्यात अजूनही अन्न आहे. म्हणजे अजूनही त्यात भरपूर ज्ञान भरलेलं आहे. जगाचं पोषण करेल इतपत त्यात अजूनही तथ्य शिल्लक आहे. मग ते असंही सांगतं की, माझ्या सहकाऱ्यांना माझा मत्सर वाटतो. इथं 'सहकारी' म्हणजे आपण आजकाल ज्या माणसांकडे दैवी संकेत जाणून घेण्यासाठी जातो, म्हणजे डॉक्टर्स, राजकारणी किंवा धर्मगुरू यासारख्या माणसांचा उल्लेख केला आहे. हे आजच्या काळातील तथाकथित दैवी संकेत जाणणारे लोक या मूळ ग्रंथाचा, या आईशिंगमध्ये दडलेल्या ऊर्जेचा मत्सर करतात. परंतु तो व्यर्थ आहे, कारण केवळ आईशिंगमध्येच सत्याचं दर्शन घडवण्याची क्षमता आहे.''

नंतरच्या ओळी अशा आहेत :

पण या कढईची कडी नीट वापरलेली नाही.
तिच्या योग्य काम करण्याला प्रतिबंध होतो आहे.
तितर पक्ष्याची चरबी खाल्लेली नाही.

पाऊस पडला, की खेद वाहून जाईल.
चांगले नशीब परतून येईल.

वाचता वाचता त्याचा मथितार्थ उलगडत गेल्यामुळे कृष्णा मोठ्याने हसला.

"या ओळींचा अर्थ तरी काय आहे, तुला इतकं हसू येतंय ते?"

"हे पुस्तक असं सांगतंय की, आजकाल त्याचा कसा योग्य वापर करायचा ते कुणालाही माहीत नाही आणि त्यामुळे त्यात भरलेलं जे ज्ञानाचं भांडार आहे त्यात खोलवर शोध घेणं कुणाला जमतच नाही. शेवटी ते असं म्हणतं की, जेव्हा हा अनिष्ट काळ सरेल आणि जेव्हा पाऊस पडून गेला असेल तेव्हा लोकांना हे पुस्तक सत्य तेच कथन करत असल्याची जाणीव होईल आणि मग चांगले दिवस परतून येतील."

"हे फारच आश्चर्यकारक आहे! आता जरा त्याचा अर्थ कळतो आहे. पण तरीही हे सगळं कसं घडतं ते कुतूहलच आहे."

कृष्णा गूढपणे हसला.

"पण जपानी सरकारदेखील अडचणीच्या प्रसंगी या पुस्तकाचा सल्ला का घेतं एवढं तरी तुम्हाला नक्कीच कळलं असेल. पूर्वेकडच्या माणसांच्या श्रद्धा, अंधश्रद्धांबद्दल टीकाटिप्पणी करताना आता तरी तुम्ही काळजी घ्यावी आणि या दैवी संकेत पुस्तकाला यापुढे असले भलत्या शंका काढणारे प्रश्न विचारू नका. कारण असल्या फालतू प्रश्नांचा राग आल्यामुळे भलताच उत्पात घडवून आणणारी विपरीत उत्तरेही त्याकडून दिली जातात हे सगळ्यांना माहीत आहे."

कृष्णाने ते पुस्तक आदरपूर्वक मिटले आणि बाजूला ठेवून दिले. पुन्हा एकदा त्याच्या चेहऱ्यावर गंभीर भाव उमटले होते.

"आता त्या पुस्तकाचं कौतुक पुरे. मी तुम्हाला आणखी काही गोष्टी दाखवतो. त्या पाहिल्यावर हरझोग आणि तिबेटविषयी तुम्हाला बरंच काही समजू शकेल."

अकरा

टीव्हीचा पडदा थोडासा थरथरून जिवंत झाला. कृष्णा डीव्हीडी प्लेअरची केबल टीव्हीच्या पाठीमागच्या बाजूला असलेल्या सॉकेटमध्ये जोडण्याची खटपट करत होता. थोड्याच वेळात काहीतरी चित्र पडद्यावर दिसू लागले.

कुठल्यातरी रस्त्यावरचे दृश्य होते ते. रस्त्यावरचा सगळा गोंधळ जसाच्या तसा टिपला होता त्यात. दिल्लीतल्या कुठल्यातरी रस्त्यावरचे असावे ते दृश्य. चित्रीकरण खराब दिसत होते. चित्रीकरण कमीतकमी दहा वर्षांपूर्वी केलेले असावे हे नेहमी बातम्यांचे फुटेज पाहून पाहून सवय झालेल्या तिच्या नजरेने टिपले. कॅमेरामन बहुतांशी भिक्षूंचा भरणा असलेल्या आणि काही सर्वसामान्य तिबेटी माणसांच्या गर्दीचे चित्रीकरण करत होता. ते लोक रस्त्यात निदर्शने करत होते. पार्श्वभागी एक ठरावीक घडणीची व्हिक्टोरियन काळातील बांधकाम असलेली, पाहताक्षणी सरकारी कार्यालये असावीत असे जाणवणारी दिल्लीतील कोणतीतरी इमारत दिसत होती. हत्यारबंद भारतीय पोलिसांनी त्या इमारतीच्या बंद गेटपाशी संरक्षक कडे केलेले दिसत होते. पोलिसांच्या चेहऱ्यावर परिस्थितीचा तणाव स्पष्ट दिसत होता. ते गर्दीकडे दक्षपणे पाहत होते.

निदर्शक मोठ्या आवेशात निदर्शने करत होते. त्यांच्या वळलेल्या मुठी वारंवार उंचावून आणि हातातील फलक गेटच्या दिशेने जोरदारपणे नाचवत ते घोषणा देत होते. फलकांवरील काही घोषणा तिबेटी भाषेत, काही हिंदीत, तर काही इंग्रजीत लिहिलेल्या होत्या. 'तिबेट मुक्त करा', 'साऱ्या जगाने साहाय्य केलेच पाहिजे.' याच सुमाराला कॅमेरामनने आवाजाचे रेकॉर्डिंग सुरू केले असावे, कारण टेलिव्हिजनवरील चित्रांमधून एकदम मोठ्या आवाजात तिथला गोंधळ कानावर आदळू लागला. माणसं ओरडत, किंचाळत होती. त्यातच पोलिसांच्या गाड्यांचे सायरन ऐकू येत होते आणि करड्या सुरात हिंदीतून दिलेल्या पोलिसांच्या आज्ञादेखील ऐकू येत

होत्या.

इतक्यात नॅन्सीला एक वेगळा आवाज ऐकू आला. कुणीतरी उत्तेजित सुरात मोठमोठ्याने बोलत होते आणि ते कॅमेऱ्याच्या अगदी जवळूनच बोलल्यासारखे इतर गोंगाटावर मात करत ऐकू येत होते. समोर दिसणारी चित्रे आणि एकंदर परिस्थितीतून निर्माण होणाऱ्या गोंगाटामुळे तिला जरा वेळ लागला. तरी काही वेळाने तो हरझोगचाच आवाज असल्याची तिची खात्री पटली. त्याचे शब्दोच्चार अगदी वैशिष्ट्यपूर्ण होते. अमेरिकन असले तरी त्यात थोडी स्पॅनिश आणि जर्मन उच्चारांची झाक होती. त्यामुळे त्याचे बोलणे युरोपातील एखाद्या उच्चकुलीन व्यक्तीने इंग्रजीत बोलावे तसे वाटत होते.

"... मी आता त्या गेटजवळ जात आहे आणि तेथून गर्दीचे चित्रीकरण करणार आहे... उपोषण करणाऱ्या आंदोलकांना पोलीस मारत आहेत..."

कॅमेऱ्याने हेलकावे खात केलेल्या त्या चित्रणाकडे नॅन्सी पाहत राहिली. आवेशात पुढेमागे होत असलेल्या आंदोलकांच्या लोंढ्याने होणारी धक्काबुक्की हरझोगला किती सोसावी लागत होती ते समजतच होते आणि तरीही तो गेटज़वळ पोहोचला होता असे दिसत होते, कारण कॅमेरा स्थिर झाला. मग तो मागे वळला. इतका वेळ हलत हलत होणारे चित्रीकरण आता स्थिर होत होते आणि आता तिला गर्दीतले काही चेहरे नीट निरखून पाहता येण्याइतके स्पष्ट दिसू लागले होते. ती सगळी माणसं किती दु:खी, मानसिक यातना भोगत होती आणि शारीरिक वेदनांबरोबरच नैराश्याची पुन:पुन्हा उचंबळून येणारी भावना दडपण्याचा किती अयशस्वी प्रयत्न करत होती ते चित्रीकरणातून दिसणाऱ्या त्यांच्या चेहऱ्यांवर स्पष्ट दिसत होते. त्यांचे भावनाप्रक्षोभित चेहरे जास्त वेळ पाहणे तिला अशक्य होते. सहवेदनेने तिच्या डोळ्यांतून अनायासेच अश्रू ढळू लागले. तातडीने तिचे लक्ष वेधण्यासाठी पुढे वाकत टीव्हीच्या पडद्यावर बोट टेकवून कृष्णा तिला काहीतरी दाखवू लागला.

"या माणसाकडं लक्ष द्या." तो म्हणाला.

नॅन्सी लक्षपूर्वक पाहू लागली. गर्दीतल्या एका माणसाकडे कृष्णा बोट दाखवत होता. गोरेगुलाबी गाल आणि गोल चेहऱ्यामुळे तो तिबेटी माणूस आहे हे तर स्पष्टच होते. त्याने जीनची पँट आणि टी शर्ट घातला होता. तो साधारण चाळीस-पंचेचाळीस वर्षांचा असावा, असे तिला वाटले. आत्यंतिक मानसिक ताणामुळे त्याचा चेहरा विरूप दिसत होता. त्या गर्दीत भरकटल्यासारखे चालणाऱ्या त्या माणसाकडे ती लक्षपूर्वक पाहत राहिली. मनात घोंगावणाऱ्या विचारांच्या ताणाने त्याचा चेहरा अचानक आक्रसल्यासारखा दिसला आणि मग तो माणूस आपली छाती बडवून घेऊ लागला. त्याच्या डोळ्यांतून घळाघळा अश्रू वाहत होते. पडद्यावरच्या चित्राच्या परीघात मूक रुदन करणारा तो माणूस अचानक चित्राच्या

चौकटीबाहेर गेला. हे असं अचानक काय घडलं, हा माणूस कोण आणि तो कुठं गेला असं कृष्णाला विचारण्यासाठी नॅन्सी वळली, पण कृष्णाने हातानेच इशारा करत तिला थांबवले. त्याचे डोळे अजूनही पडद्यावरच खिळलेले होते. एकदोन क्षणातच तो माणूस पुन्हा दिसू लागला. या वेळी तो संपूर्ण भिजलेला दिसत होता. तो भिजला कसा? म्हणजे आंदोलकांची गर्दी नियंत्रणात आणण्यासाठी पोलीस पाण्याचा फवारा मारत होते की काय?

प्रार्थना म्हणत असल्यासारखा तो स्वत:शीच काहीतरी पुटपुटताना दिसत होता. त्याच्या आजूबाजूची गर्दी पांगू लागली. मग मागे वळून त्याच्याकडं पाहत पाहत लोक त्याच्यापासून दूर पळू लागले. तो दु:खविदीर्ण चेहऱ्याचा माणूस रस्त्यावरच पद्मासन घालून बसला. कॅमेरामनने त्या माणसाच्या दिशेने चालायला सुरुवात केली. इतर माणसं त्या माणसापासून दूर पळत होती. पण कॅमेरामन मात्र त्या माणसाच्या दिशेने चालत होता.

आणि मग ते अघटित घडले. त्या माणसाने एक काडेपेटी घेतली. अगदी छातीजवळ धरत त्या माणसाने काडी पेटवली आणि क्षणार्धात टीव्हीचा संपूर्ण पडदा लालपांढऱ्या ज्वालांनी भरून गेला. एक क्षणभर पडदा पूर्णपणे पांढरा, ज्वालांच्या तीव्र प्रकाशाने पांढरा झाला आणि मग सर्व बाजूंनी ज्वालांमध्ये लपेटला गेलेला तो माणूस पुन्हा दिसू लागला. त्या माणसाने स्वत:ला जाळून घेतले होते. मघाशी जे पाणी वाटले ते पेट्रोल होते तर!

एखादा गवत भरलेला बाहुला जळावा तसा तो जळत होता. सर्व बाजूंनी वेढलेल्या आगीची एक अखंड ज्वाला तयार झाली होती. हरझोगच्या हातातला कॅमेरा खाली पडला असावा. त्याचे ओरडणे मात्र ऐकू येत होते.

'अरे बापरे! अरे, धावा, धावा! मदत करा. कुणीतरी मदत करा, थांबवा, वाचवा त्याला...''

आणि मग पडदा काळाठिक्कर झाला. कृष्णाने टीव्ही बंद केला. उठून उभा राहत त्याने आपल्या डोळ्यांच्या कडांना जमलेले अश्रू टिपले.

''मला क्षमा करा. फार हादरवून टाकणारं दृश्य होतं ते. पण तुम्ही ते पाहणं आवश्यकच होतं. हरझोग आणि तिबेट तुम्हाला समजायला हवं असेल तर हाच एक मार्ग आहे. सत्य किती धक्कादायक असतं ते लोकांना धक्का देऊनच पटवावं लागतं.''

नुकत्याच पाहिलेल्या दृश्याच्या धक्क्यातून न सावरलेली नॅन्सी अजूनही टीव्हीच्या निर्जीव पडद्याकडेच पाहत होती.

''तो माणूस मेला का?'' प्रश्न विचारतानाच आपण किती मूर्खपणाचा प्रश्न विचारत आहोत असे तिला वाटले.

"गुर्मे दोर्जी? तो चित्रीकरणात दिसलेला माणूस? तो तर मेलाच. लोकांनी पाणी ओतलं, पण तोवर उशीर झाला होता. हॉस्पिटलमध्ये नेल्यावर काही दिवस तो जिवंत होता. दलाई लामा त्याला हॉस्पिटलमध्ये जाऊन भेटले आणि चिनी लोकांकडे दयाबुद्धीनं पाहावं अशी त्याला विनंती केली. त्यांच्या भेटीनं त्याला खूप आनंद झाला. प्राण सोडले तेव्हा तो अतिशय आनंदात होता."

काही काळ दोघेही न बोलता शांत राहिले, मग कृष्णाने पुन्हा बोलायला सुरुवात केली.

"तिबेटच्या पश्चिम भागातला एक सर्वसामान्य माणूस होता तो. तिथल्या डोंगराळ भागातल्या खिंडी पार करून अनेक वर्षांपूर्वी केवळ एक तिबेटी माणूस म्हणून मानाने जगता यावे आणि तेसुद्धा त्याच्या मनात ज्यांच्याबद्दल अपरंपार प्रेम आणि आदर आहे अशा दलाई लामांच्या सान्निध्यात जगता यावे म्हणून तो भारतात आला. दलाई लामा राहतात त्याच मॅक्लोड गंज गावात तो राहत असे. एरवी तो अगदी मृदू स्वभावाचा आणि हसतमुख माणूस होता."

"भिक्षू होता का तो?"

"नाही. अगदी सर्वसामान्य माणूस होता तो. पशुपालन करून आयुष्याची सुरुवात करणाऱ्या या माणसाने काही काळ सैन्यातही नोकरी केली. मग तो भारतात आला. दलाई लामा राहतात त्या बंगल्याच्या रस्त्यावरच एका डोंगरउतारावरील पत्र्याच्या शेडमध्ये तो राहत असे. आदरणीय दलाई लामांच्या सान्निध्यात राहून इतर तिबेटी लोकांबरोबर धार्मिकपणे जीवन व्यतीत करावे, इतकीच माफक इच्छा त्याने बाळगली होती. जेव्हा उपवास, अनुष्ठाने करत नसेल किंवा डोंगरदऱ्यात फिरायला गेला नसेल, तेव्हा तो तिथल्याच एका हॉटेलमध्ये आचारी किंवा वेटरची कामे करत असे."

"मग तो दिल्लीत कसा पोहोचला?"

"१९८९ मधल्या घटना त्याला कारणीभूत ठरल्या. ल्हासावर झालेल्या अमानुष अत्याचारांचे वर्ष होते ते. असंख्य माणसांचा प्रचंड छळ केला गेला आणि माणसं ठार मारली गेली. अनेक मठ आणि धर्मपीठे नामशेष करण्यात आली. तिबेटी लोकांना काय यातना सहन कराव्या लागल्या असतील त्याची तुम्हाला कल्पनासुद्धा करता येणार नाही. चिनी लोकांनी तिबेटी लोकांचा आत्माच नष्ट करण्याचा चंग बांधला असावा असे वाटत होते. गुर्मे त्याच्याविरुद्धच आवाज उठविण्यासाठी दिल्लीला आला. तो इतका अस्वस्थ होता की, आपण काय करावे हे त्याला सुचत नव्हते. अनेक तिबेटी लोक उपोषणाला बसले होते. काहींनी रस्त्यातच ठिय्या आंदोलन सुरू केले होते. त्यांना हटवण्यासाठी लष्कराला पाचारण करण्यात आले. चीनच्या तक्रारींच्या भडिमारापुढे भारताने नमते घेतले

होते. जगातल्या कोणत्याही देशाने याबाबतीत इतकं काहीही केलं नाही. पूर्वी १९५९ मध्येही जेव्हा चिन्यांनी चार हजार मठ उद्ध्वस्त केले, लामांची डोकी फोडली आणि दलाई लामांना भारतात पळून जायला भाग पाडलं तेव्हाही कुणीच काहीही केलं नव्हतं. अमेरिकन, ब्रिटिश आणि फ्रेंचसुद्धा फक्त बघ्याची भूमिका घेऊन स्वस्थ बसले. मानवाच्या इतिहासातील तो अगदी लाजिरवाणा काळ होता.''

नॅन्सीने जड नि:श्वास टाकला. हे सर्व वृत्तपत्रांतून तिने वाचले होते. खरोखरच जगाच्या इतिहासातील एक अगदी दु:खद दिवस होता तो. पण महासत्ताक म्हणावेत असे देश तरी काय करू शकत होते? चीनच्या दृष्टीने तिबेट हा त्यांचाच एक स्वायत्त प्रदेश होता. चीनला तिबेटमध्ये जे काही करायचे आहे ते करण्याची मोकळीक दिली तर संयुक्त राष्ट्र संघामध्ये चीन आपल्या व्हेटो अधिकाराचा प्रयोग कधीही करणार नाही, असे चीनच्या सरकारने स्पष्ट केले होते. पण हा अगदीच अव्यापारेषू व्यापार होता. त्यामुळे त्या काळातल्या जगातल्या सगळ्या महासत्ता तिबेटबद्दल काहीच न करता हातावर हात ठेवून गप्प बसल्या होत्या; कारण यापेक्षाही काही महत्त्वाच्या वाटणाऱ्या गोष्टींबाबत त्यांना चीनचे सहकार्य हवं होते. अग्रक्रमाच्या यादीत तिबेटचा नंबर अगदी खाली कुठंतरी होता.

कृष्णाकडे पाहत नॅन्सी म्हणाली, ''अन्तोन या प्रसंगाचे चित्रीकरण का करत होते?''

सवयीनेच कृष्णाने हरझोगच्या खुर्चीकडे पाहिले.

''तशी त्यांना तिबेटबद्दल विशेष आस्था होतीच, पण या प्रसंगानंतर त्यांच्यात आमूलाग्र बदल झाला. त्या दिवसापर्यंत ते तसे स्वच्छंदीपणे जगणारे होते. म्हणजे ते उत्तम पत्रकार होते यात वाद नाही आणि तेव्हाही त्यांचा वाचनाचा झपाटा अफाट होता. पण त्या प्रसंगानंतर मात्र ते पूर्ण बदलले.''

''एवढा काय बदल झाला त्यांच्यात?''

''बदल म्हणजे त्या प्रसंगानंतर गुर्मे दोर्जीच्या अंत्यसंस्काराच्या वेळी ते मॅक्लोड गंजला गेले. त्याबद्दल मी फक्त एकदाच त्यांच्याशी बोलू शकलो. इतर वेळी माझे प्रश्न त्यांनी धुडकावले. याबाबतीत ते एका कोशातच असल्यासारखे होते. पण फक्त एकदाच जेव्हा ते माझ्याशी या विषयावर बोलले, तेव्हा ते म्हणाले होते की, देशांतर करावे लागलेल्या तिबेटी लोकांच्या गर्दीबरोबर अंत्यसंस्काराला हजर राहिल्यानंतर ते विमनस्क अवस्थेत चालू लागले. आपण कुठं चाललो आहोत याचं काहीच भान नसलेले अन्तोन चालता चालता अवचितपणे एका शांत भागातल्या पत्र्याच्या शेडसमोर येऊन उभे राहिले. जवळच बसलेल्या एका म्हाताऱ्या माणसानं ते गुर्मे दोर्जीचंच घर असल्याचं सांगितलं. अन्तोन त्याला म्हणाले की, ते त्यांना माहीतच आहे, पण ते कसल्यातरी ओढीनं नकळत तिथवर चालत आले

आहेत. काही फार मोठी नव्हती ती झोपडी, जेमतेम सहा फूट रुंद आणि आठ फूट लांब अशी झोपडी होती ती आणि डोक्याला पन्हळीच्या छताचा पत्रा लागू नये म्हणून त्यांना अगदी वाकूनच दारातून आत जावं लागलं होतं. झोपडीबाहेरची बाग छान निगा राखलेली होती, बागेत लाल, पिवळ्या आणि सुंदर पांढऱ्या, जांभळ्या फुलांचे ताटवे भरले होते आणि कुंपणात एका झुडपालाच गुर्मे दोर्जीनं – स्वातंत्र्याचं प्रतीक असलेल्या पक्ष्याचा आकार दिला होता.

''झोपडीच्या आतल्या भागात अत्यंत पवित्र जागा असावी तशी निगराणी राखलेले अनेक कोनाडे होते. त्यांच्यावर तीन तिबेटी ध्वज आणि आत आदरणीय दलाई लामांची प्रतिमा ठेवलेली होती. तिथं असलेल्या पलंगावर व्यवस्थित घडी केलेले आणि छान इस्त्री केलेले दोन शर्ट होते. याव्यतिरिक्त त्या झोपडीमध्ये फारसे काही नव्हतेच. ती झोपडी आणि ज्या पद्धतीने गुर्मे राहत होता ती जीवनपद्धती, त्याच्यामागचा विचार आणि प्रवृत्तीचा जेव्हा साक्षात्कार झाला त्या क्षणापासून अन्तोन बदलले असे त्यांनीच सांगितले. अन्तोन कुशाग्र बुद्धीचे, अभ्यासू होते आणि त्यांनी चहाबाज माणसं आणि जुन्या काळातल्या त्या 'स्वैच्छिक गरिबी'त राहणाऱ्या कविमनाच्या लोकांबद्दल वाचले होते, पण ती झोपडी बघेपर्यंत त्या सगळ्याचा खरा अर्थच त्यांना कळला नव्हता. गुर्मे दोर्जी काही लामा नव्हता, तो धर्मकृत्यात रमलेला भिक्षूदेखील नव्हता किंवा त्यासारखा कुणीच नव्हता बरं का!''

''काहीही असलं तरी मॅक्लोड गंजला गेल्यानंतर अन्तोनमध्ये मोठा बदल झाला हे निश्चित! तिबेटनं त्यांच्या मनाचा ठाव घेतला आणि हे फक्त राजकीय विचारांच्या प्रभावानं घडत नव्हतं. किंबहुना त्यापेक्षाही खूप खोलवर काहीतरी परिणाम करणारं घडलं होतं. संध्याकाळी नेहमी एकटा जीव रमवण्यासाठी बाहेर पडणारे अन्तोन बाहेर पडेनासे झाले. इतर वेळीही अधिक गंभीरपणे वावरू लागले. म्हणजे ते आपलं काम नेहमीच गांभीर्यानं करत असत, पण त्यांचं तिरकस बोलणं, गंभीर गोष्टींनाही क्षुद्र मानण्याचा अवखळपणा, हे सगळं लुप्त झालं.''

''आताच जे पाहिलं त्यानंतर त्याचं मला इतकं आश्चर्य वाटत नाही.''

''मग ते सगळा वेळ कामातच व्यग्र राहू लागले.''

''कसल्या कामात? कारण पत्रकारिता किंवा बातमीदाराचं काम तसं मर्यादितच असतं. घडणाऱ्या घटनांची माहिती कळवण्याइतपतच त्याचं काम सीमित असतं.''

''संध्याकाळच्या वेळात ते त्यांच्या वैयक्तिक कामात व्यग्र राहू लागले. तिबेटबद्दल जिथं कुठं आणि जितकी काही माहिती मिळेल ती सर्व जुनी-नवी पुस्तकं वाचण्याचा, अभ्यासण्याचा आणि संग्रही ठेवण्याचा सपाटा त्यांनी लावला. त्यातून त्यांची स्वत:ची अशी विचारधारणा तयार झाली. ते रात्री एक ते दोन वाजेपर्यंत जागत आणि मोझार्ट आणि बाशचे संगीत ऐकता ऐकता काम करत असत आणि मग इथंच ऑफिसातल्या सोफ्यावर झोपी जात असत. मी सकाळी

येत असे किंवा लक्ष्मी येत असे तेव्हा ते पुन्हा आपल्या टेबलावर कामात व्यग्र असलेले आम्हाला दिसत.''

''पण ते एवढं काम तरी कसलं करत होते?''

''अनेक गोष्टी. बहुतेक तिबेट आणि भारतासंदर्भातीलच! खात्रीनं असं मला काहीच सांगता येणार नाही, कारण ते माझ्याशी त्याबद्दल कधीच काही बोलत नसत.'' खांदे उडवत कृष्णा म्हणाला, ''ते त्यांचं सर्व काम स्वत:च करत असत. ते माझे साहेब होते, त्यामुळे मी त्यांना काही विचारणं वावगं ठरलं असतं आणि ते स्वत:हून काही सांगत नसत.''

कृष्णा इतका वेळ जे काही सांगत होता ते ऐकता ऐकता अन्तोन खरोखरच कसल्या गैरव्यवहारात गुंतले नव्हते ना, अशी शंका नॅन्सीला पोलिसांच्या प्रश्नांच्या सरबत्तीला तोंड देण्याच्या वेळेपासून आता प्रथमच वाटू लागली. ही सगळी पार्श्वभूमी ऐकल्यानंतर तर हरझोग अशा हेरगिरीसारख्या कामासाठी अगदी योग्य व्यक्ती असावी, असेच वाटू लागले. क्षणभर तिला स्वत:च्याच जिवाची प्रचंड भीती वाटली. कदाचित या सगळ्या भानगडीत डॅन फिशरही गुंतला असावा असाही एक विचार तिच्या मनात चमकून गेला.

''कृष्णा, अन्तोन हेरगिरीचे काम करत असावेत असे तुला वाटते का? त्यांची कुशाग्र बुद्धी आणि त्यांच्या मनाचा कल माहीत झालेल्या कुठल्यातरी संस्थेनं त्यांना या कामात गुंतवलं असेल का?''

कृष्णा वेड्यासारखा हसत सुटला.

''ही अगदी अशक्य गोष्ट आहे. तिबेटबद्दल काहीही न केल्याबद्दल अमेरिकन सरकारबद्दल त्यांच्या मनात प्रचंड नाराजी होती आणि एकंदरीतच राजकारणी लोकांविषयी ते ज्या कडवटपणानं बोलत असत ते तुम्ही ऐकायलाच पाहिजे होतं. सगळ्या जगाने आपल्या भल्यासाठी तिबेटी लोकांना चिन्यांच्या हाती विकून टाकलं आहे असं त्यांचं मत होतं आणि याबाबतीत प्रत्येक जण – अमेरिकन, ब्रिटिश, फ्रेंच, जर्मन, इटालियन, अगदी भारतीयसुद्धा तितकेच जबाबदार होते. १९५९ मध्ये नामशेष झालेली तिबेटी संस्कृती ही बहुधा जगातील पहिली शांततेनं कारभार करणारी शासनव्यवस्था होती. अशा आदर्श शासनव्यवस्थेला शेजारच्याच लष्करी दंडेलशाहीच्या राजवटीच्या पायाखाली तुडवलं जाऊ देण्याबद्दल सगळं जगच दोषी होतं... असल्या नादान जगाच्या असण्याला काहीच अर्थ नव्हता.''

नॅन्सी विचारात बुडाली. कृष्णा म्हणत होता त्यात तथ्य होते. कुणासाठी असले काही काम करावे असे हरझोगला पटले तरी असते का? तिबेटच्या दु:खाला जगातील यच्चयावत सगळी सरकारे सारखीच जबाबदार आहेत असेच त्याचे मत असते. पण मग तो इतकी वर्षं जे काम करण्यात इतका मग्न होता ते काम तरी कसले होते? आणि आतादेखील तिबेटमध्ये जाऊन तो काय करत होता?

बारा

त्या निबिड अरण्यातून जादूगारांच्या गुहेपर्यंत जायला वाट अशी नव्हतीच. होतं फक्त असंख्य आणि विचित्र प्रकारच्या सजीवांनी आणि त्यांच्या कोलाहलाने भरलेलं अंथांग, घनदाट जंगल!

वाटेत आडव्या येणाऱ्या फांद्या आणि अडथळे, हातातल्या झाडाच्या एका फांदीने दूर करत सगळे चालले होते. झाडांच्या पडलेल्या फांद्यांच्या गचपणीतून जंगलातून नेहमी चालण्याने आलेल्या शिस्तीने झटपट वाट काढत त्या दाट जंगलातून उपमठाधिपती सगळ्यांच्या पुढे होते. त्यांना रस्ता माहीत होता. पावसामुळे पूर्ण भिजलेल्या अवस्थेत जंगलातून वाट काढत ते भिक्षू निघाले होते. झाडांच्या फांद्यांमधून अनेक रंगीबेरंगी पक्षी इकडून तिकडं उडत होते. मुसळधार पावसात झाडांच्या फांद्या आणि मोठमोठाल्या घेराचे बुंधे यामधून सावकाश, सावधपणे मार्ग काढत ते भिक्षू त्या प्राचीन जंगलातून चालत होते.

अधूनगधून एखादा भिक्षू चालता चालता थांबून पिमाको परिसरात सर्रास आढळणाऱ्या एका विशिष्ट प्रकारच्या झाडावरून जवळ आलेल्या पसरट पानाचे टोक आपल्या तोंडाकडे वळवून त्यावरून ओघळत आलेल्या पावसाच्या पाण्याने आपली तहान भागवी. कपाळ आणि भुवयांवरून ओघळणारे पाणी हाताने निपटून काढत खाली मान घालून पुन्हा त्या जंगलातल्या चढावावरून चालायला लागे.

थोड्या थोड्या वेळाने उपमठाधिपती थांबून मागे वळून पाहत आणि आपल्या मागोमाग झाडांमधून वाट काढत चालत येत असलेल्या भिक्षूंच्या रांगेचा अंदाज घेत. या सगळ्या मिरवणुकीच्या मधोमध एका स्ट्रेचरवर बांधून त्या अपरिचिताला घेऊन चार भिक्षू चालत होते. प्रत्येक वेळी त्या विचित्र माणसाकडे पाहताना त्यांच्या मनात धडकी भरत होती. एक प्रश्न त्यांना सारखा

भेडसावत होता, हा माणूस खरोखरच शांग्री-ला पर्यंत पोहोचला असेल का? त्यांना स्वत:ला ते अशक्य आहे असेच वाटत होते. त्यांच्या दृष्टीने शांग्री-ला म्हणजे जिथे जाऊन तिथं काय आहे ते सांगण्यासाठी जिवंतपणी परत येणारा माणूसच आजवर सापडलेला नाही असा मृत्यूप्रदेश होता. हा माणूस नक्कीच दिशा चुकल्यामुळे भटकला असणार. दुसरीकडेच कुठेतरी गेला असणार. जिथे गेल्यानंतर आणि तिथल्या अनुभवानंतर माणूस आपले स्वत्वच विसरून जाईल, असे आणखी कितीतरी भाग त्या डोंगरदऱ्यांमध्ये दडलेले होते. या आणि अशा विचारांनी ते स्वत:चीच समजूत घालण्याचा प्रयत्न करत होते, पण तरीही तो प्रश्न त्यांचा पिच्छा सोडत नव्हता.

अनामिक भीतीच्या दडपणामुळे ते भिक्षूंना सतत चालण्याचा वेग वाढवण्याचा आग्रह करत होते. हा अपरिचित म्हणजे एक मूर्तिमंत अपशकुन होता, त्याच्या येण्याने सर्वनाशच ओढवला होता. त्या अपरिचिताला प्रश्नांचा भडिमार करून भंडावून सोडण्याची आणि तो नक्की कोण आहे याची शहानिशा करण्याची अनिवार इच्छा त्यांना होत होती, पण सध्यातरी ते शक्य नव्हते.

त्यांच्या मागावर असणारे सैनिक झपाट्याने येऊन त्यांना गाठण्याची शक्यता होती. खरं म्हणजे तसेच होण्याची खात्री होती. आपण आहोत तिथून कधीच निघून गेलो आहोत अशी उपमठाधिपतींनी कल्पना केली. म्हणजे नेहमीची परिस्थिती असती तर त्यांच्यासाठी ते फायद्याचे ठरले असते. जंगलाच्या इत्थंभूत माहितीमुळे त्या अदमासाने चालणाऱ्या सैनिकांपेक्षा कितीतरी वेगाने त्यांनी अंतर कापले असते. पण ते स्ट्रेचर आणि त्यावरच्या ओझ्यामुळे त्यांना सावकाश चालावे लागत होते. नेहमीच्या गतीच्या तुलनेत अगदीच सावकाशपणे चालावे लागत होते.

याशिवाय आणखीही एका संकटाचा विचार करायचे धाडस होत नव्हते, अशा एका धोक्याचा विचार त्यांच्या मनाच्या एका कोपऱ्यात दबा धरून होता. त्यांचे डोळे समोर पसरलेल्या जंगलाचे बारकाईने निरीक्षण करत होते. माकडांच्या किचकिचाटापलीकडे आणि असंख्य जंगली किड्यांच्या किरकिरीपलीकडे आणखी भयंकर काहीतरी हलत होते, जागे होत होते. त्या वृद्ध उपमठाधिपतींनी मनातल्या मनात प्रार्थना म्हणायला सुरुवात केली.

तेरा

ट्रिब्यूनच्या वेबसाईटवर सापडलेली हरझोगची माहिती नॅन्सी वाचत होती.

"हे फार विलक्षण आहे," ती म्हणाली, तेव्हा कृष्णा तिच्याकडे पाहू लागला. "ही माहिती वाचताना असं दिसतंय, की दलाई लामा आणि मॅक्लोड गंजवर एक लेखसत्र केल्याबद्दल उत्तम पत्रकारितेसाठीचे पुलित्झर पारितोषिक मिळाल्यावर लंडन आणि टोकियोमध्ये काम करण्याच्या प्रस्तावासह त्याने एकूण नऊ बढतीचे प्रस्ताव नाकारले."

तिने कृष्णाकडे पाहिले. म्हणाली, "आपले काम तो मनापासून करत असे ते मला माहीत आहे, पण या इतक्या मोठ्या संधींकडे त्यानं पाठ फिरवावी हे विलक्षणच आहे. कुठंही जाण्यात त्याला अडथळा ठरू शकलं असतं असं कुटुंबकबिल्याचं लटांबरही त्याच्यामागे नव्हतं."

विचार करून करून तिच्या कपाळावर आठ्यांचे जाळे पसरले होते. स्वत:शीच पुटपुटल्यासारखे बोलत तिने तिच्या मनात उमटलेला प्रश्न उच्चारला, "मग त्यानं असं करायचं कारण तरी काय होतं?"

खांदे उडवत कृष्णा हसला.

"या प्रश्नाच्या उत्तरासाठी मी खरं तर योग्य माणूस नाही. कारण मीदेखील काही बढत्या नाकारल्या आहेत. त्यांना दिल्लीत राहणं पसंत असेल. तिबेटच्या जितकं जवळ राहता येईल तितकं बरं असं वाटत असेल. म्हणजे मला निश्चित असं काहीच सांगता येत नाही. पण..."

नॅन्सीने हरझोगची माहिती पुन्हा एकदा झरझर वाचली. एका माणसाचे सारे आयुष्य त्याने आपल्या कारकिर्दीत साधलेल्या विविध यशांच्या आकडेवारीत बंदिस्त झाले होते. ट्रिब्यूनच्या शिस्तीने राखलेल्या चोख संदर्भांपलीकडे त्यातून काही कळत होते का?

"या माहितीमधून कसल्याच गोष्टींचं स्पष्टीकरण मिळत नाही. म्हणजे आपल्या कार्यानुभवात त्यानं 'गुप्तहेर' असं लिहिलेलं असावं अशी माझी अपेक्षा नाही, पण या वैयक्तिक माहितीतून आता तो कुठं आणि काय करत असेल त्याबद्दल काहीच संदर्भ लावता येत नाही. त्याच्या तिबेटमध्ये निव्वळ असण्या-नसण्यावरून भारतीय आणि चिनी, दोन्ही भागांत खळबळ माजली असावी, त्याला निश्चितच तसेच काही कारण असले पाहिजे. रजेची रीतसर परवानगी न घेताच कामावर गैरहजर असलेला माणूस असेच त्याच्याबद्दल म्हणावे लागेल."

कृष्णा हलकेच खुर्चीत मागे रेलून बसला.

"मला असं वाटतं की, बहुधा ते अनवधानानं कुठल्यातरी लष्करी तळाजवळ पोहोचले असावेत. तसे झाल्यास भडक माथ्याचे चिनी लष्करातले सैनिक काहीही करू शकतात."

"हे इतकं साधं सोपं असेल असं वाटत नाही. म्हणजे मला माहीत आहे, की तुम्ही अनवधानानं जरी चीनसारख्या देशात त्यांचा विमानतळ किंवा कसलाही फोटो काढायला लागलात तर ते वेड्यासारखे तुमच्या मागे लागतात आणि तुमचा प्रयत्न हाणून पाडतात, पण हे त्यापेक्षाही काहीतरी गंभीर प्रकरण आहे. आज सकाळपासून मला जे अनुभव आले त्यानंतर माझी अशी खात्री झाली आहे, की भारतीयांना तो कसल्यातरी भानगडीत गुंतला आहे असं वाटत आहे. तसेच तो तिबेटच्या पिमाको भागातून कुठंतरी पळून चालला आहे आणि चिनी लोक त्याचा पाठलाग करत आहेत असंही त्यांचं मत आहे. हे सगळं एखाद्या लष्करी तळाचा फोटो काढण्यासाठी पकडले जाणे आणि त्या देशातून हाकलून दिले जाण्यापेक्षा निश्चितच वेगळं आहे, नाही का?"

शांतपणे मान हलवत कृष्णा म्हणाला, "हो, तेही खरंच आहे म्हणा."

थोडा वेळ शांतपणे विचार केल्यानंतर आपल्याच विचारात पूर्ण गढून गेलेल्या कृष्णाकडे बघत नॅन्सीने विचारले, "आपल्या नेहमीच्या ठरावीक पद्धतीने माहिती मिळवण्याचे प्रयत्न तू केलेच असशील ना?"

"हो, केले ना, पण फारसं महत्त्वाचं असं काही हाती लागलं नाही." तिची रोखलेली नजर चुकवत कृष्णा म्हणाला.

तिने सांगितलेले काम करण्याबाबत त्याच्या मनात जी घालमेल चालली होती ती त्याच्या चेहऱ्यावर स्पष्ट दिसत होती. तो नजर झुकवून समोरच्या टेबलाकडेच पाहत बोलत होता. "आपल्याच सहकाऱ्याबाबत अशा प्रकारे चौकशी, तपास करायचा म्हणजे मला तरी जरा विचित्रच वाटतंय."

"कृष्णा, अन्तोनबद्दल असे प्रश्न विचारून तुला त्रास दिल्याबद्दल माफ कर. माझी खात्री आहे की, डॅन फिशरनं मला कोणत्याही बाबतीत प्रोत्साहन देऊ

नकोस अशीच सूचना तुला केली असेल आणि हे विचित्र वाटतंय असं तू म्हणतोयस तेही मला पटतंय. पण तरीही आपण जे काही करतो आहोत ते योग्यच आहे असं मला निश्चितच वाटतं. आपला उद्देश त्याला मदत करण्याचाच आहे. पोलीस स्टेशनमधील अनुभवानंतर तर तो खरोखरच संकटात आहे असं मला वाटतंय आणि साध्या शब्दात सांगायचं तर आपले मुख्य कार्यालयातील लोक त्याला मदत करण्याचा फारसा प्रयत्न करत आहेत असं दिसत नाही. आपण काहीतरी करायलाच हवं आहे, कारण दुसरं कोणीच करणार नाहीये.''

थोडा वेळ दोघेही विचार करत राहिले. अन्तोन हरझोगच्या नाहीसे होण्याचे रहस्य उलगडण्यात आपल्याला काही उलगडा होतोय असं नॅन्सीला अजिबात वाटत नव्हतं. ती उठून उभी राहिली, पण अचानक तिला प्रचंड थकल्यासारखे वाटू लागलं. अनावर असा जेटलॅग मोठ्या लाटेसारखा अंगावर येतोय असे तिला वाटू लागले. टेबलावर तिने नुसते डोके टेकले जरी असते तरी तिला तत्काळ झोप लागली असती.

पण तरीही तिला अपार्टमेंटकडे परतायचं नव्हतं. खरं म्हणजे त्या अपार्टमेंटमध्ये जायची तिला अजिबातच इच्छा नव्हती. पोलीस जर पुन्हा तिथं आले आणि पुन्हा त्यांनी आपल्याला पकडून नेलं तर? कदाचित या वेळी ते आपल्याला सरळ एखाद्या कोठडीत ढकलून देतील आणि आपल्याला तिथं डांबलंय हे विसरूनही जातील. भल्या पहाटे चार वाजता दरवाजा ठोठावून येणे, जबरदस्तीने एखाद्याला पोलीस चौकीत घेऊन जाणे या सगळ्या गोष्टी करण्याने माणसांवर वचक ठेवणे पोलिसांना किती सोयीचे होते याची तिला आता प्रकर्षाने जाणीव होत होती. ही भीती मनात कुठंतरी दबा धरून बसलेली असताना त्या दडपणाखाली दिवसादेखील वावरणे आणि आपले घर म्हणजे सुरक्षितपणे झोपायची जागा नसून तिथं झोपी जाण्याचीही भीती वाटणे हे अगदी असह्य दडपण होते. डॅन फिशरला फोन करून आपले वृत्तपत्र आपल्या संरक्षणाची काळजी घेईल याची खात्री करून घ्यावी असे तिला वाटत होते, पण आपले विचार त्याला उघड करून सांगावे असे मात्र तिला वाटत नव्हते.

प्रवासाचा शीण, सकाळपासूनच्या घटना, पोलीस स्टेशनचा अत्यंत त्रासदायक प्रकार आणि असह्य उकाडा या सगळ्यांमुळे आपले डोकं आता नीट काम करत नसावं. प्रवासाचा शीण घालवण्यासाठी पुरेशी झोप मिळाली असती आणि तुरुंगात डांबले जाण्याची टांगती तलवार डोक्यावर नसती, तर असल्या चौकश्या करण्यात आपण गुंतून राहिलो तरी असतो का असा विचार तिच्या मनात डोकावला.

काहीही असलं तरी अपार्टमेंटमध्ये जाऊन थोडीशी विश्रांती घ्यावी असा

विचार करत असतानाच तिची नजर सोफ्यावर पडलेल्या, घाणेरड्या कपड्यात गुंडाळलेल्या हाडाच्या तुतारीकडे गेली. त्या वस्तू कृष्णाला दाखवाव्यात, त्याचा त्याला काही अर्थ लावता येतो का किंवा त्या हाडावर काय लिहिले आहे ते वाचता येतंय का ते पाहावं असं क्षणभर तिला वाटलं. पण लगेचच तिला असंही वाटलं की, त्याला विचारण्यात अर्थ नाही. त्यासाठी एखाद्या तज्ज्ञ माणसाचीच गरज आहे – म्हणजे विचित्र वाटलं तरीही हरझोगसारख्या माणसाचीच गरज आहे.

"कृष्णा," ती सावकाश म्हणाली, "तिबेटी पुराणवस्तूंसंदर्भात अन्तोन दिल्लीमध्ये दुसऱ्या कोणाशी कधी बोलला असेल किंवा चर्चा केली असेल का?"

प्रश्न ऐकून कृष्णाला सखेद आश्चर्य वाटल्याचे जाणवले. तो थोडा वेळ गप्पच राहिला. त्याच्या कपाळावरच्या आठ्याच ती फारच खोलात जाऊन चौकशा करते आहे असे त्याला वाटत असल्याचे स्पष्ट करत होत्या. पण नॅन्सीपुढे दुसरा काही पर्यायच नव्हता, तिला काहीतरी मार्ग दाखवेल असे कृष्णाशिवाय सध्यातरी कोणीच नव्हते. म्हणून ती आपलेच घोडे दामटत राहिली. "निदान पिमाकोला जाऊन आलेली अशी कोणी व्यक्ती तरी तुला माहीत आहे का?"

क्षणभर थांबून मग सहज जाता जाता काहीतरी बिनमहत्त्वाचे सांगावे तशा सुरात कृष्णा म्हणाला, "आहे असा एक माणूस. त्याचं नाव आहे जॅक ॲडम्स. अमेरिकनच आहे तो. अन्तोनची आणि त्याची चांगलीच जवळीक होती. पण तरीही त्यांचं एकमेकांशी फारसं पटत होतं, असं नाही."

नॅन्सी कृष्णाकडे लक्षपूर्वक पाहत होती. हे सगळे कुणीकडे चालले आहे असे त्याच्या चेहऱ्यावरचे भाव तिला सहजच वाचता येत होते. त्याच्या दृष्टीने पाहिले, तर त्याच्या आयुष्यात फारच उलथापालथ चालली होती. आधी हरझोग हरवला होता आणि आता तिने कानामागून येऊन तिखट होत त्याच्या सहकारी मित्राच्या खासगी आयुष्यात डोकावण्याचा भोचकपणा चालवला होता. त्याच्याकडे पाहताना आपल्याला हे असं काहीतरी करावं लागतंय याचं तिला वैषम्य वाटलं. कृष्णा एक सज्जन माणूस होता, सरळ आचारविचारांचा होता आणि व्यवस्थापकीय जबाबदाऱ्या सांभाळण्याचे काम फार जोखमीचे व जिकिरीचे वाटत असल्यामुळेच कदाचित त्याने बढत्या नाकारल्या असाव्यात आणि या हरझोगच्या प्रकरणासारख्या भानगडीत गुंतण्याची तर त्याला अजिबात इच्छा नसावी हे तिला स्पष्ट कळत होते. त्याने आपली मर्यादा ओळखली होती. बढत्या, मानमरातब वगैरेकडे जाणूनबुजून पाठ फिरवत त्याने वृत्तपत्र चालवण्यामागच्या राजकारणात आपल्याला

कधीही गुंतावे लागू नये याची खबरदारी घेतली होती. बसल्या बसल्यादेखील आता तो अस्वस्थपणे चुळबुळत होता. त्याच्या अस्वस्थपणाला आपण कारण झाल्यामुळे तिला वाईट वाटले.

"कृष्णा, मूर्खासारखे आणि अगदी चांभारचौकशा कराव्यात, तसे तुला प्रश्न विचारत सुटल्याबद्दल राग मानू नकोस, पण आपल्या सहकाऱ्याला काहीतरी मदत करता यावी म्हणून मला तसे प्रश्न विचारावे लागताहेत. मला अन्तोन जिवंत परत यायला हवा आहे. म्हणजे आपण त्याच्या जागी असतो तर आपलं काय झालं याचा शोध घेण्याचा प्रयत्न करणारं कोणीतरी असल्याचा विचारदेखील मला धीर देत राहिला असता."

ऐकणाऱ्याला तिचे बोलणे अगदी पोकळ वाटले असते, कारण कसलीतरी अदृश्य शक्ती तिला अन्तोनला मदत करण्यासाठी कसे उद्युक्त करत होती. नव्हे, भाग पाडत होती हे शब्दात मांडणे अशक्य होते. मदत करायची, पण त्या दिशेने पुढे काय करायचे हेच कळत नसल्यामुळे ती मनात येतील ते प्रश्न विचारत सुटली होती आणि तसे करतच राहणे तिच्यासाठी आवश्यक होते. कारण त्यातूनच कदाचित पुढचा मार्ग सुचवणारी काहीतरी माहिती हाती लागली असती आणि म्हणूनच ती आता कृष्णाच्या उत्तराची वाट पाहत होती. शेवटी कृष्णा बोलला. म्हणाला, "मी काही जॅक ॲडम्सला फारसं ओळखत नाही. तो अमेरिकन असून पुराणवस्तूंची खरेदी-विक्री करणारा आणि मानवी संस्कृतीच्या उगमशास्त्रासंबंधीचा अभ्यासक आहे. तो नुकताच पिमाकोला जाऊन आल्याचा निरोप त्याने एकदा अन्तोनसाठी दिला होता, त्यामुळे तो तिथं जाऊन आला असावा असं मला वाटतं."

वृत्तपत्राच्या भारतातील कार्यालयात तिचे पहिल्यांदा स्वागत केले त्या वेळेपासून आता प्रथमच कृष्णाचा चेहरा नैराश्याने ग्रासलेला दिसत होता. हताश होत तो आपल्या खुर्चीत धपकन बसला.

"मला या अशा प्रश्नांची उत्तरं देता येत नाहीत. म्हणजे मला खरोखरच ती माहीत नाहीत. अन्तोन नाहीसा झाल्याचं दु:ख मलाही आहे. मलाही त्याला मदत करावी असं वाटतं. पण डॅन फिशर साहेब म्हणतात की, काहीही न करता स्वस्थ बसून राहणं आणि जे काही करायचं, ते पोलिसांना करू देणं हाच उत्तम पर्याय आहे. आता नक्की काय करायचं हे मला कळेनासं झालं आहे."

"पिमाकोमध्ये अगदी मोजकेच परदेशी लोक आतापर्यंत जाऊन आले आहेत, ते का?"

उत्तर द्यायला हा प्रश्न कृष्णाला अगदी साधा आणि सोपा वाटेल हे तिला माहीत होतं. अन्तोनच्या खासगी आयुष्याबद्दल आणखी खोदून विचारत बसलो

तर तो बोलण्याचाच बंद होऊन अगदी कोशात शिरल्यासारखा होईल म्हणून तो विषय बदलणे भाग होते. एखाद्या विषयावर सर्वसाधारणपणे बोलताना, काही विशिष्ट गोष्टी, स्थळे यांच्याबद्दल त्याला असलेली माहिती सांगताना त्याला अवघडल्यासारखे होणार नाही याची तिला खात्री होती. फक्त इतरांच्या आयुष्यात किंवा त्यांच्या समस्यांमध्ये किंवा भानगडीत ओढले जाणे त्याला नको होते.

"गेली काही दशके त्या भागात परदेशी नागरिकांना जवळपास मज्जावच आहे. क्वचित कधीतरी कुणी वनस्पतिशास्त्रज्ञ किंवा गिर्यारोहक त्या भागात जाऊ शकले आहेत. परंतु बहुतेक वेळी पीएसबी परवानगी नाकारतेच आणि जरी कधी नशिबाने ती तुम्हाला मिळाली, तरी ती फक्त पिमाकोच्या बाहेरच्या परिघातच राहण्याची मिळते, आतल्या भागात शिरण्याची नाही."

"हे पीएसबी म्हणजे काय?"

"पब्लिक सिक्युरिटी ब्यूरो. चीनची गुप्तहेर यंत्रणा किंवा त्यातला एक विभाग म्हणा. तिबेटमध्ये पीएसबीचा फार दबदबा आहे. अन्तोन जर खरोखरच तिथं असतील आणि त्यांचा जर पाठलाग होत असेल, तर नक्कीच पीएसबीची माणसं त्यांच्या मागावर असतील. सौम्य शब्दांत सांगायचं तर ती काही फार चांगली माणसं नाहीत."

"अच्छा, मला आता या पिमाकोबद्दल जास्तच उत्सुकता वाटायला लागली आहे."

"खरंच आहे ते. तिथपर्यंत पोहोचणं जरा अवघड आहे म्हणून, नाहीतर तिथं आतापेक्षा कितीतरी पटींनी जास्त लोक गेले असते. अप्रतिम निसर्गसौंदर्यानं नटलेली अशी ती जागा आहे. अनेक दुर्मीळ प्रकारची ऑर्किड्स आणि विचित्र प्राणीदेखील तिथं पाहायला मिळतात, पण तिथंच भारत आणि चीनदरम्यान वादग्रस्त अशी सीमारेषा आहे आणि तो एखादा स्वतंत्र देश असावा, इतक्या प्रमाणात बाकीच्या तिबेटी प्रदेशापासून त्याचा संपर्क तुटलेला आहे. तसेच तो प्रदेश म्हणजे बॉन धर्माचे मूलपीठ आहे."

अशा प्रकारच्या संभाषणाचा कृष्णाला आनंद होतोय. त्याच्या मनावर असलेला ताण जरासा कमी होऊन तो मोकळेपणाने बोलू लागला आहे, असे तिला जाणवले. आणखी एक सर्वसामान्य वाटणारा प्रश्न तिने विचारला, "तिबेटमध्ये दुसऱ्या एखाद्या धर्माचे लोक असतील अशी मला कल्पनाच नव्हती. म्हणजे तिथं फक्त पुरातन धर्मसत्ताक राज्यपद्धती असावी, असा काहीसा माझा समज होता."

कृष्णाने समजूतदारपणे मान झुकवली.

"वाटतं त्यापेक्षा खूपच गुंतागुंतीचं आहे तिबेट. बॉन धर्म खूपच, बौद्धधर्मापेक्षाही

जुना आहे. लामांच्या पूर्वीदेखील अनंत काळापासून तो अस्तित्वात आहे. त्यांनी त्या धर्माचं खंडन केलं आणि काळी विद्या, काळी जादू असं संबोधत तो नाहीसा करण्याचा प्रयत्न केला, पण पिमाकोसारख्या भागात तो अजूनही तग धरून आहे. अन्तोनना त्याबद्दल बरीच माहिती होती. अन्तोन एक उत्तम वक्ते असल्यामुळे तिबेटविषयी जेव्हा ते बोलत, तेव्हा ते ऐकायला मिळणं हा एक अविस्मरणीय अनुभव असे.''

''म्हणजे पिमाकोमध्ये बौद्ध धर्माचे लोक नाहीतच का?''

''तसं नक्की सांगता येत नाही. तिबेटी बौद्धधर्मीयांसाठीही पिमाको एक पवित्र स्थान आहे. तीर्थयात्रेच्या निमित्तानं तिथं जाणाऱ्या लामांबरोबर अन्तोनदेखील गेले आहेत. ती एक अत्यंत महत्त्वाची, पण गुप्तता राखलेली स्वर्गभूमी आहे. संपूर्ण जग जेव्हा अंधाराच्या गर्तेत जातं, तेव्हा आश्रय घेण्याचं ते स्थान आहे; परंतु तिथं लामांचे मठ आहेत की नाही ते मला माहीत नाही.''

''अन्तोन जर इथं असते, तर या विषयावर ते अख्खा दिवस बोलत राहिले असते. त्यांना सगळ्या प्रश्नांची उत्तरं माहीत होती. एकदा त्या भागातल्या दऱ्याखोऱ्यात पाय ठेवला की, नश्वर आणि पारलौकिक जगाच्या सीमारेषा अगदी धूसर होत जातात. त्या ओलांडून कधी या जगात तर कधी त्या पलीकडच्या जगात ये-जा करणं तिथं अगदी सोपं आहे.''

''अच्छा, अच्छा,'' नॅन्सी म्हणाली, कृष्णा कितीही गंभीरपणे हे सांगत असला तरी तिला ते फारसं समजल्यासारखं वाटत नव्हतं. हरझोगच्या बुद्धिमत्तेविषयी तिला भरवसा होता, पण त्याच्या तोंडून पारलौकिक जग वगैरे असलं काही ऐकायला मिळेल यावर विश्वास ठेवणं तिला अवघड वाटत होतं. कसंही असलं तरी दिल्लीत उतरल्यावर पहिल्याच दिवशी असल्या विषयावर चर्चा करावी लागेल अशी तिने अपेक्षाही केली नव्हती.

''हा ॲडम्स एकदम तज्ज्ञ आहे, असं म्हणता ते कसं काय?''

प्रश्न कानी पडताच कृष्णाला एकदम अवघडल्यासारखे वाटल्याचे दिसल्याने तिला आश्चर्य वाटले.

''ऐकायला अगदी विचित्र वाटेल, पण हा ॲडम्स 'येती टूर्स' नावाची एक कंपनी चालवतो. या कंपनीमार्फत येतीच्या शोध-मोहिमा काढून तो श्रीमंत अमेरिकनांना हिमालयात घेऊन जातो.''

''काय? काय मूर्खपणा आहे हा!''

हा माणूस एकतर विक्षिप्त तरी असावा किंवा तऱ्हेवाईक असावा असे तिला वाटले. तिला काहीसे अपेक्षाभंग झाल्यासारखे वाटले. स्वतःच्या देशातून हद्दपार झालेला आणि पूर्वेकडील भागातल्या संस्कृतीच्या गाभ्यापर्यंत न जाता

वरवरचे ज्ञान मिळवून पूर्वेकडील देशांबद्दलच्या काल्पनिकतेत रमणाऱ्या परदेशी लोकांना लुबाडत तिथंच काहीतरी रुटूखुटू करत बसलेला हा कोणी दांभिक असावा, असा तिचा ग्रह झाला. तो कसा असेल याची तिने कल्पना केली. तो नक्कीच एकटा असेल किंवा स्थानिक मुलींवर आपल्या परदेशी असण्याचा आणि भपकेबाज, दिखाऊ राहणीचा प्रभाव पाडत जगणारा आणि पुढे कधीतरी पश्चिमेकडील आपल्या देशात परत जाण्याच्या कल्पनाविश्वात रमणारा माणूस असेल असा विचार तिच्या मनात आला. कितीही प्रयत्न केला, तरीदेखील मनात उभी राहिलेली त्याची ही अप्रिय प्रतिमा तिला पुसता आली नाही.

तिच्या चेहऱ्यावर उमटणाऱ्या मनातील विचारांच्या प्रतिक्रियांकडे पाहताना कृष्णाला हसू येत होते. "तुम्ही त्याला असं मूर्खात काढू नका. अमेरिकेत येती म्हणजे एक विनोद वाटत असेलही, पण इथं भारतात आणि तिबेटमध्ये तरी तसं नाही. हिमालयात मानवसदृश महाकाय प्राणी बघितल्याचे अनेक विश्वसनीय दाखले आहेत. आजकाल त्याचे भरपूर पुरावेदेखील सापडतात."

एक सेकंद थांबून कृष्णा पुढे म्हणाला, "मी ॲडम्सला एकदोनदाच भेटलो आहे, तेही अन्तोनबरोबर आणि खरं सांगायचं तर मला काही तो माणूस आवडलेला नाही. तसा अन्तोननादेखील तो आवडत नव्हता, असं वाटतं. दोघांनाही आवड असलेल्या काही समाईक गोष्टी होत्या इतकंच. महिन्या-दोन महिन्यांतून कधीतरी ते भेटत असत, तेव्हा ते दोघंही अगदी वेगळेच वाटायचे."

"आवडू नये असं काय आहे त्याच्यात?"

थोडंसं थांबून विचार जुळवून घेत कृष्णा उत्तरला, "तो काहीसा उतावळ्या स्वभावाचा, भपका दाखवणारा, बडबड्या आणि आपलीच टिमकी वाजवणारा माणूस आहे. एक ठरावीक साच्यातला, परदेशात राहणारा, फाजील आत्मविश्वासानं भरलेला अमेरिकन आहे. मला क्षमा करा, पण हे तंतोतंत खरं आहे."

काहीसे उद्धटपणाचे वाटले तरी कृष्णाच्या बोलण्याचे तिला हसू आले.

"सर्वच अमेरिकन असे नसतात."

"नाही, नक्कीच नाही. मला एवढंच सांगायचं आहे की, हा माणूस जरा जास्त आगाऊ आहे. साधारण पस्तिशी-चाळिशीचा असेल तो आणि दऱ्याखोऱ्यात हिंडत असल्यामुळे सुदृढ आणि तंदुरुस्तही आहे. म्हणजे अशी माणसं तुम्हालाही भेटली असतील. सार्वजनिकरीत्या काहीतरी भयंकर कृत्य केल्यामुळे त्याची येल युनिव्हर्सिटीमधून हकालपट्टी करण्यात आली होती असं मला अन्तोन यांनी एकदा सांगितलं होतं, पण त्यापूर्वी उत्पत्तिशास्त्रातील एक आणि मानवी संस्कृतीच्या उत्पत्तिविकासाच्या अश्मीभूत अवशेषांबद्दलच्या विषयातील एक अशा दोन डॉक्टरेट त्यानं मिळवल्या आहेत. आपण समजतो त्यापेक्षा मानवी

संस्कृती कितीतरी जुनी असल्याबद्दल त्याचे अनेक सिद्धांत आहेत आणि त्याची हकालपट्टी होण्यापूर्वी तो त्याच्या प्राध्यापकांनादेखील ते जुनाट, बुरसट कल्पनांमध्ये अडकून पडले असल्याचं सांगत असे.''

''अन्तोनलाही तो एक मूर्ख माणूस आहे, असं वाटत होतं का?''

''नाही, मला तेच तर सांगायचं आहे. त्याच्याबद्दल पूर्ण माहिती अन्तोनना नव्हती, तरीदेखील ते त्याला मूर्ख समजत नव्हते. खरं तर आपल्या विषयात ॲडम्सला भरपूर ज्ञान आहे, असंच त्यांना वाटत असे. इतकंच काय, ॲडम्स ही या विषयातील जागतिक स्तरावरील अधिकारी व्यक्ती आहे, असे ते म्हणाले असते आणि तसंही आजचा माणूस हा आपण समजतो त्यापेक्षा कितीतरी पुरातन संस्कृतीचा वारस आहे, याबद्दल तर काही प्रश्नच नाही. आफ्रिकेच्या पूर्व भागात सापडलेल्या कुठल्यातरी हाडांच्या अवशेषांवर आधारलेले आपले मानववंशाबद्दलचे सध्याचे प्रचलित सिद्धांत किती वेडेपणाचे आहेत असं अन्तोन नेहमीच म्हणतात. इतकं असलं तरी येलसारख्या विद्यापीठानं ॲडम्सची हकालपट्टी केली होती, हेदेखील नजरेआड करता येत नाही आणि याबद्दल माझंही मत तसंच आहे. तो एक उतावळा, बेधडक काम करणारा आणि त्याला पाहिजे तेव्हा अगदी तिरकस, उपरोधिक बोलणारा माणूस आहे हे खरं आहे.''

''पण मग तो 'येती टूर्स' का चालवतो आहे?''

''तो कफल्लक झालेला आहे. अन्तोन साहेब एकदा म्हणाले होते, की ॲडम्सला पुराणवस्तूंचा धंदा कधीच करता येणार नाही, कारण त्याच्याकडं असलेली कोणतीही वस्तू त्याला कुणालाच द्यावीशी वाटत नाही आणि दुसरं म्हणजे तो ज्या काही वस्तू खरेदी करतो त्यांच्या खरेपणाचे काहीच पुरावे त्याच्याकडं नसतात. कोणत्याही वस्तूच्या सत्यतेचा सबळ पुरावा असल्याशिवाय तुम्ही कोणतीच वस्तू आंतरराष्ट्रीय बाजारात विकू शकत नाही. इतकंच काय तुम्ही ती कुणाला देऊनही टाकू शकत नाही. हपापलेल्या माणसांना कबरी खोदून काढण्यापासून आणि मठांवर धाडी टाकून लूटमार करण्यापासून परावृत्त करण्यासाठी असं करावंच लागतं. या वस्तू त्याला आवडतात आणि कधी ना कधी तरी त्याच्या हाती खरोखरच एखादी अमूल्य अशी वस्तू पडेल या आशेनं ॲडम्स या वस्तू खरेदी करत असतो.''

''त्याच्या दृष्टीनं कोणती वस्तू अमूल्य आहे?''

''तुम्हाला माहीत आहे का? माल्टातला बहिरी ससाणा किंवा टॉपकापी हिरा किंवा मृत समुद्रातल्या गुंडाळ्यांइतकीच बौद्धधर्मीयांसाठी महत्त्वाची असलेली वस्तू, असले काहीतरी! असल्या वस्तूंचा चोरटा धंदा करणाऱ्यांकडं नेहमीच त्याला सांगण्यासारख्या काहीतरी कहाण्या असतात. त्याची कल्पनाशक्ती अफाट

आहे आणि तसा तो भोळादेखील आहे. पण तो मनापासून एखादीच अशी काहीतरी गोष्ट मिळावी, कधी ना कधी तरी ती त्याला मिळेलच असा विश्वास मनाशी बाळगून आहे. ती गोष्ट म्हणजे आजचा हा मानव. म्हणजे तुमच्या-आमच्या काळातला माणूस या पृथ्वीवर पहिल्यांदा पावले टाकू लागला त्याला कित्येक लाख वर्षं तरी झाली असावीत याचा ठोस, सज्जड पुरावा असलेली वस्तू आहे.''

''मग उत्क्रांतीविषयी त्याचं काय मत आहे?''

''शेकडो–हजारो वर्षं झाली तरी कोणत्याही प्रकारे उत्क्रांत किंवा विकसित न झालेल्या प्राण्यांची अनेक उदाहरणं या पृथ्वीवर आहेत आणि ॲडम्सचे असे म्हणणे आहे की, माणूसदेखील त्यातलाच एक प्राणी आहे. माकडांसारख्या इतर मानवसदृश प्राण्यांचे जे अश्मावशेष उत्खननात सापडले आहेत, ज्यांच्याबद्दल आपण नेहमी वर्तमानपत्रात वाचतो त्या अगदी बत्तीस लाख वर्षांपूर्वीच्या जवळजवळ आताच्या माणसासारख्याच असलेल्या ल्यूसीचे जे सांगाडे सापडले आहेत ते खरं तर आपले पूर्वज नाहीतच असं त्याचं म्हणणं आहे. ते आपल्यासह या पृथ्वीवर नांदत होते, कारण आपले पूर्वज त्यांच्याही आधीपासून इथं होतेच. एक ना एक दिवस खऱ्या पुरातन मानवाचा अखंड सांगाडा नक्कीच मिळेल जो ख्रिस्तापूर्वीच्या दहा लाख वर्षांपूर्वीचा असेल आणि मग मानववंशाच्या इतिहासाबद्दलच्या आणि उत्क्रांतीच्या सगळ्या कल्पना आणि सिद्धांत खोटे ठरतील. हिमालय इतक्या उंचावर आहे की, असे अवशेष सापडण्यासाठी ती एक आदर्श जागा आहे असं ॲडम्सचं म्हणणं आहे. हा प्रदेशच इतक्या उंचीवर आहे की, खालच्या भागात घडणारे प्रलयंकारी उत्पात, इथं कित्येक लाख वर्षांत या प्रदेशाचं काहीच नुकसान करू शकले नसतील असं तो म्हणतो.''

''पण हा सगळा वेडेपणा, कल्पनाविलास आहे असं नाही का वाटत?''

''असेलही कदाचित! मला नाही माहीत. त्याच्याशी चर्चा करायला अन्तोनकडे वेळ असायचा. जर पुरातत्त्वशास्त्रज्ञ एक लाख वर्षं कॉन्गो खोऱ्यातील पिग्मी लोकांचं वसतिस्थान असलेल्या भागातच उत्खनन आणि संशोधन करत बसले असतील तर त्यांच्या दृष्टीनं पिग्मी ही एकमेव मानवजात या पृथ्वीवर आज जिवंत आहे, असाच त्यांचा समज झालेला असेल. असं पहा, की मानववंशाचा इतिहास फक्त काही अश्मावशेषांवर आधारलेला आहे आणि असे आता उपलब्ध असलेले सगळे अवशेष एकत्र केले तरी ते केवळ एका जेवणाच्या टेबलावर पसरून ठेवता येतील. म्हणजे हा काही मानवाच्या उत्पत्ती, उत्क्रांतीबाबतचा म्हणावा तितका सबळ पुरावा म्हणता येणार नाही. ॲडम्सचं असं म्हणणं आहे, की आपल्या पूर्वजांबरोबरच समकालीन अस्तित्व असलेल्या इतर मानवसदृश प्राण्यांचे हे अवशेष आहेत. आपल्या पूर्वजांचे अश्मावशेष आपल्याला अजून

सापडलेलेच नाहीत. पण एक दिवस ते आपल्याला नक्की सापडतील.''

''खरंच तो म्हणतो त्यात तथ्य असेल असं वाटतं आहे.''

''तसाही तो मुळात पुराणवस्तूंचा व्यवसाय करायला म्हणून आला नव्हताच. तो त्याचं संशोधन पुढे चालू ठेवायला आला होता. दिल्लीत त्याला आता दहा वर्षं होतील. तो इथलाच एक झाला आहे. पण इथं आल्यावर अगदी लवकरच त्याच्याकडचे पैसे संपले. तो सतत पुरातन वस्तू आणि कुठंतरी सापडलेली हाडं आणि तसल्याच काहीतरी वस्तू गोळा करत पैसे घालवत असतो. तो एक अन्तोनसारखाच उत्साही संग्राहक आहे. पण त्याला काही पगार मिळत नाही, त्यामुळे मग त्याला 'येती टूर्स'सारखे काहीतरी पोटापाण्याचे उद्योग करावे लागतात.''

''मला त्याला आजच भेटता येईल का?''

कृष्णाच्या चेहऱ्यावरची रेषही हलली नाही.

''तो दिल्लीतच राहतो आणि त्याला नेहमीच पैशाची चणचण असते. तुम्हाला एका मोहिमेवर पिमाकोला जायचं आहे आणि त्यासाठी चांगला मोबदला द्यायला तुम्ही तयार आहात असं तुम्ही सांगितलंत तर मला वाटतं की, तुम्हाला भेटायला तो अगदी आनंदानं तयार होईल.''

चौदा

"खा! काळजी करू नकोस. शाकाहारीच आहे ते. मीसुद्धा शाकाहारीच आहे. चिनी जेवण तुला आवडेल असं मला वाटतं."

लायब्ररीतल्या एका लांबलचक टेबलापाशी असलेल्या उंच पाठीच्या खुर्चीवर कर्नल जेन बसले होते. अस्खलित तिबेटी भाषेत बोलताना त्यांच्या चेहऱ्यावर मंदसे स्मित उमटले होते. त्यांच्यासमोर स्वच्छ आणि कोरडी भगवी कफनी घातलेला भिक्षू, दोर्गेन त्रुंग्पा बसला होता. त्याच्या जखमांना मलमपट्टी करण्यात आली होती आणि नाका-कानावरून ओघळलेले रक्त धुऊन टाकल्यामुळे चेहरा स्वच्छ झाला होता; परंतु त्याच्या चेहऱ्यावर अजूनही भीती आणि साशंकता स्पष्ट दिसत होती.

भिक्षूवरची नजर न हटवता कर्नलनी पाण्याचा एक घोट घेतला. समोरच्या टेबलावर कर्नलसाहेबांच्या खानसाम्याने मठाच्या स्वयंपाकघरात बनवलेले अनेक प्रकारचे ताजे पदार्थ मांडून ठेवले होते. अत्यंत सौम्य स्वरात कर्नल म्हणाले, "आज इथं जे काही घडलं त्याबद्दल मला खरोखरच अतिशय दु:ख होतंय. मला इथं फक्त काही मिनिटंच जरी लवकर पोहोचता आलं असतं तर..."

दोर्गेन त्रुंग्पाचे लक्ष टेबलावरील पदार्थांकडे लागले होते. कर्नलसाहेबांच्या ते लक्षात आले. मग हसून ते त्याला म्हणाले, "अरे खा ना! तुला नक्कीच भूक लागली असेल आणि यात काही धोका नाही. नि:शंक मनानं खा. त्याची तुला गरजही आहे."

कर्नलसाहेबांवरची नजर जराही न हटवता दोर्गेनने टेबलावरील पदार्थांपैकी एका पदार्थातून चमचा भरून पदार्थ घेतला आणि फारसा न चावताच पटकन गिळला. बरे वाटल्यावर आणखी एक चमचाभर खाल्ला. मग मात्र सावकाश एकेक घास खात पोटात उसळलेली भुकेची आग शांत करत राहिला.

त्या तरुण भिक्षूच्या प्रत्येक हालचालीकडे कर्नल लक्षपूर्वक पाहत होते, मग पुढे बोलण्याची हीच योग्य वेळ आहे असं जेव्हा त्यांना वाटलं, तेव्हा ते पुन्हा बोलू लागले. "मी लहान असताना कम्युनिस्ट पार्टीचे उच्च पदाधिकारी असलेल्या माझ्या आजोबांनी मला चीनच्या दक्षिण भागातल्या झोंगशन पर्वतराजींमध्ये फिरायला नेले होते. कम्युनिझमने वाट लावण्यापूर्वीच्या काळात, चीन जेव्हा साक्षात विद्वत्तेचा, ज्ञानाचा देश होता त्या फार वर्षांपूर्वीच्या काळात, त्या भागात ताओ विचारसरणीचे कविमनाचे लोक राहत असत."

कर्नलच्या तोंडून अनपेक्षित असे काहीतरी ऐकायला मिळाल्यामुळे अवाक झालेल्या त्या तरुण भिक्षूचा घास तोंडातच राहिला होता आणि आश्चर्याने तोंड उघडेच पडलेल्या अवस्थेत तो कर्नलकडे पाहत होता.

"तो भाग इतका निसर्गसुंदर आहे म्हणून सांगू," जेन पुढे सांगत होते, "पर्वतशिखरांजवळ ढग रेंगाळत असतात आणि खाली दऱ्यांमध्ये हलकेसे धुके दाटून पाऊस झिरपत असतो. लाकूडतोड्यांची छोटी छोटी घरे एवढंच काय ते त्या भागातले मानवाचं अस्तित्व आणि त्या दऱ्यांमधून घुमणारा त्यांच्या कुऱ्हाडींचा आवाज हीच काय ती त्यांच्या अस्तित्वाची खूण."

बोलता बोलता कर्नल मनाने त्या विश्वात पोहोचले. बोलायचे थांबून त्या अनुपम निसर्गाचा आनंद पुन्हा अनुभवत राहिले. मग भानावर येत पुढे बोलू लागले.

"त्या काळातल्या कवींच्या मार्गामध्ये उंच कडेकपारींनी नटलेल्या डोंगरदऱ्यांमधल्या खिंडी, बाजूने धावणाऱ्या अवखळ नद्या, दऱ्यांच्या उतारावर दवाने झाकलेले मऊशार गवत असे. वाटेवरच्या दगडांवर शेवाळ पसरलेले असे. साथीला देवदार वृक्षांची सळसळ आणि कुठेही पाहिले तरी वाहताना दिसणाऱ्या झऱ्यांचे निर्मळ खळाळणारे पाणी असे. वृक्षवेलींच्या घनदाट जाळ्यांतून आणि खडकांमधल्या गुहांमधून वाट काढत हा मार्ग त्या डोंगरदऱ्यांत खोल कुठंतरी लपलेल्या, जेथे शुभ्रधवल मेघ पर्वतशिखरांवर पसरलेल्या तितक्याच शुभ्रधवल हिमाला स्पर्श करत असतात, तिथंच असलेल्या टुमदार झोपड्यांकडं घेऊन जात असे. ते एक वेगळेच जग होते."

आता कर्नलसाहेबांचा स्वर अगदी कुजबुजल्यासारखा, कुणाच्या कानात काहीतरी सांगताना व्हावा तसा अगदी बारीक, जणूकाही त्यांच्या स्वतःच्या ऑर्डर्लीलादेखील ऐकू जाण्याची भीती वाटावी इतका हलका झाला होता.

"बरेच दिवस त्या निसर्गरम्य परिसरातून चालल्यावर शेवटी आम्ही एका पवित्र वास्तूच्या अवशेषांपाशी थांबलो. तिथं आम्ही सात दिवस राहिलो आणि त्या सात दिवसांत माझ्या आजोबांनी आता आपण बीजिंगमध्ये त्यातला एक

शब्ददेखील बोलू शकणार नाही अशा गोष्टींबद्दल हे विश्व, चीन आणि मानवजातीचा इतिहास याबद्दल अनेक गोष्टी सांगितल्या. आताच्या काळात त्या गोष्टींबद्दल बोलणे पूर्णपणे निषिद्ध आहे. त्यांनी मला ताओ तत्त्वप्रणाली शिकवली. रसायनशास्त्र शिकवलं, त्यांनी मला जगण्याची उत्तम शैली शिकवली.''

''माझे आजोबा उमराव घराण्यातील होते. आमचे पूर्वज वतनदार होते, कवी होते आणि राजदरबारी त्यांना मानाचं स्थान होतं. अध्यक्ष माओ यांनी आणलेल्या सांस्कृतिक क्रांतीनंतर त्यांची सर्व मालमत्ता, संपत्ती सरकारजमा केली गेली. त्यांचे एक तर खून पाडले गेले, नाहीतर त्यांना वेठबिगारीला लावलं गेलं. आपलं पूर्वीचं जीवनमान इतिहासजमा करून माझ्या आजोबांनी कम्युनिस्ट पार्टीत प्रवेश केला. कालांतरानं ते बीजिंगमधील पार्टीचे वरिष्ठ अधिकारी झाले, पण त्या पूर्वापार शिकलेल्या उत्तम जीवनशैलीचा त्यांना विसर पडला नाही. साम्यवादाच्या कठोर, घणाघाती विध्वंसातूनही अद्याप टिकून राहिलेल्या त्या जीवनशैलीची त्यांनी मला दीक्षा दिली आणि ती चिरंतन शैली अनुसरणाऱ्या इतर धर्मबंधूंशी माझी ओळख करून दिली.''

बोलता बोलता थोडे थांबत कर्नल जेन त्या प्रचंड भेदरलेल्या भिक्षूकडे खुर्चीत बसल्या बसल्याच वाकले आणि कुजबुजत म्हणाले, ''मी आता तुला जे काही सांगितलं, त्यातील एक अक्षरदेखील माझ्या वरिष्ठ अधिकाऱ्यांना कळलं, तर उद्याचा दिवस पाहायला मी जिवंत राहणार नाही. मी माझं स्वत:चं आणि माझ्या कुटुंबीयांचं आयुष्य पणाला लावतो आहे. तुमचे मठाधिपती असलेले लामा हे बोधिसत्त्व होते, हे मला माहीत आहे. ते खरोखरच एक ज्ञानी पुरुष होते. मी त्यांच्याच बाजूचा आहे. मी पीएसबीकरिता काम करतो, पण तो फक्त दाखवायचा भाग आहे. प्रत्यक्षात मी आमच्या प्राचीन आणि गुप्त धर्मबांधवांसाठी काम करतो. तसे आम्ही अगदी मूठभरच लोक आहोत. सध्या जरी आम्ही जिवाच्या भीतीनं सतत दडपणाखाली वावरत असलो, तरी हे साम्यवादाचे जोखड झुगारून देऊन आमच्या प्रिय चीन देशाला पुन्हा एकदा ज्ञानमार्गावर वाटचाल करायला लावणं हीच आमची मनापासूनची इच्छा आहे. तुमच्या मठातील उच्चपदावरील लामांना त्या हरवलेल्या, पण अद्वितीय अशा शांग्री-ला राज्याचा ठावठिकाणा माहीत असेल असा मला विश्वास वाटतो. त्या शांग्री-ला राज्यातल्या प्राचीन ग्रंथालयात अख्ख्या जगात सर्वांत प्रभावी असा जो एकमेव ग्रंथ, एकमेव पुस्तक म्हणजेच तो ज्ञानग्रंथ असेल अशी आम्हाला आशा आहे. त्या ग्रंथातील ज्ञानाच्या साहाय्याने चीन देशाला या जोखडातून मुक्त करून पुन्हा ताओ विचारसरणीकडं आणणं आम्हाला शक्य होईल. कारण हा ज्ञानग्रंथ ज्याच्या हाती असेल तोच या पृथ्वीवरील सर्व मनुष्यमात्रांचं भविष्य घडवेल

हे नि:संशय! चंगीज खान यांच्या हाती ते होतं, सिकंदरांकडं होतं. शार्लमन आणि नेपोलियन यांच्याकडेही ते होतं आणि प्रत्येक वेळी त्याचा उपयोग केला गेल्यानंतर तो ग्रंथ आपोआप शांग्री–लाच्या प्राचीन ग्रंथालयात गूढपणे परतला आहे. हा ज्ञानग्रंथ हीच आमची शेवटची आशा आहे. या शांग्री–ला राज्याचा ठावठिकाणा कळण्यासाठी तू मला मदत करावीस अशी माझी कळकळीची विनंती आहे. तुमच्या मठाच्या लामांबरोबर संपर्क साधणं अत्यंत आवश्यक आहे.''

क्षणभर त्या अवाढव्य लायब्ररीत शांतता पसरली. छताच्या पत्र्यावर पाऊस अविरतपणे ताशा बडवतच होता. आता इतक्यात जे काही ऐकलं, त्यानं आश्चर्यचकित झालेला दोर्गेन त्रुंग्पा पुढे काय करावे, काय बोलावे ते काहीच न सुचल्यामुळे तोंडाचा आ वासून कर्नलसाहेबांकडे नुसताच टक लावून पाहत बसला होता.

पंधरा

दिल्लीवर रात्रीचा अंमल चढत होता. उष्मा आणि वर्दळीने गरम झालेल्या बाजारावर जागोजागी पेटलेल्या शेगड्या आणि कंदिलातून प्रकाश सांडत होता. साधू मंडळी आणि भिकारी सगळेच त्या गर्दीत सहभागी झाले होते आणि तरीही गर्दीपासून अलिप्त राहून आपल्या पोटापाण्याची सोय पाहत होते. या सगळ्या माणसांबरोबरच रस्त्यावरचा आपला हक्क प्रस्थापित करत जनावरे आणि गाड्यादेखील फिरत होत्या. त्यात उंट, घोडे, गाढवं होती अणि भारतात पवित्र मानल्या गेलेल्या गाई कायद्याचे संरक्षण असल्यामुळे त्यांना पाहिजे तिकडं कसलाही अडथळा न होता बिनधास्त भटकत होत्या. या सगळ्या गदारोळातून वरून ताडपत्री बांधलेले भलेमोठे ट्रक खच्चून भरलेल्या मालाच्या खोक्यांसह डिझेलच्या धुराच्या ढेकरा देत आणि वरपर्यंत भरलेल्या मालाचा डोलारा सावरत वाट काढत होते.

गर्दीतून वाट काढत कृष्णा पुढे चालला होता. ॲडम्सची भेट घडवून देण्यासाठी नॅन्सीला बराच वेळ त्याला या भेटीची आवश्यकता पटवून देत बसावे लागले होते आणि तशीही ती आता त्याची बॉस होती. शिवाय भारतात आल्याच्या पहिल्याच रात्री दिल्लीच्या भर बाजारात तिला एकटीला पत्ता शोधत फिरावे लागावे, हे त्याला पटत नव्हते.

पोलिसांनी केलेल्या चौकशीनंतर आता प्रत्येक जाणाऱ्या तासाबरोबर नॅन्सीचा संताप आणि त्याचबरोबर आत्मविश्वासही वाढत होता. एका बाजूला पोलिसांची धाकदडपशाही आणि दुसरीकडे डॅन फिशर करत नसलेली मदत, अशा परिस्थितीत तिच्यातला जातिवंत वार्ताहर जागा झाला होता आणि सगळी सूत्रे आपल्या हाती घेण्याच्या विचारात होता. शिवाय डॅन फिशरनेच सांगितलं होतं त्याप्रमाणे भारताच्या रंगीबेरंगी समाजसंस्कृतीबद्दल काहीतरी हलकीफुलकी लेखमाला वगैरे

करायची, तर त्यासाठी धांडोळा घ्यायला दिल्लीच्या बाजारपेठेपेक्षा आणखी चांगली जागा कोणती होती?

पुढे पुढे चाललेल्या कृष्णाकडे तिचं लक्ष होतं. गर्दीतल्या इतर माणसांपेक्षा त्याच्या हालचालीत एक प्रकारचा कृत्रिमपणा, मानसिक ताणामुळे आलेला ताठरपणा जाणवत होता. बाजाराच्या गर्दीला तो सरावलेला वाटत नव्हता. भारतातील वरच्या स्तराच्या लोकांमध्ये, अधिकारीवर्गात, सुशिक्षित समाजात वावरणारा असल्याने या सर्वसामान्यांच्या गर्दीत वावरण्याची त्याला सवय नव्हती. शिवाय वॉशिंग्टनमधील कुप्रसिद्ध भागातील रस्त्यांसारखेच इथले वातावरण वाटत होते. तिला असल्या वातावरणात वावरताना कधीच सुरक्षित वाटले नव्हते; परंतु या सगळ्या अप्रिय गोष्टींबद्दलचा आपल्या मनातला तिरस्कार आपल्या चेहऱ्यावर दिसू न देण्याचा आपण आणखी चांगला प्रयत्न करू शकलो असतो असे तिला वाटले.

काश्मीर सराईच्या गेटखालून जात पुढे मुख्य बाजारात बलुचिस्तानातून उंटांचे कळप घेऊन आलेले, काबूलहून आलेले नारिंगी रंगाच्या दाढ्या असलेले पश्तुनी लोक, लाल आखूड वस्त्रे आणि डोक्यावर शंकूच्या आकाराच्या रंगीत पिसे लावलेल्या टोप्या घातलेले सिक्कीम भागातले लोक अशा मध्य आशियाई भागातल्या लोकांच्या गर्दीतून वाट काढत ते पुढे झाले. माणसं घासाघीस करत होती आणि सौदे करत होती. इकडचे तिकडचे काम करणारी मुले वाटेत येणाऱ्या कुत्र्यांना लाथा घालत होती, घोड्यांच्या तोंडापुढे फावड्याने गवत सारत होती, नाहीतर पाठीवर पेट्रोलचे प्लॅस्टिकचे कॅन घेऊन कुठंतरी जात होती. ब्रिटिशांच्या काळात बांधलेल्या एका रेल्वे स्टेशनबाहेरच्या चौकात हा बाजार भरला होता. रस्त्यावरच भरलेल्या या बाजाराच्या जरा वर, थोड्या पायऱ्या चढून गेल्यावर, छपरे असलेल्या गाळ्यांमध्ये रस्त्यावरील विक्रेत्यांपेक्षा चांगली स्थिती असलेले दुकानदार आपली दुकाने थाटून बसले होते. प्रत्येकाचा धंदा जसा चालत होता त्यानुसार त्या दुकानदारांनी गाळ्याच्या भिंती विटांनी बांधून काढलेल्या होत्या. एक बऱ्यापैकी टिकाऊ दार दर्शनी भागी लावलेले होते. या गाळ्यांमधून असंख्य प्रकारचे व्यापार, व्यवहार होत होते. त्यात व्याजाने पैसे देणे, चर्मोद्योग, घोड्याचे नाल बनवणे, कुलपांच्या किल्ल्या बनवणेदेखील होते.

अशा प्रकारची एखादी जागा या जगाच्या पाठीवर असू शकेल, याची नॅन्सीला कधी कल्पनाही करता आली नव्हती. तिच्या आजूबाजूला दाटलेला हा जीवनरंग पाहताना ती अचंबित झाली होती. केलेल्या प्रवासाचे नक्की किती भाडे द्यायचे यावर एक हिंदू धनिक मोठमोठ्याने वाद घालत होता. त्या गर्दीतून वाट

काढत कृष्णा नॅन्सीला घेऊन पुढे जात होता.

या सगळ्या गोंधळाची मजा वाटत असल्याने हसत हसत तिने कृष्णाला विचारले, "या असल्या धबडग्यात एक अमेरिकन माणूस काय करतोय तरी काय?"

आजूबाजूच्या गर्दीतल्या माणसांवरची नजर न हटवता आणि गर्दीच्या कोलाहलातून तिला ऐकायला जावे म्हणून कृष्णा ओरडून म्हणाला, "पुराणवस्तूंच्या बेकायदेशीर व्यापारासाठी ही जागा उत्तम आहे. अशा बऱ्याच वस्तू अजूनही अफगाणिस्तानकडून खैबर खिंडीतून आणि चीनकडून काराकोरम पर्वतातल्या हमरस्त्यानं इथं येतात. जुने-जाणते व्यापारी काहीही घेऊन येऊ शकतात. तुम्ही विमानाने येताना काही घेऊन यायचा प्रयत्न केलात आणि पकडले गेलात, तर अनेक वर्षं तुम्हाला तुरुंगात खितपत पडावं लागेल."

गर्दीच्या आवाजातूनही त्याला ऐकू जावे म्हणून ओरडत बोलण्याचा विचार टाळून तिने नुसतीच मान हलवली. आपलं हे काय चाललं आहे? असा विचार अचानक तिच्या मनात उमटला. प्रचंड थकवा वाटायला लागला आणि तिचा परतू लागलेला आत्मविश्वास पुन्हा ढासळू लागला. मी खरंच घरी जाऊन थोडी विश्रांती घ्यावी का? डॅन फिशरचा सल्ला खरं तर बरोबरच होता, एक तर ती एक पत्रकार होती, खासगी गुप्तहेर नव्हती असल्या गोष्टी करायला. तिच्या मनात विचारांची आंदोलने चालली होती. आपण एका भयाण पोकळीत चालतो आहोत, आपल्या पायाखाली आहे फक्त अनंत योजने पसरलेली भयाण काळी अंधारदरी, असे तिला वाटले. पण मग तिने तो विचार झटकून टाकला. आता उशीर झाला होता, परत मागे फिरणे शक्य नव्हते. कृष्णा एका दुकानासमोरच्या पायऱ्या चढत होता, थोड्याच वेळात एक लाकडी दरवाजा ढकलून तो एका दुकानात शिरला. ती त्याच्या पाठोपाठ गेली. पायऱ्या चढून गेल्यावर मागे वळून तिने खाली पसरलेल्या बाजाराकडे पाहिले.

इथं काय काय चालतं ते समजून घ्यायला बसलात तर तुम्ही अनेक महिने इथे काढू शकाल, मग बाकीच्या दिल्लीची तर बातच सोडा, असे तिला वाटले. अमेरिका आणि तिथले आपले रटाळ, संथ, कंटाळवाणे झालेले आणि तिला उदासीनतेच्या गर्तेत फेकणारे दिवस मागे सोडून इथं येताना हे असेच आपल्याला अनुभवायला मिळेल असाच काहीसा विचार तिने केला होता. त्याच त्या कोपऱ्यावरच्या कॉफी शॉपमधून कपभर कॉफी घ्यायची, मग वृत्तपत्राच्या त्या अजस्त्र बातमीकक्षात शिरायचं, यंत्रांसारख्या काम करणाऱ्या असंख्य टेबलांमधून वाट काढत आपल्या जागी जायचं, आपणही यंत्रवत व्हायचं, मग कॅन्टीनमध्ये किंवा स्वच्छ सूर्यप्रकाश असेल तर खाली हिरवळीवर बसून जेवायचं याचा तिला

उबग आला होता. पण आता ती इथं आली होती आणि हर प्रकारे शोध घेण्यासाठी एक खंडप्राय प्रदेश तिच्यासमोर पसरला होता. हे एक वेगळेच जग होते, इथले सगळेच तिच्यासाठी नवे होते, भुरळ पाडणारे होते. आता ज्या पद्धतीने इथं पोहोचल्यानंतरच्या घटना घडताहेत तसं घडलं नसतं, समजा हरझोग अचानक या धूळभरल्या रस्त्यांवरून कुठूनतरी काहीतरी काम आटपून आल्यासारखा सहजपणे ऑफिसात परतला असता, तर किती मजा आली असती. पण तसे होणार नव्हते. हरझोग तर निघून गेला होता आणि तो कधीच परत येणार नाही. अशी तिला प्रचंड भीती वाटत होती.

सोळा

दुकानाच्या आतला भाग काहीसा तुर्की सुलतानाच्या वाड्यासारखा आणि काहीसा निसर्गाचा इतिहास सांगणाऱ्या वस्तुसंग्रहालयासारखा होता. साधारणपणे पंचवीस मीटर लांबरुंद असलेल्या त्या जागेवरच्या घुमटाकार छतापासून लटकत असलेले दोन भलेमोठे आकर्षक दिवे खाली प्रकाश फेकत होते. खाली पसरलेल्या असंख्य पुरातन वस्तू, अश्मावशेष, वेगवेगळ्या आकारांची आणि धाटणीची अनेक हाडे या सगळ्यांवर तो प्रकाश सांडत होता. भिंतीवर आणि जमिनीवरदेखील अनेक रंगांनी सजलेले पर्शियन गालिचे होते, चिनी तसेच जपानी बनावटीची पुरातन टेबले आणि कपाटे इथंतिथं ठेवलेली होती आणि जिथं कुठं सपाट जागा असेल तिथं जॅक ॲडम्सने मेहनतीने जमवलेल्या असंख्य तिबेटी वस्तू मांडून ठेवलेल्या होत्या.

ते दृश्यच श्वास रोखून धरायला लावणारे, अचंबित करणारे होते. खोलीच्या मधल्या भागात एकाच ठिकाणी जिथं थोडी मोकळी जागा होती, तिथं कृष्णा एका साधारण बारा वर्षांच्या भारतीय मुलाबरोबर बोलत बसला होता. त्या मुलाने पश्तुनी लोकांचा ठरावीक पोशाख, सलवार-कमीज घातलेला होता. पायात स्लिपर्स होत्या आणि डोक्यावर एक अस्वच्छ टोपी घातली होती. तो मुलगा अतिशय तल्लख बुद्धीचा होता आणि नॅन्सीने दुकानात पाय ठेवताक्षणी झटकन उठून कमरेत वाकत त्याने तिला कुर्निसात केला होता.

"मॅडम, इकडे या," कृष्णा नॅन्सीला म्हणाला, " हा जॅकचा असिस्टंट किम, आणि किम या आहेत हेराल्ड ट्रिब्यून वृत्तपत्राच्या नॅन्सी केली."

मग कृष्णा त्या मुलाशी हिंदीत पुढे बोलू लागला. वाटेतल्या असंख्य वस्तूंतून वाट काढत नॅन्सी तिथं पोहोचली. ती तिथं पोहोचत असतानाच कृष्णा म्हणाला, "किम थोड्याच वेळात ॲडम्स यांना घेऊन येईल."

त्या मुलाने पुन्हा एकदा कमरेत वाकत दोघांना कुर्निसात केला आणि मग तिथल्या वस्तूंमधून वाट काढत पाठीमागच्या दरवाजातून बाहेर पडून मागच्या भागात दिसेनासा झाला, तोपर्यंत नॅन्सीला तो दरवाजा लक्षातही आला नव्हता.

मान हलवत कृष्णा म्हणाला, ''ॲडम्स इथंच आहे हे फार चांगलं आहे. तो त्याच्या नेहमीच्या कुठल्यातरी ट्रिपबरोबर फिरत असेल तर आपलं काम काही होणार नाही अशी मला भीती वाटली होती. तो आला की तुम्ही त्याला पिमाकोबद्दल तर विचाराच आणि एकदा तो उत्साहानं बोलू लागला की, अन्तोनबद्दलही विचारा. म्हणजे काय आणि कसं विचारायचं ते तुमच्यासारख्या वार्ताहराला सांगायला नकोच.''

दुकानाच्या मागच्या भागातल्या अंधारातून काहीतरी आवाज आला आणि पाठोपाठ उघड्या हवेत आणि सूर्यप्रकाशात वावरण्यामुळे काळवंडलेला एक गोरा माणूस पुढे आला. त्याचे केस बारीक कापलेले आणि तपकिरी रंगाचे होते. डोळे आभाळासारख्या निळ्या रंगाचे होते. आत्यंतिक आत्मविश्वासाने झुलत चालल्यासारखे चालणे, मात्र त्या हालचालीतूनही जाणवणारी दबलेली ऊर्जा आणि दऱ्याखोऱ्यातल्या भटकंतीमुळे बळकट राहिलेले स्नायू हे सगळे त्याच्या पातळशा शर्टाआडूनही स्पष्ट जाणवत होते. धुतलेले हात पुसत पुसत बाहेर आल्यावर हातातले फडके त्याने ज्या पद्धतीने खाली टाकले, त्याकडे पाहताना कृष्णाने तो थोडासा उद्धट, माजोरी असल्याचे का म्हटले होते ते नॅन्सीला बरोबर कळले. तो उद्धट होताच आणि त्याच्याशी बोलताना जपून बोलावे लागणार, या दोन्ही गोष्टी नॅन्सीला तिच्या पत्रकारितेच्या उपजत ज्ञानामुळे लगेचच जाणवल्या. त्याची मर्जी असेल तेव्हा तो अगदी सौहार्दपूर्ण वागेल, पण बिथरला तर कुठल्याही थराला जाईल, भडकपणे काहीतरी करेल असं तिला जाणवलं. तिला वाटलं की, अगदी स्वतःच्या मर्जीप्रमाणेच वागणारा, दुसऱ्याची पर्वा न करणारा असाच तो असावा.

''तुम्हाला काय तिबेटला जायचं आहे म्हणता?'' हस्तांदोलनासाठी हात पुढे करत ॲडम्स म्हणाला.

मूळ विषय कसा काढावा, याचा नॅन्सी हस्तांदोलन करता करता विचार करत होती. तो हुशार होताच. तिने आढेवेढे घेतले असते तर ते त्याच्या सहजच लक्षात आलं असतं. मग सुरुवातीपासूनच प्रांजळपणे आपण आपला हेतू सांगावा का? कृष्णा ॲडम्सबरोबर नमस्काराचे सोपस्कार करत असताना नॅन्सी त्याच्याकडं पाहत होती, तेव्हा तिच्या मनात आले की, ही जी एका साहसी शोधकाची प्रतिमा या माणसाने तयार केली आहे ती त्याने मुद्दाम उभी केली आहे. त्या प्रतिमेला साजेसे ऑफिस थाटले आहे आणि त्याची स्वतःची एका

बळकट गिर्यारोहकाची, साहसवीराची शरीरयष्टी त्याला पूरक अशीच आहे. म्हणजे हे सगळे काही त्याच्या धंद्यासाठी होते, यात शंकाच नव्हती, पण तिच्यासाठी ते काहीच महत्त्वाचे नव्हते. काहीही असलं तरी तो देखणा होता, यात शंका नव्हती आणि त्याच्या रोखठोकपणाला, अलिप्तपणाला त्याच्या साहसी जीवनशैलीचा परिणाम मानून त्याचे आकर्षण वाटणाऱ्या अनेक स्त्रिया त्याची मनधरणी करत असण्याची त्यालाही सवय झालेली असेल असेही तिला वाटले.

अचानक भानावर येत तिने इकडं-तिकडं पाहिले. तुमच्या मनात त्यांच्याबद्दल काय विचार चालले असावेत त्याचा समोरचा माणूसही अंदाज घेत असतो याची तिला जाणीव झाली. जर तो माणूस टक लावून तुमच्याकडेच पाहत असेल तर तुमच्याप्रमाणेच तोदेखील तुमच्या हेतूचा अंदाज घेण्याचाच प्रयत्न करत असतो. तेव्हा आपण आधी इकडचे-तिकडचेच बोलू या. त्याला कदाचित त्या हाडाच्या तुतारीबद्दल काहीतरी माहिती असेलसुद्धा! तिच्या खांद्यावरच्या बॅगेत ती तुतारी होतीच. हस्तांदोलनासाठी धरलेला हात ॲडम्स सोडत असतानाच नॅन्सीने आपल्या भूमिकेत शिरण्याचा प्रयत्न केला आणि उत्साही सुरात म्हणाली, "अगदी बरोबर! मला पिमाकोला जायचं आहे, जितक्या लवकर जमेल तितक्या लवकर!"

विचारात पडल्यासारखे हाताने आपल्या हनुवटीवर चोळत तो म्हणाला, "अच्छा!"

त्याचे एकंदर बोलणेच नाटकी ढंगाचे होते. सुटीचा आनंद पुरेपूर लुटण्यासाठी अमेरिकेहून विमानाने येथे उतरून थेट त्याच्याकडेच पुढच्या पर्यटनप्रवासाला लागण्याच्या निमित्ताने नेहमीच येणाऱ्या पर्यटकांशी बोलावे लागत असल्याने कदाचित ती त्याची स्टाइलच ठरून गेली असावी. तीसुद्धा अगदी तशीच थेट विमानातून उतरून त्याच्याकडं आलेली होती, पण तिच्या पत्रकारितेच्या निमित्ताने ती बऱ्याच ठिकाणी फिरली होती आणि अशा नवख्या प्रवाशांना ट्रॅव्हल एजंट कसे लुबाडतात, हे तिला पक्के माहीत होते. हा माणूस चटपटीत असला तरी तो जरा जास्तच नाटकीपणा करतो आहे. साहसाची आवड असणाऱ्याची, साहसाच्या शोधात फिरणाऱ्याची जी स्वत:ची प्रतिमा त्याने उभी केली होती ती जरा अतीच होती असे तिला वाटले.

ते तिघेही सोफ्यावर बसत असताना किमने त्यांच्यासाठी चहाचे कप आणून ठेवले. ॲडम्स सांगत होता, "मी गेल्याच उन्हाळ्यात पिमाकोला गेलो होतो. मी तेव्हा सु ला खिंडीच्याही पलीकडे गेलो होतो. तिथं जाणं फार धोक्याचं आहे. त्या प्रदेशाचे चांगले नकाशे मिळत नाहीत, कुठलेही पूल नकाशात असले तरी प्रत्यक्षात नाहीतच आणि सध्या तिथं शेकडो चिनी सैनिकांचा राबता

असतो आणि सगळे जण तुमच्याकडून पैसे उकळायला टपलेले असतात आणि हो, त्या चेटकिणी...''

इतका वेळ चुळबुळणाऱ्या कृष्णाने हीच संधी साधून पटकन प्रश्न विचारला, ''चेटकिणी?''

''विषप्रयोग करणाऱ्या चेटकिणी. पिमाको त्यांच्यासाठीच प्रसिद्ध आहे. चेटकिणी म्हणजे गावात राहणाऱ्या म्हाताऱ्या बायका. माणसात असलेली 'चि' म्हणजे चित्‌शक्ती काढून घेण्यासाठी त्या परक्या माणसांवर विषप्रयोग करतात.''

नॅन्सीने कंटाळल्यासारखे करत भुवया उंचावल्या. म्हणाली, ''मला एवढंच सांगा, की तिथं जायला किती खर्च येईल?''

''अच्छा अच्छा, म्हणजे माझी गाठ एका साहसी प्रवाशाशी आहे तर!'' छद्मीपणाने तिच्याकडे पाहत अ‍ॅडम्स म्हणाला. तो हे सगळे नाटक काही जास्त कमाईचा मार्ग दिसतो का ते चाचपण्यासाठी करतो आहे. त्याच्याकडं लक्ष द्यायला नको, हे समजले तरी नॅन्सीला त्याच्या उपरोधिकपणाचा राग आला.

''तसंच काही नाही.'' ती म्हणाली, ''पिमाको म्हणजे काही बोर्निओचं निबिड जंगल नाही. हो की नाही?''

अ‍ॅडम्स चमकला. नकळत त्याने आजूबाजूला नजर फिरवली आणि समोरच्या टेबलावर पडलेले एक हाड त्याला दिसले, त्याने ते उचलले. तो बोलू लागला तेव्हा त्याचा नाटकीपणा नाहीसा झाला होता, त्याच्या चेहऱ्यावर जरादेखील हसू नव्हते.

''हे काय आहे माहीत आहे का? हे याकच्या मांडीचे हाड आहे,'' हातातले हाड दुसऱ्या हाताच्या पंजावर हलकेच आपटत तो म्हणाला. याक हा एक उंटासारखा प्राणी आहे. पण तो लहानखुरा, आळशी आणि भयंकर रागीट स्वभावाचा प्राणी आहे. बदाऊनी लोकांचा जसा उंटावर, तसा तिबेटी लोकांचा याकवर भरवसा असतो. ते त्याचं दूध पितात, त्याचं मांस खातात, त्याचे डोळेदेखील खातात आणि त्याच्याच तुपाचे दिवेही जाळतात.''

एखाद्या दंडुक्यासारखे ते हाड तो हातावर आपटत होता. मग तो गंभीरपणे तिच्याकडे रोखून पाहत म्हणाला, ''मिस केली, तुम्हाला त्या पूर्वीच्या तिबेटबद्दल जे काही सांगितलं जातं ते खरं वाटतंय का? म्हणजे चिनी लोकांची अशांतता माजवणारी पावलं पडेपर्यंत समाधानी जनतेचं समंजस नेतृत्व सांभाळणाऱ्या दलाई लामांसारख्या नेत्यांच्या अधिपत्याखाली एक अत्यंत शांत असलेली जागा असा तिबेटबद्दलचा तुमचा समज तर नाही ना?''

त्याच्यात अचानक झालेल्या बदलाकडे लक्षपूर्वक पाहता पाहता त्याने पुढे केलेले ते हाड तिच्या नकळत तिने घेतले. हा माणूस प्रत्येक क्षणाला वेगळा

वाटतो आहे, असे तिला वाटले. अॅडम्स पुढे बोलत होता,

"तुमच्या हातात आहे त्या हाडाचा उपयोग एक अवजार किंवा हत्यार म्हणून केला जात असे. एखाद्यानं आपल्या उपाशी कुटुंबासाठी थोडंसं अन्न चोरण्याचा क्षुल्लक गुन्हा जरी केला तरी त्याला पकडून ठेवण्यात येत असे आणि असल्या दोन मांडीच्या हाडांचे हे जे गोलाकार टोकाचे भाग आहेत, ते कपाळावर जोरात दाबले जात असत. पुरेसा दाब दिला की, त्या माणसाचे डोळे खोबणीतून बाहेर येत असत आणि तो अंधळा होत असे आणि ही न्याय करण्याची पद्धत त्या महान लामांच्याच अधिपत्यकाळात प्रचलित होती."

भीती आणि तिरस्काराने नॅन्सीने पटकन ते हाड खाली टाकले. अॅडम्सने ते उचलून काळजीपूर्वक टेबलावर ठेवले आणि पुन्हा तिच्याकडे टक लावून पाहू लागला. म्हणाला, "अमेरिकेत मेजवान्यांच्या वेळी दाखवल्या जाणाऱ्या, पूर्वेकडं सगळं कसं जादुई, आध्यात्मिक वातावरण असल्याचं, सर्व काही झकास असल्याचं दाखवणाऱ्या चित्रणांनी वास्तवापासून फारकत घेतलेली आहे. ज्यांना तिबेटचं खरं स्वरूप माहीत नाही त्यांच्यासाठी तिबेट खरोखरच भयंकर धोकादायक आहे आणि तिबेट अल्पांशानंदेखील बौद्धधर्माचा प्रभाव असलेलं नाही. तिबेट कधीच बौद्धधर्माच्या शांततेच्या मार्गाचं प्रतीकस्वरूप नव्हतं आणि नसेल."

आता कृष्णाला बोलल्याशिवाय राहवले नाही.

"ठीक आहे श्रीयुत अॅडम्स. तिबेट काय आणि कसं याबद्दलची तुमची मतं ऐकली. पण एकच सांगा, हे काम तुम्हाला करायचं आहे की नाही? तुमचं भाषण ऐकायला आम्ही इथं आलेलो नाही आणि अमेरिकन मेजवान्यांबद्दल म्हणाल, तर माझ्यावर तसा प्रसंगच कधी आलेला नाही फारसा."

त्याच्याकडं वळत अगदी रूक्ष व्यावहारिक सुरात अॅडम्स म्हणाला, "बरेच पैसे लागतील त्यासाठी."

"किती?"

"तुम्हाला कधी जायचंय, किती माणसं जाणार आहेत आणि कशासाठी जायचं आहे?"

कृष्णाने नॅन्सीकडे पाहिले.

ती पटकन म्हणाली, "फक्त मी जाणार आहे. चिनी किंवा भारतीय अधिकाऱ्यांना उगाचच माझ्या जाण्याची माहिती मिळून त्यांनी सावध व्हावं अशी माझी इच्छा नाही. माझ्या जाण्यामागचा उद्देश पिमाकोला पोहोचल्यानंतरच सांगण्यात येईल."

जे काही घडत होतं, बोललं जात होतं ते त्याच्यासाठी काहीच आश्चर्याचं नव्हतं असेच भाव अॅडम्सच्या चेहऱ्यावर दिसत होते.

"ठीक तर मग. दहा दिवसांच्या ट्रिपसाठी पन्नास हजार डॉलर्स लागतील. त्यात शेरपा आणि लागणाऱ्या साधनांचा खर्च आला आणि सर्व रक्कम मला आगाऊ मिळायला हवी."

नॅन्सीने आवंढा गिळला.

"काय? तिबेटमध्ये प्रवास करण्याबद्दल मला तितकंसं माहिती नाही, पण ही भलतीच मोठी रक्कम वाटते. इतक्या पैशात आपण शेरपांची एक अख्खी तुकडीच दिमतीला ठेवू शकू नाही का?"

"हो, तुम्ही तसं करू शकाल आणि चिनी सीमावर्ती अधिकाऱ्यांना लाच देऊन काही कामं करूही शकाल; पण पिमाकोमध्ये तुम्ही मला बरोबर न घेता गेलात तर तुम्ही कोणाच्याही दृष्टीला नंतर पडणार नाही."

हरकतीच्या सुरात कृष्णा म्हणाला, "अशा अवाजवी, मोठाल्या रकमा सांगून तुम्ही धंदा तरी कसा करता ते मला कळत नाही. इतके पैसे मागणं आणि कुणी ते देणं दोन्हीही हास्यास्पदच आहे."

"ठीक आहे, तुम्हाला तसं वाटत असेल, तर तिकडं घेऊन जाण्यासाठी दुसरा कोणीतरी माणूस तुम्हाला मिळावा यासाठी माझ्या शुभेच्छा!" सहज बोलावे तसे ॲडम्स म्हणाला. कपातील उरलेला चहा संपवून आता ही चर्चा संपल्याचे दर्शवण्यासाठी तो उभे राहण्याच्या विचारात होता. कृष्णादेखील उठत होता. इतक्यात नॅन्सी म्हणाली, "मला वाटतं आपण यावर काहीतरी तोडगा काढू. खरं सांगायचं तर माझ्याकडं इतके पैसेच नाहीत. मी एक वार्ताहर आहे, लक्षाधीश नाही."

ती खरं बोलते आहे का याचा अंदाज घेत बराच वेळ ॲडम्स तिच्याकडे रोखून पाहत होता. मग म्हणाला, "मी विचार करतो यावर. तुम्हाला कधी जायचंय?"

पूर्ण गोंधळलेला कृष्णा नॅन्सीकडे नुसताच पाहत होता. ॲडम्सला बोलते करण्यासाठी पिमाकोला जाण्याचा फक्त विषय काढायचा असे कृष्णाने तिला सुचवले होते. पण तिने दुसराच विचार केला होता. खरंच केला होता का? सुरुवातीपासूनच पिमाकोला जायचं असं ठरवून आपण इकडं आलो होतो का, याबद्दल ती स्वतःच साशंक होती. आपण जे काही करतो आहोत, ते तसे करायला लावणाऱ्या, स्वतःलाच न कळलेल्या स्वतःच्याच हेतूविषयी ती साशंक झाली होती. कसल्यातरी गूढ, अंतर्मनाने दिलेल्या सूचनेद्वारे ते तिच्याकडून घडत होते. पण ते सगळं काय आहे याचा स्पष्ट उलगडा तिला होत नव्हता. तो जर तिथं नेऊ शकतो, तर मी का जाऊ नये? असा विचार ती करत होती. पण तरीही तिला इतके पैसे देणे परवडणार नव्हते, हेही खरंच होतं. भावाबद्दल

घासाघीस करून ते कमी करणंच भाग होतं, पण कसं ते तिला माहीत नव्हतं.

"जितक्या लवकर जमेल तितकं लवकर. माझ्यासाठी तिथं तातडीने पोहोचणं अत्यंत आवश्यक आहे."

थोडा वेळ सगळेच गप्प राहिले. गोष्टी ज्या दिशेने झुकत चालल्या होत्या त्यामुळे घाबरलेला कृष्णा कोण किती पाण्यात आहे याचा अंदाज घेत होता. एकमेकांकडे पापणीदेखील न लवता पाहत असलेल्या नॅन्सी आणि ॲडम्सकडे आ वासून पाहत होता. तसं पाहताना पुन्हा एकदा नॅन्सीला ॲडम्सच्या देखणेपणाची आणि ते माहीत असल्यामुळे त्याच्या स्वभावात आलेल्या उर्मटपणाची जाणीव झाली, पण त्याच वेळी त्याचे ते रानोमाळ भटकण्यामुळे आलेले तांबूस गोरेपण काही चांगले वाटत नसल्याचीही कल्पना आली. ॲडम्स पुढे सांगत होता, "तुमच्यापुढे दोन पर्याय आहेत. माझा एक मित्र आज रात्रीच विमानानं तिकडं जातोय – कदाचित त्या फ्लाईटमध्ये जागा मिळवणं शक्य होईल. नाही मिळाली, तर मात्र आणखी पंधरा दिवस थांबावं लागेल. व्यावसायिक विमान कंपन्यांच्या विमानातून जाण्याचा विचार करू नका. म्हणजे तुम्ही कुठून कुठं जाताय हे कुणाला कळायला नको असेल तर खासगी विमानानंच जायला हवं."

"रात्री किती वाजता?"

"मध्यरात्री. इंदिरा गांधी विमानतळावरच्या लहान आकाराच्या विमानांच्या उड्डाणासाठी असलेल्या टर्मिनलमधून विमान निघेल."

त्याच्याशी बोलत असतानाच आपल्याला असंच काहीतरी धाडसाचं काम इथं आल्यावर करायला मिळेल, अमेरिकेतल्या रटाळ जगण्याला छेद देणारं काहीतरी करून दाखवून आपण नावलौकिक मिळवू अशा उद्देशाने आपण इथं आलो आहोत आणि आता आपल्या आयुष्यातील निर्णय आपल्याला स्वत:ला घेता येण्याची ही संधी चालून आली आहे अशा विचारांनी तिला उत्साह वाटू लागला. हाताशी थोडे जास्त पैसे असते, तर कदाचित ती हरझोगला शोधून काढूही शकली असती. तिच्याकडे होते फक्त पाच हजार डॉलर्स, तेही ट्रॅव्हलर्स चेकच्या रूपात आणि तिचे स्वत:चे बचत करून ठेवलेले पैसे – पण ते तिला अमेरिकेतून इकडं ट्रान्स्फर करून घ्यावे लागणार होते. त्याला कदाचित बरेच दिवस किंवा आठवडेदेखील लागले असते आणि तसेही फक्त पंधरा हजारच डॉलर होते ते. कृष्णाच्या मनात वाढत चाललेली भीती तिला जाणवत होती, पण आता त्याची काळजी करण्यापलीकडे ती गेली होती. तिचा निर्णय झाला होता.

"तुम्ही कमीतकमी किती पैसे घ्याल या कामासाठी?"

"मला विचार करावा लागेल," तिच्याकडे तसेच रोखून पाहत ॲडम्स म्हणाला. नॅन्सीच्या मनात विचारांचं मोहोळ उठलं. हे मी काय करतेय? एकीकडे धास्तावलेली, पण दुसरीकडे उत्साही वाटणारी नॅन्सी स्वत:लाच विचारत होती. ती कसले तरी धाडस करण्याच्या विचारात वाहवत चालली होती हे खरंच होतं, पण तसं करण्यानं काय साधणार होतं? तिला परवडेल इतक्या पैशात तो तिला पिमाकोला नेऊन आणणं शक्य नव्हतं. तो काही पैसे कमी करणार नव्हता आणि खरं म्हणजे हे सगळं करण्याची आवश्यकताही नव्हती. भारतीय पोलिसांनी तिला त्रास दिला होता हे खरं, पण या असल्या उर्मट, आपलंच म्हणणं खरं करणाऱ्या, त्याच्या मनात काय आहे त्याचा पत्ताही लागू न देणाऱ्या माणसाबरोबर कुठं शोध घ्यायचा हेदेखील माहीत नसताना कुठल्यातरी संपूर्ण अनोळखी प्रदेशात हरझोगचा शोध घेण्याचा प्रयत्न करणं जरा अतीच होतं. कृष्णा का अस्वस्थ आहे हे तिला पुन्हा प्रकर्षाने जाणवले. असला विक्षिप्तपणा तिने करू नये असाच त्याने सल्ला दिला असता. एक रीतसर तक्रार नोंदवणे, वृत्तपत्राच्या संपादकाने जरा कडक शब्दात काहीतरी लिहिणे असं काहीतरी त्याला अपेक्षित होतं. त्या अर्थाने तो पूर्णपणे डॅन फिशरच्या विचारांशी सहमत होता. या विश्वास ठेवण्यास पूर्णपणे अयोग्य माणसाबरोबर पोलिसांचा ससेमिरा चुकवण्यासाठी कुठंतरी पळून जाणं त्याला मान्य नव्हतं. पण तिला तर दिवाभीतासारखे पोलीस पुन्हा आपल्याला कधी अटक करतील किंवा आपल्याला सरळ न्यूयॉर्कलाच माघारी बोलावले जाईल या भीतीच्या दडपणाखाली दिल्लीतच बसून राहायचं नव्हतं. न्यूयॉर्कला परत जाणं हा तर अनेक कारणांमुळे अत्यंत वाईट पर्याय होता. शिवाय अन्तोनचा शोध घेण्यासाठी भारतीय पोलीस तर नाहीच, अमेरिकन लोकही तिबेटमध्ये जाणार नाहीत याची तिला खात्रीच होती.

पण मला हा शोध आपणच घ्यावा असं का वाटतंय? तिने पुन्हा विचार केला. आजच रात्रीच्या विमानाने हिमालयाच्या कुशीतील त्या अज्ञात, गूढरम्य प्रदेशात जावं, अशी ओढ आपल्याला का जाणवत आहे ते काही तिला कळत नव्हतं. खांदे उडवत तिने तो विचार झटकण्याचा प्रयत्न केला. पुन्हा एकदा कल्पनारम्यता विरून वास्तवाच्या भानाने तिच्या मनाचा ताबा घेतला. ती जे काही करण्याचा विचार करत होती ते अतर्क्य, आततायीच होतं. तिने फक्त दिल्लीला जायचं होतं. डॅन फिशर आणि पोलिसांनीदेखील तिने दिल्लीतच राहावे असे सांगितलं होतं. पण त्या सगळ्यांकडे लक्ष द्यायला आता वेळ नव्हता.

"माझ्याकडं एकूण किती पैसे आहेत ते मी जरा पाहते," जरा चढ्या

सुरातच ती ॲडम्सला म्हणाली. मग सहजपणे बोलावं तसं पुढे म्हणाली, "तुम्हाला जर त्रास होणार नसेल, तर आणखी एका गोष्टीबद्दल मला तुमचा सल्ला हवा आहे. माझ्या एका मित्रानं मला एक जुनं हाड दिलं आहे. त्याचं मूळ काय असावं, ते कशाचं, कोणत्या काळातील असावं याबद्दल मला माहिती हवी आहे. तुम्ही जरा पाहता का ते?"

ॲडम्सने होकारार्थी मान हलवली व म्हणाला, "हो, मला आवडेल ते हाड पाहायला."

पिमाकोला जायचा विषय सोडून संभाषणाने दुसरीकडे वळण घेतल्याने कृष्णाला हायसे वाटले. खांद्यावरच्या पिशवीतून ते कापडात गुंडाळलेले बंडल बाहेर काढून नॅन्सीने टेबलावर पसरले. हाडाबरोबर असलेले हरझोगचे ओळखपत्र तिने आधीच काढून आपल्या बॅगेत टाकले होते. ॲडम्स उत्सुकतेने पुढे वाकून पाहू लागला होता. कळकट कापडावर बांधलेली दोरी सोडवून तिने सावकाश कापड उलगडले आणि ओठात धरून वाजवण्यासाठी एका बाजूला धातूची पिपाणी लावलेले ते हाड समोर ठेवलं.

"मी हे हातात घेऊन पाहू का?" कसंही करून आपली वस्तू विकण्याचा प्रयत्न करणाऱ्या धंदेवाईक विक्रेत्याचा सूर जॅक ॲडम्सच्या बोलण्यात आता जराही डोकावत नव्हता. हे याचं नवीन नाटक दिसतंय. आता तो एक अगदी पूर्णपणे एखाद्या जिज्ञासू पुराणवस्तुतज्ज्ञाच्या भूमिकेत शिरलाय असं त्याच्याकडं पाहताना नॅन्सीला वाटलं. तिनं होकारार्थी मान हलवून त्याला संमती दिली. एखादी अत्यंत मौल्यवान फुलदाणी असावी किंवा एखादी प्राचीन काळातील दुर्मीळ वस्तू असावी तसं त्यानं ते हाड हातात घेतलं. सर्व बाजूंनी सावकाश उलटसुलट फिरवत त्याचं निरीक्षण केलं. मग तोंडात धरून वाजवण्यासाठी लावलेला धातूचा तुकडा त्यानं आणखी निरखून पाहिला. दुकानात काम करणाऱ्या किमला त्याने हिंदीत बोलत हाक मारल्यावर तो मुलगा एक डोळ्यावर अडकवायचे भिंग घेऊन तिथं आला. आपल्या उजव्या डोळ्यावरच्या खोबणीत ते भिंग अडकवून ॲडम्स त्या हाडाची आणि त्या धातूच्या तुकड्याची आणखी तपशिलात जाऊन तपासणी करू लागला. बराच वेळ निरीक्षण झाल्यावर पापण्यांची हालचाल करत खोबणीतून निघालेले भिंग हातात झेलले आणि अत्यंत प्रांजळ भाव चेहऱ्यावर आणत त्यानं ते हाड शांतपणे नॅन्सीला परत दिलं.

"हे काय आहे ते तुम्हाला माहीत आहे का?" त्याच्या आवाजात साशंकता स्पष्ट जाणवत होती.

"मला वाटतं त्याला हाडाची तुतारी म्हणतात." आपण काय बोलतो आहोत त्याच्या खरे-खोटेपणाविषयी स्वतःलाच खात्री नसलेल्या सुरात ती म्हणाली.

“तुम्ही ओठाजवळ धरा आणि त्या धातूच्या तुकड्यातून हलकेच फुंकर सोडा आणि बघा काय होतंय ते.”

घाबरतच तिने तुतारी तोंडाजवळ धरून फुंकर सोडली. अगदी विचित्र, भारून टाकणारा आवाज त्या जुन्या हाडाच्या तुतारीतून निघाला. ऐकून ॲडम्सने सावकाश मान हलवली.

“तिबेटी लोक तुताऱ्यांचा वापर त्यांच्या तंत्रविद्येच्या कामात करतात. पण हाडाच्या बनवलेल्या तुताऱ्या या फारच प्राचीन काळापासून उपयोगात आहेत. अगदी ताम्रयुगापासून किंवा कदाचित त्याहीपूर्वीच्या काळापासून त्या वापरल्या जातात. या हाडाची अवस्था पाहून तरी ते खूप म्हणजे खूपच जुन्या काळातील असावे असा माझा अंदाज आहे.”

“तुम्ही हे कसं सांगू शकता?”

“टॅफोनोमी. जुन्या हाडांचा मूळ कालखंड आणि त्या हाडांची झालेली झीज यांची सांगड घालून त्या हाडांचं आताचं वय सांगण्याचं शास्त्र. यात मी तज्ज्ञ आहे. म्हणजे मला या हाडाची आणखी तपासणी करावी लागेल, पण नुसतं पाहिल्यावरूनही मी आताच सांगू शकतो की, हे हाड सुमारे वीस हजार वर्षांपूर्वीचं आहे. कदाचित त्याहीपेक्षा फार फार पुरातन काळातलं असेल.”

आणि मग त्याच्याही ते लक्षात आलं नाही इतक्या सहजपणे तो बोलून गेला, “हे जे तुतारीचं हाड आहे, ते कधी काळी मरण पावलेल्या माणसाच्या मांडीचं हाड आहे.”

नॅन्सीच्या अंगावर शहारा आला.

“बरं! आता पुढे?”

घाईघाईने ते हाड पुन्हा त्या कापडात गुंडाळून ठेवत तिने हात पुसले. नुसतं ते हाड माणसाचं आहे म्हटल्यावर ती इतकी का घाबरली याचं ॲडम्सला आश्चर्य वाटलं.

“घाबरू नका. हाडाच्या मालकाला ते जागेवर नसल्याचं आता काहीही वैषम्य नसेल. तुम्हाला आकाशातला दफनविधी माहीत आहे का?”

तिने नकारार्थी मान हलवली.

“हिमालयीन भागात मेलेल्या माणसांना पुरत नाहीत आणि बऱ्याच वेळा त्यांच्या दहनविधीसाठी पुरेसं लाकूडही वैराण डोंगरउतारांवर मिळत नाही. मग अशा वेळी माणसं मृत शरीर डोंगरमाथ्यावर नेऊन ठेवतात. तिबेटमध्ये धर्मगुरू प्रेतांचे तुकडे करतात आणि गिधाडांना खाण्यासाठी उघड्यावर ठेवतात. असं केल्यानं मृत माणसाचा आत्मा जन्म-मरणाच्या फेऱ्यातून पलीकडं जातो असा त्यांचा समज आहे.

गिधाडं जेव्हा त्यांचं काम संपवतात, तेव्हा धर्मगुरू परत येतात आणि उरलेली हाडं सुटी करून इतस्तत: विखरून टाकतात. काही वेळा काही हाडं तशीच राहतात.''

कापडात गुंडाळलेल्या हाडाकडे बोट दाखवत तो पुढे म्हणाला, ''हिमालयात अशा आकाशातला दफनविधी करायच्या ज्या उंच डोंगरावरच्या जागा आहेत तिथं बहुतांश प्रमाणात अशी हाडं मिळतात. पण हे हाड कदाचित आशिया खंडाच्या मध्यवर्ती भागातल्या कुठल्यातरी राजघराण्याच्या दफनभूमीतून आलेलं किंवा त्याहीपलीकडच्या पश्चिमेकडच्या भागातलं, अगदी युरोपातलंसुद्धा असू शकेल.''

काहीतरी संशय आल्यासारखं तिच्याकडे पाहत त्यानं विचारलं, ''हे हाड तुमच्याकडं कसं आलं हे तुम्ही मला सांगू शकता का? हे या भागातलं तर निश्चितच नाही, खरं ना?''

नॅन्सी काही बोलली नाही. क्षणभर त्या हाडाकडे बघत राहिली. मग म्हणाली, ''तुम्ही असं विचारण्याचं कारण? त्यावरील चिन्हं तुम्ही ओळखता का?''

तो पुढे जे काही बोलणार आहे ते पूर्णपणे खरं असणार नाही याची तिला खात्री वाटावी म्हणून बोलण्यापूर्वी तो अगदी गप्प राहिला.

''हो आणि नाही. तो खंजीर आणि ते स्वस्तिक आर्य संस्कृतीची प्रतीकं आहेत, असा माझा कयास आहे. आर्य हेच भारत पादाक्रांत करणारे मूळचे जेते होते. मध्य आशियाई भागातून चार ते पाच दशलक्ष वर्षांपूर्वीच ते इथं येऊन स्थिर झाले आणि त्याच सुमारास दुसऱ्या बाजूला युरोपकडे स्थलांतरित झाले. येताना त्यांनी त्यांचा धर्मही इथं आणला. आताच्या हिंदू-धर्माच्याही आधीचा मूळ हिंदू धर्म त्यांनी आणला. या भागात जे स्वस्तिक चिन्ह आपल्याला पाहायला मिळतं ते आर्य संस्कृतीतलं अगदी मूलभूत शुभचिन्ह आहे.''

ते हाड हातात घेऊन त्यात बसवलेला तो धातूचा तुकडा पुन्हा एकदा निरखून पाहताना त्याचा आवाज बारीक होत बंद झाला.

''आणि त्याच्यावर कोरलेली ती अक्षरं?'' नॅन्सीने विचारले.

ॲडम्सने जाणूनबुजून तिच्या प्रश्नाकडे दुर्लक्ष केलं, उलट तिच्यावरच प्रश्नार्थक नजर रोखत विचारलं, ''कुठं मिळालं तुम्हाला हे हाड?''

''हे मला अन्तोन हरझोग यांच्याकडून मिळालं. त्यांनीच ते माझ्या ऑफिसात पाठवलं.''

तिच्या उत्तराने ॲडम्सच्या चेहऱ्यावर अनेक संमिश्र प्रतिक्रिया उमटल्या. एकदम धक्का बसल्यासारखा तो मागे सरकला. अन्तोनला ॲडम्स फारसा आवडत नव्हता, हे कृष्णानं तिला सांगितलंच होतं, पण आताची त्याची प्रतिक्रिया पाहिल्यावर त्यालाही अन्तोन फारसा आवडत नसावा असा तिनं कयास बांधला.

पण त्याहीपलीकडे काहीतरी होते खास! कारण जणूकाही एखादी ऐतिहासिक महत्त्वाची वस्तू असावी तसे आता तो पुन्हा त्या हाडाचे कसून परीक्षण करत होता. त्याचे डोळे आता त्या हाडावरून अधाशासारखे काहीतरी शोधत फिरत होते. नॅन्सीला अगदी कसेसेच वाटले, म्हणून ॲडम्सकडे बघत बघत तिने ते हाड पुन्हा त्या कापडात गुंडाळायला सुरुवात केली. ती बघते आहे हे लक्षात येऊन ॲडम्स बळजबरीने हसला, पण त्याचे डोळे अजूनही त्या हाडालाच चिकटलेले होते.

“हे बघा, मी हरझोगना ओळखतो. मी काहीतरी मदत करू शकेन तुम्हाला या हाडाच्या बाबतीत.” तो म्हणाला, “ते हाड म्हणजे नक्की काय, कोणत्या काळातील आहे वगैरेबद्दल मी सांगू शकेन. म्हणजे तुम्ही जर मला ते नीट पाहायला, तपासायला दिलंत तर!”

नॅन्सी क्षणभर विचार करत राहिली आणि म्हणाली, “ पण त्या अक्षरांचं काय? त्यांचा काय अर्थ सांगता येईल? म्हणजे ती अक्षरं कुठल्या प्रदेशातल्या भाषेतील आहेत, काही सांगता येईल का?”

“नाही.”

तो खोटं बोलतोय याची तिला खात्रीच होती. आता तो उतावीळ झाला होता. ते हाड तिनं त्याला द्यावं म्हणून तिला आपलं म्हणणं पटवून देण्याचा प्रयत्न करत होता.

“आपण असं करू या का? हे हाड आपण दिल्ली वस्तुसंग्रहालयात घेऊन जाऊ या. त्यांच्याकडे आवश्यक ती सर्व उपकरणं आहेत. त्या हाडाची आतापर्यंत किती झीज झाली आहे हे त्यातल्या रेडिओॲक्टिव्ह आयसोटोप्सच्या अवस्थेवरून कळेल आणि त्यामुळे ते किती वर्षांचं जुनं आहे तेही कळेल... म्हणजे तसं हे हाड आता खूप चांगल्या अवस्थेत नाही आणि त्यावर प्रदूषणाचाही परिणाम झाला असेल, पण तरीही प्रयत्न करून पाहायलाच हवा... आणि मी त्या अक्षरांबद्दल तपास करतो, कुठल्या भाषेतील आहेत ते शोधतो. शिवाय ते वाजवताना ओठात धरायच्या धातूच्या तुकड्यावरचं नक्षीकाम माझ्याकडं असलेल्या इतर पुरातन वस्तूंपैकी कुठल्या वस्तूशी जुळतंय का ते पाहतो. तसंच वस्तुसंग्रहालयातल्या कोणत्या वस्तूवरच्या नक्षीकामाशी जुळतंय का तेही पाहतो. तिथल्या बहुतेक सगळ्या लोकांना मी ओळखतो.”

“आधी मला हे सांगा, की अन्तोननं हे हाड कशासाठी मिळवलं असेल?”

तिच्या या अनपेक्षित प्रश्नामुळे तो गोंधळला. हरझोगला जर ती ओळखत असेल तर तिने असा प्रश्न विचारायचं कारणच काय, असा विचार कदाचित त्याच्या मनात आला असावा किंवा हे हाड तिला खरोखर हरझोगनेच दिलं असेल का असाही विचार त्याने केला असावा.

तो सावधपणे म्हणाला, "तिबेट आणि एकूणच मनुष्यजातीच्या इतिहासाबद्दल हरझोगच्या स्वत:च्या अशा काही कल्पना होत्या."

त्यानं पुढे बोलत राहावं यासाठी ती गप्प राहिली.

"वेगवेगळ्या कारणांसाठी आम्ही दोघंही काही पुरावा शोधतो आहोत."

एकदा कृष्णाकडे आणि मग पुन्हा ॲडम्सकडे बघत ती म्हणाली, "ज्या पुराव्यानं चार्ल्स डार्विनचा उत्क्रांतिवाद चुकीचा आहे असं सिद्ध होईल असा पुरावा?"

ॲडम्सला अगदी अडचणीत पकडल्यासारखं झालं होतं. "माझ्या बाबतीत सांगायचं, तर तसंच काहीतरी म्हणा हवं तर."

"आणि अन्तोन? तो तर काही पुराणवस्तुतज्ज्ञ नाही किंवा अश्मावशेष-तज्ज्ञदेखील नाही."

क्षणभर थांबून ॲडम्स म्हणाला, "नाही. फक्त आमच्या आकर्षणाचा विषय एकच आहे इतकंच. आम्ही आमच्या संशोधनावर अधूनमधून चर्चादेखील करतो."

नॅन्सीच्या कपाळावर आठ्या दिसू लागल्या.

"कसलं संशोधन?"

पुन्हा एकदा बोलण्यापूर्वी तो थांबला. या विषयावर आणखी काही बोलायला तो नाखूश दिसत होता. मात्र तिला अशी काहीतरी अजून थोडी माहिती हवी होती, की ज्यामुळे अन्तोन इतकी वर्षं कशात एवढा गुंतला होता ते थोडं तरी कळलं असतं.

"हे बघा, श्रीयुत ॲडम्स" नॅन्सी घाईघाईने म्हणाली, "मला तुमची मदत हवी आहे. मी आताच भारतात पाय ठेवला आहे आणि अन्तोन कुठंतरी गेलेला आहे. अन्तोन कसलं संशोधन करत होता ते तुम्ही मला सांगितलंत तर कदाचित मी हे हाड तुम्हाला आणखी अभ्यास करण्यासाठी देईनही."

ती कोणीतरी अगदी विश्वासघातकी व्यक्ती असावी अशा संशयाने तो तिच्याकडे पाहत होता, पण मग त्याने सावकाशपणे मान हलवली.

"ठीक आहे, मला जेवढं माहीत आहे तेवढं मी सांगतो, पण ते काही फारसं महत्त्वाचं नाहीच." अन्तोन हरझोग म्हणजे काय व्यक्तिमत्त्व आहे हे समजेल अशा भाषेत आणि तेही ज्या व्यक्तीला तिबेट म्हणजे काय हे काहीच माहीत नाही अशा व्यक्तीला समजावण्यासाठी कुठून आणि कशी सुरुवात करावी याचा विचार करत तो थोडा थांबला.

"अन्तोनच्या जरा जगावेगळ्या कल्पना आहेत." त्या हाडाच्या तुतारीकडे पाहत तो म्हणाला, "तो कसल्यातरी खजिन्याच्या शोधात निघालेला माणूस आहे."

"पण तो काही पुराणवस्तुतज्ज्ञ नाही, असं तुम्ही आताच तर म्हणालात."

"हो, मी म्हणालो आणि तसा तो नाहीच. तो ज्या खजिन्याच्या शोधात

आहे, तो या वस्तूंपेक्षा खूपच वेगळा आहे.'' आपल्या दुकानातल्या वस्तूंकडे हात दाखवत तो म्हणाला, ''अतिप्राचीन ज्ञान आपल्यापर्यंत घेऊन येणाऱ्या तितक्याच पुरातन माध्यमांचा तो शोध घेत आहे. लामा त्या गोष्टीला 'तर्म' म्हणतात.''

''तर्म म्हणजे काय?''

''मला ते खरोखरच माहीत नाही. मंदिरे, पवित्र ग्रंथ, निसर्गरम्य दऱ्याखोरी, दुसऱ्या जगाचे दरवाजे. कुणास ठाऊक काय ते? लामांनी या 'तर्म'च्या संकल्पनेबद्दल अनेक पुस्तकं लिहिली आहेत, पण ती वाचली तरीही त्यांच्या आकलन पातळीवर जाऊन तुम्हाला त्याचा अर्थ कळलाच आहे, अशी तुम्हाला कधीच खात्री वाटत नाही किंवा तुम्ही त्या सगळ्याचा फक्त शब्दश: अर्थच समजून घेत आहात असं वाटत राहतं. खरा अर्थ नेहमीच धूसर वाटतो. हेच तर या गूढ प्रथांचं, संकल्पनांचं वैशिष्ट्य आहे. मला तर त्यातलं काहीही कळत नाही आणि कळून घेण्याची इच्छाही नाही. असं म्हणतात की, अशा जागांची माहिती असलेले काही लामा अजूनही जिवंत आहेत. तिथपर्यंत कसं पोहोचायचं ते त्यांना माहीत आहे आणि त्या गोष्टी आपल्या या जगात परत कशा घेऊन यायच्या तेही त्यांना माहीत आहे.''

तो जे सांगत होता ते इतकं अतर्क्य, कल्पनातीत होतं की, ती स्तिमित होऊन नुसतीच त्याच्याकडं पाहत राहिली. त्याच्या बोलण्यानुसार आता हरझोग विक्षिप्त, कसल्यातरी वेडाने झपाटल्यासारखा असावा, असं वाटायला लागलं होतं आणि त्यामुळेच त्याच्या नाहीसं होण्यामागचं गूढ आणखीनच वाढत चाललं होतं.

हरझोगच्या जगावेगळ्या संकल्पनांपासून आपण दूर असल्याचे स्पष्ट व्हावे म्हणून ॲडम्स पुढं म्हणाला, ''अन्तोनच्या काही विचित्र संकल्पना होत्या आणि मला त्या पटत नव्हत्या. त्यांच्यावर आम्ही कधी चर्चाही करत नव्हतो. कधीकधी तर खऱ्या लामांपेक्षा हरझोगच खराखुरा लामा असावा असे त्याच्या बोलण्यावरून वाटते. कधीकधी तो कसली कसली हाडं आणून मला ती किती जुनी आहेत ते शोधून काढायला सांगत असे किंवा पुरातन काळातील प्रार्थना चक्रे, नाहीतर तशाच प्रकारच्या इतर पवित्र समजल्या जाणाऱ्या वस्तू तो माझ्याकडं घेऊन येत असे. मला प्राचीन मानवी संस्कृतीच्या पुरावा असणाऱ्या गोष्टी आवडतातच, मी तर त्यांच्या शोधातच असतो आणि हिमालयाच्या दऱ्याखोऱ्यांत तो योग्य दिशेनं शोध घेतो आहे की नाही याची त्याला खात्री करून घ्यायची असते. मानवी संस्कृतीच मुळात सगळ्यात पूर्वी इथं अस्तित्वात होती की नाही, किंबहुना ती तशी असावीच या उद्देशाने त्याचा शोध योग्य दिशेनं चालला आहे की नाही याची त्याला खात्री हवी होती. त्याकरिता जिथं खऱ्या अर्थानं आदिमानवाच्या

अस्तित्वाच्या खुणा सापडण्याची शक्यता आहे त्या भागात असण्याची त्याला गरज होती. तो ज्या तर्मांच्या शोधात होता ती कित्येक लाख वर्षांपूर्वीची होती, फार फार जुनी होती.''

प्रकट चिंतन करावे तशी नॅन्सी म्हणाली, ''फारच विलक्षण आहे हे सगळं. इतकं विचित्र की मला काही कळेनासंच झालंय. ज्याला भेटावं तो तर म्हणतो की, हरझोग एक विलक्षण बुद्धिमान माणूस होता.'' विचारांच्या प्रचंड गोंधळामुळे तिच्या चेहऱ्यावर आठ्यांचे जाळे पसरले होते. इकडं ॲडम्स तत्काळ उद्गारला, ''तो बुद्धिमान आहेच. त्याचे बोलणे ऐकणे हा एक सुखद अनुभव असतो. तिबेटबद्दल त्याला जितकी माहिती आहे तितकी दुसऱ्या कुणालाही नाही, पण त्याशिवायदेखील इतर अनेक गोष्टींबद्दलच्या ज्ञानाचं भांडारच आहे तो. तो एक ज्ञानवृद्ध माणूस आहे, त्याचा व्यासंग दांडगा आहे आणि त्यानं अनेक गोष्टींचा साकल्यानं विचार केला आहे. तो खरोखरच एक विद्वान माणूस आहे. अगदी विश्वास बसणार नाही इतका ज्ञानी आहे.''

''पण ही 'तर्म' तिबेटमध्येच सापडतील अशी त्याची खात्री होती का?''

''नक्कीच! आतापर्यंत अज्ञात राहिलेली स्वर्गभूमी आणि हरवलेलं ज्ञानभांडार शोधण्यासाठी तिकडं भटकणारा तो काही पहिलाच बुद्धिवंत नाही आणि तो शेवटचाच असण्याचीदेखील कोणतीच शक्यता नाही. तिबेटमध्ये अशा गूढ अज्ञाताच्या शोधात निघालेल्यांची फार मोठी परंपरा आहे. स्वेन हेडिन, ऑरेल स्टेन, इतकंच काय नाझींनीसुद्धा तिबेटच्या अंतर्शोधाच्या मोहिमा केल्या आहेत. काय शोधत होते ते, कुणास ठाऊक!''

''अच्छा आणि हे एवढंच तुम्हाला माहिती आहे तर!''

तिच्या शोधक नजरेला नजर न देता ॲडम्स म्हणाला, ''मी तुम्हाला सांगितलंच आहे, की आम्ही तपशिलात फारसं कधी शिरत नव्हतो. मी जुन्यापुराण्या हाडांच्या आणि वापरलेल्या गारगोट्यांच्या शोधात असतो आणि प्राचीन काळातल्या मानवाची वसतिस्थाने, असल्या काहीतरी गोष्टी शोधत असतो. पण अन्तोनच्या आवडीपेक्षा हे अगदी वेगळं आहे. अतिप्राचीन काळात मानवाचं अस्तित्व असल्याच्या खुणा शोधून काढण्यामागं कुणाचेही सिद्धांत चुकीचे ठरवण्याचा त्याचा हेतूच नाही. ती एक महत्त्वाची माहिती एवढंच तो मानतो. इथंच कुठंतरी हरवलेल्या, सगळ्या जगाचं चालन करणाऱ्या राजसत्तांचं मूळ स्थान तो शोधतो आहे, कारण हा शोधच त्याला त्याच्या अंतिम धेयाप्रत घेऊन जाईल असा त्याला विश्वास आहे आणि तसं करताना इतर लोक आपल्याबद्दल काय बोलतील याची तो पर्वा करत नाही.''

बोलता बोलता ॲडम्सला हसू आले. ''आणि याबाबतीत तरी तुम्ही

त्याच्याशी पैज लावायचं धाडस करू नये, कारण तो एक अत्यंत हुशार माणूस आहे असं माझं स्पष्ट मत आहे.''

नॅन्सीने उदासपणे सुस्कारा सोडला.

''तुम्ही केलेल्या मदतीबद्दल आभारी आहे.'' असे म्हणत ती उभी राहिली. ॲडम्सदेखील पटकन उभा राहत म्हणाला, ''आणि ते हाड? मी ते घेऊ शकतो का?''

''सांगितलं ना मी त्यावर विचार करेन म्हणून!''

हे ऐकताच जॅक ॲडम्स अस्वस्थ झाला. उतावीळ झाल्यासारखा दिसू लागला. त्याला हे संभाषण इथंच थांबावे असे वाटत नव्हते. परिस्थिती किती झटकन बदलते! आपण या पुरातन वस्तू, प्राणी आणि मानवाच्या सांगाड्यांनी भरगच्च भरलेल्या दुकानात शिरलो त्या वेळेपासून आताची परिस्थिती किती उलट झाली आहे, असं तिला वाटलं.

आपला अस्वस्थपणा लपवत अगदी सर्वसामान्य वाटावं तशा सुरात बोलण्याचा प्रयत्न करत ॲडम्स म्हणाला, ''पण अन्तोन सध्या आहे तरी कुठं? मायाबरोबर कुठल्या तरी थंड हवेच्या ठिकाणी तर हवाबदल म्हणून गेला नाही ना?''

अपराधीपणाच्या भावनेने कृष्णाचा चेहरा खर्रकन उतरल्याचे नॅन्सीने डोळ्यांच्या कोपऱ्यातून टिपले. ही माया कोण वगैरे आपल्याला काही माहीत आहे किंवा नाही याचा मागमूसदेखील आपल्याकडे पाहणाऱ्याला लागू नये अशा प्रकारे तिने आपला चेहरा निर्विकार ठेवला. तशाच निर्विकार सुरात ती ॲडम्सला म्हणाली, ''नाही, ते दिल्लीबाहेर गेले आहेत. कसल्यातरी विषयावर वृत्तकथा करताहेत.''

इतके बोलून ती दाराजवळ पोहोचली. ॲडम्स तिच्या मागोमाग सावलीसारखा होताच. आता तर त्याने तिच्या खांद्यावर हात ठेवला. तिला त्रासदायक वाटेल इतक्या जोराने, तिला हलू न देण्याच्या इराद्याने तिचा खांदा धरून ठेवला आणि एक शेवटचा प्रयत्न करत म्हणाला, ''हे बघा, जर तुम्ही मला हे हाड तपासणी करण्यासाठी दिलंत आणि अन्तोनला ते कुठं मिळालं हे तुम्ही मला सांगितलंत, तर मी तुम्हाला सर्व खर्च धरून दहा हजार डॉलरमध्ये पिमाकोला घेऊन जाईन.''

''मी यावर नक्की विचार करेन आणि तुम्हाला नंतर फोन करेन.'' त्याच्या वजनदार हाताच्या पकडीतून आपली सुटका करून घेत तिने उष्म्याच्या लाटेवर आरूढ झालेल्या दिल्लीच्या रात्रीत पाऊल टाकले.

सतरा

"हीच ती जादूगारांची गुहा."

समोर पसरलेल्या चिनी लष्करी नकाशावर विजयी मुद्रेने बोटाने ठोकून दाखवत कर्नल जेन म्हणत होते. कॅप्टनने मान वाकडी करून नकाशाकडं पाहिलं. लायब्ररीत ते दोघंच होते. डावीकडून उजवीकडे संपूर्ण नकाशाभर हिमालय पसरलेला दिसत होता. पर्वतरांगांमधूनच वाट काढत निघालेली त्सांगपो नदी दिसत होती. पश्चिमेकडे पवित्र कैलास पर्वताजवळ वर येताना आणि मग दऱ्याखोऱ्यांतून वळणावळणांनी पूर्वेकडे वाहत आपल्याबरोबर हिमालयाचे वितळलेले पाणी घेऊन जाताना दिसत होती. हिमालयाच्या पर्वतरांगांमधून अर्धे अंतर गेल्यावर मात्र अचानक नदीने दक्षिणेकडे वळण घेतलं होतं आणि त्सांगपो कड्यावरून खाली कोसळून पिमाकोच्या दऱ्याखोऱ्यात खळाळत शिरताना दिसत होती. फक्त अकरा मैलांच्या प्रवासात त्या नदीने सतरा हजार फुटांवरून पाच हजार फुटांपर्यंतची समुद्रसपाटीपासूनची उंची गाठली होती. पिमाकोमध्ये जंगलातून वाहताना तिचा प्रवाह बराच संथ झालेला होता, पण त्यानंतर ती पुन्हा एकदा थांग न लागणाऱ्या विवरात लुप्त होत होती. आणखी दक्षिणेकडे वीस मैलापर्यंत वाहत गेल्यावर आणि आणखी तीन हजार फूट खाली उतरल्यावर तिचे रूपांतर भारतात पवित्र मानल्या गेलेल्या ब्रह्मपुत्र नदीमध्ये होत होते.

आपला मार्ग अतिशय खडतर आहे याची कर्नल जेनना जाणीव झाली. अनेक डोंगर, नदी आणि एक हिरवा पट्टा असे पिमाकोच्या जंगलाचे स्वरूप होते. चीनच्या उर्वरित भागाचे, इतकंच काय तिबेटच्या उर्वरित भागाचेदेखील तुलनेने चांगले नकाशे बनवले गेले होते. त्यात रस्ते, गावे, हेलिकॉप्टर उतरवता येण्यासाठीच्या जागा वगैरे सर्व काही दर्शविलेले होते. पण हा पिमाकोचा नकाशा तेवढा उपयुक्त नव्हता. लहान मुलांच्या परीकथांमध्ये असावा, तितका

अतिसामान्य नकाशा होता तो. कर्नलनी निराशेनं मान हलवली.

नकाशावर लिताना गुहा दाखवण्यासाठी जिथे खूण केली होती तिथं बोट टेकवत ते म्हणाले, "हा भिक्षू सांगतोय की, त्या अपरिचित माणसाला घेऊन ते सगळे जण या जादूगारांच्या गुहेकडे गेले आहेत. ती एकच गुहा नसून अनेक गुहा आतून जोडलेली ती एक वेगळी, विलक्षण अशी गुहाव्यवस्था आहे आणि त्याचे प्रवेशद्वार हे इथं असण्याची शक्यता आहे."

"ते लोक तिथं पोहोचण्याच्या आत जर आपण तिथं पोहोचलो नाही तर त्यांना पकडणं शक्य नाही. नुसती कल्पना करूनदेखील मला हताश वाटत आहे. मागच्या वेळी फक्त काही तासांच्या फरकानं ते आपल्या हातून सुटले."

कॅप्टन शांतपणे म्हणाला, "साहेब, माझी तीस माणसं सज्ज आहेत आणि तुम्ही सांगितल्याप्रमाणे त्या लष्करी अधिकाऱ्याला या गुहेपाशी पहारा द्यायला सांगितलं आहे, म्हणजे त्याची आपल्याला काहीच अडचण होणार नाही. जवळचे अवजड सामान इथंच ठेवायला मी माझ्या माणसांना सांगितलं आहे. म्हणजे मग ते वेगानं हालचाली करू शकतील. त्या भिक्षूंना फक्त सहा ते सात तासांचाच वेळ मिळाला आहे. आपण लवकरच त्यांना गाठू."

कर्नल जेन नकाशाकडे बघत निराशेने मान हलवत होते. नकाशात जे काही थोडंसंच दाखवलं होतं, तेदेखील चुकीचं होतं. सु ला खिंडीपासून गुहेकडे नदीच्या काठाने जाताना त्यांनी त्सांगपो नदीच्या पूर्व किनाऱ्याच्या बाजूने वाटचाल केली होती आणि ते दोरखंडाच्या पुलाच्या दिशेने निघाले होते. पण तो पूल मुसळधार पावसापाण्याने कोसळून वाहून गेल्याला बराच काळ लोटला होता. मग त्यांना नकाशावर न दाखवलेल्या आणि प्रवाहाच्या दिशेने गुहेपलीकडेही साधारण अकरा मैलांवर असलेल्या फक्त एका गंजलेल्या स्टीलच्या केबलवर भिस्त ठेवावी लागली होती. तो दोरखंडाचा पूल जर चांगला असता तर ते या मठात त्या चिनी सैनिकांनी येऊन धुडगूस घालण्याआधीच पोहोचले असते.

अशा दुर्दैवी आणि काहीच अंदाज न करता येण्यासारख्या घटनांनी कर्नल जेन अस्वस्थ झाले होते. नकाशावरून नजर उचलत ते म्हणाले, "भिक्षू फार भराभर चालतात. आपल्या सैनिकांसारखे त्यांना सारखे खायला आणि विश्रांती घ्यायला लागत नाही. जगण्याला आधार म्हणून घेतलेल्या सातूच्या पिठाच्या निव्वळ एका पोटलीनिशी उंच हिमालयातून एकटेच प्रवास करणारे भिक्षू मी पाहिले आहेत. ऑलिंपिकमध्ये मॅरॅथॉन जिंकणाऱ्यांनासुद्धा तोंडात बोटे घालावी लागतील अशा विपरीत परिस्थितीतही तग धरून राहण्याची त्यांची क्षमता मी पाहिली आहे. दोन ते तीन आठवडे ते अगदी जलद गतीने मजल मारू शकतात. अगदी दिवसा आणि रात्रीसुद्धा न झोपता! इतक्या उंचावर एखादा

गारठूनच मरेल किंवा विरळ हवामानामुळे लवकर थकवा येऊन मरेल, पण हे भिक्षू मात्र योगसामर्थ्याने स्वत:तूनच उष्णता आणि ऊर्जा निर्माण करतात. त्यांच्या या सामर्थ्याबद्दल शंकाच नको. काहीही करून आपल्याला त्यांच्या आधी त्या गुहांजवळ पोहोचलेच पाहिजे, नाहीतर ते आपल्या हातून निसटलेच म्हणून समजा.''

कॅप्टनला मात्र यात काही तथ्य वाटले नाही. तो म्हणाला, ''आपण त्यांच्या पाठोपाठ गुहांमध्ये शिरू शकतोच की, नाही का? मग सुरुंग उडवून किंवा धूर सोडून आपण त्यांना गुहेतून बाहेर काढू शकतो.''

कर्नल जेन कॅप्टनकडे पाहत राहिले. कॅप्टनच्या प्रचंड अज्ञानाची कीव करावी, तसे पाहत राहिले.

''कॅप्टन, या गुहा दुसऱ्या बाजूला कुठं उघडतात हे कुणालाही माहीत नाही. हिमालयाच्या परिसरात जमिनीच्या खालीदेखील अनेक शहरंच्या शहरं नांदत असल्याच्या असंख्य गोष्टी प्रचलित आहेत. तिबेटच्या पश्चिम भागातल्या शिगात्से गावात मला एकदा मॉस्कोहून आलेला, ते काळे लांब डगले घालणारे आणि लांब दाढ्या ठेवणारे रशियन ख्रिश्चन असतात ना, तसला एक जुना अस्तित्ववादी भेटला होता. त्यानं मला छड नावाच्या हरवलेल्या शहराबद्दल सांगितलं. तुम्हाला छडबद्दल माहीत आहे का?''

''नाही साहेब.''

''जमिनीखाली असलेल्या त्यांच्या प्रार्थनाघरांमधून त्यांच्या गाण्याचे आवाज अजूनही ऐकता येतात. तुमच्या पायाखालीच वाजत असलेल्या, त्यांनी सणासुदीला वाजवलेल्या घंटांचे आवाजदेखील ऐकता येतात. मी काय म्हणतो ते नीट लक्षात घ्या कॅप्टन, हिमालयाबद्दल आपल्याला फारच थोडी माहिती आहे. फक्त शांग्री-लामध्ये कसंही करून जायचं आणि आपल्याला ज्याची गरज आहे तेवढं घेऊन परत फिरायचं. म्हणजे आपण चक्क घरफोडी करतो आहोत. त्या झोपी गेलेल्या सत्ताधीशाला जागं करण्याची आपल्याला काही गरज नाही. तसं झालं तर आपण जिवंतपणी माघारी परतू शकणार नाही. त्यामुळे सुरुंग नाही की धूर नाही. भिक्षूंना लवकर गाठून पकडणंच गरजेचं आहे, जबरदस्तीनं आपल्याला मार्ग दाखवायला त्यांना भाग पाडायचं आहे आणि मग जसं पोहोचलो तसंच शांतपणे पुढे जायचं आहे.''

कॅप्टन अजूनही साशंक होता. कर्नल जेनने तो अत्यंत निरुपयोगी नकाशा बाजूला सारला.

''तुम्ही अजूनही साशंक आहात कॅप्टन. पण मी इथं या पर्वतरांगांमध्ये आणि चीनच्या पश्चिमेकडल्या वैराण भागात अशा काही घटना घडताना पाहिल्या आहेत की, तुम्ही थक्कच व्हाल. मी सिचुआनच्या कुरणांमधून घोड्यावरून प्रवास केला

आहे आणि घोड्याच्या नालाचे खालच्या भुयारी व्यवस्थेमुळे येणारे प्रतिध्वनीदेखील ऐकले आहेत. अनंत काळापूर्वीच्या इतिहासातून त्या काळच्या वेषातच थेट इथं दाखल झालेल्या, आता कुणी ओळखूही शकणार नाही अशी उमराव चाओच्या काळापेक्षाही पूर्वीच्या काळातील चलनी नाणी घेऊन काशगरच्या बाजारात गोबीच्या वाळवंटातून अचानक उगवल्यासारख्या प्रकट झालेल्या आकृतीदेखील मी पाहिल्या आहेत. हेरगिरीचे तरुणपणातच शिकलेले सर्व कसब पणाला लावून मी त्यांच्याजवळ गेलो, तरीही बघता बघता ते माझ्या डोळ्यांदेखत नाहीसे झालेले पाहिले आहेत. तेव्हा भिक्षूंना तुम्ही कधीच कमी लेखू नका. त्यांच्याकडे शस्त्रं आणि लष्करी गाड्या नसतीलही, पण त्यांना पराशक्तीचं ज्ञान आहे.''

काहीतरी निर्णय झाल्यासारखी कर्नलने झटक्यात आपली टोपी उचलली आणि तो नकाशा घडी करून घेतला.

''आपल्याला ताबडतोब पुढे निघायला हवं. जो मागं पडेल, त्याची काळजी हे जंगलच घेईल.''

अठरा

हेराल्ड ट्रिब्यूनच्या कारमध्ये मागच्या सीटवर आरामशीरपणे बसल्यावर ड्रायव्हरने गाडी सुरू करेपर्यंत नॅन्सी आणि कृष्णा एकमेकांशी एक शब्ददेखील बोलले नाहीत. नाहीतरी बाजारातल्या गर्दीचा गोंगाट इतका जास्त होता की, काही बोलणे शक्यच नव्हते आणि कुठं एखाद्या उंटाचा धक्का लागेल; तर कुठं रस्त्यावरची वात्रट मुले तिची एखादी वस्तू लंपास करतील या भीतीने तिला अगदी सावधपणेच चालावं लागत होतं. शिवाय आताच झालेल्या संभाषणातून तिच्यासमोर जी माहिती उलगडली होती त्याचा तर्कसंगत अर्थ लावण्यात तिचं मन व्यग्र होतं.

हरझोगला नक्कीच तो ज्या संदर्भात अनेक वर्षं संशोधन करत होता त्याबाबत काहीतरी सुगावा लागला होता आणि जॅक ॲडम्स सत्य सांगताना काहीतरी हातचे राखून सांगत होता. हरझोग नक्की कशात गुंतला होता त्याबद्दल ॲडम्स जितके सांगत होता त्यापेक्षा प्रत्यक्षात नक्कीच त्याला कितीतरी पटींनी जास्त माहिती होती आणि त्या हाडाच्या तुतारीला लावलेल्या धातूच्या पिपाणीवर लिहिलेली अक्षरं त्याने ओळखली आहेत याची तर तिला खात्रीच होती. तो खरं काय ते सांगत नाही आणि त्याने सुरुवातीला अंदाज केल्याप्रमाणे ती तुतारी अती पश्चिमेकडील भागातून, अगदी युरोपमधून कुठूनतरी आलेली असावी, तिबेटमधील अजिबातच नसावी असा स्पष्ट इशारा तिचे अंतर्मन तिला देत होते. पण हे हाड हरझोगने तिबेटमधून कुठूनतरी पाठवले आहे हे समजल्याबरोबर त्याने पिमाकोला नेऊन आणण्याची रक्कम एकदम कमी करून टाकणे हे त्याहीपेक्षा विचित्र होते आणि अर्थातच या सगळ्याला माया नावाचे एक नवे परिमाण लाभले होते.

कृष्णाच्या मागोमाग गर्दीतून वाट काढत हमरस्त्यावर पोहोचेपर्यंत नॅन्सी

गप्पच होती. कृष्णा काय विचार करत असावा, असे एकदा तिला वाटून गेले. आता आपला काय करण्याचा विचार आहे, या विचारानेच तो काळजीत पडला असणार असे तिला वाटले. कार गर्दीतून बाहेर पडल्याबरोबर तिने विचारले, "ही माया कोण?" मान वळवून खिडकीबाहेर पाहत कृष्णा म्हणाला, "नॅन्सी, मला वाटतं आपण जे काही आतापर्यंत ऐकलं, अनुभवलं आहे ते एका दिवसासाठी पुरेसं आहे."

"कृष्णा, तू या विषयावर बोलायचं का टाळतोयस?"

तिचा राग आता अनावर होऊ लागला. अन्तोन हरझोगविषयी तिला काहीही माहिती मिळावी असं कोणालाच का वाटत नव्हतं? कृष्णाने तिला निराश केलं होतं आणि त्याने आपल्याला कसलेच सहकार्य करू नये अशी परवानगी दिल्याबद्दल डॅन फिशरचा तर तिला प्रचंड राग आला होता. हे असंच घडलं होतं आणि तरीही आपला संताप व्यक्त करण्याने कृष्णा जास्तच परक्यासारखा, कोशात शिरल्यासारखा होईल अशी तिला भीती वाटत होती.

"कृष्णा, कृपा करून मला मदत कर. नव्हे तुला मदत करावीच लागेल. माया अन्तोनशी लग्न करणार होती, हो ना?"

खिडकीबाहेर बघायचे सोडून देत तो तिच्याकडे वळला, पण काहीही बोलला नाही.

"अरे, मग तीदेखील काळजीत असेल. अन्तोनच्या भानगडीत मी नाक खुपसावं असं तुला वाटत नाही हे मला समजतंय, पण त्याबद्दल इतकी गुप्तता बाळगण्याचं काहीच कारण नाही असं मला वाटतं. आपण सहकारी आहोत आणि आपल्याला अन्तोनला मदत करायची आहे हे तर तुला मान्य आहे ना?" आपल्या बोलण्याचा कृष्णावर हवा तसा परिणाम होतो आहे की नाही याचा अंदाज घेत ती थांबली.

"आपण शक्य असेल तर तिलाही मदत केली पाहिजे. तिला खरंच काळजी लागली असेल रे. तू तिला नुकताच कधी भेटला, बोलला होतास का?"

एक भलामोठा श्वास घेत कृष्णाने आपले मौन सोडले.

"नाही."

"तसं असेल तर आपण तिच्याशी बोलायला पाहिजे. तिला धीर द्यायला पाहिजे. तिला तरी बोलण्यासारखं दुसरं कोण आहे?"

त्याने थोडं अधिक मोकळेपणानं बोलावं आणि काहीतरी सांगावं अशा अपेक्षेने ती त्याच्याकडं पाहत राहिली. नॅन्सी सावध पवित्रा घेऊन आणि मिळेल ती माहिती पटकन ग्रहण करण्याच्या तयारीत, तर कृष्णा खांदे पाडून काळजीने

ग्रस्त होत डोळे बारीक करून विचारात गढलेला, असे ते दोघेही बराच वेळ बसून राहिले. मग त्याचा एकदम संयम सुटला.

घाईघाईनं बोलावं तसं तो म्हणाला, "तिच्याशी काय आणि कसं बोलायचं तेच मला कळत नव्हतं. म्हणून तर मी तिचे फोन घेतलेच नाहीत. तिला काय सांगावं तेच मला कळत नाही, मग मी काय बोलणार फोनवर?"

काय त्या बाईचं दुर्दैव आणि या कृष्णाचंसुद्धा, असा विचार नॅन्सीच्या मनात तरळून गेला. कुणाच्या तरी प्रेमपात्राशी चार सांत्वनाचे, धीराचे शब्द बोलावे यासाठी तो अगदीच अयोग्य माणूस होता हे खरंच होते.

"तिने ऑफिसमध्ये फोन केला होता का?"

आक्रसल्यासारखा होत कृष्णा म्हणाला, "एक-दोन वेळेला केला होता."

"ते ठीक आहे, आपण तिला आताच फोन करू शकतो. अजून काही फार उशीर झालेला नाही." मग एकदम तिच्या डोक्यात एक कल्पना आली. "तसं कशाला, आपण तिला चक्क भेटूच शकतो. ती कुठं राहते, तुला माहीत आहे का?"

"तिला भेटण्याची कल्पना मला तरी योग्य वाटत नाही."

"कृष्णा, अरे काळजीने ती हवालदिल झाली असेल आणि अगदी एकटी, असहाय झाली असेल. काय आहे तिचा पत्ता? माहीत आहे का तुला?"

पुन्हा कृष्णाने मौन धारण केले. पण नॅन्सीने पिच्छा पुरवला. "कृष्णा, तू तिला मदत करावीस असं अन्तोनलाही वाटलं असतं, खरं की नाही? निदान तिला भेटून तू थोडा धीर देशील, सांत्वन करशील एवढी तरी आशा त्यानं तुझ्याकडून बाळगलीच असती की नाही? आपण या प्रकरणात आणखी खोलात शिरायची गरज नाही, हे मला पटतंय. ते तिबेट, तो जॅक ॲडम्स आणि ती हाडाची तुतारी सगळं आपण विसरून जाऊ, पण तिला एकटीला असं दुःखात सोडून गप्प बसणं बरोबर नाही."

मनातल्या विचारद्वंद्वावर मात करण्यात व्यग्र असलेल्या कृष्णाकडे ती श्वास रोखून पाहत होती. शेवटी त्याने एक दीर्घ निःश्वास टाकत तिच्याकडे पाहिले.

"जुन्या दिल्लीतल्या रुमेली रस्त्यावर राहते ती. पण आपल्या पोलिसी खाक्यानं चालवलेल्या तपासकामाचा हा शेवटचा भाग ठरावा एवढंच माझं म्हणणं आहे. हे गुप्त पोलीस तपास, वगैरे आता पुरे. आपण तिला काय ती योग्य मदत करू आणि तेवढ्यावरच थांबू, पुढे काही नाही."

त्याला विश्वास वाटेल इतपत प्रांजळपणा दाखवत तिने होकारार्थी मान तुकवली.

एकोणीस

त्या छोट्याशा दारापासून एक पाऊल मागे सरकत नॅन्सीने एकदा त्या निर्मनुष्य रस्त्यावरून नजर फिरवली. दरवाजाच्या पलीकडून काहीच प्रतिसाद नव्हता. दरवाजापासून साधारण वीस-बावीस हात लांबच उभ्या केलेल्या गाडीत कृष्णा बसून राहिला होता. तिच्याबरोबर मायाच्या घरात यायला त्याने नकार दिला होता. मायाच्या घरी येण्यासाठी त्याचा पिच्छा पुरवल्यानंतर ते दोघे एकमेकांशी फारसे बोललेच नव्हते. त्याला सगळ्यांचीच काळजी वाटत होती आणि आपण आता आणखी काहीही बोलण्याचा प्रयत्न केला तरी त्याचा मायाचे घर दाखवण्याचा विचार बदलेल की काय असे वाटल्याने तीदेखील गप्प राहिली होती.

शेवटी दारापलीकडे काहीतरी हालचाल झाल्याचा आवाज झाला आणि ते दार किलकिले झाले. दारामागच्या अंधारातून एका स्त्रीचा पुढे आलेला फक्त चेहरा तिला दिसू लागला. हीच जर माया असेल तर ती नॅन्सीला वाटलं होतं त्यापेक्षा कितीतरी तरुण होती. अगदी पस्तिशीची, चेहऱ्यावर मार्दव असलेली आणि छान काळेभोर डोळे असलेली होती. पण ती खूप घाबरलेली दिसत होती. नॅन्सीनं हस्तांदोलनासाठी हात पुढे केला.

"हॅलो, मी नॅन्सी केली. मी ट्रिब्यूनमधून आले आहे. मी अन्तोनची सहकारी आहे. तुमचं नाव माया आहे का?"

ती स्त्री काहीच बोलली नाही आणि हात मिळवण्यासाठी आपला हातही तिने पुढे केला नाही. गडबडीने खिशात हात घालून नॅन्सीने आपले ट्रिब्यूनचे ओळखपत्र काढले आणि त्या स्त्रीच्या समोर तिला नीट वाचता येईल असे धरले. पण तिला इंग्रजी बोलता येतं का? अचानक नॅन्सीला शंका आली. अन्तोन उदरनिर्वाहासाठी काय करत होता याची तरी तिला कल्पना असावी का? त्या स्त्रीच्या तोंडाकडे पाहताना नॅन्सीला आपण भलतेच विचार घोळवत

असल्याची जाणीव झाली. कदाचित या स्त्रीला हरझोग काय काम करत होता त्याबद्दल काहीच माहीत नसेल. ते एकमेकांशी हिंदीतच बोलत असतील किंवा दुसऱ्याच कुठल्यातरी बोलीभाषेत बोलत असतील. कदाचित कृष्णा म्हणाला ते खरं असेल आणि तिला तिच्या दु:खाचा सामना करायला एकटं सोडणंच जास्त बरोबर ठरेल किंवा कदाचित ती खरोखरच दु:खी नसेलही आणि कसल्यातरी साहसी लक्ष्यामागे अनेक दिवस भटकत गायब असणाऱ्या हरझोगची तिला सवयच असेल किंवा कदाचित तो आता नक्की कुठं आहे हे तिला अचूकपणे माहीत असेल आणि ती काहीच काळजीत नसेल. हरझोगचा आपण चालवलेला तपास फक्त काही ठोकताळ्यांवर चाललेला आहे अशी नॅन्सीला काळजी वाटू लागली. इतक्यात ती स्त्री बोलू लागली.

"काय पाहिजे तुम्हाला?" तिचा आवाज अगदी सौम्य आणि नैराश्यपूर्ण होता.

"मला अन्तोनबद्दल तुमच्याशी बोलायचं आहे."

"त्यांच्याबद्दल काय माहिती आहे तुम्हाला?" तिनं विचारलं. बोलता बोलता तिचा आवाज भावनावेगाने चिरकला.

नॅन्सीला एकदम अपराधी वाटू लागले. हे असे आगंतुकपणे तिच्या आयुष्यात शिरून आपण काय चालवले आहे? आपण तिला पुरतं ओळखतदेखील नाही. तिच्या काय आशा, इच्छा, राग, भीती वाटणाऱ्या गोष्टी आहेत याची कशाचीही, तिच्या खासगी आयुष्याची आपल्याला काहीही माहिती नाही. त्यात ढवळाढवळ करणं बरोबर आहे तरी का?

"मला असं वाटतं की, तो तिबेटमध्ये आहे आणि मला त्याची काळजी वाटते आहे."

माया... म्हणजे नॅन्सीची आता खात्रीच झाली होती की, तीच माया होती. थोडी चलबिचल अवस्थेत उभी राहिली, मग मनाशी काहीतरी ठरवत म्हणाली, "तुम्ही आत या." तिनं दार उघडलं. नॅन्सी तिच्या पाठोपाठ आत शिरल्याबरोबर तिने दाराला आतून कडी लावली. इतकंच नाही तर दारालाच अडकवलेल्या किल्लीने तिनं दाराचं कुलूपही लावलं आणि हे सगळं करताना तिचे हात भीतीनं थरथरत होते. मायाकडे पाहता पाहता अचानक एक गोष्ट स्पष्ट झाल्यामुळे नॅन्सी चकितच झाली. माया गरोदर होती.

"कृपा करून तुम्ही इथं बसा." ती म्हणाली. गर्भारपणामुळे तिच्या हालचाली सावकाश होत होत्या.

अंधाऱ्या वाटणाऱ्या बैठकीच्या खोलीत त्या आल्या. खिडक्यांचे पडदे लावलेले होते. खोलीत दोन खुर्च्या आणि एक सोफा होता. नॅन्सी अवघडल्यासारखी

एका खुर्चीवर बसली. नॅन्सी आता काय बोलणार आहे, त्याची वाट पाहत माया सोफ्याच्या एका टोकाकडे बसली.

"तुमच्याकडं असं आगंतुकपणे आल्याबद्दल मला माफ करा." नॅन्सीने सुरुवात केली, "माझ्या सहकाऱ्यानं तुम्हाला त्रास न देण्याचा सल्ला दिला होता, पण मलाच राहावलं नाही, म्हणून मी आले आहे."

"ते मरण पावले आहेत, असं तर सांगायला तुम्ही आला नाहीत ना?" भय आणि दु:खाने विदीर्ण होत मायाने विचारले. नॅन्सीनं घाईगडबडीनं नकारार्थी मान हलवली.

"तुम्हाला त्याच्याबद्दल काहीच माहिती कळलेली नाही का?" मायाने विचारले.

"नाही."

"मग तुम्ही इथं कशासाठी आला आहात?"

खोलवर श्वास घेत नॅन्सी म्हणाली, "मी त्याला शोधते आहे आणि तो तिबेटमध्ये कशासाठी गेला होता, हे कदाचित तुम्हाला माहीत असेल म्हणून मी तुमच्याकडं आले आहे."

मायाचा चेहरा काळजीने काळवंडला. हरझोगबद्दल काहीतरी - तो जिवंत आहे आणि त्याला काहीही झालेले नाही किंवा तो आजारी आहे आणि तिबेटमधल्या कुठल्यातरी हॉस्पिटलमध्ये आहे किंवा तो सरळसरळ मरण तरी पावलेला आहे असं काहीतरी आपल्या मनाची घालमेल एकदाची थांबवणारे - ऐकायला मिळेल असं मायाला वाटत असावं. पण इथं तिला वेगळंच ऐकावं लागत होतं. कसल्याही प्रकारची बातमी नॅन्सीकडून ऐकायला मिळाली असती तरी तिला बरं वाटलं असतं, पण नॅन्सीकडं तर काहीच बातमी नव्हती.

"तुमचा फोन नंबरदेखील आमच्याकडे नव्हता नाहीतर असा त्रास द्यायचा आमचा विचार नव्हता."

हताशपणे माया जमिनीकडे नजर लावून बसली होती आणि आपल्या वाढलेल्या पोटावरून हलकेच हात फिरवत होती. सहा ते सात महिने झाले असतील, असा नॅन्सीने अंदाज केला, पण हे अन्तोन हरझोगचेच बाळ होते का? मायाने तिच्याकडे पाहिले.

"काय करायचं मला काही सुचत नाही," तिच्या सुरात इतकं दु:ख भरलं होतं की, उठून तिच्या खांद्याभोवती हात टाकून तिला जवळ घेत तिचे सांत्वन करण्यावाचून नॅन्सीला राहावलं नाही.

हे नक्कीच हरझोगचं बाळ असणार आणि आता तोच नाहीसा झाला होता, मग ही असहाय स्त्री त्याचं संगोपन कसं काय करणार होती? मायाच्या पाठीवर

हलक्या हाताने थोपटत आणि सांत्वनपर बोलत असतानाच नॅन्सीचे लक्ष तिच्या हाताकडे गेले, पण लग्न झाल्याची निशाणी असलेली अंगठी तिच्या बोटात नव्हती. म्हणजेच तिला आपल्या वृत्तपत्राकडून मिळू शकणारे हरझोगचे पेन्शनदेखील मिळण्याची शक्यता नव्हती.

"धीर धर, अशी हताश होऊ नकोस. त्याला काहीही झालं नसेल, माझी खात्री आहे." नॅन्सी म्हणाली, पण ती स्वत:च त्याबद्दल साशंक होती.

तिच्या सुरातल्या साशंकतेचेच प्रतिबिंब मायाच्या चेहऱ्यावर पडत असल्यासारखी माया तशीच हताश चेहऱ्याने बसून राहिली होती.

"नाही. ते आता कधीच परत येणार नाहीत."

"तुला काय म्हणायचंय?"

मायाच्या डोळ्यांतून अश्रू ओघळू लागले.

"ही त्यांच्या आयुष्यातील सगळ्यात मोठी वृत्तकथा असेल, असे ते म्हणाले होते. सगळ्या जगाच्याच दृष्टीने सनसनाटी ठरणारी अशी ही बातमी असेल... पण त्या बातमीच्या मागावर जाताना कदाचित ते कधीच पुन्हा परत येऊ शकणार नाहीत. पण तरीही ती बातमी मिळवण्याचा प्रयत्न तर ते करतीलच. कारण सगळ्या जगाला सत्य कळलेच पाहिजे." असे ते म्हणाले होते. विचारांच्या भाराने थकून ती बोलायची थांबली.

"कसली वृत्तकथा? तू काय सांगतेस? म्हणजे तुला काय सांगायचंय? ते हिमनग वितळणं वगैरे तसल्या बातमीबद्दल म्हणतेस का तू?"

डोळे पुसत मायाने स्वत:ला सावरले, मग म्हणाली, "नाही. हिमनगांबद्दल नव्हतंच ते. ते तर त्यांच्या नेहमीच्या कामातलंच होतं. आता ते ज्या कसल्या शोधात निघाले होते, ते त्याच्यापेक्षा बरंच मोठं, जास्त महत्त्वाचं होतं."

बोलता बोलता ती उठली आणि भिंतीजवळच्या टेबलाजवळ जात सावकाशपणे वाकत सगळ्यात खालचा ड्रॉवर उघडला. नॅन्सी पूर्ण गोंधळात पडली होती आणि फक्त तिच्याकडे पाहत होती. त्या ड्रॉवरमध्ये अगदी व्यवस्थित इस्त्री आणि घडी करून ठेवलेले कपडे होते. बरेचसे नॅपकीन आणि टेबलक्लॉथचे तुकडे काढून तिने ते टेबलावर ठेवले आणि मग एक मध्यम आकाराचे खाकी रंगाचे पाकीट बाहेर काढले.

"ते माझ्यासाठी हे पाकीट सोडून गेले आहेत. मी जर दोन महिन्यांत परत आलो नाही, तर तू हे उघडावे, असे त्यांनी मला सांगितलं होतं. ते जर परत आलेले नसतीलच, तर त्यांना विसरून जावं आणि मी माझं आयुष्य पुढे त्यांच्याशिवायच जगायचा प्रयत्न करावा असं ते म्हणाले होते."

ते पाकीट तिने अत्यंत आदरपूर्वक सोफ्यावर ठेवले.

''तू उघडून पाहिलं आहेस का ते?''

''नाही. मला भीती वाटत होती. भीती म्हणजे, जर मी ते उघडलं तर ते कधीच परत येणार नाहीत म्हणून मी ते उघडलंच नाही. तसं केलं तर त्यांच्या परत न येण्याला मीच कारण ठरेन असं मला वाटत होतं.''

त्या साध्याशा दिसणाऱ्या, पण बराच अर्थ भरला असावा असे वाटणाऱ्या पाकिटाकडे पाहताना नॅन्सीच्या डोक्यात विचारांची गर्दी झाली होती.

''काय असेल त्या पाकिटात?'' मनातील विचार जसेच्या तसे तिच्या तोंडून बाहेर पडले.

''मला माहीत नाही ना!''

नॅन्सीने मायाकडे पाहिले. पण माया तिच्या नजरेला नजर भिडवत नव्हती. ''माया आपल्याला ते उघडून बघितलंच पाहिजे. तुलाच ते उघडावं लागेल. अन्तोन गेला त्याला आता तीन महिन्यांहून अधिक काळ लोटला. कदाचित त्या पाकिटातल्या माहितीच्या आधारे त्याला शोधून काढण्यात आपल्याला मदत होईल.''

माया हमसून हमसून रडू लागली. तिला जवळ घेत नॅन्सीने पुन्हा तिची समजूत काढण्याचा प्रयत्न केला.

''रडू नकोस गं! आपण त्याला शोधून काढू. मी तुला वचन देते. मी त्याच्यासाठीच तर तुझ्याकडं आले आहे. मला तुला मदत करायची आहे. पण त्यासाठी त्या पाकिटात काय आहे ते आपल्याला पाहायलाच हवं आहे.''

हळूहळू मायाचे रडणे थांबले. पुन्हा एकदा ते पाकीट उघडणं किती आवश्यक आहे ते पटवण्याचा नॅन्सीनं प्रयत्न केला.

''माया, माझं ऐक. अन्तोनसाठी तरी तुला ते पाकीट उघडायलाच हवं.''

खूप वेळ गप्प राहिल्यावर शेवटी माया म्हणाली, ''कृपा करून तुम्हीच ते उघडा, मला धाडस होत नाही.''

नॅन्सीने पडत्या फळाची आज्ञा घेतली. काळजीपूर्वक पाकीट उघडले आणि त्यातले सर्व काही बाहेर काढले. त्यात एक लांबलचक पत्र, एक फोटो आणि धातूच्या काही छोट्या वस्तू होत्या.

तिने ते पत्र उलगडले. पत्राच्या शीर्षकातील 'अन्तोन हरझोग यांचे शेवटचे मृत्युपत्र' या शब्दांनीच तिच्या काळजात धस्स झाले. धडधडत्या अंत:करणानेच नॅन्सीने पानाच्या शेवटी पाहिले. एका भारतीय सॉलिसिटरने बनवलेल्या त्या मृत्युपत्रावर त्याच्याच ऑफिसातल्या दुसऱ्या वकिलाने हरझोगच्या सहीला साक्षीदार म्हणून सही केली होती. तसे ते अगदी थोडक्यात, पण मुद्देसूद लिहिलेले होते. हरझोगकडे असलेले सर्व प्राचीन पुतळे आणि पुराणवस्तू दिल्ली वस्तुसंग्रहालयाला

द्यायला सांगितले होते, तसेच हरझोगच्या भारतीय तसेच अमेरिकेतल्या बँक खात्यांमधील सर्व रक्कम म्हणजे सत्तर हजार डॉलर्स मायाला द्यायचे होते. ही एक चांगली गोष्ट, म्हणजे एखाद्याच्या मृत्युपत्रातून काही चांगले मिळू शकते असे म्हटले तर ही तशी गोष्ट म्हणावी असे होते. मृत्युपत्राच्या बाकीच्या भागात हरझोगने त्याचे ऑफिस आणि फ्लॅटमध्ये ठेवलेल्या पुराणवस्तूंची जंत्री होती. त्या तपशिलात फारसे न जाता नॅन्सीने तो फोटो हातात घेतला. तो एक कृष्णधवल रंगातला, पण फिकट झालेला कोपरे मुडपलेला फोटो होता. एका इमारतीच्या पायऱ्यांवर उभा असलेला एक पन्नाशीचा, उंच, सडसडीत बांध्याचा देखणा माणूस फोटोत दिसत होता. आधारासाठी त्याने एक काठी हातात घेतली होती. त्याचा चेहरा हसरा होता. पायऱ्यांच्या वर, इमारतीच्या प्रवेशद्वारावर अक्षरे लिहिली होती, 'ब्यूनोस एरेस हॉटेल'. बस्स, एवढेच! तिने फोटोच्या मागच्या बाजूला पाहिले. तिथं लिहिले होते, "आईच्या वाढदिवसाला आलेला फेलिक्स. बी. ए. १९५७".

ब्यूनोस एरेसमधील दिवसांच्या सुखद आठवणींचे चित्र असावे हे. पण हा फेलिक्स कोण? नॅन्सीला प्रश्न पडला. पाकिटात आणखी काय आहे ते तिने पाहिले. पदके होती त्यात. युद्धातल्या पराक्रमाबद्दल मिळालेली जुनी पदके. तिने ती बाहेर काढली. काढून पाहताक्षणीच त्यात दिसलेल्या जर्मन लष्करातील पराक्रम गाजवणाऱ्या सैनिकांना दिल्या जाणाऱ्या आयर्न क्रॉसच्या पदकाने ती भयचकित झाली. पण दुसऱ्या एका पदकावरील नक्षीचित्र पाहून तर ती चांगलीच चपापली. तसे ते अगदी साधे चित्र होते, पण तरीही ते पाहिल्यावर आपल्या रक्तात कोणीतरी बर्फच ओतले असावे, तशी एक भीतीची थंड लहर तिच्या अंगावर सरसरून काटा उभा करून गेली. ते चित्र होते स्वस्तिकावर काढलेल्या एका झळाळणाऱ्या कट्यारीचे! त्या हाडाच्या तुतारीला बसवलेल्या धातूच्या पिपाणीवर असलेल्या चित्रासारखेच, तंतोतंत जुळणारे चित्र होते ते. पटकन स्वतःला सावरायचा तिने प्रयत्न केला, पण मायाने तिच्या मनात उडालेली खळबळ पाहिली होती.

"काय झालं? काय दिसलं तुम्हाला?"

"नाही, कुठं काय, काही नाही."

"काय लिहिलंय त्या पत्रात?"

"अन्तोनचं मृत्युपत्र आहे ते. तुझी काळजी घेण्यासाठी त्याने तुझ्यासाठी पैसे ठेवले आहेत."

"म्हणजे ते मरण पावले आहेत, असंच ना?"

"नाही. आपल्याला नक्की सांगता येणार नाही. एक खबरदारीचा उपाय म्हणून

त्यानं हे करून ठेवलं असणार. पण म्हणजे तो मरण पावला आहे असं नाही. आशा सोडायचं काही कारण नाही.''

माया आता पुन्हा रडायला लागणार होती असं दिसत होतं. तिचं मन वळवण्यासाठी पटकन नॅन्सीने तो फोटो तिच्यापुढे धरला.

''हे कोण आहेत तुला माहीत आहे का?''

थोडा वेळ फोटो नीट पाहून ती म्हणाली, ''नाही.''

''फेलिक्स हे नाव कधी ऐकल्यासारखं आठवतं का तुला?''

''नाही.''

''आणि हे बाकीचं सगळं?''

पदकांकडे पाहून तिने काहीतरी आठवल्यासारखी मान हलवली.

''हो. ही पदकं अन्तोन त्यांच्या टेबलाच्या खणात ठेवत असत. ती कसली पदकं आहेत असं मी त्यांना एकदा विचारलं होतं, तेव्हा तो त्यांच्या पूर्वजांकडून आलेला वारसा आहे, एवढंच ते म्हणाले होते. एक दिवस ती सर्व पदकं आमच्या मुलाला देणार असल्याचंही ते म्हणाले होते.''

बोलता बोलता अनाहूतपणे तिचा हात पोटाकडे गेला आणि ती लाजली. नॅन्सीच्या मनात विचारांचे मोहोळ उठले होते. ते स्वस्तिक आणि त्यावरची ती कट्यार अगदी हुबेहूब त्या हाडाच्या तुतारीवर असलेल्या चिन्हासारखीच होती यात शंका नव्हती, पण ते तसे का होते हे मात्र तिला माहीत नव्हते. शिवाय तो फोटोतला वयस्कर माणूस कोण होता, त्याचा या पदकांशी काय संबंध होता? ती पदके त्याचीच असावीत का? ती एक महत्त्वाची व्यक्ती होती हे खरंच! पण ते काही हरझोगचे वडील नसणार. आपल्या आईच्या वाढदिवशी काढलेल्या फोटोतल्या दुसऱ्या व्यक्तीचा, जर ते हरझोगचे वडील असते, तर हरझोगने त्यांचा एकेरी नावाने उल्लेख करणं जरा अशक्यप्रायच होते.

पण कृष्णाने सांगितले होते की, हरझोगचे वडील स्टॅलिनग्राडच्या लढाईत १९४४ सालीच मारले गेले होते. मग कदाचित हे फोटोत आहेत, ते त्याचे सावत्र वडील किंवा काका असतील.

ती पदके आणि ते पत्र पुन्हा त्या पाकिटात व्यवस्थित ठेवून ते पाकीट तिने सोफ्यावर ठेवले.

''माया, नीट आठवण्याचा प्रयत्न कर. अन्तोन कसल्या बातमीसंदर्भात काम करतो आहे, त्याचा कधी काही उल्लेख त्याने केला होता का, ते आठवून बघ.''

''नाही. ते आपल्या कामाबद्दल फारच कमी बोलत असत. या वेळी तर अगदी जायला निघाले त्या क्षणापर्यंत त्यांनी मला काहीच त्याबद्दल सांगितलं

नव्हतं. शिवाय या वेळी ते जरा वेगळंच वागत होते. मानवजातीच्या भल्यासाठी त्यांना जाणं भागच आहे, असं काहीतरी ते म्हणत होते. अप्रिय असली तरी ही गोष्ट करायलाच हवी असंही ते म्हणत होते.''

अनामिक भीतीची एक लहर नॅन्सीला स्पर्श करून गेली. हे सगळं ऐकताना एखादा माणूस त्याच्या अंतिम प्रवासाला निघण्यापूर्वी तयारी करतो तसं तिला वाटत होतं. अन्तोन हरझोगची आयुष्यातील सगळ्यात मोठी खळबळजनक वृत्तकथा आणि हीच संधी आहे असं मानून तिनं थोडं धाडस केलं तर तिच्यादेखील आयुष्यातील सगळ्यात मोठी ठरू शकेल. नाही का? परस्परविरोधी विचारांचं द्वंद्व मनात प्रचंड खळबळ उडवून देत असल्यामुळे तिची धडधड वाढली. ज्यामुळे ती एक उत्तम वार्ताहर समजली जात होती, ती तिच्या व्यक्तिमत्त्वाची धाडसी, कठोर व्यवहारी बाजू आतापासूनच तिला प्रसिद्धीच्या झोतात आणणाऱ्या दिवसाची स्वप्नं पाहू लागली होती. अशा वृत्तकथेमुळे तिचे नाव कायमचे कीर्तिशिखरावर पोहोचले असते. अन्तोन हरझोगची सुटका आणि त्याचबरोबर पत्रकारितेतील आंतरराष्ट्रीय स्तरावरची पारितोषिके या दोन्ही गोष्टी तिला साधता आल्या असत्या. पण तिचे दुसरे समंजस, विचारी मन तिच्या या महत्त्वाकांक्षेला लगाम घालत होते. प्रत्यक्षात काय घडले आहे, घडते आहे याची काहीही कल्पना नव्हती. कल्पना आहे ती फक्त हरझोग हा हेरगिरी केल्याच्या आरोपाखाली फरारी समजण्यात येत असलेला माणूस आहे आणि ती स्वत: फक्त काही तासांपूर्वीच कुठल्यातरी तुरुंगाच्या अंधारकोठडीत अनेक वर्षं खितपत पडावे लागण्याची धमकी ऐकत पोलीस स्टेशनमध्ये बसली होती इतकंच तिला माहीत होतं.

नेहमीप्रमाणेच तिने मनातल्या मनात काहीतरी वैचारिक तडजोड केली. कोणत्याही प्रकारचा आततायीपणा आपण करणारच नाही, मग आपण सावधपणे हे आव्हान पेलू शकू, अशी स्वत:चीच समजूत काढणारा विचार तिने केला आणि अशा प्रकारचा तिला धाडसाच्या वाटेने नेणारा कौल तिच्या मनाने नेहमीप्रमाणेच दिल्यानंतर तिला समाधान वाटले. हरझोगच्या भानगडीचा शोध घेण्याचा प्रयत्न तिला करावाच लागणार होता. गोष्टी इतक्या थराला पोहोचल्या होत्या की, दुर्लक्ष करून चालणार नव्हतं. योगायोगाच्या चौकटीत न बसणाऱ्या कितीतरी विचित्र गोष्टी घडल्या होत्या आणि शोध घेण्यासाठी खुणावणारे कितीतरी धागेदोरे समोर दिसत होते. डॅन फिशरने कितीही सांगितलं असलं तरी अन्तोन आणि त्याचं नशीब असं म्हणून स्वस्थ बसून चालणार नव्हतं. आता या मायाला भेटल्यानंतर तर ते शक्यच नव्हतं. तिच्यासाठी तरी तिला काहीतरी प्रयत्न करणं आवश्यक वाटत होतं. पण तिला लगेच दिल्ली सोडायची नव्हती,

सोडता येणारही नव्हती – पोलिसांची नजर चुकवून जाणं तिला परवडणार नव्हतं. पोलीस स्टेशनमधल्या वातावरणाची नुसती आठवण झाल्यावरदेखील तिच्या अंगावर शहारा उमटला. पुन्हा जर तिला अटक झाली, तर बरेच दिवस तिला सूर्यप्रकाशदेखील दिसणार नाही याची तिला खात्री होती.

"माया, काहीही काळजी करू नकोस. काय वाट्टेल ते करून अन्तोनचं काय झालं ते मी शोधून काढणारच आहे."

आसपास कुठंतरी रेडिओ लागला होता आणि खोलीतल्या उदासवाण्या वातावरणाला छेद देत भारतीय शास्त्रीय संगीताचे सुखद सूर ऐकू येत होते. ते ऐकताना नॅन्सीला बरं वाटलं. मायाने ते पाकीट उचलले, मग त्या दोघी हॉलमध्ये आल्या. दार उघडून नॅन्सीने बाहेर पाऊल टाकले. बाहेर प्रचंड उष्मा आणि कोंदटपणा होता. पण मायाच्या घरातल्या धूळभरल्या, गुदमरल्यासारखे वाटणाऱ्या आणि तिथं भरून राहिलेल्या अस्वस्थपणापासून आणि दुःखदायी वातावरणातून सुटका झाल्यासारखे वाटल्यामुळे नॅन्सीला बरे वाटले. निरोपाचे दोन शब्द बोलून नॅन्सी वळणारच होती, इतक्यात माया दबक्या आवाजात म्हणाली, "पटकन मान वळवून पाहू नका. ते तुमचादेखील पाठलाग करत आहेत."

भीतीने नॅन्सी गळून गेली.

"काय? कोण ते?" मायाच्या नजरेला भिडवलेली नजर तशीच ठेवत तिनं कुजबुजल्या स्वरात विचारलं.

मायाने मान जराही न हलवता डोळ्यांनीच रस्त्याच्या या टोकापासून त्या टोकापर्यंत शोधकपणे पाहिले. जणूकाही आपल्या ड्रायव्हरला शोधतो आहोत अशा आविर्भावात नॅन्सीनेदेखील रस्त्यावरून नजर फिरवली. रस्त्यावर साधारण तीस यार्डावर एक काळ्या काचा असलेली स्टेशन वॅगन उभी होती. मायाच्या घराकडे ती आली त्या वेळेला ती स्टेशन वॅगन तिथं नव्हती. इतक्या गरीब वस्तीमध्ये इतकी आलिशान गाडी उभी असणेच अगदी विचित्र दिसत होते. काही क्षणांपूर्वीचा तिचा आत्मविश्वास आणि धाडसीपणा या दृश्याने क्षणार्धात नाहीसा झाला. प्रचंड घाबरलेल्या अवस्थेत ती पुन्हा मायाकडे वळली.

मान तुकवल्यासारखी ठेवत ती भारतीय स्त्री म्हणाली, "ते कोण आहेत ते मला माहीत नाही, पण ते माझादेखील पाठलाग करतात. अच्छा, या आता."

वीस

बाजारातून परत येताना ते दोघे एकमेकांशी फारसं काही बोललेच नव्हते. मायाच्या घरी जे काही पाहायला, अनुभवायला मिळालं त्यामुळे आपण गडबडून गेलो आहोत असा नॅन्सीने विचार केला. पण कृष्णानेदेखील तिच्या अस्वस्थपणाचे कारण मायाची भेटच असावी असं मानावं, तिच्या प्रत्येक हालचालीवर कोणीतरी पाळत ठेवून आहे ही गोष्ट त्याला कळू नये असं तिला वाटलं. दिल्लीच्या रहदारीतून वाट काढत त्यांची कार पुढे जात होती आणि संधी मिळेल तेव्हा आपला पाठलाग होतो आहे का हे ती पाहत होती. प्रत्येक वेळी ती काळी स्टेशन वॅगन त्यांच्या पाठीमागे होतीच.

आपण गप्प असल्याने कृष्णाला बरेच वाटते आहे, असा नॅन्सीनं अंदाज केला. निदान ती आणखी काही प्रश्न उपस्थित करत नसल्याचे त्याला समाधान वाटत असावे. मायाशी काय बोलणे झाले, ते मृत्युपत्र आणि ती पदके याबद्दल किंवा अन्तोन हरझोगने कदाचित आपण परत येऊ शकणार नाही अशा जीवनमरणाचा प्रश्न असावा इतक्या महत्त्वाच्या मोहिमेवर जात असल्याचे मायाशी बोलताना सूचित केले असल्याबद्दल कृष्णाला काहीच सांगायचं नाही असं नॅन्सीनं ठरवलं. तिनं जर हे सगळं सांगितलं असतं तर आता ही पुढे काय करणार या नुसत्या विचारानेच तो गर्भगळीत झाला असता आणि कदाचित ती तिला दिलेल्या आज्ञा पाळत नसल्याबद्दल डॅन फिशरकडे त्याने तक्रारही केली असती. आपल्या नव्या सहकाऱ्याबरोबर सुरुवातीपासूनच असे ताणलेले संबंध असू नयेत असे तिला वाटत होते. पण आता ती तरी दुसरं काय करू शकत होती? आणि म्हणूनच हरझोगच्या नाहीसे होण्यामागे जे काही घडले आहे, घडते आहे, आपला पाठलाग कोण आणि कशासाठी करतं आहे, या प्रकरणाचे एकूणच गांभीर्य या सगळ्या गोष्टींची काळजी वाहण्याचे काम तिला एकटीलाच

करावे लागणार होतं.

ऑफिसात परतल्यावर कृष्णा तिथल्या पसाऱ्यातच वाट काढत येरझाऱ्या घालत राहिला. आता पुढे काय करायचं आणि हे पाठलाग करणारे कोण लोक आहेत, याचा विचार करत नॅन्सी डोके धरून हरझोगच्या टेबलापाशी बसली होती. तिच्या बाबतीतदेखील हरझोगसारखे काही घडू नये, म्हणून कदाचित पोलीसच तिच्या मागोमाग सावलीसारखे राहत असतील असा एक आशादायक विचार तिच्या मनात तरळून गेला आणि ज्याच्याबद्दल काहीच माहिती नाही अशा शत्रूपेक्षा ते पोलीस असावेत हा विचार तिला जास्त बरा वाटला. पण काहीही असलं तरी तिचं जगणं मात्र त्यामुळे अवघड झालं होतं, कारण तिच्याप्रमाणेच हेरगिरी करत फिरणाऱ्या तिच्या सहकाऱ्याशी संपर्क साधण्याचा ती नक्कीच प्रयत्न करेल आणि मग त्याचा तपास लागेल असा विचार पोलिसांनी केला असणार याची तिला खात्री होती.

कृष्णा आता थकला होता आणि सोफ्यावर आळसावल्यासारखा बसला होता. डोळ्यांसमोर एकमेकांत गुंतवलेल्या बोटांमधून तिने कृष्णाकडे पाहिले. तो काय विचार करत असेल? आपण हे सगळं विसरून जावं असा विचार करत असेल? नकळत तिने पुन्हा एकदा सर्व घटनांची मनातल्या मनात उजळणी केली. तिची नजर लग्नानंतर एका वर्षातच विधवा झालेल्या, मूल जेमतेम तीन वर्षांचे होण्याआधीच मायदेश सोडून अर्जेंटिनाला पळून जावे लागलेल्या ॲना हरझोगच्या फोटोवर पडली. इतर ठिकाणे सोडून ही तरुण स्त्री अर्जेंटिनालाच का गेली असेल, असा एक विचार अचानक तिच्या मनात डोकावला. कदाचित तिचे कोणी नातेवाईक तिथं असतील. कदाचित युद्धाच्या त्या कटू आठवणींपासून तिला शक्य तितक्या लांब जायचे असेल किंवा कदाचित दुसरेच काहीतरी कारण असेल. या सगळ्या गोष्टींचा धांडोळा घेण्याची गरज आहे असे तिच्या पत्रकार मनाला वाटत राहिले. अचानक तिला एक कल्पना सुचली.

"कृष्णा, हरझोग हे अन्तोनच्या आईचे लग्नापूर्वीचे आडनाव होते का रे?"

एक दीर्घ सुस्कारा सोडत कृष्णाने तिच्याकडे पाहिले.

"तुम्हाला काय म्हणायचं आहे, मला समजलं नाही."

तो कुठल्याच विषयावर बोलायला उत्सुक नाही हे तिला जाणवलं. पण तरीही तिने पुढे प्रयत्न करायचे सोडले नाही.

"अन्तोन हरझोग जन्मल्यावर त्याला त्याच्या वडिलांचे आडनाव दिलं होतं की, त्याच्या आईचं लग्नापूर्वीचं आडनाव दिलं होतं? कधीकधी असंही होतं ना,

की मूल जन्माला येण्याआधीच नवरा गेला, तर आई आपलं माहेरचं आडनाव आपल्या मुलाला लावते किंवा कदाचित त्यांचं लग्नच झालं नसेल, कुणी सांगावं? दुसऱ्या महायुद्धाच्या काळात व्यवस्थित लग्न वगैरे करणं जरा अवघडच होतं. अगदी नुसते चर्चमध्ये जाऊन औपचारिकरीत्या लग्नगाठ बांधणंदेखील अवघड होतं असा माझा अंदाज आहे.''

तुटकपणे कृष्णा म्हणाला, ''नॅन्सी, मी चेष्टा करतोय असं वाटेल कदाचित, पण अन्तोनच्या आईवडिलांचं लग्न झालं होतं किंवा नाही याचा शोध घेण्याची मला कधी गरजच वाटली नाही.''

त्याच्या बोलण्यातून त्याचा त्रासिकपणा पूर्णपणे जाणवत होता. त्याच्या संथ, सुरळीत आयुष्यात आपले असे धाडकन येणे त्याला फारच त्रासदायक ठरत आहे. तो आपला अगदी तिरस्कार करू लागला असावा, असं तिला वाटलं आणि तिने जे मायाला भेटण्याचे ठरवले ती गोष्ट म्हणजे तर अगदी शेवटची काडी ठेवल्यासारखेच होते. तिला भेटणे आणि तेदेखील आपण तिचे सांत्वन करायला, तिला मदत करायला निघालो आहोत असा आव आणून भेटणे हे त्याच्या दृष्टीने फारच असंस्कृतपणाचे लक्षण आहे, असाच विचार त्याने केला असणार.

तिला त्याबद्दल वाईट वाटले. पण जे काही घडतं आहे त्याबद्दल मिळेल तितकी माहिती गोळा करण्याचा तिला ध्यास लागलेला होता. सत्य काय आहे हे जाणून घेण्याच्या जिज्ञासेने ती काम करत असे. मग ते खोदून, शोधून काढण्यासाठी आणि कोड्यातले सर्व तुकडे जुळवून सत्य सामोरे आणण्यासाठी ती जिवाचे रान करत असे. तिच्यावर यामुळे अनेक वेळा दुर्धर प्रसंग ओढवले होते. ती नको त्या गोष्टीत खोलात शिरत असल्याबद्दल तिला धमक्यादेखील मिळाल्या होत्या. शोधपत्रकारिता करणाऱ्यांच्या आयुष्यात धोका पत्करणं हा तर एक अविभाज्य भाग होता. पण तरीही आंतरराष्ट्रीय स्तरावरच्या हेरगिरीत गुंतणे हा जरा जास्तच मोठ्या प्रकारचा धोका होता आणि या प्रकरणात ज्या प्रकारचे विचित्र धागेदोरे - ती पदके, ती हाडाची केलेली तुतारी, आयुष्यातील सगळ्यात मोठी वृत्तकथा असल्याचे बोलणे हाती आले होते, तसे यापूर्वी कधीच झाले नव्हते.

या तिच्या प्रत्येक गोष्टीत नाक खुपसण्याच्या स्वभावामुळे तिच्या पत्रकारितेला फायदाच झाला होता. वरकरणी कितीही संदर्भशून्य वाटली तरीही एखादी गोष्ट अत्यंत मौल्यवान अशा सत्यापर्यंत घेऊन जात असे. लहानसहान गोष्टींबद्दल त्या संदर्भहीन वाटल्यामुळे तक्रार करत राहण्यामुळे काहीच साध्य होत नसे; परंतु एखादी गोष्ट तटस्थपणे तपासत असताना त्यातील एखादी गंभीर विसंगती

लक्षात येत असे किंवा असा एखादा व्यक्तिगत तपशील हाती येत असे की, ज्यामुळे सर्व गोष्टींमागचा कार्यकारणभाव किंवा खरं स्वरूप स्पष्ट होत असे. कसलीही, कितीही लहानशी असली तरी पुढे जायला मदत करणारी काहीतरी खूण तिला हवी होती; मग एखाद्या ताशीव वाटणाऱ्या खडकावर चढण्याचा प्रयत्न करणाऱ्या गिर्यारोहकाला जसा फक्त हाताने पकड घेण्याएवढा आधार मिळाला की, तो सरसर वर चढून जातो तसा तिने तिच्या अज्ञानाचा खडक चढून पार केला असता.

अगदी अनिच्छेनेच उठत कृष्णाने हरझोगचा कॉम्प्युटर सुरू केला. तो नीट सुरू झाल्याबरोबर ट्रिब्यूनच्या विदेश वृत्त संकलन व संग्रहालयात काहीतरी पाहण्यासाठी तिने प्रयत्न सुरू केला. मनात चाललेले विचार मनाशीच पुटपुटत असताना कृष्णा अत्यंत निरुत्साहीपणे बाजूला उभा असल्याचं तिला जाणवत होतं.

"मला वाटतं सध्या म्युनिकमध्ये 'सुदड्युश झीतुंग' हे वर्तमानपत्र प्रसिद्ध आहे. दुसऱ्या महायुद्धाच्या काळातदेखील ते असेल असं मला वाटतं. त्यांच्या जुन्या काळातल्या बातम्यांच्या संग्रहात हरझोगच्या कुटुंबीयांविषयी काही माहिती मिळते का ते पाहू या." असे म्हणून तिने शोधण्याचा विषय टाईप करायला सुरुवात केली.

"अन्तोनचे वडील स्टॅलिनग्राडच्या लढाईत गेले म्हणजे ते साल १९४४ होतं. म्हणजे आपण असं गृहीत धरू शकतो की, त्याच्या आईवडिलांचं १९४३ साली लग्न झालं होतं आणि अन्तोनचा जन्म १९४३ किंवा १९४४ मध्ये कधीतरी झाला असावा. तेव्हा आपण १९४३च्या उन्हाळ्यात छापल्या गेलेल्या जन्म, मृत्यू आणि लग्नांसंबंधीच्या जाहिराती, बातम्या शोधून काढू या. मुलाचे वडील एकदा युद्धासाठी गेले म्हणजे ते परत येतील की नाही याची शाश्वती नसे. मग त्या काळात माणसं झटपट लग्न करत, त्यांना मुलेही होत."

शोध घेण्यासाठी महत्त्वाचे शब्द 'हरझोग, लग्न' जर्मन भाषेत टाईप करून शोध घेण्याची तिने कॉम्प्युटरला आज्ञा केली. अख्ख्या मे महिन्यात काही सापडले नाही. जून महिन्यातही नाही. मग एकदम घबाडच मिळाल्यासारखे झाले.

"हे पहा! हे तेच असणार! वाङ्‌निश्चय : 'ॲना हरझोग, कार्ल हेन्झ आणि मारिया हरझोग यांची कन्या हिचा फेलिक्स कोएनिग यांच्याशी वाङ्‌निश्चय, ऑगस्ट १२, १९४३.'

तिचा स्वत:च्या डोळ्यांवर विश्वासच बसत नव्हता. म्हणजे त्या फोटोतला तो वयस्कर माणूस अन्तोनचे वडीलच होते तर! आणि त्यांचे नाव होते फेलिक्स

कोएनिग आणि म्हणूनच अन्तोनने तो फोटो इतकी वर्षं जपून ठेवला होता आणि त्यांची पदकेदेखील जिवापाड जपली होती. पण काहीतरी तर्काशी विसंगत आहे असं तिला जाणवलं. अन्तोनचे वडील तर स्टॅलिनग्राडच्या लढाईत म्हणजे १९४४ मध्येच मारले गेल्याचं समजलं जात होतं आणि हा ब्यूनोस एरेसमध्ये काढलेला फोटो तर १९५७ मधला असल्याचं त्याच्या मागेच लिहिलेलं होतं. हे कसं शक्य होतं? अविश्वासाने तिने पुन्हा एकदा ती वाङ्‌निश्चयाची जाहिरात वाचली.

''ही तीच असणार. एकाच दिवशी वाङ्‌निश्चय होत असलेल्या दोन ॲना हरझोग असण्याची शक्यता नाही. म्हणजे अन्तोनच्या वडिलांचं नाव फेलिक्स कोएनिग होतं आणि हरझोग हे त्याच्या आईचं लग्नापूर्वीचं नाव होतं.

मनातील बोलायला हीच एक संधी आहे, असे मानून कृष्णा म्हणाला, ''आता तुम्ही हे सगळं शोधून काढलंच आहे, तेव्हा आता तरी जरा वास्तव जगाकडे वळा. सुचवल्याप्रमाणे काहीतरी स्थानिक वृत्तकथा करण्यात लक्ष घाला, तोपर्यंत आपण पोलिसांची भानगडही मिटवून टाकू या.''

''बरं बाबा, तू म्हणतोस तसंच करू या.'' असे बोलली तरी नॅन्सीचं लक्ष कृष्णाच्या बोलण्याकडे फारसं नव्हतंच. ही सगळी माहिती कुठं, कशी उपयोगी पडेल ते आताच कळत नसले तरी आपण योग्य दिशेने चाललो आहोत, इतकं तिला नक्कीच समजत होतं. एक कच्चा दुवा तिला दिसला होता आणि त्याची शहानिशा करणं भाग होते. 'आता प्रश्न असा आहे, की हा फेलिक्स कोएनिग कोण होता?'

कॉम्प्युटरने शोधून दिलेल्या माहितीवरून नजर फिरवत ती शांत बसली. त्या सायबरजगतात अनेक फेलिक्स कोएनिग होते. कुणी बुद्धिजीवी, कुणी कलावंत, एक हॅम्बर्गमध्ये शेफचे काम करणारादेखील त्यात होता. पण अन्तोनचे वडील या वर्णनाशी जुळणाऱ्या व्यक्तिमत्त्वाचा कोणीच नव्हता. काही सापडूच नये अशीच इच्छा बाळगून कृष्णा वाट पाहत थांबला आहे हे तिच्या लक्षात आलं.

मग त्याच्याकडं वळून ती म्हणाली, ''नाही रे, काहीच माहिती सापडत नाही.''

एकवीस

घनदाट जंगलातल्या दगडफुलांनी डवरलेल्या एका अजस्र खडकाखालच्या कपारीत ते भिक्षू पुन्हा एकदा विश्रांतीसाठी थांबले होते. जंगलावर उंच झाडांनी धरलेल्या आच्छादनातून वाट काढत संततधार कोसळणाऱ्या पावसातून दूर होत जरा कोरड्या जागेत विसावणे फारच सुखाचे वाटत होते; मात्र झाडांच्या पानांवर कोसळणाऱ्या पावसाचा आवाज इतका मोठा होता की, एकमेकांशी बोलताना त्यांना ओरडूनच बोलावं लागत होतं.

युद्धात जखमी होऊन पडलेल्या सैनिकांसारखे ते अस्ताव्यस्तपणे पसरले होते. जमेल तशी, जमेल तितकी विश्रांती घेण्याचा प्रयत्न करत होते. उपमठाधिपती मात्र उभे राहून अजूनही सावधपणे आणि साशंक नजरेने जंगलाचा कानोसा घेत होते. ती शिक्षिकादेखील अगदी सावधपणे बसली होती आणि त्या गोऱ्या माणसाच्या संथ चाललेल्या श्वासाकडे कोण जाणे कोणता श्वास त्याचा अखेरचा श्वास असेल, अशा भीतीने लक्षपूर्वक पाहत होती. उपमठाधिपतींनी सांगितल्याप्रमाणे संपूर्ण वाटचालीत ती त्या गोऱ्या माणसाच्या बाजूलाच राहिली होती. शुश्रूषा करत होती. भिक्षूंनीदेखील जंगलातल्या निसरड्या वाटेवरून धडपडत, ठेचकाळत त्या गोऱ्या माणसाचे रक्षण करत त्याला इथवर आणले होते.

त्याच्या कपाळावर ठेवलेला ओला टॉवेल तिने अलगदपणे काढला आणि त्याचे कपाळ हलक्या हातांनी टिपू लागली. एक डास त्याच्या खांद्याजवळ घोटाळू लागला आणि गोल गोल फिरत त्याच्या गळ्यातल्या घाटीकडे जाऊ लागला. हातातला टॉवेल हळूच बाजूला ठेवून तिने त्या डासाला दूर घालवायचा प्रयत्न केला.

त्या प्रयत्नात ती त्याच्या चेहऱ्याजवळ जरा पुढे वाकली. इतक्यात त्या माणसाचे डोळे टक्क उघडले. तिची बोबडीच वळली. तिने यापूर्वी इतके

निळेशार डोळे कधीच पाहिले नव्हते आणि हे डोळे तर नुसते निळे नव्हते तर ते एखाद्या समुद्रातल्या स्फटिकासारखे निळे होते. तिबेटमधल्या भर उन्हाळ्यातल्या आर्द्रतेचा टिपूसही नसलेल्या निरभ्र आकाशासारखे नितळ निळे होते. भीतीने ती ओरडली, पण ती ओरडत असतानाच त्या माणसाने आपल्या भल्यामोठ्या हडकुळ्या हातांनी तिचे खांदे घट्ट पकडले. त्याने अधिकच भेदरून जात ती जास्तच जोराने ओरडली. काही क्षणांतच काही भिक्षू तिथं आले आणि त्यांनी त्या वृद्ध माणसाचे हात घट्ट धरून ठेवले. त्याच्या पकडीतून अचानक सुटका झाल्यामुळे ती शिक्षिका हेलपाटली आणि मागे होत घाबरून बसून राहिली. इकडं त्या तरुण भिक्षूंनी त्या कसल्यातरी झटक्याने जागे झाल्यासारखे धडपडणाऱ्या त्या गोऱ्या, नव्हे पांढऱ्या फटफटीत पडलेल्या माणसाला शांत करण्याचा प्रयत्न चालवला. काही क्षणांतच उपमठाधिपती तिथं आले. तो माणूस आता शांत झाला होता, पण त्याचा श्वास पुरेशी हवा मिळत नसल्यासारखा जोरजोरात चालला होता. अजूनही त्याची नजर शेकडो योजने दूर असलेल्या अज्ञात प्रदेशात असल्यासारखी शून्यवत भासत होती. मनातील भीती आणि उत्कंठा न लपवता आल्यानं सर्व धैर्य गोळा करत उपमठाधिपतींनी थरथरत्या सुरात त्याला विचारले, ''कोण आहात तुम्ही?''

काहीच उत्तर मिळाले नाही. गोऱ्या माणसाची छाती संथ श्वासाबरोबर खाली-वर होत राहिली. मग आपल्याला प्रश्न विचारणाऱ्याकडे पाहण्यासाठी त्याने सावकाश मान वळवली. त्याच्या डोळ्यांत अश्रू दिसत होते, पण त्याच्या चेहऱ्यावर हसूदेखील होते. उत्कट आनंदाच्या अनुभूतीने भारलेल्या सुरात तो म्हणाला, ''मी शांग्री–लामध्ये जाऊन आलो आहे.''

उपमठाधिपतींच्या बाजूलाच उभे असलेले डॉक्टर त्यांच्या कानाशी हलक्या आवाजात म्हणाले, ''त्याचे मन थाऱ्यावर नाही.''

गोऱ्या माणसाच्या चेहऱ्यावर संताप दिसू लागला. बहुधा त्याने डॉक्टरांचे बोलणे ऐकले असावे किंवा त्यांच्या मनात उमटलेल्या शंकेचा अंदाज बांधला असावा.

कष्टाने मान उचलत तो म्हणाला, ''मी खरोखरच तिथं जाऊन आलो आहे.''

मग तेवढ्याशा हालचालीनेही थकल्यामुळे त्याने पुन्हा मान मागे टेकली, डोळे मिटले आणि खोल गेलेल्या सुरात म्हणाला, ''मी फेलिक्स कोएनिगच्या मागोमाग गेलो.''

तो पुन्हा बेशुद्ध पडू नये, अशी मनोमन प्रार्थना करत उपमठाधिपती पुढे झाले आणि त्यांनी विचारले, ''हा फेलिक्स कोएनिग कोण? तुझा सहकारी होता

का? तो जिवंत आहे की मेला?''

ते तीक्ष्ण निळे डोळे पुन्हा उघडले. आता डोळ्यांतून त्यांच्या मनातील विचार प्रकर्षाने प्रकट होत होते. तो माणूस क्षीणपणे हसला.

''फेलिक्स कोएनिग मेला नाही, ते पकडले गेले.''

''कोणी पकडले त्यांना?''

''रशियन लोकांनी. ते त्यांना सैबेरियाला घेऊन गेले.''

हा गोरा माणूस एक तर वेडा तरी असावा किंवा तापाच्या भरात काहीबाही बडबडत असावा, असे उपमठाधिपतींना वाटले. तिबेटमध्ये कुठंच कुणी रशियन नव्हते. त्या माणसाकडे त्यांनी पुन्हा एकदा लक्षपूर्वक पाहिले, मग एक शेवटचा प्रयत्न म्हणून त्यांनी अगदी सावकाशपणे त्याला विचारले, ''तू कोण आहेस आणि पिमाकोमध्ये तू काय करतो आहेस ते सांगशील?''

''आम्ही शांग्री-ला येथे गेलो होतो. आम्ही तो ज्ञानग्रंथ पाहिला आहे.'' इतके बोलून तो माणूस गप्प झाला.

उपमठाधिपती डॉक्टरांकडे वळले आणि त्यांनी हलक्या आवाजात विचारले, ''तुम्हाला काय वाटतं?''

डॉक्टर क्षणभर विचारात पडले.

''तो कुठल्यातरी कल्पनाविश्वात वावरतो आहे. ताप डोक्यात गेल्यावर बडबडतात तसा बडबडतो आहे. आपण त्याला काहीतरी खायला-प्यायला दिलं पाहिजे. बरेच दिवस तो उपाशीदेखील आहे. अन्न पोटात गेल्यावर त्याला जरा बरं वाटेल.''

''त्याचा ताप उतरण्यासाठी त्याला काही देता येईल का?''

''देऊ शकतो ना! पण त्याआधी मला त्याला एक प्रश्न विचारायचा आहे.''

उपमठाधिपतींनी होकारार्थी मान हलवली. त्या अपरिचित गोऱ्या माणसाच्या अगदी कानाजवळ जाण्यासाठी डॉक्टर गुडघ्यावर बसून पुढे वाकले.

''तुम्ही आता कुठं आहात ते तुम्हाला माहीत आहे का?''

त्या गोऱ्या अपरिचिताचे डोळे पुन्हा मिटले, पण ओठ हलत राहिले आणि अगदी क्षीण आवाजात तो म्हणाला, ''शंकाच नाही. जर्मनी. दुसऱ्या महायुद्धापूर्वी. म्युनिकमधल्या विद्यापीठात फेलिक्स कोएनिग होते. अतिपूर्वेकडील भाषाविषयांचे प्राध्यापक. ते एक उत्कृष्ट विद्यार्थी होते. पूर्वेकडल्या सर्व भाषा ते बोलू शकत होते. ते काही सैनिक नव्हते.''

क्षीण होत एकदम थांबलेल्या त्या माणसाच्या बोलण्याकडे काहीच अर्थबोध न झाल्यामुळे गोंधळून ते दोन्ही तिबेटी पाहतच राहिले. काय करायचे ते काहीच

न सुचल्याने उपमठाधिपती काहीतरी बोलायचे म्हणून बोलावे तसे म्हणाले, "त्याच्यासाठी चिलीम तयार करा."

डॉक्टरांनी चमकून उपमठाधिपतींकडे पाहिले. म्हणाले, "उपमठाधिपती, चिलीम दिल्याने त्याच्या वेदना कमी होतील आणि तो बोलू शकेल, तरी पण त्यामुळे तो जास्तच स्वप्नांच्या जगात वावरत राहील अशी भीती आहे."

"पण हा धोका तर आपल्याला पत्करावाच लागेल."

डॉक्टरांनी आपल्या बॅगेत हात घातला आणि एक लांब चिलीम, एका चामड्याच्या चंचीत गुंडाळलेला तंबाखू, काडेपेटी, धातूच्या सुया आणि अफूच्या छोट्या छोट्या पिवळट तपकिरी रंगाच्या ओलसर दिसणाऱ्या गोळ्या काढल्या. थोडेतरी डोके ताळ्यावर असलेला कोणीही माणूस उत्तर देताना चुकणार नाही असा प्रश्न उपमठाधिपतींनी त्या गोऱ्या माणसाच्या कानाजवळ जात विचारला, "तुझं नाव काय आहे?"

पण त्याला उशीर झाला होता. तो गोरा माणूस पुन्हा एकदा त्याच्या त्या अज्ञातापलीकडच्या जगात हरवला होता. उपमठाधिपतींनी हताशपणे मान हलवली आणि त्या पावसाने झोडपल्या जात असलेल्या जंगलाचा अंदाज घेण्यासाठी ते वळले. एकंदर प्रकाराच्या ताणामुळे त्यांना पोटात ढवळून आल्यासारखे वाटत होते. पुन्हा एकदा त्यांनी त्या मृतवत भासणाऱ्या अपरिचिताकडे पाहिले. त्याचा हाडसलेला छातीचा पिंजरा खालीवर होत होता. हा माणूस आता कुठं असेल बरे? तापाच्या भरात तो कसल्या स्वप्नांच्या जगात वावरत असेल?

अन्तोन हरझोग. होय, अन्तोन हरझोग. कारण खडकाच्या कपारीखालच्या ओलसर जागेवर मृतवत पडलेल्या त्या निळ्या डोळ्यांच्या अपरिचिताची तीच ओळख होती आणि तो एका मोठ्या शहरात वावरत होता. म्युनिकमधील ते रुंद रस्ते, युद्धापूर्वीच्या काळातील ते ईसारवरचे आकर्षक पूल त्याला नुसते दिसत नव्हते, तर तो त्या जुन्या काळातील, तरीही पूर्णपणे परिचित वाटणारे रसगंध आणि नाद अनुभवत होता. हाताला काम नसलेले बेरोजगार लोक काळ्या-करड्या कपड्यांत रस्त्यावर वावरताना पाहत होता. तो प्रत्यक्षात म्युनिकला कधीच गेला नव्हता, पण फेलिक्स कोएनिगने त्या शहराचे वर्णन हजार वेळा केले होते. त्यामुळे आतादेखील तो फेलिक्सच्याच नजरेने त्या शहराकडे पाहता पाहता त्या जगात शिरला होता. म्युनिकचे फेलिक्सने केलेले वर्णन साहजिकच एकोणीसशे तीसच्या सुमाराचे होते, कारण त्याच सुमाराला या शहरामध्ये काम करत असताना एक बुद्धिमान आणि तज्ज्ञ म्हणून तो जगप्रसिद्ध झाला होता. शहराची एकूण स्थिती डबघाईला आलेली होती. माणसांना कामे मिळत नव्हती.

कपडेलत्ते खरेदी करण्यासाठी पैसे नव्हते. रस्ते दुरुस्त करायलादेखील पैसे नव्हते. सगळे जगच जागतिक मंदीच्या प्रचंड लाटेखाली गुदमरले होते.

आजूबाजूला वावरणाऱ्या भिक्षूंना आणि जंगलाला मागे सोडून अन्तोन हरझोग स्वप्नातल्या त्या जुन्या काळातल्या म्युनिक विद्यापीठातल्या रस्त्यांवरून चालत चालत फेलिक्स हरझोगच्या दारापाशी पोहोचला. आपल्या टेबलापाशी बसून संस्कृत, तिबेटी, भूतानी, चिनी आणि आणखी अनेक बोली भाषांमधील ग्रंथ चाळत बसलेला फेलिक्स त्याला दिसला. हरझोगच्या स्वप्नातला फेलिक्स एक सोनेरी कुरळ्या केसांचा, सुदृढ, उमदा आणि प्राचीन काळातील ग्रंथांमध्ये रुची असलेला तरुण होता. त्याची बुद्धिमत्ता तर असामान्य होतीच, पण व्हिएन्नामधील व्यायामशाळेतील शिक्षकांनादेखील त्याची एकाग्रता आणि त्याच्या मानसिक कणखरपणाचे कौतुक वाटत असे. लहान असताना आपल्या गावी दिवसदिवसभर उन्हातान्हात शेतात राबल्यामुळे हा कणखरपणा आला होता, असे त्याने एकदा हरझोगला सांगितले होते.

हरझोग स्वप्नात घरांच्या छपरावरून दूर पाहत होता. दूर दक्षिणेकडे, आल्प्स पर्वतावर एक वादळ उठू लागले होते. प्राचीन जर्मन युद्धदेवता वोतान, प्रदीर्घ झोपेतून जागी होत होती. दुसऱ्या महायुद्धाची लक्षणे दिसू लागली होती आणि फेलिक्स कोएनिग त्यामध्ये ओढला जाऊन त्याला अक्षरशः नरकाची सफर घडणार होती; परंतु आता मात्र फेलिक्स कोएनिग आपल्या लायब्ररीत बसून त्याच्या आवडीच्या जर्मन माणसांच्या अस्तित्वाची मुळे आणि इतिहास शोधण्याच्या कामात आणि अटलांटिसच्या स्वप्नासारख्या जुन्या रहस्यांचा शोध घेण्याच्या आकर्षणाने भारावून जात वास्तवाचे भान विसरून गुंतला होता. कित्येक वर्षांपूर्वी नामशेष झालेल्या संस्कृतीबद्दल हाती आलेल्या ग्रंथांमध्ये काहीतरी सापडेल म्हणून ते ग्रंथ झपाट्याने वाचून काढत होता.

पण मग अन्तोन हरझोगच्या तोंडावर हे पावसाचे थेंब कसे काय पडत होते? कुठं होता तो? म्युनिकमध्ये की तिबेटमध्ये? त्याने पुन्हा डोळे उघडले आणि तो तिबेटी डॉक्टर ओल्या टॉवेलच्या तुकड्याने आपले कपाळ हलकेच टिपत असल्याची त्याला जाणीव झाली. डोक्यावरचे त्या अजस्र खडकाच्या कपारीचे छप्पर दिसले आणि तो सतत कोसळणारा पाऊसही दिसला. परंतु त्याला आपल्या स्वप्नातून बाहेर यायचे नव्हते. जी दृश्ये नजरेसमोर तरळत होती त्यात आणखी पुढे जाऊन शोध घ्यायचा होता. कोएनिगच्या खोलीपाशी जाऊन त्याला आणखी काय दिसते ते पाहण्याची उत्सुकता लागली होती. पण

तो डॉक्टर त्याला सोडत नव्हता. हरझोगने त्याच्या पकडीतून सुटण्याची धडपड केली, कण्हत कण्हत दुसरीकडे तोंड वळवले. पण डॉक्टरने त्याला खांद्याखाली आधार देत बसते केले. मग डॉक्टरने मघाशीच तयार केलेली चिलीम त्याच्या तोंडात जवळजवळ कोंबलीच आणि त्याला ओढायला खुणावले. आज्ञाधारकपणे त्याने चिलमीतून हवा ओढली. धुराचा एक सुखावह लोट त्याच्या फुफ्फुसात शिरला आणि तिथून तो मेंदूत शिरला. त्याने वेदनेला सर्वांगाने वेढा घातला आणि दुःखाच्या सर्व शक्यताच त्या धुरात दिसेनाशा झाल्या.

संपूर्ण चिलीम संपेपर्यंत तो सुखावह धूर अधाशासारखा पिऊन झाल्यावर भिक्षूंनी त्याला पुन्हा एकदा शांत पडून राहायला सांगितले. त्याला डॉक्टरचा आवाज ऐकू येत होता, त्याने विचारलेले प्रश्न ऐकू येत होते. त्याला बोलायचे होते. त्या भिक्षूंना मदत करायची होती. आपण काय पाहिले ते सगळे त्यांना सांगायचे होते. आपण कोण आणि आपण फेलिक्स कोएनिगचा तपास करत का आणि कुठं गेलो ते सगळे समजवायचे होते. त्याने डॉक्टरच्या चेहऱ्यावर आपली नजर स्थिर करण्याचा प्रयत्न केला, पण आता त्याला समोरचे सगळे धूसर दिसू लागले होते. पण तरीही म्युनिक विद्यापीठातील प्राध्यापकांसाठीच्या कॅफेटेरियामध्ये दोन व्यक्तींशी बोलत उभा असलेला फेलिक्स कोएनिग अगदी स्पष्ट दिसत होता. त्या दृश्याचे वर्णन करून डॉक्टरला सांगायचा त्याने प्रयत्न केला. म्हणजे त्याला तरी आपण तेच करतो आहोत असे वाटत होते, पण कदाचित तो काहीच बोलत नसावा किंवा आपण काहीतरी बोलतो आहोत, असे स्वप्नात त्याला वाटत असावे. त्या दोन व्यक्ती कोण होत्या ते त्याला चांगलेच माहीत होते. फेलिक्सने त्यांचे वर्णन इतक्या वेळेला केले होते की, त्यांना ओळखण्यात चूक होणे शक्यच नव्हते. एक होता कार्ल हाशोफर आणि दुसरा त्याचा विद्यार्थी साहाय्यक रुडॉल्फ हेस. हाशोफर एक अनुभवी प्राध्यापक, गूढविद्यातज्ज्ञ आणि अत्यंत बुद्धिमान माणूस, तसेच अनेक शौर्यपदकांनी गौरविलेला सैनिक. जर्मन लोकांसाठी एक प्रेषितच ठरावा असा माणूस; तर दुसरा याच्या अगदी विरुद्ध आपल्या प्रिय देशाला, जर्मनीला अगदी रसातळाला घेऊन जाणारा, युद्धाच्या खाईत खेचणारा दैत्यच जणू आणि हिटलरच्या अगदी निकटवर्तीयांत गणला जाणारा, असा रुडॉल्फ हेस.

पण हे सगळे कोएनिगला कळेपर्यंत बराच काळ जाणार होता आणि आता आपण या डॉक्टरला ही गोष्ट सांगतो आहोत असे जरी हरझोगला समजत होते, तरी त्या दोघांपासून सावध राहा, त्यांच्यापासून दूर राहा, असे त्या तरुण कोएनिगला ओरडून सांगावे, असे त्याला मनापासून वाटत होते. पण आता तरी ते मानवरूपी दानव कोएनिगशी अगदी शांतपणे बोलत होते. तिबेटी आणि

चिनी भाषेतील काही हस्तलिखिते भाषांतरित करून मिळणे कसे आवश्यक आहे, ते कोएनिगला समजावत होते आणि लवकरच तिबेटमध्ये काही मोहिमा करण्याच्या त्यांच्या योजनेबद्दल सांगत होते. कोएनिगची इच्छा असेल तर कदाचित हाशोफरबरोबर एखाद्या मोहिमेत सहभागी होण्याची संधीही त्याला मिळू शकेल असे सांगत होते. विस्मृतीत गेलेल्या पुरातन भाषांमध्ये आर्य लोक आणि शांग्री-ला नावाच्या त्या स्वर्गीय स्थळाबद्दल लिहिलेली आणि यापूर्वी कधीही पाहावयास न मिळालेली ती हस्तलिखिते तरुण फेलिक्स पाहत होता. एखाद्या गोष्टीबद्दलच्या माहितीचा इतका चांगला, मूळ स्त्रोत असलेली हस्तलिखिते तो आयुष्यात प्रथमच पाहत होता. हा तर माहितीचा खजिनाच होता. या हस्तलिखितांशी जोडले गेल्यास तो नुसताच बुद्धिजीवी वर्गात प्रसिद्ध होणार नव्हता, तर त्याचे नाव अक्षरश: अजरामर होणार होते आणि हीच पुढे घडलेल्या सगळ्या गोष्टींची सुरुवात होती. मग साधारण एका महिन्यातच मानवजातीच्या खऱ्या इतिहासाचा शोध घेण्यात आपले आयुष्य वेचणाऱ्या थूल सोसायटीच्या गूढविद्यापारंगत सदस्यांना तो भेटला होता. असे बरेच काही डॉक्टरला सांगण्याचा हरझोग प्रयत्न करत होता. हरझोगच्या नजरेसमोरून अनेक दृश्ये तरळून जात होती. थूल सोसायटीच्या भेटीत कोएनिगला पाहायला मिळालेले ते आईशिंग, ते बीजमंत्राचे पुस्तक हरझोगला दिसत होते.

आता पुन्हा एकदा हरझोगला डॉक्टरचा चेहरा स्पष्ट दिसू लागला. त्याच्या अगदी जवळ येऊन तो चेहरा उतावीळ स्वरात त्याला विचारत होता, “तिबेटमध्ये काय सापडेल असे त्या लोकांना वाटत होते?”

भीतीने पांढरेफटक पडलेले उपमठाधिपती डॉक्टरच्या बाजूलाच बसून हरझोगकडे पाहत होते. अफूचे पंख मिळालेल्या हरझोगची वाचा आता अधिकच ओघवती झाली होती.

“कित्येक हजार वर्षांपूर्वी अतिपूर्वेकडील प्रदेशात एक अत्यंत प्रगत संस्कृती नांदत होती. एका खंडप्राय प्रदेशात असलेल्या मू किंवा ज्याला लेमूरिया म्हणूनही ओळखले जात असे, त्या भागातल्या संस्कृतीचा ऱ्हास होत असताना तिथून पळालेल्या लोकांनी पुन्हा प्रस्थापित केलेली संस्कृती प्रशांत महासागराच्या मध्यवर्ती भागातल्या अग्निकंकणात कुठंतरी नांदत होती असा त्यांचा विश्वास होता. मू येथून आश्रित म्हणून आलेले लोक म्हणजेच मूळचे आर्य लोक, जर्मनांचे ते आद्य पूर्वज होत आणि त्यांनी कित्येक युगांपूर्वी गोबीचे वाळवंट हे आपले नवे वसतिस्थान बनवले. आपसात युद्धे करून नष्ट होत असलेल्या जगातल्या इतर संस्कृतींपेक्षा वेगळी, उच्च अभिरुचीची, वैशिष्ट्यपूर्ण अशी संस्कृती तिथं नांदती केली.”

आजूबाजूला कोसळणाऱ्या पावसासारख्याच कोसळत असलेल्या अन्तोन हरझोगच्या कथनाकडे उपमठाधिपती बावचळून पाहत होते. त्याचे बोलणे नीट कळावे, त्यात झरझर येत असलेले संदर्भ जरा नीट समजावेत म्हणून त्याला काहीतरी विचारावे, त्याने त्या अशक्त माणसालादेखील जरा उसंत मिळेल म्हणून ते इतका वेळ प्रयत्न करत होते, पण हरझोगच्या कानापर्यंत फक्त आता विचारलेलाच प्रश्न पोहोचला होता, 'ती प्रशांत महासागरात असलेली संस्कृती का बुडाली?'

का बुडाली हे अन्तोन हरझोगला माहीत तरी नव्हते किंवा त्याला आठवत नव्हते; परंतु एक गोष्ट त्याला नक्की माहीत होती, की युगानुयुगांच्या या अग्निदिव्यातून तावूनसुलाखून निघालेली एक निखळ सोन्यासारखी शुद्ध असलेली मानवजात उदयाला येणार होती आणि एक दिवस त्यातूनच सगळ्या जगाचा तारणहार, जर्मन येशूच म्हणावा, असा प्रेषित पुन्हा जन्माला येणार होता. मग तो पुढे म्हणाला की, या युगानुयुगांच्या अग्निदिव्यातून तावूनसुलाखून शुद्ध मानव जात तयार होण्याच्या प्रक्रियेतच ही दुसरी संस्कृती अणुस्फोटापासून निर्माण झालेल्या एका मोठ्या नैसर्गिक आपत्तीमुळे नष्ट झाल्याचा अंदाज होता. एके काळी हिरव्यागार गालिचांच्या आच्छादनाखाली सदैव असलेली जमीन आज गोबीचे वाळवंट बनली आणि आपत्तीतून वाचलेले आर्य वंशाचे राजे पश्चिमेकडे आणि दक्षिणेकडे पांगले. तिथं हिमालयाच्या खाली त्यांनी नव्याने आपले भूमिगत राज्य वसवले आणि तेथून जगाचा राज्यकारभार चालवायला सुरुवात केली. या नव्या राज्याची राजधानी होती शांग्री-ला. ही राजधानी आताच्या ल्हासाच्या नैर्ऋत्येला शिगात्से मठाजवळ होती, असे काही लोक म्हणतात. तर काही अन्य लोकांच्या मते ती कांचनगंगा पर्वताच्या खाली होती आणि आणखी काही लोकांच्या म्हणण्यानुसार ती सध्याच्या अफगाणिस्तानात किंवा नेपाळमध्ये कुठंतरी होती. शेवटी १९३५च्या मे महिन्यात थूल सोसायटीच्या पहिल्या तिबेट मोहिमेत कोएनिग सहभागी झाला, असे हरझोग म्हणाला.

उपमठाधिपती आता भीतीने थरथरत होते.

"म्हणजे त्यांचे लक्ष्य शांग्री-ला होते तर!"

"हो." हरझोग म्हणाला, "शांग्री-ला नक्की कुठं आहे ते शोधायचं आणि तिथं नांदत असलेल्या विश्वसत्ताधीशांशी संपर्क साधायचा आणि सगळ्यात महत्त्वाचे म्हणजे आर्य संस्कृतीचे हरवलेले ज्ञानधन, साक्षात लेमूरिया संस्कृतीकडून चालत आलेले ज्ञान, ज्या ज्ञानामुळे कोणत्याही सामान्य मानवाला असामान्य सामर्थ्याचा पुरुष बनवता येऊ शकते. एक अत्यंत शुद्ध, उत्तम मानवजातीचा घटक असलेला, जगावर राज्य करण्याची क्षमता असलेला मानव घडवता येऊ

शकतो ते ज्ञान पुन्हा मिळवावयाचं असा त्यांचा उद्देश होता. त्या शोधात ते आधी कैलासपर्वत आणि शिगात्सेकडं पश्चिमेला गेले आणि मग ल्हासाच्या उत्तरेकडच्या पर्वतराजीत शोध घेत फिरले, मग शेवटी पूर्वेकडच्या फारसा कुणी शोध न् घेतलेल्या पिमाको भागात शिरले. पण त्यानंतर मात्र ते जणू अदृश्यच झाले.''

''कुठं गेले ते?'' उपमठाधिपतींनी विचारले.

''पाच महिन्यांनंतर...'' एवढे बोलेपर्यंत हरझोगच्या कपाळावरून घाम ओघळू लागला होता. डॉक्टरने पुन्हा एकदा ओल्या कापडाने त्याचे कपाळ टिपून घेत ताप उतरवण्याचा प्रयत्न करायला सुरुवात केली. हरझोग पुढे बोलतच होता, ''पाच महिन्यांनंतर एकटाच आणि भांबावलेला फेलिक्स हरझोग मुंबईतील जर्मन वकिलातीत शिरला. मोहिमेतल्या इतर लोकांचं काय झालं ते त्याला काहीच नीट सांगता येत नव्हतं आणि तो कुठं होता त्याबद्दल बोलायचे तो टाळत होता, पण जर्मनीची वाटचाल चुकीच्या दिशेने चालली आहे आणि जर्मन लोकांची दिशाभूल करण्यात येत आहे हे मात्र तो ठामपणे सांगत होता. हॅम्बर्गला जाणाऱ्या जहाजात त्याला बसवून देण्यात आले. तेथे पोहोचल्यावर त्याला अटक केली गेली आणि आल्प्स भागातील एका आश्रमात पाठवण्यात आले. तिथं तो सैन्यातून काढून टाकलेला आणि सैनिकाला मिळणाऱ्या सर्व सेवा-सुविधा रद्द केलेला, कफल्लक आणि गलितगात्र अशा अवस्थेत राहिला. एकच आशेचा किरण होता, इतर सगळ्यांनी साथ सोडलेली असतानाही त्याला आधार देणारी सुंदर, आकर्षक, बावीस वर्षांची तरुणी ॲना. ते दोघे १९४४ मध्ये विवाहबद्ध झाले होते.''

आता हरझोगला रडू येऊ लागले. त्याचे अश्रू त्याच्या घामात मिसळत वाहू लागले. दु:खातिरेकाने त्याने छताकडे पाहिले. जंगलाने डोक्यावर धरलेले छत की, बव्हेरियातल्या आल्प्स पर्वतराजीतल्या फर वृक्षांची छाया? त्याला काही कळत नव्हते. डॉक्टरने पुन्हा त्याचे कपाळ ओल्या फडक्याने पुसले. हरझोग पुढे सांगतच राहिला, ''मी सांगतोय ते खरं आहे, सगळं खरं आहे. तुम्हाला खरं वाटत नाही का ते?''

उपमठाधिपतींनी गंभीर मुद्रेने डॉक्टरकडे पाहिले. काही क्षण कोणीच काही बोलले नाही. तापाच्या भरात असला तरी आता हरझोगला घाम येत होता आणि रडूही येत होतं. उपमठाधिपतींना वाटले, की भानावर असला तरी तो बेभान असल्यासारखे बोलत होता आणि तो जे काही सांगत होता ते तर अगदीच विचित्र, अतर्क्य होते.

मग समजुतीच्या सुरात ते म्हणाले, ''आमचा तुमच्यावर विश्वास आहे.''

हरझोगने आपले निळेशार, पाणावलेले डोळे त्यांच्याकडे वळवले.

"आता तुम्हाला पुढची गोष्ट सांगितलीच पाहिजे. कोएनिगला हिटलरचा खून करण्याच्या प्रकरणात गोवलं गेलं. गुप्त पोलीस जेव्हा त्याच्या घरी आले, तेव्हा त्याचं लग्न होऊन तीनच दिवस झाले होते. त्यांच्या लग्नाची नोंदणी करायलादेखील त्यांना वेळ मिळाला नव्हता. त्याच्या लाडक्या ॲनापासून पोलिसांनी अक्षरश: ओढूनच त्याला नेलं होतं. मग त्याच्यासमोर ऑश्वित्झ किंवा रशियाकडची आघाडी असे दोनच पर्याय ठेवले गेले. पुढच्याच दिवशी त्या १९४४ मधल्या नोव्हेंबर महिन्यात स्टॅलिनग्राडच्या पश्चिमेकडल्या जर्मनव्याप्त भर रणधुमाळीच्या क्षेत्रात केस्सेल इथं लेफ्टनंटचा हुद्दा देऊन पॅराशूटनं उतरवण्यात आलं. त्याच्या हाताखाली दिले होते अकरा तरुण. एकाचंही वय अठरापेक्षा जास्त नव्हतं आणि माणसांनी सोडून दिलेल्या एका डिपार्टमेंटल स्टोअरच्या तळमजल्याचा ताबा घेण्यासाठी धाड टाकायला अशा या फलटणीला घेऊन कूच करताना तो एका पहाटे शेवटचा दिसला होता. पूर्वेकडच्या आघाडीवरील युद्धात धारातीर्थी पडलेला आणखी एक सैनिक!"

इतके बोलेपर्यंत अन्तोन हरझोग चांगलाच दमला होता. उपमठाधिपतींनी पुन्हा चाचरत एक प्रश्न विचारला, "म्हणजे फेलिक्स मृत्यू पावला आणि त्याच्याबरोबरच शांग्री-लाच्या शोधाचे ते स्वप्नही विरले, हो ना?"

हरझोगने हताशपणे एक दीर्घ उसासा टाकला. कसेबसे पुटपुटल्यासारखे बोलत तो म्हणाला, "तुम्हाला समजत नाही मी काय सांगतोय ते. त्यानं मला हे सगळं सांगितलं आहे, त्यानं मला आईशिंगदेखील शिकवलं आहे आणि शांग्री-ला शोधून काढीनच असं मी त्याला वचन दिलं आहे. फेलिक्स कोएनिग हे माझे वडील."

बावीस

काय करायचं तरी काय? इतकं काही घडलं होतं आणि तेदेखील इतक्या वेगाने घडलं होतं, की नॅन्सीच्या आयुष्यात त्यामुळे प्रचंड उलथापालथ झाली होती. जिकडे पाहावे तिकडे एक नवीनच रहस्य सामोरं येत होतं आणि तरीही न्यूयॉर्कच्या रटाळ आयुष्यापेक्षा इथं तिला कितीतरी उत्साही आणि काहीतरी विशिष्ट हेतूने काम करत असल्याचं समाधान मिळत होतं.

तिने घड्याळाकडे पाहिले, संध्याकाळचे आठ वाजले होते. कुणाही अधिकारी व्यक्तीला न समजेल अशा बेताने तिला तिबेटला जायचं असेल तर जे विमान गाठायचं ते आणखी चार तासांनी सुटणार होतं. आपल्याला तिकडं जाण्याची इच्छा नाही असं म्हणून स्वत:लाच फसवण्यात काही अर्थ नव्हता. तिच्या अटकेमुळे तिच्यावर झालेला अन्याय, डॅन फिशरने आणि वृत्तपत्र कंपनीने हरझोगला न केलेली मदत, आयुष्यातील सगळ्यात मोठी, महत्त्वाची वृत्तकथा हाती येण्याची संधी आणि आता भरीस भर म्हणजे हरझोगच्या होणाऱ्या बायकोची बिकट अवस्था या सगळ्यांमुळे हरझोगचा शोध घेण्यासाठी तिचे मन उचल खात होतं, पण तरीही दुसरीकडे ती कच खात होती, द्विधा अवस्थेत होती. कृष्णाचे बोलणे अगदी व्यवहार्य आणि अचूक तर्कसंगतीचे होते. अन्तोन हरझोगचा तिबेटमध्ये आणि तिबेटभर शोध घेणे म्हणजे शुद्ध वेडेपणा होता. तेदेखील तो खरोखरच तिबेटमध्ये असेल असे गृहीत धरून म्हणजे जरा अतिशयोक्तीच होत होती. डॅनने तर तिने दिल्लीतच राहावे आणि काहीतरी स्थानिक बातम्या कराव्यात अशा स्पष्ट सूचना दिलेल्या होत्या. पोलिसांनीही तिने दिल्लीतच राहावे, या अटीवर तिला सोडले होते. आयुष्यात यापूर्वीदेखील अनेकदा तिने असे तडकाफडकी निर्णय घेतले होते, पण इतका मोठा आणि स्पष्ट धोका असलेला आणि गवताच्या गंजीत पडलेली टाचणी शोधण्यासारखाच प्रकार असलेला हा मार्ग तिला यापूर्वी कधीच निवडावा लागला नव्हता.

कृष्णा कुणाशीतरी फोनवर बोलत होता. त्याचं बोलणं अस्पष्टपणे कानावर पडत असलं तरी तो काय बोलतोय ते काही समजत नव्हतं. आपण अगदी असहाय आणि एकटे आहोत असं तिला वाटू लागलं.

काय कारण होतं ते तिचं तिलाच उलगडत नव्हतं, पण हरझोगला ती विसरू शकत नव्हती. म्हणजे त्याला असं वाऱ्यावर सोडून देण्यात आलं होतं याचं तर तिला आश्चर्य वाटत होतंच, पण त्याच्याबद्दल आपण काहीतरी केलंच पाहिजे असं आपल्याला स्वत:ला तरी का वाटतंय याचंही तिला आश्चर्य वाटत होतं. खरं म्हणजे हरझोग आणि त्याचं भवितव्य डॅन आणि पोलिसांवर सोपवून निवांत बसणं किती सोपं होतं. कौतुक वाटावं असा तो एक सहकारी होता हे खरं असलं, तरी तो काही तिचा मित्र नव्हता आणि तसं पाहिलं तर त्याच्या शोधासाठी आणखी कुणीतरी बाहेर पडण्याची आवश्यकताही नव्हती, कारण त्याच्या शोधासाठी आताच असंख्य माणसं जंगल पिंजून काढत आणि अगदी पूर्वेकडची पठारे धुंडाळत निघाली होती. कौतुक वाटतं तर कौतुक करू या, पण तेवढ्यासाठी दु:साहस करून त्याला शोधायला निघायचं आणि फक्त आपणच त्याला वाचवू शकतो, अशा भ्रमात राहायचं काही कारणच नव्हतं.

अन्तोनला स्वत:लादेखील तो जे काही शोधायला निघाला होता त्यात हरवून जाण्याचीच इच्छा होती. अन्तोनची ही बाजू तिने विचारातच घेतली नव्हती. कदाचित त्याला मायापासून दूरच जायचं असावं. कदाचित तिच्या पोटातलं मूल जन्माला येण्याआधीच त्याला निघून जायचं असावं. तो आजन्म ब्रह्मचारीच राहणार असल्याचं त्याने अनेकदा घोषित करून टाकल्याचं तिने ऐकलं होतंच. हे सगळे तार्किक विचार जरी येत असले तरी त्याच्याही पलीकडे जाऊन त्याचा शोध घ्यावा असं वाटायला लावणारं काहीतरी शिल्लक राहत होतं. इतकी वर्षं हरझोग भारतात करत तरी काय होता? आतासुद्धा तिबेटमध्ये तो कशासाठी गेला होता? तिच्या पत्रकारितेच्या कारकिर्दीवर त्यानं लक्ष का ठेवलं होतं? अशा प्रकारच्या जिवावर बेतू शकणाऱ्या प्रकरणात स्वत:ला झोकून द्यावं असं वाटण्याइतकं त्याच्या गत आयुष्यात घडलं तरी काय होतं? यासारख्या अनेक अनुत्तरित प्रश्नांनी आणि सगळ्यात मोठी गोष्ट म्हणजे ज्या वृत्तकथेच्या मागावर एखाद्या दुष्प्राप्य जनावराच्या मागे लागलेल्या शिकाऱ्यासारखं तिबेटच्या जंगलामध्ये हरवून जाण्याची गरज वाटावी, अशी ती वृत्तकथा होती तरी कसली, या विचाराने ती त्याचा शोध घेण्यासाठी निघाली होती.

हे सगळे प्रश्न मनात घेऊन आणि सगळ्या नकारात्मक गोष्टी मनात घोळत असतानासुद्धा आपल्याला प्रयत्न केलाच पाहिजे असे तिचे मन तिला सांगत होते. दुसऱ्या कशाचा ती विचारही करू शकत नव्हती आणि खरोखरच तिने तसा प्रयत्न

केला तर गेल्या चोवीस तासांत घडलेल्या सगळ्या गोष्टींचे - हरझोगच्या आईवडिलांच्या आयुष्यातील घटना आणि तारखांचे काहीसे अस्पष्ट असणारे संदर्भ, वडिलांच्या दुसऱ्या पदकावरील चित्र आणि त्या हाडाच्या तुतारीच्या पिपाणीवर असलेले चित्र सारखेच असणे, इतकंच काय तिला तिबेटला घेऊन जाण्यात जॅक ॲडम्सने अचानक दाखवलेला उत्साह, या सगळ्या बुचकळ्यात टाकणाऱ्या गोष्टींचे धागेदोरे जुळतील आणि सगळं काही स्फटिकासारखं स्पष्ट होईल असं तिला वाटत होतं.

अचानक तिची नजर समोर ठेवलेल्या बीजमंत्राच्या पुस्तकाकडे गेली. उत्साहाची एक लहर तिच्या अंगात सळसळली. आता याचा उपयोग करणं अगदी योग्यच होतं. पार्श्वभूमीवर कृष्णाचे फोनवरचे पुटपुटणे ऐकू येत होते. तिने पुस्तक उचलले, मनातल्या मनात एक प्रश्न विचारला आणि सहा वेळा नाणे हवेत उडवले.

हे बीजमंत्रा, कृपा करून मला मदत कर. मी काय करू ते मला सांग.

षटकोनाकृती क्र.४२ : वाढवा. तिने अर्थ पाहिला.

षटकोनाकृती क्र.४२ : वाढवाचे परिवर्तन– षटकोनाकृती ४३ : निर्णय मध्ये होते. वाढवण्याचे रूपांतर निर्णयात होते. तुमच्या प्रश्नाच्या उत्तरात दोन्ही आकृतींच्या व्याख्यांचा समावेश आहे.

एकाच प्रश्नाच्या उत्तरात दोन व्याख्या, व्वा! तिने विचार केला. पुस्तकाच्या मागच्या भागात दिलेल्या आकृतींच्या अर्थबोधात तिने व्याख्या आणि त्यांचा अर्थ शोधला. 'वाढवा' क्रमांक ४२. आपल्याला सांकेतिक भाषेचा अर्थ नीट लावता येईल का या साशंकतेने तिने अर्थ वाचायला सुरुवात केली. एखाद्या दिवशी लख्ख सूर्यप्रकाश पडल्यावर जसे धुके नष्ट होते आणि समोरचे दृश्य स्पष्ट होते तसा बीजमंत्राने दिलेला सल्ला तिच्यासमोर उलगडू लागला. त्यात जे काही सांगितले होते त्याचा अर्थबोध होत असताना, पुढे काय करायचे याबद्दल बीजमंत्र जो स्पष्ट सल्ला देत होता तो उलगडत असताना तिच्या अंगावर काटा आला. त्यात लिहिले होते -

४२ वाढवा

यामुळे तुम्ही
काहीतरी कृती करण्यासाठी प्रवृत्त होता.
यामुळे एक मोठा अडथळा पार करून जायला उद्युक्त होता.

हिमालय! अचानक अर्थबोध झाल्याने ती जवळपास ओरडलीच. नक्कीच हा बीजमंत्र तिला हिमालय ओलांडून तिबेटमध्ये जाण्याचा सल्ला देत होता.

कासवांच्या दहा जोड्या त्याला विरोध करू शकत नाहीत.
सतत पाठपुरावा केला तर नशीब उघडते.
राजा त्याला देवासमोर सादर करतो.

राजा? वाचता वाचता ती खुर्चीवरून जवळजवळ पडलीच. 'कोएनिग' या जर्मन शब्दाचा अर्थ राजा असाच होता आणि हा योगायोग असणे शक्य नव्हते. ती पुढे वाचू लागली.

काही दुर्दैवी घटनांमुळे आपण अनुभवसमृद्ध होतो.
तुम्ही मध्यम मार्गाने चाललात,
आणि राजपुत्राला भेटलात तर.

याचा अर्थ तिला बऱ्याच अप्रिय, दुर्दैवी प्रसंगांना तोंड द्यावे लागले होते; परंतु आताच्या नवीन घडामोडींमुळे तिला पुन्हा उत्साह वाटत होता, हे सारे बीजमंत्राला कळत होते. पण कसे काय? बीजमंत्राला कसे काय कळत होते? आणि राजपुत्र म्हणजेच राजा असा अर्थ घ्यायचा का? तिला समजले नव्हते. पान उलटून तिने षटकोनाकृती क्र. ४३ ची व्याख्या वाचायला सुरुवात केली. त्याचे शीर्षकच हृदयाची धडधड वाढवणारे 'निर्णय' होते.

निर्णय

आपण घटनेची माहिती राजाच्या दरबारात
ठामपणे सांगितलीच पाहिजे.
आणि ती संपूर्ण खरी खरी सांगितली पाहिजे. धोका.
आपल्या स्वत:च्या शहरात कळवणे अत्यंत आवश्यक आहे.
हत्यारांचा वापर करण्याने काहीही साध्य होणार नाही.
यामुळे तुम्ही काहीतरी कृती करण्यासाठी प्रवृत्त होता.

बाप रे! तिचे मन ओढूनताणून हवा तसा अर्थ काढण्याचा प्रयत्न करत नसले, शब्दांना नसलेला अर्थ चिकटवू पाहत नसले, तर बीजमंत्रातले हे शब्द तिला जाण्याचा इशारा देत होते. तिची तशी खात्रीच होत होती. सल्ला स्पष्टच होता - उठ, तिबेटला जा आणि राजाला शोधून काढ. कोएनिग हरझोगला शोधून काढ. त्यामध्ये धोका असेल, म्हणूनच आपल्या स्वत:च्या शहरात कळवणे आवश्यक आहे म्हणजे डॅन फिशरशी वाद घालण्याऐवजी त्याला

सगळी परिस्थिती समजावून सांगावी किंवा कदाचित कृष्णाला समजावून सांगावी असा त्याचा अर्थ असेल, पण एकूण इशारा अगदी स्पष्ट होता. तिने ताबडतोब निघणे आवश्यक होते.

आपण प्रश्न विचारतो काय आणि हे बीजमंत्राचे पुस्तक अचूक उत्तर देते काय, सगळेच अविश्वसनीय, तरीही सत्य होते. आनंद आणि आश्चर्याने नि:श्वास सोडत तिने पुस्तक मिटले आणि पुढे काय आणि कसे करायचे त्यावर विचार करत बसली. तिच्या मनात अनेक शंकाकुशंका उमटल्या. कदाचित ती बीजमंत्रातल्या शब्दांचा फारच सोयीस्कर अर्थ लावत असावी. त्यामध्ये राजा आणि मोठ्या अडचणींचा केलेला उल्लेख हा केवळ एक योगायोग असावा. पण ते खरंच काही महत्त्वाचे होते का असेही तिला वाटले. तिच्या मनाने त्याचा असा अर्थ लावला यातच सगळे काही आले आणि आता कृती करणं भागच आहे. तिला तिबेटला जायचेच होते हे तर अगदी स्पष्ट होते. बीजमंत्रातील शब्दांनी तिला तेच करायला उद्युक्त केले होते, नव्हे अक्षरश: ढकललेच होते. आता ती तिबेटला काहीही झाले तरी जाणारच होती. अन्तोन हरझोगला शोधून काढणार होती आणि हे लपवण्यात काहीच अर्थ नव्हता. ती एक फार महत्त्वाची बातमी जगासमोर उघडकीला आणणार होती.

चहाचा ट्रे घेऊन कृष्णा खोलीत आला. ट्रे टेबलावर ठेवून चहाचे दोन कप काळजीपूर्वक काढून ठेवत असताना ती कृष्णाकडे पाहत राहिली. आपण हिच्या विचारात बदल करण्यात यशस्वी झालो आहोत, काहीतरी जगावेगळे धाडस करण्याचा विचार तिने सोडला आहे असे त्याला वाटत असावे. बिचारा कृष्णा, तिच्या मनात आले.

"कृष्णा?" माझ्यासाठी एक टॅक्सी बोलावतोस का? मला अपार्टमेंटमध्ये परत जायचंय." तिने कितीही लपवण्याचा प्रयत्न केला, तरी तिच्या बोलण्याच्या सुरातूनच तिच्या मनात काय चाललंय ते अगदी स्पष्टपणे व्यक्त होत होतं. हतबल झालेल्या कृष्णाचे खांदे पडले, त्याने हातातला चहाचा कप खाली ठेवला. त्याचे हात थरथरत होते. ते पाहून परत एकदा आपण त्याच्या या अस्वस्थतेला कारणीभूत आहोत याबद्दल तिला वाईट वाटले.

मग शांत स्वरात कृष्णा म्हणाला, "नॅन्सी, तू त्या जॅक ॲडम्सला पुन्हा भेटण्याचा विचार तर करत नाहीस ना? हा सगळा मूर्खपणा इथंच थांबवणार आहेस की नाही?"

"या सगळ्याच प्रकरणाबद्दल तू तुझं मत अगदी स्पष्टपणे सांगितलेलं आहेस आणि मी जे काही करते आहे त्याला तुझा पूर्ण विरोध होता आणि आहे, हे मी सगळ्यांना अगदी तितक्याच स्पष्टपणे सांगेन. मी पुढे काय करणार हे खरं तर

अजून ठरवलेलं नाही. तू जर आणखी थोडा त्रास सहन करायला तयार असशील आणि तुझी आणखी थोडी मदत मिळाली तर बरं होईल असं मला वाटतं. अन्तोन आणि त्याच्या कुटुंबाविषयी आपण आणखी थोडी माहिती मिळवू शकतो, असं मला वाटतं. आपल्या जर्मनीतल्या ऑफिसला फोन कर आणि मदत करण्याची विनंती कर. काहीही कर, पण मला मदत मिळवून दे.''

पण कृष्णा जोरजोराने नकारार्थी मान हलवत म्हणाला, ''नॅन्सी, मला या सगळ्या प्रकरणात आता याहून जास्त काही करण्याची इच्छा नाही. डॅन फिशरने तुलादेखील दिल्ली सोडून कुठंही न जाण्यास सांगितले आहे आणि अन्तोनच्या नाहीशा होण्याच्या रहस्याचा शोध घेत आपण आपला वेळ घालवला तर चालेल असं त्यानं एका शब्दानंही सुचवलेलं नाही. ट्रिब्यून वृत्तसंस्था ही काही खासगी गुन्हे अन्वेषण संस्था नाही. आपण फक्त बातम्या लिहायचं काम करायचं असतं.''

''कृष्णा, तू जे काही बोलतो आहेस ते खरोखरच मनापासून बोलतो आहेस, की निव्वळ तुझी नोकरी वाचवण्यासाठी बोलतो आहेस?'' तीव्र सुरात नॅन्सी उद्‌गारली. प्रतिक्षिप्त क्रिया झाल्यासारखा कृष्णा एकदम तिच्याकडे वळला आणि तिच्या नजरेला नजर देत उभा राहिला.

मनातला राग किंचितही न लपवता तो म्हणाला, ''तुमचा आदर राखूनही मला हे सांगितलंच पाहिजे, की या प्रदेशाची तुम्हाला अगदीच थोडी माहिती आहे. एक उत्तम पत्रकार, वार्ताहर म्हणून तुम्ही प्रसिद्ध आहात हे मला माहीत आहे, पण तुम्ही कोणत्याही विशिष्ट क्षेत्रातल्या तज्ज्ञ नाही. तुम्हाला स्थानिक भाषा बोलता येत नाहीत. तुम्ही यापूर्वी कधीही तिबेटला गेला नाहीत. तुम्ही बुद्धिमान आहात, पण उतावळ्या आहात आणि स्थानिक गोष्टींमध्ये नाक खुपसताना ज्या गोष्टींची दखल घ्यावीच लागेल, त्याबद्दल तुम्हाला भरपूर सल्ला द्यावा लागेल असं मला सांगण्यात आलं होतं.'' आणखी सडेतोडपणे बोलत कृष्णा पुढे म्हणाला, ''कसल्यातरी शुद्ध वेडेपणाच्या योजनेत झोकून देण्यापासून तुम्हाला परावृत्त करण्यात आपल्या भेटीचा पहिलाच दिवस घालवावा लागेल, असं मला कल्पनेतही वाटलं नव्हतं; परंतु तुम्हाला वेळोवेळी सल्ला देण्याच्या मला नेमून दिलेल्या कामाच्या अखत्यारीत हे येत असेल तर ते करणं मला भागच आहे.''

''तुझ्या सल्ल्याबद्दल मी अत्यंत ऋणी आहे,'' नॅन्सी म्हणाली. आता ती जरा शांतपणे बोलत होती, पण तिच्या मनातदेखील राग खदखदत होता. ''मी तुझा सल्ला ऐकला आहे. मी इथं भारतात पाऊल ठेवल्यापासून सल्ल्याशिवाय दुसरं काही तुझ्याकडून ऐकलेलंच नाही. त्याबद्दल धन्यवाद! आता एक स्वतंत्र

विचारांची, बुद्धिमान आणि तुझ्या आतापर्यंतच्या सर्व सल्ल्यांमुळे अधिक सक्षम झालेली व्यक्ती म्हणून मी एक निर्णय घेतला आहे. मी जाणार म्हणजे जाणारच. मदत करण्याची इच्छा असेल, तर कृपा करून फेलिक्स कोएनिगबद्दल जितकी माहिती मिळवता येईल तितकी मिळवून दे. त्याच्याबद्दल काहीही माहिती मिळाली तरी लगेच मला मोबाईलवरून कळव.''

''तुमच्याशी तुमच्या मोबाईलवर संपर्क साधता येईलही कदाचित, पण तुम्हीदेखील नाहीशा होईपर्यंतच ते शक्य आहे, कारण तीच शक्यता जास्त आहे.'' कृष्णा म्हणाला.

''अन्तोनबरोबरदेखील तू असाच वाद घालायचास का? की तुझ्या दृष्टीने तो या सगळ्यांपेक्षा वर होता? अति आदरणीय व्यक्ती होता? की माझ्यासारख्या तरुण स्त्री वार्ताहराशीच फक्त तू असा वागतोस?''

''तुम्ही सगळ्याचा विपर्यास करताय,'' कृष्णा ओरडत म्हणाला, ''अन्तोनला या भागाची माझ्यापेक्षाही जास्त चांगली माहिती होती. त्या दृष्टीनं त्यानं घेतलेल्या निर्णयाबद्दल शंका घेणं अत्यंत अयोग्य ठरेल. तुम्ही निव्वळ उद्धट आरोप करत आहात.''

''व्वा! हे बरं आहे,'' नॅन्सी म्हणाली, ''पुरुष जेव्हा असं वागतात तेव्हा त्याला दृढ निश्चय म्हटलं जातं. पण तेच एक स्त्री करते, तर त्याला उद्धटपणा म्हणतात!''

खांदे उडवत कृष्णा म्हणाला, ''असल्या हास्यास्पद आरोपांचं खंडन करत बसण्यात काही अर्थ नाही.''

''तेच तर मी म्हणते आहे, आपण हा जो वाद घालत बसलो आहोत त्याला काहीही अर्थ नाही,'' नॅन्सी म्हणाली, ''माझे विचार मी तुला समजावू शकत नाही याचं मला वाईट वाटतं. पण मी जे काही करायचं आहे ते किती वेडगळपणाचं आहे हे तू मला समजावण्याचा अतोनात प्रयत्न केलास हे मी डॅन फिशरला नक्कीच पटवून देईन. त्याबद्दल तुला काहीही त्रास होणार नाही असं मी तुला वचन देते.'' एवढे बोलून नॅन्सीने ते हरझोगचे बीजमंत्राचे पुस्तक आणि खुर्चीच्या पाठीवर टाकलेले जॅकेट उचलले.

''तुझी सद्‌विवेकबुद्धी, तुझं अंतर्मन तुला ज्या प्रश्नांचे जाब विचारत राहील, ते सहन करण्याची शक्ती तुला मिळो एवढीच आशा व्यक्त करते.'' असे म्हणून मागेही वळून न पाहता ती ऑफिसमधून बाहेर पडली.

तेवीस

अपार्टमेंटच्या बेडरूममध्ये जमिनीवर गुडघे टेकून बसत नॅन्सीने आपल्या बॅगेतले काही कपडे काढले आणि एका सॅकमध्ये भरले. पुढे ती काहीही करणार असली, भारतात राहणार असली किंवा नसली, तरीही कोणत्याही परिस्थितीत या जागेपासून तिला आता दूर जायचे होते. इथंच तिला अटक झाली होती आणि या जागेत अन्तोन हरझोगच्या आठवणी ठायी ठायी भरून उरलेल्या होत्या. पाठलागावर असणाऱ्यांना गुंगारा देऊन थोडा विचार करण्यासाठी वेळ मिळावा म्हणून तिला अदृश्य व्हायचे होते.

फ्लॅटमध्ये आल्यावर तिने दिवे लावले नव्हते. बॅग भरण्याचे कामही ती अंधारातच करत होती. कारण अपार्टमेंटकडे परत येताना आपला पाठलाग होत होता याची तिला खात्रीच होती. आतापर्यंतच्या ताणामुळे आपले मन नाही नाही त्या कल्पना करायला लागले आहे, असंही तिला वाटत होतं. तरीही अंधूकशा उजेडातच राहणं तिला बरं वाटलं. कुणी तिच्यावर पाळत ठेवून असेलच, तर ते कोणीही असले तरी ती काय करते आहे, ते तरी निदान या अंधारामुळे कळले नसते.

काय काय घ्यावे बरोबर? कुठं जायचं होतं तिला? हॉटेलमध्ये राहायला मिळणार होतं का? की डोंगरदऱ्यातच फिरायला लागणार होतं? तिबेटमध्ये? तिथं भरपूर थंडी असेल, तिने अंदाज केला. खरी गोष्ट अशी होती की, ती काय करायला निघाली आहे ते तिचं तिलाच माहीत नव्हतं. एक स्वेटर आणि काही लोकरीचे कपडे भरता भरता पुढे वाढून ठेवलेल्या संभाव्य धोक्याच्या जाणिवेने तिचं मन अतिसावध झालं आणि कसलाही आघात झेलण्यासाठी सज्ज व्हावे तसे तिचे स्नायू ताठर झाले. शरीर उबदार ठेवणारे खास कपडे सॅकच्या बाजूच्या खणात कोंबले. मग हाताशी असलेले बीजमंत्राचे पुस्तक एकदा

चाळल्यासारखं केलं आणि ते सॅकच्या तळाशी अगदी पाठीमागे सुरक्षितपणे ठेवून दिलं. ते पुस्तक बरोबर नसल्याने हरझोगची फारच अडचण झाली असेल, तिने विचार केला. जर त्यांची कधी भेट झालीच तर... पण इतक्या सगळ्या विरोधी गोष्टी समोर असल्यावर तर आपण यशस्वी होणारच यावरचा तिचा विश्वास उलट जास्तच दृढ झाला होता. आपण हे पुस्तक नक्कीच त्याला द्यायचे, असाही विचार ती करत होती.

रात्रीच्या शांततेत ओरखड्यासारख्या उमटलेल्या कर्कश्श सायरनच्या आवाजाने तिची तंद्री भंग पावली आणि ती झटपट उठून उभी राहिली. विमानतळावरून पहिल्यांदाच या अपार्टमेंटमध्ये आल्यावर बॅग जिथं ठेवली होती तिथंच जमिनीवर तशीच उघडी सोडून दिलेली होती. बॅगेत घाईघाईने उचकाउचकी करून दुसऱ्या बॅगेत जसे जमेल तसे काहीबाही भरत गेल्याने सगळे कपडे अस्ताव्यस्त पसरले होते. बैठकीच्या खोलीत आल्यावर तिने एकदा सगळीकडे नजर फिरवली. हरझोगने जमा करून ठेवलेल्या पुराणवस्तूंच्या अनुपम खजिन्याकडे पुन्हा एकवार पाहिले. सर्वसामान्य परिस्थितीत या अपार्टमेंटमध्ये राहायला मजा आली नसती. मेजवान्या, संमेलनं भरवायला यासारखी दुसरी चांगली जागा नसेल तिच्या मनात विचार आला. एक विदेशी नागरिक म्हणून इथं राहण्याचं सुख अनुभवण्याची संधी आपल्याला मिळत नसल्याबद्दल तिला वाईट वाटलं. एक सल सलत राहिला, पण आता तर तिनेच एका फरारी, निर्वासित व्यक्तीचे जीवन जगण्याचा निर्णय घेतला होता. त्यामुळे असल्या स्वप्नांना मनात थारा देणे चुकीचेच होते. तसे केले असते तर तिचा तिबेटला जायचा निर्धार लवकरच ढासळला असता. तेव्हा तिने तो विचार दूर सारला.

अपार्टमेंट सोडण्यापूर्वी आणखी एका गोष्टीची चौकशी तिला करायची होती. कृष्णासमोर तिला ते करायचे नव्हते. म्हणून तिने इतका वेळ त्याबद्दल मौन पाळले होते. पण आता ती एकटीच होती, तेव्हा आता ती ते करू शकत होती. मग ती वाटेतल्या असंख्य गोष्टींतून मार्ग काढत हरझोगच्या टेबलापाशी पोहोचली. त्याचा कॉम्प्युटर चालू केला आणि एक पाहुणा म्हणून कॉम्प्युटरच्या अंतरंगात प्रवेश केला. काही क्षणांतच पडद्यावर एक फोन नंबर दिसू लागला. काय बोलायचे त्याची मनातल्या मनात जुळणी करून तिने नंबर फिरवला. फोनची रिंग वाजत राहिली. एक उसासा टाकून ती फोन ठेवणार होती तेवढ्यात पलीकडून फोन उचलल्याचा आणि त्यापाठोपाठ एका अमेरिकन ढंगात बोलणाऱ्या पुरुषाचा आवाज ऐकू आला. क्षणभर तिच्या मनाची चलबिचल झाली. फोन काही न बोलताच ठेवून देण्याचा तिने विचार केला. तो आवाज ऐकल्यावर आपण काय बोलायचे, याबद्दल तिची तयारी झाली नव्हती आणि आता तर

आपला पुरता गोंधळ उडाला असल्याचे तिला जाणवू लागले.

"हाय जेम्स, मी बोलतेय, नॅन्सी. सॉरी, तुला इतक्या भल्या पहाटेच फोन केला."

"नॅन्सी, मला वाटतं आपण एकमेकांशी बोलायचं नाही असं ठरवलं होतं."

'आता काय आणखी नवीन' अशा विचारांचा त्याला वाटणारा ताण आणि त्याचे अस्वस्थ झालेले मन त्याच्या स्वरात स्पष्ट दिसत होते. त्याच्या मनात काय विचार घोळत असतील याची तिला कल्पना होती.

"माझं ऐकून तर घे जेम्स, मी आपल्याबद्दल बोलायला फोन नाही केला. हा अगदी निव्वळ कामासंदर्भातला फोन आहे. आपला एकमेकांशी वैयक्तिकरीत्या आता काही संबंध नाही, हे मलाही पूर्णपणे माहीत आहे."

पण हे बोलतानासुद्धा त्याचा यावर विश्वास बसणार नाही, हे तिला कळत होतं. तो पलीकडे हातात फोन धरून उभा असेल. त्याच्या देखण्या चेहऱ्यावर आठ्यांचे जाळे पसरले असेल. त्याचे घारे डोळे साशंकपणे काहीतरी शोधत असतील. तिच्या मानसिक अवस्थेबद्दल त्याला अगोदरच काळजी वाटत होती. ते दोघे एकमेकांपासून दुरावले, त्याचे दुःख तिने मनाला फार लावून घेतले होते हे त्याला माहीत होते. त्यामुळेच ती बोलत होती त्यावर त्याचा लगेच विश्वास बसणे शक्य नव्हते.

"ऐक ना, जेम्स. मी खरंच सांगतेय. मला तुझी मदत हवी आहे. दक्षिण अमेरिकेबद्दल मला तुला काही प्रश्न विचारायचे आहेत."

त्याच्या मनातला संशय त्याच्या स्वरात उतरला, "पण माझ्या माहितीप्रमाणे तू तर दिल्लीत काहीतरी करत असावीस."

"अरे मी दिल्लीतच आहे, तिथूनच बोलतेय."

"काय? मग तेथे बसून तुला दक्षिण अमेरिकेवर कसली वृत्तकथा करायची आहे?"

"मला ब्यूनोस एरेसमधील एका माणसाबद्दल काही माहिती हवी आहे. त्यासाठी तू मदत करशील का?"

फोनवर काही काळ शांतता. मग त्रयस्थ सुरात प्रश्न आला, "कोणाची?"

"अन्तोन, अन्तोन हरझोग. तुला कदाचित माहीत असेल तो नाहीसा झाला आहे, तिबेटमध्ये. त्याचे कुटुंब आणि ब्यूनोस एरेसमधील त्यांचे सुरुवातीचे दिवस यांच्याबद्दल मला माहिती हवी आहे. ती तू मला मिळवून दे."

"काय? अन्तोनच्या कुटुंबाचा तपास मी करावा असं तुझं म्हणणं आहे? नॅन्सी, तू काय बोलतेस तुला समजतंय ना?"

"हो, अगदी व्यवस्थित समजतंय."

"हे बघ, तुझ्या मनात काय आहे ते मला काही कळत नाही. पण ही काही चांगली कल्पना आहे असं मला वाटत नाही. आपण आता हे बोलणं थांबवावं हेच कदाचित उत्तम ठरेल."

आता तिला राग आला. "जेम्स, आपण बोलायचं नाही असं ठरवलं होतं, मला मान्य आहे. पण आवश्यक ते कौशल्य आणि साधनं उपलब्ध असलेला आणि जी माहिती हवी आहे ती मिळवण्यासाठी योग्य जागी असलेला माझ्या माहितीतला तूच एकमेव माणूस आहेस आणि या कामासाठी विश्वसनीय असाही तूच एकमेव माणूस आहेस. म्हणून मला मदत कर, अशी मी तुझ्याकडे भीक मागते. आपण एकमेकांच्या सहवासात जे काही चांगले दिवस घालवले, त्या दिवसांसाठी तरी कृपा करून मला मदत कर. करशील ना?"

थोडा वेळ तो शांतच राहिला. मग काही वेळानंतर तो बोलू लागला, तेव्हा त्याचा स्वर जरा मृदू झाला होता.

"ठीक आहे, ठीक आहे. मी बघतो काय मिळतंय ते. तुला नक्की कशाबद्दल माहिती हवी आहे?"

"काहीही! अगदी मिळेल ती माहिती! अन्तोनच्या नाहीसे होण्यावर अन्तोनच्या कौटुंबिक पार्श्वभूमीच्या माहितीमुळे नक्कीच काहीतरी प्रकाश पडेल अशी माझी खात्री आहे. पण वरकरणी वाटली तरी त्याची ही पार्श्वभूमी साधीसरळ नसेल, गुंतागुंतीचीच असेल. कसं, ते मला सांगता येत नाही. तेवढा वेळही माझ्याकडं नाही आणि मला ही माहिती आताच हवी आहे. कशाही प्रकारची, जशी असेल तशी!"

तिला आता शांत वाटत होतं आणि जेम्सलाही हायसे वाटल्याचे त्याच्या बोलण्यातून तिला जाणवत होतं.

"ठीक आहे. मी बघतो काय सापडतं ते. पण इथं अजूनही दिवस सुरू झालेला नाही. काही माणसं बऱ्याच उशिरा काम सुरू करतात. काही माझ्या माहितीच्या ठिकाणी फोन करून बघतो आणि साधारण वीस-एक मिनिटांत तुला परत फोन करतो. पण फार अपेक्षा बाळगू नकोस. कदाचित काहीही माहिती हाती येणार नाही, त्याची तयारी ठेव."

"चालेल जेम्स. जी काय मिळेल ती माहिती माझ्यासाठी मोलाचीच असेल. अच्छा, ठेवते फोन."

चोवीस

जेम्सच्या फोनची वाट बघत नॅन्सी खोलीतच येरझाऱ्या घालत होती. वीस मिनिटे झाली. तीस झाली. किती प्रचंड काळ लोटला आहे असे तिला वाटत होते. मधेच एकदा रस्त्याच्या बाजूच्या खिडकीकडे जाऊन तिने पडद्याची पट्टी जराशी उचलली आणि बाहेर पाहिले तेव्हा तिला ती काळी कार शांतपणे तिचीच वाट पाहत असल्यासारखी उभी असलेली दिसली. भीतीने तिचे काळीज धडधडले. अंगावरून एक थंड शहारा उमटून गेला. ते जर पोलीसच असतील तर त्यांनी नक्कीच तिचा फोनदेखील टॅप केलेला असणार. म्हणजे आता तिला तुरुंगात अडकायचे नसेल, तर फोनवर बोलतानादेखील अधिक काळजीपूर्वक बोलावे लागणार होते. पण तसं पाहिलं तर तिच्या संभाषणातून तिला या अन्तोन प्रकरणाबद्दल काहीही माहीत नसल्याचंच सिद्ध होणार होतं, नाही का? पण तरीही याचा पडताळा करून पाहण्याची तिची इच्छा नव्हती. पोलिसांच्या साशंकतेचा फायदा आपल्याला मिळेलच याची तिला शाश्वती नव्हती.

अखेर फोनची रिंग वाजली.

"नॅन्सी?"

"जेम्स, जीव भांड्यात पडला रे तुझा आवाज ऐकून!"

पुढच्याच क्षणी तिला असंही वाटलं की, तिला मदत करण्याबद्दल जेम्सने पुन्हा विचार केलाय आणि मदत करायची नाही असं ठरवल्याचं आता तो सांगेल.

"मला अन्तोनबद्दल थोडी माहिती मिळाली आहे."

मिळालेल्या माहितीमुळे त्याला स्वत:लाच आश्चर्याचा धक्का बसला असावा, असं त्याच्या बोलण्यावरून वाटत होतं.

"सांग, सांग."

जेम्सने बोलायला सुरुवात केली आणि अचूक वेळ साधल्यासारखी एक ॲम्ब्युलन्स रस्त्यावरून सायरन वाजवत खिडकीजवळून गेली. त्याचे बोलणे तिला काही ऐकू आले नाही.

"एक सेकंद थांब जेम्स, फोन बंद करू नकोस."

फोन हातात घेऊन ती हरझोगच्या चकचकीत, स्वच्छ स्वयंपाकघरात गेली. त्या बाजूला बिल्डिंगमागचे शांत आवार होते.

"काय सांगत होतास तू?"

"ॲना हरझोगबद्दल माहिती मिळवण्याचा मी प्रयत्न केला. एक मिनिट, माझ्या नोट्स कुठं गेल्या?"

पुन्हा एकदा फोनवर शांतता पसरली. वैतागून तिने डोळे मिटले. जेम्स त्याच्या अस्ताव्यस्त पसरलेल्या टेबलाजवळ बसलाय, त्या कागदांच्या पसाऱ्यातून नुकत्याच लिहिलेल्या टिपणांचे कागद शोधतोय, हे दृश्य स्पष्टपणे तिच्या नजरेसमोर उभे राहिले. त्याला ते लवकर सापडावेत अशी तिने प्रार्थना केली. काही सेकंदांनंतर तो बोलू लागला, "ॲना हरझोग, राहणार बोलेवार्ड द रेकोलेता, ब्यूनोस एरेस, हिने गस्ताव डॉइश याच्याशी १९५४ मध्ये विवाह केला. हा गस्ताव डॉइश त्याच वर्षी जर्मनीमधून ब्यूनोस एरेस येथे स्थलांतरित झाला होता."

"म्हणजे डॉइश हे अन्तोनचे सावत्र वडील होते तर?"

पण मग त्या फोटोचा अर्थ काय? तिने स्वत:लाच विचारले. त्या १९५७ मध्ये ब्यूनोस एरेसमध्ये एका हॉटेलच्या पायऱ्यांवर काढलेल्या फोटोतला फेलिक्स कोएनिग पुन्हा जिवंत होऊन परतला होता की काय?

"थांब, घाई करू नकोस," जेम्स म्हणत होता. "माझ्या नेहमीच्या माणसांकडून मला जास्त काही कळलं नाही. ॲना हरझोग किंवा गस्ताव डॉइशचा एकही फोटो उपलब्ध नाही. मग मी सिमोन विसेन्थाल सेंटरमधील आपल्या माणसाशी बोललो, तुला माहीत आहेत ते नाझी शोधपथकातील शिकारी. त्यांचं ब्यूनोस एरेसमध्ये एक ऑफिस आहे. मला माहीत आहे की, हे फार वळणावळणाचं आहे, पण त्या काळातल्या जर्मन स्थलांतरितांबद्दल शोध घेताना हा प्रयत्न करून पाहणंदेखील गरजेचं आहे. कारण अनेक नाझी तेव्हा अर्जेंटिनात स्थलांतरित झाले होते. कुठंतरी काहीतरी संदर्भ जुळतोच. पण ते जाऊ दे. थोडक्यात सांगायचं तर अशाच एका नाझी शोधपथकातल्या माणसाबरोबर मी आताच बोललो. तो म्हणतो त्याप्रमाणे त्याच्याकडं या डॉइशची माहिती आहे. म्हणजे तो या जगात नाही आता, वारला तो १९७२ मध्ये. पण पन्नास-पंचावन्नच्या काळात त्यांनी या डॉइशची एक फाईल तयार केली होती. कारण हा डॉइश

प्रत्यक्षात फेलिक्स कोएनिग नावाचा माणूस होता. तो एक प्रथितयश प्राध्यापक आणि गूढविद्येसंदर्भात कार्य करणाऱ्या आणि नाझी राजवटीशी संबंध असलेल्या थूल गेसेलशाफ्ट नावाच्या कोणत्यातरी संस्थेचा सभासद होता असा त्यांना संशय होता.''

"बाप रे!''

"खरंच विलक्षण आहे, नाही? अन्तोनच्या भूतकाळात इतकं गडद रहस्य दडलेलं असेल असं मला वाटलंदेखील नव्हतं.''

"पण फेलिक्स कोएनिग युद्धातून बचावला असावा अशी शंका तरी विसेन्थाल सेंटरमधील लोकांना कशी आली? अन्तोन तर नेहमीच त्याचे वडील स्टॅलिनग्राडच्या लढाईत मारले गेले असं म्हणायचा!''

"ते बरोबर आहे. इथंच तर खऱ्या अर्थानं विचित्र वाटणाऱ्या गोष्टींची सुरुवात आहे. फेलिक्स कोएनिगच्या युद्धातल्या कामगिरीबद्दल विसेन्थाल सेंटरकडे जी माहिती आहे त्यात 'युद्ध करत असताना नाहीसा झाला, मरण पावला असावा, असं गृहीत धरलं आहे,' अशी नोंद आहे. एका ओसाड इमारतीच्या दिशेनं आपल्या फलटणीसह कूच करताना तो शेवटचा दिसल्याची नोंद आहे. स्टॅलिनग्राडच्या लढाईत शेकडो, हजारो जर्मन लोक मेले. पण त्या लढाईच्या नोंदी तपासणं म्हणजे वेळ फुकट घालवणं आहे. एकतर तुम्ही जर्मनीत परत आला असाल, नाहीतर लढाईत मारले गेले असाल किंवा रशियनांनी तुम्हाला युद्धकैदी म्हणून पकडून नेले असेल. युद्धकैदी होणं म्हणजे मरण पावल्यासारखंच होतं. त्यामुळे मायदेशी परत न आलेल्या सैनिकांबद्दल, 'युद्धात हरवला, मरण पावला असं गृहीत' अशा नोंदी सरसकट केल्या जात असत. त्यातच एक फेलिक्स कोएनिगची नोंद असावी. आता दुसरीकडं हे डॉइश महाशय १९५४ मध्ये अर्जेंटिनात दाखल झाले. त्याआधी त्यांनी सैबेरियाच्या तुरुंगात नऊ वर्षं काढली होती. या महाशयांनी युद्धात काही कामगिरी केल्याचा कोणताही दाखला नाही, पण त्यात आश्चर्य काहीच नाही. त्याच्या म्हणण्यानुसार, स्टॅलिनग्राडच्या युद्धात पकडल्या गेलेल्या असंख्य सैनिकांपैकीच तो एक होता. फक्त त्याचं नशीब एवढंच होतं की, सैबेरियाच्या तुरुंगात गेल्यानंतर कायमचे नाहीसे झालेल्या अनेक सैनिकांप्रमाणे तो गायब झाला नव्हता. हा डॉइश जेव्हा १९५४ मध्ये अर्जेंटिनात आला, तेव्हा ॲना हरझोग फ्रेडी क्लॉस नावाच्या दुसऱ्या एका जर्मन माणसाबरोबर राहत होती. हा फ्रेडी रिकोलेतामधील एका गॅरेजमध्ये मेकॅनिकचं काम करत असे. खरी महत्त्वाची गोष्ट तर यापुढेच आहे. ज्या क्षणी हा डॉइश तिथं अवतरला, त्या क्षणी ॲना हरझोगने या क्लॉसला लाथ मारून बाहेर काढलं आणि या डॉइशबरोबर लग्न केलं आणि यामुळेच विसेन्थाल सेंटरच्या

लोकांना असा संशय होता की, डॉइश म्हणजे दुसरा तिसरा कोणी नसून फेलिक्स कोएनिगच – ॲना हरझोगचा मूळचा पती असावा.''

जे काही कानावर पडत होते, त्यावर नॅन्सीचा विश्वासच बसत नव्हता. स्वयंपाकघराच्या खिडकीतून तिने बाहेर पाहिले. रस्त्यावरील दिव्यांनी आकाश उजळून टाकले होते. एकही तारा दिसत नव्हता, प्रदूषित वातावरणाचा एक पातळसा नारिंगी थर सगळीकडे पसरला होता आणि त्याच्या वर काळीकुट्ट रात्र पसरली होती.

''म्हणजे तिचं प्रेम किती उत्कट होतं पाहा,'' ती म्हणाली. ''इतकी वर्षं उलटल्यावरदेखील ती त्याच्यावरच प्रेम करत होती. त्याची वाट पाहत होती.''

किती विलक्षण गोष्ट होती पाहा. मानवतेच्या इतिहासातील त्या गुन्हेगार गणल्या गेलेल्या आणि नाझी क्रांती जगावर लादू पाहणाऱ्या दुष्टांच्या रणधुमाळीतही प्रेम, अगदी शुद्ध प्रेम तग धरून होतं. जगाला त्याचं काही सोयरसुतक होतं का? असं प्रेम जे कशाबद्दलही क्षमा करायला तयार होतं; कशाकडेही कानाडोळा करायला तयार होतं. अगदी इतकं की, आजूबाजूच्या जगाच्या नजरेत जे साक्षात अनैतिक ठरत होतं त्या कृत्याबद्दलही क्षमा करायला तयार होतं. काय होतं प्रेम म्हणजे? दूरवर दिल्लीतल्या घरांच्या छपरांवरून तरंगत वर आल्यासारख्या दिसणाऱ्या विमानाचे दिवे तिला दिसू लागले. कोणत्याही क्षणी ते विमान ढगांचे आच्छादन भेदून वर मुक्त अवकाशात विहार करायला लागणार होते.

''पण त्यांच्याकडं दुसरा काही पुरावा आहे का?''

''हो आणि यावर कदाचित तुझा विश्वास बसणार नाही. 'डॉइश' किंवा आता मी त्याला कोएनिगच म्हणेन, याचं निधन झालं तेव्हा तो ब्यूनोस एरेस लायब्ररीमध्ये एक लायब्ररीयन म्हणून काम करत होता आणि तिथं तो प्राच्य भाषा विभागाचा प्रमुख म्हणून काम पाहत होता. तिबेटी आणि चिनी भाषा तो लिहू, वाचू शकत असे आणि म्हणूनच डॉइश आणि फेलिक्स कोएनिग दोन व्यक्ती नसून एकच व्यक्ती आहेत अशी विसेन्थाल सेंटरची खात्री होती. असं पाहा, की ही जी थूल गेसेलशाफ्ट संस्था होती, ज्याचा फेलिक्स कोएनिग एक सदस्य होता. त्या संस्थेनं हरवलेल्या प्राचीन आर्य संस्कृतीच्या ज्ञानभांडाराचा शोध घेण्यासाठी तिबेटमध्ये मोहीम काढली होती. त्या मोहिमेत सहभागी होण्यासाठी फेलिक्स कोएनिगचीदेखील निवड झाली होती, कारण तो तिबेटी भाषा लिहू, बोलू शकत होता आणि हे त्यांच्यापैकी दुसऱ्या कुणालाही येत नव्हतं! काय पटतंय ना हे?''

''फारच विलक्षण आहे हे सगळं. अन्तोन हरझोगला तिबेटचं आयुष्यभर आकर्षण वाटत होतं!''

“त्याचा उगम नक्कीच तो आणि त्याच्या वडलांमधल्या अनुबंधातून झालेला असणार. मला तरी तसंच वाटतं,” तिचं वाक्य स्वत:च पूर्ण करत जेम्स म्हणाला. एखाद्या धबधब्यासारख्या चहू अंगांनी कोसळलेल्या या माहितीमुळे ती पुरती गांगरून गेली होती. अन्तोनचे वडील स्वत:च एक गूढविद्या पंथाचे पाईक होते आणि तिबेटबद्दलचे तज्ज्ञ. काहीसे पदभ्रष्ट झालेल्या त्यांच्या साथीदारांच्या दृष्टीने पाहिले तर प्रकांडपंडित होते. आता आणखी काही जाणून घेण्याची तिला अजिबात इच्छा नव्हती आणि आताच उलगडलेल्या माहितीतून डोकावणारी युरोपच्या गत इतिहासातील भयावह भुते आणि धडकी भरवणाऱ्या सावल्या तिच्या नजरेसमोर नाचू लागल्यामुळे तिबेटकडे जाणाऱ्या विमानात पाय ठेवायचा की नाही याबद्दल तिचे मन आता पूर्णपणे डळमळीत झाले होते.

काही क्षण दोघेही काहीच बोलले नाहीत. मग ती म्हणाली, “पण तिबेटच्या जंगलात आर्य संस्कृतीचं हरवलेलं ज्ञानभांडार शोधण्याचा प्रयत्न नाझी लोक का करत होते आणि या सगळ्याचा खरा अर्थ तरी काय? आणि ही थूल गेसेलशाफ्ट नामक संस्था म्हणजे काय भानगड आहे?”

“काही माहीत नाही, पण शोधून बघतो. सिमोन विसेन्थाल सेंटरमधील आपला माणूस तर फारसं लक्ष द्यायला तयार नाही. ही गूढविद्यांबाबत काहीतरी करत असलेली आणि युद्धकाळात युरोपमध्ये प्रसिद्ध पावलेली संस्था होती. मला आणखी खोलात जाऊन माहिती मिळवण्याची संधी मिळालेली नाही. कारण जे काही कळलं आहे तेवढं तरी तुला लगेच कळवावं म्हणून फोन करायचा होता. मी नेटवर टाईप करून माहिती मिळवण्याचा प्रयत्न केला आणि भरपूर प्रतिसाद मिळाला आहे, पण ती सगळी माहिती वाचून पाहायला वेळ मिळाला नाही. असलं काही वाचायला मिळेल, उलगडेल याची मला कल्पनाही नव्हती. आता तिकडं तुझ्याकडं काय घडतं आहे, नॅन्सी? आणि अन्तोन काय करतोय तरी काय?”

या नव्याने मिळालेल्या माहितीचा अन्वयार्थ लावण्याचा नॅन्सी प्रयत्न करत होती. तिचे मन हा सगळा गुंता सोडवण्यात इतके गुंतले होते, की संभाषणाच्या सुरुवातीला रुक्ष वाटणारा जेम्सचा आवाज आता उत्सुकतेने आणि कुतूहलाने भरलेला होता याची जाणीवही तिला झाली नव्हती.

“जेम्स, मला खरोखरच अजूनही काही कळत नाहीये.”

इतक्यात फ्लॅटच्या बाहेरच्या भागातून काहीतरी मोठा आवाज ऐकू आला. दरवाजाबाहेरच्या समाईक जिन्यात काहीतरी ठोकल्याचा किंवा आदळल्याचा आवाज आला आणि पुन्हा एकदा शांत शांत झाले. तिची भीतीने बोबडी वळली.

“मला आता निघायला हवं.”

"नॅन्सी, काय चाललंय तिकडं? तू ठीक आहेस ना?"

"आता मी तुझ्याशी बोलू शकत नाही. काहीतरी गडबड दिसतेय इथं. पण तू केलेल्या मदतीबद्दल मी मनापासून आभारी आहे."

तिने हलकेच फोन ठेवला आणि हलक्या पावलांनी कॉरिडॉरमधून चालत अपार्टमेंटच्या पुढच्या दाराकडे गेली. धडधडत्या अंत:करणाने तिने भिंगातून बाहेर पाहिले. दारावरच्या भिंगातून जिन्याचा दारापुढचा भाग दिसत होता. तिथं काहीही नव्हतं. कदाचित कोणीतरी शेजारीपाजारी जिन्यात धडपडला असावा. पण कदाचित कोणीतरी भिंतीला चिकटून अगदी आपल्या दाराच्या बाजूलाच उभं असेल आणि आपली वाट पाहत असेल, तर ते आपल्याला दिसणारदेखील नाही असाही विचार तिच्या मनात डोकावून गेला. काही महिन्यांपूर्वी जेम्सशी चार शब्द तरी बोलायला मिळावेत म्हणून आपण तडफडत होतो आणि आज मात्र प्रत्यक्षात बोलायला मिळाल्यावर आपण अगदी तुटकपणे बोललो याचं तिला वैषम्य वाटलं, पण त्यावर विचार करायलाही आता वेळ नव्हता. तिला लवकरात लवकर या अपार्टमेंटमधून बाहेर पडायचं होतं. एक खोलवर श्वास घेत तिनं मन घट्ट केलं. अजून एक गोष्ट करायची होती. मग मात्र ती इथून नाहीशी झाली असती.

पुन्हा आत जाऊन ती कॉम्प्युटरजवळ बसली. अंधूकशा उजेडातच की-बोर्डचा अंदाज घेत 'थूल गेसेलशाफ्ट' हे शब्द टाईप करताना, गूढविद्या विषयात रस असलेला एक विचित्र पंथ असे विसेन्थाल सेंटरच्या माणसाने ज्याचे वर्णन केले होते, जो जगाच्या दुसऱ्या अर्धगोलात कुठंतरी आणि तोही साधारण अर्ध्या शतकापूर्वी कार्यरत होता, त्याची माहिती मिळवण्यासाठी हे शब्द कुणाही भारतीयाने यापूर्वी कधीतरी इंटरनेटवर टाईप केले असतील का असा विचार तिच्या मनात आला. कोणीतरी म्हणजे अन्तोन हरझोग सोडून कुणीही! कॉम्प्युटरची जगड्व्याळ यंत्रणा शोध घेता घेता अचानक थांबली आणि मग काहीतरी सापडल्याचा संकेत करत घुमू लागली.

शेवटी अनेक वेगवेगळ्या संकेतस्थळांपर्यंत पोहोचण्याचे मार्ग दाखवत एक पान पडद्यावर अवतीर्ण झाले. जेम्स म्हणाला होता त्याप्रमाणे अक्षरश: हजारो संकेतस्थळं होती अशा संस्थांची माहिती देणारी. पण त्याला काहीच अर्थ नव्हता. नेटवर तुम्ही काहीही टाईप केलंत तरी हेच होणार होतं. नॅन्सीला पाहिजे होतं अधिकृत, विश्वासार्ह माहिती देणारं संकेतस्थळ किंवा लेख. काही संकेतस्थळांवर जाऊन तिने पाहिलं, काही ठिकाणची माहिती वाचून पाहिली, मग शेवटी तिची नजर गार्डियन या ब्रिटिश वृत्तपत्राच्या एका जुन्या अंकातल्या लेखावर पडली.

लेखाच्या डाव्या बाजूला एक चित्र होतं. त्याखाली लिहिलं होतं, 'थूल गेसेलशाफ्ट संस्थेचे बोधचिन्ह.' ते चिन्ह होते स्वस्तिक चिन्हावर झळाळणाऱ्या कट्यारीचे, अगदी हुबेहूब त्या शौर्यपदकावर असलेल्या आणि हाडाच्या तुतारीच्या पिपाणीवर असलेल्या चिन्हासारखेच होते ते. नॅन्सीचे प्राण कंठाशी आले. आतापर्यंत दूर कुठंतरी असावं असं वाटत असलेले भय आता आपल्या दारात, नव्हे अगदी घरात प्रवेश करून उभं आहे असं तिला वाटू लागलं आणि हे सगळे तिच्याच करणीमुळे होत होतं. जसजसे ती एकेक पाऊल हरझोगच्या शोधात पुढे टाकणार होती, तसतसे ते तिच्याभोवतीचा पाश घट्ट आवळणार होते. कॉम्प्युटर बंद करून पळून जावं असं तिला वाटू लागलं. पण भयातिशय आणि आत्यंतिक उत्कंठा यांच्या आंदोलनावर झुलतच तिने तो लेख शेवटपर्यंत वाचून काढला-

खास सदर, जून १९७९

जर्मन गूढविद्यातज्ज्ञ श्रीयुत रुडॉल्फ व्हॉन सेबोटेनडॉर्फ यांनी म्युनिक येथील फोर सीझन्स हॉटेलमध्ये दी थूल गेसेलशाफ्ट किंवा इंग्रजीत थूल सोसायटी म्हटले जाणाऱ्या संस्थेची स्थापना १७ ऑगस्ट १९१८ रोजी केली. निळ्या डोळ्यांच्या आणि सोनेरी केसांच्या आर्य लोकांच्या संस्कृतीचे मूळ काय व कुठं असावे याबद्दलच्या कल्पना मांडणे आणि त्या पडताळून पाहून खरं मूळ स्थान व स्वरूप शोधून काढणे असा या संस्थेचा उद्देश होता. आर्यांच्या मूळ स्थानाचा पुराणकथांमध्ये ज्या नावाने उल्लेख केला जात असे त्या स्थानाचे नाव थूल असे होते.

संस्थेची स्थापना झाली तो काळ पहिले जागतिक युद्ध नुकतेच संपल्याचा होता आणि कम्युनिस्ट क्रांतिकारक जर्मन सरकार उलथून टाकण्याच्या योजना आखत होते. युद्धात पराभूत होऊन आणि पराभवाचा धुमसता राग घेऊन आघाडीवरून परत आलेल्या दहा लाख सैनिकांमध्येच ॲडॉल्फ हिटलर हादेखील एक होता. नुकतेच त्याला जर्मन सैन्यामध्ये शौर्यासाठी दिला जाणारा सर्वोच्च पुरस्कार 'आयर्न क्रॉस' देऊन सन्मानित करण्यात आले होते आणि पराभूत झालेल्या इतर अनेक सैनिकांप्रमाणेच त्याच्याही मनात आपल्या देशाबद्दलचा अभिमान अत्यंत जाज्वल्य, प्रखर होता.

या अस्थिर परिस्थितीचा फायदा घेण्याचे थूल गेसेलशाफ्ट

संस्थेने ठरवले आणि १९१९ मध्ये त्यांनी जर्मन वर्कर्स पार्टीची स्थापना केली. जर्मन आणि आर्य लोक हेच जगात सर्वश्रेष्ठ असल्याचा जर्मनीच्या सर्वसामान्य जनतेमध्ये प्रचार आणि प्रसार करण्यासाठी या पार्टीची स्थापना करण्यात आली होती. आगामी काळात सत्तेवर येण्यासाठी हिटलरने ज्याचा वापर केला त्या एनएसडीएपी या राजकीय संघटनेमध्ये ही थूल सोसायटी पुढच्याच वर्षी परिवर्तित झाली. यथावकाश हीच एनएसडीएपी पुढे नाझी पार्टी म्हणून ओळखली जाऊ लागली.

थूल सोसायटी या संस्थेच्या अगदी सुरुवातीपासूनच सभासद असलेल्यांमध्ये दीत्रिच एकार्टचा समावेश होता. तो एक धनाढ्य जर्मन प्रकाशक होता आणि काळ्या जादूमध्ये, जारणमारण विद्येत पारंगत होता. म्युनिकमधील बीअर हॉलमध्ये जोरकसपणे भाषण करताना ॲडॉल्फ हिटलरला जेव्हा त्याने पाहिले तेव्हाच त्याने हिटलरची क्षमता ओळखली होती. त्याने हिटलरला आपल्या पंखाखाली घेतले आणि अमोघ वाणीचे, आपल्यातील दैवी सामर्थ्याचा साक्षात्कार घडवून लोकांना मंत्रमुग्ध करण्याचे आणि आपण सांगू ती कोणतीही गोष्ट करण्यासाठी उद्युक्त करण्याचे मंत्रतंत्र शिकवले.

आपल्या अमोघ वाणीने आपले विचार लोकांच्या मनात ठसवण्याचे हिटलरचे कौशल्य त्याच्या गुरूपेक्षा- एकार्टपेक्षाही कित्येक पटींनी वरच्या दर्जाचे होते, याला इतिहास साक्ष आहे. मोहरीच्या धुराने भरलेल्या खंदकात अडकल्यामुळे फुप्फुसे निकामी झाल्यामुळे १९२३ च्या दरम्यान एकार्टचे निधन झाले, पण मरण्यापूर्वी त्याने थूल सोसायटीच्या सभासदांना सांगितले, 'हिटलरच्या मागे राहा. तो नाचेल, पण अर्थातच मी ठरवून दिलेल्या तालावर नाचेल. सर्वोच्च सत्ताधीशांबरोबर संवाद साधण्याची साधने आपण त्याला दिली आहेत. माझ्या मृत्यूचा शोक करू नका. इतर कुणाही जर्मन माणसापेक्षा जगाच्या इतिहासावर माझा प्रभाव निश्चितच जास्त पडलेला असेल.'

संपूर्ण सत्ता हाती येण्यापूर्वी हिटलर काही काळ तुरुंगात होता. हिटलरला तुरुंगात असताना जनरल कार्ल हाशोफर नावाचा थूल सोसायटीचा आणखी एक सभासद वारंवार भेटायला येत असत. म्युनिक विद्यापीठात प्राध्यापक असलेल्या हाशोफर यांच्या हिटलरबरोबर दीर्घ काळ गप्पा होत असत. त्यादरम्यान आपली

तिबेटची भेट आणि अत्युच्च पदावरील तिबेटी लामांच्या मार्गदर्शनाखाली त्यांनी केलेल्या अध्ययनाबद्दल हिटलरला सांगितले. आर्य संस्कृतीचे मूळ उगमस्थान आईसलँडमध्ये असावे; परंतु यापूर्वीचे जग त्या काळाच्या शेवटी झालेल्या प्रलयात नष्ट झाल्यानंतर आर्यांना हिमालयात कुठंतरी उंच जागी दिवस कंठावे लागले असावेत असे थूल सोसायटीच्या सभासदांचे मत होते. हाशोफरला हे सगळे माहीत होते; परंतु इतिहासापेक्षा त्याला सत्तेमध्ये जास्त रस होता.

आर्य वंशाच्या राजांनी जतन करण्यासाठी दिलेले अति सामर्थ्यवान दैवी पुरुष घडवण्याबद्दलचे ज्ञान तिबेटमध्ये जागोजागी गूढतेच्या वलयात असलेल्या मठांमध्येच कुठंतरी आहे, अशी हाशोफरची खात्री होती. आर्यांच्या त्याच मंत्रतंत्रविद्येच्या साहाय्याने सामान्य माणसातून असामान्य दैवी पुरुष घडवण्याची किमया तिबेटमधील ऋषितुल्य व्यक्तिमत्त्वाची माणसं करू शकतील असेही त्याला ठामपणे वाटत असे आणि ही किमया घडवण्याचे सामर्थ्य आणि विद्याच नाझींना हवी होती. सर्वसामान्यातून असामान्य दैवी पुरुष घडवण्याच्या या सामर्थ्यापुढे एकार्टने हिटलरला शिकवलेले समूह संमोहन आणि समूह सूचनाचे सामर्थ्य अगदी क:पदार्थ होते. त्यामुळे हिटलरच्या नाझी पार्टीकडे पुरेसा पैसा जमा झाल्याबरोबर या विश्वाच्या नियंत्यांचे परमोच्च स्थान समजले गेलेले आणि तिबेटमध्ये कुठंतरी हरवलेले शांग्री-लाचे राज्य शोधून काढण्याच्या मोहिमा आखल्या गेल्या.

त्यांच्या मते ज्यामध्ये दैवी पुरुष घडवण्याचे रहस्य उलगडून सांगितले होते ते 'दस बुक देस रिंजेस' म्हणजेच 'द बुक ऑफ द रिंग' हे पुस्तक मिळवणे हे या शोध मोहिमांचे मुख्य उद्दिष्ट होते. पाश्चात्त्य जगातील गूढविद्या परंपरांमध्ये 'ज्ञानग्रंथ' म्हणून ओळखल्या जाणाऱ्या पुस्तकाला नाझींनी दिलेले हे नाव होते. खरं तर रशियन मंत्रतंत्रविद्यातज्ज्ञ मादाम ब्लावत्स्की यांनी हे नाव त्या पुस्तकाला दिले.

नाझींच्या मते हा ज्ञानग्रंथ तिबेटी लोकांची निर्मिती नव्हताच. त्यामुळे त्याचा उल्लेख करताना त्या ग्रंथाचे तिबेटी भाषेतले नाव नाझींनी कधीही वापरले नाही. त्यांच्या मते हा ग्रंथ म्हणजे अतिप्राचीन काळातल्या आर्य लोकांची निर्मिती होती. त्या पुस्तकाचे वेष्टन

आता नामशेष झालेल्या कुठल्यातरी प्राण्याच्या काळ्याभोर चामड्याचे बनवलेले होते आणि त्याच्या मुखपृष्ठावर एक सोन्याचे कडे आणि त्या कड्याला वेटोळे घालून आपलीच शेपटी गिळू पाहणारा साप असे चित्र होते, अशी वदंता आहे.

नाझींना तो ग्रंथ कधीच सापडला नाही. आजच्या काळात दलाई लामांसकट सर्व तिबेटी लामांनी असे पुस्तक अस्तित्वात असल्याचा साफ इन्कार केला आहे आणि १९५९ मध्ये चीनने तिबेटवर केलेल्या आक्रमणानंतर कित्येक मठ आणि त्यांचे ग्रंथभांडार नष्ट करण्यात आल्यामुळे तर या पुराणग्रंथाबद्दलचे सत्य कधीही न कळण्याची परिस्थिती निर्माण झाली आहे. चीनच्या कम्युनिस्ट पार्टीनेदेखील असा ग्रंथ अस्तित्वात असल्याचे मान्य केले आहे आणि तो मिळवून बीजिंगमध्ये सुरक्षित राखण्याचा आपला मानस असल्याचे सूचित केले आहे. पार्टीच्या अधिकृत दस्तावेजात या ग्रंथाचा उल्लेख फक्त 'ते काळे पुस्तक' असा केला गेला आहे आणि ते पुस्तक अपशकुनाचे मानले असून, जनमानसात प्रस्थापितांविरुद्ध बंडाचे बीज पेरण्यास हे पुस्तक समर्थ असल्याचे मानले आहे.

नॅन्सी जे वाचत होती त्याचा अर्थ तिला सुरुवातीला पूर्णपणे कळलाही नव्हता. पण मग सगळे संदर्भ जुळत गेल्यावर भीतीने तिचा थरकाप उडाला. काही वेगळं सापडतंय का अशा फोल आशेने तिने आणखी काही संकेतस्थळांवरची माहिती पाहिली, पण थोड्या वेगळ्या शब्दांत मांडली असली तरी सगळीकडे याच माहितीचे समर्थन केले गेले होते.

तिने विचार केला आता हे सगळं जर खरं असेल, तर नाझी चळवळीचा उगम खऱ्या अर्थाने एका काळी विद्या प्रयोग करणाऱ्या संस्थेतून झाला होता किंवा चळवळीची मुळे तरी कमीतकमी या काळ्या विद्येत घट्ट रोवलेली होती. किंबहुना अन्तोनचे वडील ज्या संस्थेचे सभासद होते त्या थूल सोसायटीत रोवलेली होती. या सगळ्या गोष्टी नॅन्सीने यापूर्वी कधी ऐकल्यादेखील नव्हत्या. त्यामुळे आता त्या एकामागून एक अशा अंगावर कोसळल्यावर भीतीने ती गारठून गेली. याच संस्थेने प्राचीन आर्य संस्कृतीचा शोध घेण्यासाठी तिबेटमध्ये मोहिमा केल्या होत्या. दस बुक देस रिंजेस किंवा ज्ञानग्रंथ म्हटल्या गेलेल्या दैवी पुरुष घडवण्याचे ज्ञान साठवलेल्या त्या पुस्तकासाठी. हा शुद्ध वेडेपणा होता, पण हरझोगच्या तिबेटला जाण्यामागे हे पुस्तकच तर

मूळ कारण नसेल ना, अशी तिला शंका वाटू लागली.

गोंधळलेल्या, विमनस्क नॅन्सीने कॉम्प्युटर बंद केला. गूढविद्यांचा पाठपुरावा करणाऱ्यांनी वेड लागल्यासारखे आर्य संस्कृतीचे धागेदोरे शोधत तिबेटमध्ये फिरावे याहीपेक्षा, यासारख्याच कसल्यातरी त्याच्या स्वतःच्या, पण अगम्य उद्दिष्टासाठी अन्तोन हरझोगने बाहेर पडावे याचे तिला जास्त वैषम्य वाटत होते. काहीही कारण असो, ते काय होते ते तिला समजत नव्हते, पण वडिलांनी ज्या काळ्या रहस्याच्या शोधासाठी आयुष्य वेचले होते त्याच वाटेवर अन्तोनने पाऊल टाकले होते हे स्पष्ट होते. म्हणजे त्याच्याही मते तो ज्ञानग्रंथ खरोखरच अस्तित्वात होता म्हणून किंवा केवळ आपले वडील आणि आपल्या पूर्वजांचा धांडोळा घेऊन आपलेच मूळ शोधून काढण्यासाठी तरी तो या वाटेने चालू लागला असावा. खरं काय ते तिला ठरवता येत नव्हते. जे काही आतापर्यंत ऐकलं, वाचलं त्याची मनातच उजळणी करत ती तशीच अंधारात बसून राहिली.

तरीही पुढे काय करायचं हा प्रश्न शिल्लक होताच. कुणाचा सल्ला घ्यावा? असल्या गोष्टीचा तिला स्वतःला काहीसुद्धा अनुभव नव्हता. पाश्चात्त्य जगातले असंख्य लोक जगतात तसंच तिचं आयुष्य आतापर्यंत सरधोपट मार्गाने गेलं होतं. शाळा-कॉलेजांमध्ये जे शिकवलं गेलं त्याबरहुकूम आपण आपल्या खऱ्या जगाबद्दलच्या कल्पना बेतल्या होत्या, मतं ठरवली होती. म्हणजे इतिहासाकडे पाहण्याचे यापेक्षा वेगळे दृष्टिकोनही असू शकतात याची तिला कल्पना होती, पण त्याचा खरा अर्थ काय असावा हे जाणून घेण्याची तिला कधी गरजही वाटली नव्हती. पण आता इथं भारतात आणि तिबेटमध्ये, जगाकडे बघण्याचे नवे दृष्टिकोन आणि नवे अनुभव तिच्यावर नुसते कोसळत होते. या भडिमारामुळे तिचे पूर्वीचे न्यूयॉर्कमधील आयुष्य तिला दिवास्वप्नासारखे वाटू लागले होते. आपण इतकी वर्षं झोपेत चालल्याप्रमाणेच जगत होतो की काय असेच तिला वाटू लागले.

हरझोगने पूर्वी एकदा लिहिलेला एक खळबळजनक लेख तिला आठवला. कधी बरं? दहाएक वर्षांपूर्वी का? काही नक्की आठवत नव्हते. पण त्या लेखात त्याने भोगवादावर, वास्तव आणि इतिहासाबद्दल माणसं बाळगत असलेल्या जडवादी दृष्टिकोनावर झोड उठवली होती. आता तिला त्या लेखातील बरेच काही आठवू लागले. त्यात त्याने असेही म्हटले होते की, इतिहासातल्या सगळ्या उलथापालथींमध्ये अनुस्यूत अशी एक दंतकथा

आणि जादूटोण्याचे समान सूत्र आहे. इतिहासात घडलेल्या घटनेला नवे वळण देणाऱ्या घटना या प्रत्यक्षात कुठल्यातरी अगदी उच्च शक्तीच्या इच्छेनुसार कार्य करणाऱ्या काही मोजक्या लोकांनी - क्रांतिकारकांनी, धर्मवेड्या लोकांनी, धर्मरक्षणासाठी आत्मार्पण करणाऱ्यांनी आणि त्यांच्या अनुयायांनी आणि साम्राज्ये उभारणाऱ्यांनी घडवून आणलेल्या आहेत. त्या लेखाच्या ओजस्वी, ओघवत्या भाषेबद्दल सर्वांनी अन्तोनचे कौतुक केले होते. तो ओढूनताणून काहीतरी सिद्ध करू पाहत होता, पण तो ते इतक्या सुंदर, अलंकारिक भाषेत करत होता की, तो एक उत्तम लेखक होऊ शकेल, असे सगळ्यांचे मत झाले होते. 'वाचकांचा पत्रव्यवहार' या सदरात काही विद्वान व्यक्ती, काही प्रकांडपंडितांचे उलटसुलट विचार मांडणारी पत्रे प्रसिद्ध झाली होती. सर्वजण त्यांच्या दृष्टीने 'सत्य' काय आहे याबद्दलचे त्यांचे प्रगल्भ विचार मांडू पाहत होते; परंतु या सगळ्या पुस्तकी पंडितांपेक्षा हरझोगच वास्तवाच्या जास्त जवळ पोहोचला होता की काय असा विचार नॅन्सीच्या मनात उमटला. इतिहास घडवणाऱ्या गोष्टींमागच्या खऱ्या शक्तींच्या स्वरूपाबद्दल ती कदाचित इतकी वर्षं अनभिज्ञच असावी. आतापर्यंतचे आयुष्य अज्ञानाच्या अंधारातच ती जगली असावी.

अचानक भानावर येत आपल्याला हे अपार्टमेंट लवकरात लवकर सोडायचे आहे याची तिला आठवण झाली. त्या बीजमंत्रातील व्याख्येने जवळजवळ तिच्या कानात ओरडूनच तिबेटकडे जाण्याचा केलेला इशाराही तिला आठवला. या सगळ्या गोंधळाचा थोडाफार तरी अर्थ समजू शकेल असा फक्त एकच माणूस तिला आठवला. घाईगडबडीने खिशातल्या वस्तू काढत त्यातले जॅक अ‍ॅडम्सचे कार्ड तिने काढले आणि त्याचा फोन नंबर आपल्या मोबाईलवर नोंदवला. त्या हाडाच्या तुतारीवरचे चिन्ह त्याने ओळखले होते. त्याखालची अक्षरेही त्याने ओळखली होती, याची तिला खात्री होती. इतकंच नाही, तर आणखी माहिती मिळवण्यासाठी त्याने तिबेटच्या वारीची त्याची रक्कम एका झटक्यात कमी केली होती. तो प्रत्यक्षात सांगतोय त्यापेक्षा बरेच काही त्याला माहीत आहे याचीही तिला खात्री होती. शिवाय तिला पिमाकोमध्ये घेऊन जाईल असा तो एकच माणूस होता. फक्त एकदाच रिंग वाजल्याबरोबर फोन उचलला गेला. पण तिला नीटसे काही ऐकू येत नव्हते, दुसऱ्या बाजूला बरेच आवाज उमटत होते. तो नक्की कोणत्या तरी बारमध्ये बसलेला आहे, तिने विचार केला. तिथे जाऊन त्याला गाठावे म्हणजे तिला पिमाकोचे विमान गाठायचे आहे हे वेगळे सांगावे लागणार नाही असे तिला वाटले. पण फोनवरचे संभाषण जर चोरून ऐकले जात

असेल तर आपण काय करणार आहोत ते पोलिसांना कळू न देणे महत्त्वाचे होते.

"श्रीयुत अॅडम्स?"

"बोलतोय."

"आपण आधी बोलत होतो, त्या विषयाबद्दल मला तुमच्याशी बोलायचं आहे. पण मी ते फोनवर बोलू शकत नाही. मला तुम्हाला भेटायचं आहे आणि तेही आताच."

आपण फारच आगाऊपणा करतो आहोत का, असे तिला एकदा वाटले, पण त्याने होकार द्यावा असे मात्र तिला मनापासून वाटत होते. पाठीमागून येणारे बारमधील इतर आवाज कमी होत गेले. तो कुठल्यातरी शांत जागी पोहोचला असावा याचा अंदाज आला. मग त्याचा स्पष्ट आणि अत्यंत गंभीर सुरात उत्तर देणारा आवाज ऐकू आला, "मानसिंग रोडवरच्या ताज महाल हॉटेलमधल्या रिस बारमध्ये ये. मी तिथं तुझी वाट पाहतोय."

पंचवीस

ती कार लोधी गार्डन्सच्या दिशेने जाणाऱ्या रस्त्यावरून सावकाशपणे मार्ग काढत निघाली. बागेत शांतता होती. तिथल्या अंधारात काही आकृत्या हलताना दिसत होत्या. कोणी आपल्या पथाऱ्या पसरण्याच्या बेतात होते, तर कुणी तुरळक झाडांच्या मधेच बसकण मारून गप्पा मारत होते. त्यापलीकडच्या अंधारात कुठंतरी हुमायूनच्या कबरीचे भग्नावशेष पडलेले होते. त्या भकास दृश्याकडे तितक्याच विषण्ण नजरेने ती पाहत होती. जीवनाचा आतापर्यंत आपल्याला आलेला अनुभव निव्वळ एक भास होता. भयाण पोकळपणा होता, नव्हे आपण त्यात नव्हतोच मुळी! आपण आतादेखील इथं भारतात नाहीच आहोत, हे सगळं स्वप्नातच चाललंय असं तिला वाटत होतं.

अन्तोन हरझोगला पदोपदी मार्ग दाखवणाऱ्या दिव्याची, त्या बीजमंत्राच्या पुस्तकाची तिला पुन्हा एकदा आठवण झाली. कदाचित तुम्ही ज्याची इच्छा धरता ते आणि तेवढंच तुम्हाला मिळतं इतकाच अर्थ त्या पुस्तकाने सांगितला असेल असा एक विचार तिच्या मनात आला. एका मालट्रकमागे तिची गाडी थांबली आणि दिल्लीच्या रहदारीचे घटक तिच्या गाडीभोवती एकेक करून गर्दी करत राहिले. आयुष्यात काहीतरी उत्साहवर्धक घडावे अशी इच्छा धरून ती इथं आली होती. नुकत्याच घडून गेलेल्या गोष्टींमुळे आलेली उदासीनता, मरगळ दूर करण्यासाठी नेहमीपेक्षा वेगळेच काहीतरी करायला मिळावे असे तिला वाटत होते. मग आता तरी या सगळ्या गोष्टी अगदी भरपूर प्रमाणात तिच्यापुढे हजर होत्या. म्हणजे तुम्ही ज्याची इच्छा धरता ते तुम्हाला मिळतं हे खरं आहे तर! पण ते तसं मिळालं तरी तुम्हाला नक्की काय मिळालं ते काही केल्या कळत नाही आणि कळतं तेव्हा खूप उशीर झालेला असतो. आपण काही मिनिटांपूर्वीच जेम्सशी बोललो आणि बोलताना दुःखाची जरादेखील जाणीव

आपल्याला झाली नाही, यावर तिचा विश्वासच बसत नव्हता. हरझोगच्या भूतकाळाचे गूढ उकलण्यात ती इतकी गुंतली होती, की स्वत:च्या भूतकाळाबद्दल दु:ख करायलादेखील ती विसरली होती. पण खरंच तिला त्याच्याबद्दल आता काहीच वाटत नव्हतं का? तसं असेल तर आयुष्याकडे बघण्याच्या या नव्या दृष्टिकोनाबद्दल दिलेली ती किंमत होती असेच म्हणावे लागेल.

जागोजागी आकुंचन पावलेल्या रक्तवाहिनीतून गचके खात रक्त पुढे सरकावे तशा गाड्या गचके खात खात पुढे सरकत होत्या. तिला हलकेच झोप आली, स्वप्नात तिला तो ज्ञानग्रंथ, त्याचे ते सोन्याच्या कड्याला वळसे घालून बसलेल्या सापाचे चित्र असलेले काळे मुखपृष्ठ दिसले. त्याच्या आजूबाजूला कुठल्यातरी अनंत काळापूर्वीच्या शहराचे जळते अवशेष दिसत होते. हात पुढे करून तिने ते पुस्तक उचलायचा प्रयत्न केला, पण ते दूरच राहिले. आजूबाजूच्या आगीच्या ज्वाला आता उंच उंच वाढू लागल्या. आगीची प्रखर धग जाणवून ती दोन पावले मागे सरकली. इतक्या आगडोंबामध्ये तो ज्ञानग्रंथ मात्र न जळता सुरक्षित राहिला.

ड्रायव्हरच्या हाकेने तिला जाग आली, ''मेमसाहेब, उठा. आपण पोहोचलो आहोत.''

मोठ्या कष्टानेच तिने डोळे उघडले. असंच रात्रभर सुखानं झोपू देण्यासाठी ती त्याला कितीही पैसे द्यायला तयार होती. आंबलेल्या शरीराची आणि थकलेल्या मनाची मरगळ जरा तरी झटकावी, म्हणून तिनं मान इकडंतिकडं फिरवून, स्नायूंना ताण देऊन प्रयत्न केला आणि कारच्या पुढच्या काचेतून पुढे पाहू लागली. तिच्या नजरेसमोर होते पंचतारांकित किंवा सप्ततारांकित ताज महाल हॉटेलचे संगमरवरी, सोन्याने मढवलेले सुंदर, भव्य प्रवेशद्वार आणि तिच्या गाडीपुढेच असलेल्या आलिशान गाड्यांमधून उतरणारी आणि हॉटेलच्या प्रशस्त स्वागतकक्षाकडे जात असलेली तरुण सुंदर भारतीय जोडपी. ते दृश्य पाहताना तो एखाद्या सिनेमाचा प्रीमियर शो किंवा एखादा फॅशन शो असावा, असेच वाटले.

एकदोन मिनिटांतच तिला उतरायचे होते. गेल्या चोवीस तासांतल्या धावपळीमुळे प्रचंड थकवा जाणवणाऱ्या शरीरातले सगळे त्राण गोळा करून ती बसती झाली. बाहेर पाऊल टाकण्यासाठी ती दार उघडणारच होती इतक्यात हॉटेलच्या नोकराने ते उघडले. एवढ्या आलिशान हॉटेलात एक खाकी पँट आणि पांढरा शर्ट इतक्या सामान्य वेषात प्रवेश करत असल्याचा संकोच कसाबसा दडपून टाकत ती उतरली. टॅक्सी ड्रायव्हरला पैसे दिले आणि तिच्या येण्याची जणू वाटच पाहत असल्यासारखे ते काचेचे सरकते दरवाजे उघडत असताना ती

आतल्या थंडगार वातावरणात शिरली.

हॉटेलच्या प्रशस्त संगमरवरी लॉबीच्या मध्यभागी एक क्रिस्टल ग्लासचे ट्युलिपच्या आकाराचे कारंजे होते. कारंज्याचा आजूबाजूच्या खुर्च्यांमध्ये उच्चभ्रू भारतीय इथला सगळा डामडौल अगदी घरच्यासारखाच असल्यासारखे आरामात बसले होते. अदमासे तीन यार्ड रुंदीच्या भल्या मोठ्या आणि मुघल नक्षीकामाने सजवलेल्या दीपदानांनी उंच छत सजले होते. ते नक्षीकाम पाहताना न्यूयॉर्कमधील मेट्रोपोलिटन म्युझियममधील पर्शियन गालिच्यांची नॅन्सीला आठवण झाली.

आकर्षक वेषातल्या एका शीख दारवानाने रिस बारची दिशा दाखवल्यावर त्याच दिशेने निघालेल्या निवडक भारतीय धनवंतांच्या तरुण मुलामुलींच्या तांड्यात मिसळून तीदेखील चालू लागली. चालता चालता तिने हातातल्या घड्याळाकडे पाहिले. रात्रीचे साडेनऊ. नक्कीच ही माणसं रात्रीच्या जेवणासाठी इथं आली असणार. जॅक ॲडम्स काय करत होता तिथं?

सुंदर साड्या नेसलेल्या काही तरुणींना मागे टाकून आणखी एका संगमरवरी कॉरिडॉरमधून ती घाईघाईने पुढे गेली. रिस बारचे दार उघडून आत गेल्याबरोबर तिला दिसलेले दृश्य एखाद्या हिंदी सिनेमासारखेच होते. उजव्या बाजूला या टोकापासून त्या टोकापर्यंत लांबच लांब असा बार होता. त्यावर हिरव्या रंगाची काच लावली होती आणि बारच्या बाहेरच्या बाजूला ठेवलेल्या आरामशीर स्टुलांवर अतिशय आकर्षक वस्त्रे परिधान केलेली भारतीय तरुणाई बसली होती. बारच्या उजवीकडे सोफा, खुर्च्या होत्या. माणसं हास्यविनोद करत होती आणि रिकामे चषक उचलून घेऊन नवे भरलेले चषक ठेवताना पाहुण्यांना आपला त्रास वाटणार नाही अशा प्रकारे कामे करणाऱ्या वेटर्सची लगबग सुरू होती.

दिवसभराच्या दगदगीनंतर हे असं काही पाहायला मिळेल अशी तिने अपेक्षाच केली नव्हती. सगळी खोली प्रकाशात न्हाली होती आणि सगळ्यांच्या एकत्रित बोलण्याचा आवाज इतका मोठा होता, की वेटर काय बोलला ते तिला जेमतेम ऐकू आलं. "मेमसाहेब, आपल्याला काही मदत हवी आहे का? काही पेय आणू का आपल्यासाठी? आपण कुणाला शोधता आहात का?"

"हो. श्रीयुत ॲडम्स यांना शोधते आहे. तुम्ही ओळखता का त्यांना?" असे विचारताना तीदेखील खोलीभर नजर फिरवून त्याला शोधत होती.

"होय मेमसाहेब. आपण कृपया माझ्या मागोमाग या."

गर्दीतून सराईतपणे जाणाऱ्या वेटरमागोमाग कशीबशी ती खोलीच्या अगदी दुसऱ्या टोकाकडच्या भागात पोहोचली. तिथं एका कोपऱ्यात एका आरामदायी आर्मचेअरवर, पण खुर्चीच्या अगदी काठावर अवघडल्यासारखा जॅक ॲडम्स

बसला होता. एका साधारण विशीतल्या गबदूल भारतीयाशी तो काहीतरी बोलत होता. तो भारतीय माणूस आरामशीरपणे अगदी रेलून बसला होता आणि त्या दोघांकडे बघताना त्यांच्या एकंदर हावभावांवरून आणि शारीरभाषेवरून त्यांच्यात काय संभाषण होत असावे त्याचा अंदाज सहजच येत होता. म्हणजे तो कोणीतरी श्रीमंत माणूस असावा आणि ॲडम्स त्याला कोणतीतरी पुराणवस्तू विकण्याचा प्रयत्न करत असावा, असे त्यांच्याकडे पाहून तिला वाटले. वेटरने त्या भारतीयाला कमरेत लवून कुर्निसात केला आणि मग ॲडम्सच्या कानाशी कुजबुजल्या स्वरात काहीतरी सांगितले. ॲडम्स तिच्याकडे वळला तेव्हा तिने ओळखीदाखल मान हलवली. चेहऱ्यावरची रेषही न हलवता ॲडम्सने हलकेच मान तुकवली. कदाचित त्याचा व्यवहार अगदी पक्का होण्याच्या बेतात असावा, तिने अंदाज केला. ॲडम्स उठून उभा राहिला, वाकून त्या भारतीयाला नमस्कार केला. त्या भारतीयानेही जाणवेल न जाणवेल अशा बेताने मान तुकवली. मग ॲडम्स घाईघाईने तिच्याकडे आला. तो खूपच तणावाखाली वावरत असल्यासारखा वाटत होता.

"तर शेवटी तू पोहोचलीस एकदाची इथं. सांग, काय म्हणणं आहे तुझं?"

तिने एक खोलवर श्वास घेतला.

"मला ते आज रात्री सुटणारं विमान गाठायचं आहे. माझ्याकडं आता ट्रॅव्हलर्स चेकच्या रूपात पाच हजार डॉलर्स आहेत. मी स्वागत कक्षापाशी त्याचे रोख पैसे करून घेते आणि तुझ्या अभ्यासासाठी ती हाडाची तुतारी तू माझ्याकडून उसनी घेऊ शकतोस. हे एवढंच मी तुला देऊ शकते, पण तुला पाहिजे असलेलं ते हाड तर तुला मिळणार आहे. काहीही झालं तरी मला ते विमान गाठायचंच आहे."

जॅक ॲडम्सने एकदा त्या गबदूल भारतीयाकडे पाहिलं, मग पुन्हा तिच्याकडे वळला. या गिऱ्हाइकाला सोडावं की न सोडावं अशा विचारांचं द्वंद्व क्षणार्धात विचार करून त्यानं मिटवलं.

"ठीक आहे," तो म्हणाला. "दोनएक मिनिटांत मी तुला स्वागत कक्षात भेटतो."

पाचच मिनिटांनी हॉटेलचा एक अगत्यशील कर्मचारी संगमरवरी काउंटरपलीकडून नव्या कोऱ्या नोटा नॅन्सीच्या हातात ठेवत होता. दिल्लीतल्या माझ्या नव्या आयुष्याला अत्यंत उपयोगी असा हा ठेवा, त्या नोटा घेताना तिने विचार केला आणि विश्वास टाकायला अत्यंत अपात्र वाटणाऱ्या एका माणसाच्या हाती हा ठेवा सोपवायला मी निघाले आहे, कशासाठी? तर त्याने मला तिबेटला घेऊन जावे, तेही कशासाठी तर मला स्वत:लाच आणखी मोठा धोका

पत्करण्याची हौस आली आहे म्हणून!

अचानक ॲडम्सने त्याच्या पंजात आपले हाताचे कोपर घट्ट पकडल्याची तिला जाणीव झाली. पुढच्याच क्षणी तिच्या कानाशी कुजबुजत्या स्वरातला त्याचा आवाज तिला ऐकू आला. ''सरळ लिफ्टमध्ये जा आणि उणे एक म्हणजे तळमजल्याच्याही खालच्या मजल्यावर जा. तिथं लिफ्टमधून बाहेर पडल्यावर उजवीकडे वळ आणि उजव्याच बाजूचं दुसरं दार, त्यावर 'फक्त कर्मचाऱ्यांकरिता' असे लिहिले आहे, ते उघडून पलीकडे जा आणि तिथंच कॉरिडॉरमध्ये वाट पाहत थांब.''

सांगितले तसे तातडीने करावे म्हणून त्या संगमरवरी कॉरिडॉरमधून त्याने तिला लिफ्टच्या दिशेने ढकललेच. मग भराभरा चालत तो मार्चन रेस्टॉरंटच्या दिशेने जाणाऱ्या पायऱ्या चढून गेला. काहीशी गोंधळली असली तरी त्याने दिलेली विचित्र आज्ञावजा सूचना पाळायचे ठरवून तिने लिफ्टचालकाला उणे एक या मजल्यावर घेऊन जाण्यास सांगितले. लिफ्टचे दार उघडल्यावर बाहेर पडून ती उजवीकडे वळली. सांगितल्याप्रमाणे 'फक्त कर्मचाऱ्यांकरिता' असे लिहिलेले उजवीकडचे दुसरे दार तिला दिसले. छातीत धडधडत असतानाच तिने ते दार उघडले आणि पलीकडच्या कॉरिडॉरमध्ये पाऊल टाकले. हॉटेलच्या इतर भागांप्रमाणे हा भागदेखील अगदी नितळ, स्वच्छ होता; पण अगदी साधा होता. कॉरिडॉरच्या अगदी दुसऱ्या टोकापाशी एक दार होते आणि उजव्या बाजूला 'अंतर्गत व्यवस्था' असे लिहिलेली दोन दारे होती. आता पुढे काय करायचं याचा विचार ती करत होती इतक्यात दुसऱ्या टोकाला असलेले दार धाडकन उघडून जॅक ॲडम्स तिथं आला.

''लवकर. माझ्या मागोमाग चल. धाव.''

ती धावतच त्याच्या दिशेने गेली आणि त्याच्या पाठोपाठ त्या उघड्या दारातून पलीकडे गेली. एकाच वेळी चाललेल्या अनेक कामांच्या गोंगाटाने भरलेल्या हॉटेलच्या किचनच्या एका कोपऱ्यात ते आले होते.

''आपण कुठं निघालो आहोत?'' त्याच्या मागे घाईघाईने जाता जाता आजूबाजूच्या गोंगाटावर त्याला ऐकू जावे म्हणून ओरडूनच तिने विचारले.

''आपण अगदी रम्य परिसरातून जाणार आहोत,'' त्याचे उत्तर आले.

एका पांढराशुभ्र वेष परिधान केलेल्या बल्लवासमोरून तिच्या हाताला धरून त्याने तिला ओढतच पुढे नेले.

''का?'' ती पुन्हा ओरडली.

''कारण आपण कुठं जात आहोत याबद्दल आस्था असणारं तिथं वर कोणीतरी आहे.''

ऐकून तिच्या काळजाचा ठोकाच चुकला, पण तिच्याकडे लक्ष न देता ॲडम्स फार जलद गतीने पुढे पुढे जात होता. काउंटरवर हारीने लावून ठेवलेल्या आणि हॉटेलमध्ये आलेल्या पाहुण्यांच्या सरबराईसाठी बाहेर जाण्याची वाट पाहत असलेल्या डिशेसच्या बाजूने तो तिला घाईघाईने घेऊन गेला. वाफा सोडणाऱ्या एका बॉयलरपलीकडून दुसऱ्या एका बल्लवाने त्यांच्याकडे पाहून स्मितहास्य केले आणि ओरडून काहीतरी हिंदीमध्ये बोलला. प्रत्युत्तरादाखल ॲडम्सही काहीतरी बोलला, ते ऐकून तो पलीकडचा माणूस खळखळून हसला.

तिचा पाठलाग करणाऱ्यांपैकी कोणीतरी त्याला दिसलं असावं. कदाचित लॉबीमध्येच कोणीतरी तिच्यावर पाळत ठेवून उभं असावं आणि ते तिला कळलंही नसावं. पण मग तो माणूस कोण असं ॲडम्सने मला का विचारलं नाही? हा काय प्रकार आहे हे जाणून घ्यावं असं त्याला का वाटलं नाही? म्हणजे आपल्या मागावर कोणीतरी आहे हे समजल्यावर तरी तो सावध झाला असेलच ना? हे प्रश्न मनात घोळत असतानाच ते दारापाशी पोहोचले. धाडकन दार उघडून आणि तिलाही आपल्याबरोबर खेचत तो बाहेर पडला. आता ते सामान चढवण्या-उतरवण्याच्या भागात आले होते. दोन भाज्यांच्या गाड्या आजूबाजूला उभ्या होत्या आणि हॉटेलच्या किचनमध्ये काम करणारा एक हमाल गाडीतून उतरवलेल्या मालाची शहानिशा करत होता. त्याच्या पुढून जाता जाता एका रंग उडालेल्या, जुनाट दिसणाऱ्या; पण इंजिन चालूच असलेल्या कारच्या दिशेने इशारा करत जॅक म्हणाला, "या कारमध्ये."

"आता ठीक झालं." कारच्या ड्रायव्हरकडे बघत जॅक म्हणाला. "आपण माझी कार तिकडं हॉटेलच्या पुढच्या भागातच ठेवू या. चल, काढायची ना गाडी झटपट बाहेर, किम?"

कारच्या खिडकीत तिने डोकावून पाहिलं आणि मग ड्रायव्हर म्हणजे ॲडम्सचाच दुकानातला मदतनीस, किम असल्याची तिला ओळख पटली. हे सगळं काय गौडबंगाल आहे असा विचार करतच ती त्या कारच्या मागच्या धूळभरल्या सीटवर बसली. झटपट उतरून किम पुढे ड्रायव्हरच्या बाजूच्या सीटवर बसला. जॅकने गाडीच्या स्टिअरिंगचा ताबा घेतला आणि तळघरातून वर जाण्याच्या चढावावरून वेगातच काढत त्याने कार हॉटेलच्या सर्व्हिस रोडवर आणली. हॉटेलच्या पाठीमागच्या गेटमधून बाहेर पडत ते दिल्लीच्या रस्त्यावरच्या संध्याकाळच्या गर्दीत शिरले.

"हे अशा पद्धतीनं सगळं करावं लागलं हे काही मला आवडलं नाही." ॲडम्स म्हणाला, "पण काहीही करून लवकरात लवकर तिथून बाहेर पडणं महत्त्वाचं होतं. तू तुझे ट्रॅव्हलर्स चेक देऊन रोख पैसे घेत असताना कोणीतरी

तुझ्यावर लक्ष ठेवून आहे, असं मला दिसलं. मग आपल्याला रिस बारमध्ये बोलतानादेखील कोणीतरी पाहिलं असेल असा मला संशय आला.''

''तू जो झटपट निर्णय घेतलास त्याबद्दल मला कौतुक वाटतं.'' नॅन्सी रुक्षपणे म्हणाली.

''त्याचं काय आहे, मी याचा सराव केला आहे. पुराणवस्तूंच्या धंद्यात तुमचे अनेक शत्रू तयार होत असतात.''

एका सावकाश चाललेल्या ट्रकला मागे टाकत त्याने गाडी पुढे काढली. त्याच्या, उत्तराने क्षणभर बुचकळ्यात पडलेली नॅन्सी त्या कोंदट सीटवर जमेल तितक्या आरामात बसली आणि आपल्या पाठलागावर असलेला माणूस प्रत्यक्षात त्याच्या मागावर असल्याची ॲडम्सची झालेली समजूत लक्षात येऊन तिला बरे वाटले. त्याची ती समजूत बदलण्याची तिला काहीच आवश्यकता वाटली नाही. मागे वळून तिच्याकडे पाहत तो बोलला तेव्हा त्याच्या कपाळावरून घामाच्या धारा वाहत होत्या.

''आपण आता योग्य मार्गानं चाललो आहोत. आणखी अर्ध्या तासात, विमान सुटण्याआधी योग्य वेळेत आपण इंदिरा गांधी विमानतळावर पोहोचू.''

सव्वीस

त्याला खांद्यावर उचलून ते भिक्षू झपाझप जंगलवाटेने चालले असताना अन्तोन हरझोगच्या डोळ्यापुढील जंगलाचे चित्र धूसर होत होत शेवटी दिसेनासे झाले आणि त्याच्या शारीरिक वेदनांचा आणि त्याला भेडसावणाऱ्या भीतीचा विसर पाडणाऱ्या अफूच्या धुंदीत तरंगत तो स्वतःच्याच भूतकाळात शिरला आणि अर्जेंटिनातील आपले तरुणपणातील दिवस पुन्हा जगू लागला. आता तो १९५४ मधल्या स्वच्छ सूर्यप्रकाशात न्हालेल्या, पण धूळभरल्या ब्यूनोस एरेसमध्ये होता. त्याची आई ॲना त्याला शाळेत जाण्यासाठी तयार करत होती. तेव्हा एक उंच, सडपातळ, सोनेरी केसांचा माणूस पुढल्या दारातून घरात आला आणि थेट किचनमध्ये आला. अन्तोन तेव्हा दहा वर्षांचा होता आणि नाश्त्याच्या पदार्थाबरोबर खाण्याऐवजी चाळे करत होता म्हणून आई त्याला ओरडत होती. एकीकडे त्याचा जेवणाचा डबाही भरत होती आणि तो पुन्हा एकदा लहान मूल होऊन आपल्या आईच्या चटपटीतपणाकडे काहीसा गोंधळून, पण कौतुकाने पाहत होता. रोज उसने अवसान आणून सर्व कामे चटपटीतपणे पार पाडणाऱ्या आपल्या आईचे खरे रूप त्याला माहीत होते. त्या जाणिवेनेच त्याला आईचे अपार कौतुक वाटत असे, पण आता जेव्हा त्याची आई मागे वळून त्या अचानक घरात शिरलेल्या माणसाकडे पाहू लागली. तेव्हा एकदम एखादे भूत पाहावे तसे भयचकितपणाचे भाव तिच्या चेहऱ्यावर उमटलेले त्याने पाहिले. इकडं आपल्यासमोर ॲनाच उभी आहे या सत्यावरही विश्वास ठेवायला तयार नसल्यासारखे त्या माणसाच्या खोल आवाजातले, अगदी मनाच्या गाभाऱ्यातून साद घातल्यासारखे उमटणारे 'ॲना...ॲना...' हे शब्दही त्याच्या कानावर पडत राहिले. काहीतरी धाडकन पडल्याचा आवाज झाला. हरझोगने हवेतच हात फेकत काहीतरी आधारासाठी पकडण्याचा प्रयत्न केला, पण आजूबाजूच्या

जंगलात त्याच्या हाती काहीच आले नाही. मग आपल्या आईच्या एका हातातील कप आणि दुसऱ्या हातातील ताटली, डबा, सर्व काही धाडकन खाली पडल्याचे त्याला दिसले. पण आईचे त्याकडे लक्षही नव्हते. उलट वाटेत पडलेल्या त्या वस्तू ओलांडून ती एका क्षणात त्या अपरिचित माणसाजवळ पोहोचली आणि आता हा आपल्या हातून सुटला तर पुन्हा हवेत अदृश्य होईल की काय अशा भीतीने त्याला आपल्या मिठीत घट्ट धरून ठेवले.

जंगलातून चाललेल्या हरझोगचे ओठ हलले, त्याच्या तोंडून शब्द उमटले 'गस्ताव डॉइश'. वाटेत आडवे पडलेले एक प्रचंड मोठ्या झाडाचे खोड ओलांडून जाताना भिक्षूंच्या खांद्यावरचे स्ट्रेचर हिंदकळले. त्याचे डोके मोकळेच असल्याने मडक्यासारखे इकडंतिकडं हलले, पण त्याचे शरीर मात्र स्ट्रेचरवर नीट बांधलेले होते. त्यामुळे तो खाली पडणे शक्य नव्हते. बाजूनेच चालणाऱ्या एका भिक्षूने त्याचे बोलणे ऐकण्याचा प्रयत्न केला, पण त्याच्यासाठी तरी ते शब्द नव्हतेच. काहीतरी बरळल्यासारखे, अगम्य भाषेतील शब्द होते ते.

इकडं त्याचं डोकं इकडून तिकडं गडगडत होतं आणि शरीर स्ट्रेचरला घट्ट बांधलेलं होतं, पण हरझोग विचाराने मात्र जगाच्या दुसऱ्या टोकाला असलेल्या अर्जेंटिनात पोहोचला होता. आता त्याला आठवत होता आपला अठरावा वाढदिवस. त्या दिवशी वाढदिवस साजरा करायला गस्तावने त्याला आपल्याबरोबर फिरायला नेले होते. डोंगरावर एका ठिकाणी बसून ते आजूबाजूचे देवदार वृक्षांचे जंगल पाहत होते, तेव्हा त्या दृश्यामुळे आपल्या मूळ देशाची, गेल्या अठरा वर्षांत बघायलाही न मिळालेल्या आणि यापुढेही कदाचित कधीच पाहायला मिळणार नसलेल्या ऑस्ट्रियाची आठवण होत असल्याचे गस्ताव म्हणाला होता तेदेखील त्याला आठवले. ते दोघे असे त्या जंगलाकडे पाहत बसले असताना प्रथमच गस्ताव डॉइशने त्याला सांगितले होते, "तू माझा मुलगा आहेस. माझं खरं नाव फेलिक्स कोएनिग आहे."

मग आपण तटकन उठलो होतो आणि भराभरा जंगलात चालत जाऊन रात्र पडेपर्यंत रड रड रडलो, तेदेखील त्याला आठवले. आपण नक्की कशासाठी रडलो होतो ते त्याला काहीच कळले नव्हते. फक्त तेव्हा तो अगदी कोवळ्या वयातला होता आणि कशाने तरी त्याचे मन अगदी भरून आले होते. कशाने असे होत होते ते मात्र त्याला कळंत नव्हते. त्याच्या डोळ्यांतून ओघळणारे अश्रू गदगदा हलणाऱ्या त्याच्या हाडसलेल्या चेहऱ्यावरून स्ट्रेचरवर ओघळत होते. मग आपण जेव्हा आजूबाजूला दाटून येत असलेल्या अंधाराला घाबरून पुन्हा मागे परतलो तेव्हा तो अपरिचित, नव्हे त्याचे वडील जसे मघाशी बसले होते तसेच अविचलपणे खालच्या जंगलाकडे पाहत बसलेले, पण आता थकल्यासारखे

आणि म्हातारे वाटायला लागलेले आपल्याला दिसल्याचेही त्याला आठवले. आपल्या तंबूकडे परत गेल्यावर रात्री शेकोटीजवळ बसले असताना वडिलांनी त्याला अद्भुत असा हिमालय, भारत, भारतातल्या मुंबईत ते मसाले बनवणारे लोक, आशिया खंडातल्या पवित्र मानल्या गेलेल्या नद्या आणि तिबेटमधील प्राचीन मठ संस्कृतीविषयी भरपूर गोष्टी सांगितल्या होत्या.

भिक्षू त्याला घेऊन जात होते. ते आपल्याला कुठं घेऊन चालले आहेत ते आपल्याला माहीत नसल्याचे त्याला जाणवले. पण आता त्या सगळ्या गोष्टींना काही अर्थ उरलेला नव्हता. त्याचे सगळे आयुष्य त्याच्या नजरेसमोरून एका चित्रफितीसारखे सरकत गेले. प्राच्य भाषा शिकण्यासाठी हार्वर्ड विद्यापीठात वेचलेली वर्षं त्याला आठवली. वॉशिंग्टन पोस्टसारख्या प्रसिद्ध वृत्तपत्राने शिकाऊ वार्ताहर म्हणून दिलेल्या पहिल्या संधीने हरखून गेलेले आपले तरुणपण त्याला आठवले. खिशात फारसे पैसे नसतानाही आयुष्यात सगळ्यात मस्त आणि आनंदात गेलेले आपले शांघायमधील दिवस, चीनच्या अंतरंगाचा शोध घेण्यासाठी चीनच्या बिकट, धोकादायक पश्चिम भागातील परिसरात अनेक वेळा केलेले प्रवास; प्राचीन काळातल्या रेशीम व्यापाराचा मार्ग म्हणून ओळखल्या जाणाऱ्या मार्गावरील अनेक उत्तम शहरांना दिलेली भेट, गोबीचे आणि तक्ला मकानचे प्रचंड वाळवंट आणि आपल्या आईवडिलांबरोबर वर्षाकाठी थोडे मजेत घालवलेले सुटीचे दिवस; सगळे सगळे त्याला आठवले. आता ते पायलर गावात निवृत्त जीवन जगत होते. तेथील हवामानही चांगले होते आणि आयुष्यभराच्या धावपळीनंतर थोडेसे पैसे गाठीला आल्यावर त्यांनी पाम्पास येथे एक छोटासा प्लॉटही विकत घेतला होता. थोड्या अंतरावरच जंगल, नद्या आणि डोंगरदऱ्यांचा आल्हाददायक परिसर होता. आपल्या वडिलांनी शिकवलेले आयशिंग, तसेच जर्मनी आणि महायुद्धाबद्दल सांगितलेल्या असंख्य गोष्टी त्याला आठवल्या. महायुद्धाबद्दल बोलताना आणि त्यात जर्मनीचे काय झाले हे सांगताना तर त्यांना भानच राहत नसे. ऱ्हाईन नदीच्या काठावरून एक संपूर्ण संस्कृती रातोरात नाहीशी होऊन त्या जागी एक नव्याच तत्त्वप्रणालीचा पुरस्कार करणारी, नवीन नीतिनियम प्रस्थापित करणारी, एका नव्या जगाला जन्म देणारी संस्कृती उभी राहिली होती. या आणि अशा विषयांभोवती भिरभिरणारी त्यांची संभाषणे त्याला आठवली आणि या सगळ्यामागे आपला हेतू काय होता हे आपल्या वडिलांना काहीच कळले नव्हते, तेही त्याला आठवले.

स्ट्रेचरवरच्या गोऱ्या माणसाचा चेहरा आक्रसला आहे, त्याच्या हाताच्या मुठी घट्ट वळल्या गेल्या आहेत आणि तो ओरडण्याच्या बेतात आहे असे एका भिक्षूच्या लक्षात आले. त्याचे अस्थिपंजर शरीर कसल्यातरी हल्ल्याच्या प्रतिकारासाठी

सज्ज व्हावे तसे कडक झाले होते. मला कुठं घेऊन चाललेत हे? हरझोगला प्रश्न पडला होता. आपण कुठं आहोत हेदेखील त्याला माहीत नव्हते. कधीकधी तर स्ट्रेचरच्या हेलकाव्यांमुळे आपण बोटीत बसून वादळी समुद्रातून चाललो आहोत असे त्याला वाटत असे. अनंत काळाच्या हेलकाव्यांवर आरूढ होऊन तो वादळात घुसत चालला होता. मग अचानक तो ब्यूनोस एरेसमधील एका बागेत झाडाच्या सावलीत बसला. वादळी आवाज शांत झाले किंवा त्याला ते जाणवेनासे झाले. आता त्याचे वडील त्याच्या बाजूला होते आणि शांग्री-लाबद्दल सांगत होते. 'मी पाहिलं आहे ते,' ते सांगत होते. 'मी जगातील अनेक अनुपम शहरे पाहिली आहेत आणि मृगजळेसुद्धा पाहिली आहेत. मी शांग्री-ला पाहिलं आहे.' लोकरीच्या कोटांच्या अस्तरात लावलेल्या रीशबँकच्या नोटा आणि स्वस्तिक चिन्हांकित सोन्याच्या लगडींच्या ओझ्याखाली वाकलेल्या त्यांच्या खेचरांसह ते कसे प्रवास करत ते सगळे त्याचे वडील त्याला सांगत होते. गोष्टी सांगताना कोएनिगच्या बोलण्यात म्युनिक आणि स्टॅलिनग्राड व मुंबई आणि तिबेट यात नेहमी गोंधळ होत असे. भूतकाळातील आठवणींच्या धबधब्याखाली वर्तमानकाळातील वास्तव वाहून जाईल, अशी भीती वाटत असे. या प्रचंड जलौघातून एखादा वैशिष्ट्यपूर्ण शब्द, एखादे वाक्य, असे जे काही हाताशी लागेल ते फुटलेल्या बोटीतून पडलेल्या माणसासारखे जिवाच्या आकांताने तो पकडून ठेवत गेला आणि आता ते त्याला त्याच्या आयुष्यभराच्या स्वप्नाच्या पूर्तीच्या अगदी समीप घेऊन आले होते.

अखेर त्याच्या वडिलांनी त्या अनुपम, अद्वितीय अशा शांत, रम्य स्थळाबद्दल, जिथे ऑर्किडची सुंदर फुले जागोजागी लटकलेली असावीत तसे डोंगरकपारींवर लगडलेले पॅगोडा होते त्या स्थळाबद्दल सांगितले. असे स्थळ फक्त स्वप्नातच असण्याची शक्यता जास्त होती. कित्येक उंच डोंगर आणि खोल दऱ्या पार केल्यावर ते तिथं पोहोचले होते. तिथं पोहोचायला त्यांना अनेक महिने लागले होते आणि वाटेत त्यांच्या तीन शेरपांना आपले प्राण गमवावे लागले होते. शेवटी तर निराश होऊन ते माघारी परतण्याचा विचार करत होते, पण एके दिवशी भल्या पहाटे त्या स्वप्नातील राज्याकडे त्यांना घेऊन जाणारा एक दूत त्यांच्या मार्गात पुढे उभा असलेला दिसला. तो दूत एक वृद्ध चिनी माणूस होता. अगदी पुस्तकी वळणाचे इंग्रजी बोलत होता. त्यांचे यथायोग्य आदरातिथ्य होईल आणि त्यांना आराम मिळेल असे सांगत होता. त्या दूताचे आमंत्रण स्वीकारून ते त्याच्या मागोमाग एका अत्यंत धोकादायक मार्गाने गेले. जाता जाता हा मार्ग आपल्याला प्रयत्न करूनही सापडला नसता याची त्यांना कल्पना आली. शेवटी अगदी ढगात पोहोचलेल्या सुळक्यांवर दोन दिवसांची खडतर चढाई केल्यानंतर ते तिथं पोहोचले. तिथल्या पॅगोडांमधून एक अथांग शांतता वास

करत होती. तिथं आपल्या एकलक्ष्यी आणि एकाग्र तपस्येद्वारे काही निवडक बांधव जगाचे दिग्दर्शन करत होते. सगळ्यांच्या सुप्त मनाचे ते नियंते होते. मानवी आत्म्याच्या अगदी खोलातल्या, गहन, गूढ अंधारावरदेखील त्यांची अधिसत्ता होती.

हरझोगला आपण सावध झाल्याची आणि आता तो स्वप्नात नसल्याची स्पष्ट जाणीव झाली होती. जे काही घडले होते ते त्याला स्पष्ट आठवत होते. अफूची धुंदी बाजूला सारून सर्वच्या सर्व जसेच्या तसे आठवण्याचा तो प्रयत्न करत होता. आधीपासून केलेल्या साधनेद्वारे त्यांनी आपली मने इतकी सुसज्ज केली होती की, आपला अहंकार क्षणात मागे ठेवून ते या सामुदायिक अस्तित्वात विलीन होत आणि त्या अस्तित्वाच्या सामुदायिक आत्मबलाने अवघ्या मानवजातीच्या इच्छा, आकांक्षा आणि भीतीचेदेखील नियंत्रण करत. जवळजवळ देवत्वालाच पोहोचलेले ते लोक होते. आपल्या या नश्वर जगात आणि इवल्याशा आयुष्यात आपण युद्धे आणि विनाश, त्याचबरोबर शांतता आणि सृजनाचे आविष्कार, समृद्धी असे जे जे काही घडताना पाहतो ते सगळे म्हणजे खरं पाहता जगाच्या नियंत्रणासाठी त्यांनी रचलेल्या भल्यामोठ्या योजनांचा एक छोटासा हिस्सा होता, हे आपल्या लक्षात येते. त्यांच्या मन:शक्तीने जगाचे रहाटगाडगे फिरते. साम्राज्ये उभी राहतात तशीच ती नष्टही होतात, कारण आपण आपले नशीब घडवत नसतो, तर ते त्यांनी लिहिलेल्या विधिलिखितानुसार घडत असते. आपण फक्त अडाणी, मर्त्य माणसं आहोत. प्रेम आणि तिरस्काराच्या परस्परविरोधी भावनांच्या हिंदोळ्यांवर झुलत असतो. आपल्याला वाटतं की, आपण गोष्टी घडवून आणतो, आपण आपले नशीब घडवू शकतो, अशा भ्रमात आपण राहत असतो. प्रत्यक्षात मात्र आपण कुणाच्या तरी मालकीचे असतो. एका अर्थाने विशिष्ट उद्देशाने आपली मशागत केली जात असते. आपला विकास केला जात असतो आणि हे विश्वनियंते त्या अद्वितीय, स्वर्गवत जागी राजवाड्यात राहत असतात आणि त्या राजवाड्याच्या अगदी आतल्या भागात, अगदी गर्भागारात एका सोन्याने मढवलेल्या उच्चासनावर, आर्य संस्कृतीचे सगळ्यांना हवेहवेसे वाटणारे सर्वोच्च आणि परमपवित्र प्रतीक त्याच्या वडिलांनी स्वत:च्या हातात धरून पाहिले होते.

काय होते ते प्रतीक? हरझोगने त्यांना विचारले होते. पण आता इथं जंगलात त्याच्या शुष्क ओठांनी तशी हालचाल केली तरी त्याच्या तोंडून शब्द बाहेर पडला नाही. त्यामुळे त्याच्याकडं कुणी वळून पाहिलेही नाही. दिसायला कसे होते ते? उत्तर आले नाही. त्या विश्वनियंत्या बांधवांना फेलिक्स कोएनिगने पाहिले का? हो. तो तिथून परत का आला? आणि त्याच्या सहकाऱ्यांचं काय

झालं? त्या स्वर्गसम जागी तो कसा पोहोचला? उत्तर नाही. विसराळूपणा. काही आठवतच नाही. त्या स्वर्गातून बाहेर फेकलं जाण्यासारखं त्याच्या हातून काहीतरी घडलं होतं किंवा तो स्वत:हूनच बाहेर पडला असावा.

पाचूसारखा हिरवा प्रखर प्रकाश अचानक त्याच्या नजरेसमोर चमकला. आपण भूतकाळातलं काहीतरी पाहत आहोत असं हरझोगला वाटलं किंवा त्याच्या वडिलांनी सांगितलेल्या गोष्टीतील काही भाग त्याच्या नजरेसमोर आल्यासारखं त्याला वाटलं. पण कदाचित आताच्या सूर्यप्रकाशात लखलखणारं ते जंगलातल्या झाडांचं हिरवंगार छतही असेल. आता पुन्हा एकदा तो स्वप्नांच्या दुनियेत शिरला. प्रशस्त रस्ते, सोनेरी महामार्ग, अनेक सुंदर फुलांची शेतं, एक खडक, एक पुतळा, एक स्फटिक, एक नियंता, एक राजा, एक राणी, एक राजवाडा, उंच ढगात कुठंतरी बेटासारख्या असलेल्या जागेवरचा एक प्रेमिक...''

भिक्षू त्याला पुढे पुढे घेऊन जात होते आणि तो 'ढग, ढग' असे पुटपुटत होता. आपण आता हरवलो आहोत आणि अगदी एकटे आहोत याची हरझोगला जाणीव झाली.

सत्तावीस

विमानतळाच्या परिघावर असलेल्या कंपाउंडमधल्या एका निर्मनुष्य, एकाकी गेटजवळ त्यांनी आपली गाडी उभी केली. उड्डाण करणाऱ्या विमानांच्या दिव्यांखेरीज आजूबाजूचा सर्व प्रदेश काळोखात बुडालेला होता. जॅक ॲडम्समागोमाग घाईघाईने चालत नॅन्सीदेखील सुरक्षा चौकीतल्या खुर्चीत आळसावल्यासारखी बसून टीव्ही पाहत असलेल्या सुरक्षारक्षकापाशी पोहोचली. सुरक्षारक्षकाकडे पूर्ण दुर्लक्ष करून बेधडक पुढे जायचे असते, की सरळ बॅगेतून आपला पासपोर्ट काढून दाखवावा लागतो याबद्दल तिला काहीच कल्पना नव्हती. त्यामुळे ती जरा थबकली.

तिला साशंकपणे बघताना पाहून जॅक वळला आणि म्हणाला, ''मी त्या सगळ्याची काळजी घेतली आहे. इकडं-तिकडं न बघता थेट विमानाकडे चालत राहा.''

एका देशातून दुसऱ्या देशात असं या कानाची त्या कानाला खबर लागू न देता जाणं किती कठीण असेल, या विचारानेच तिच्या मनात धस्स झालं. तिने खांद्यावरून नजर मागे टाकत त्या सुरक्षारक्षकाकडे पाहिलं, तर तिच्या तिथं असण्याची जराही दखल न घेत तो जसा अगोदर बसला होता, तसाच टीव्ही पाहत बसलेला तिला दिसला.

''हे तू कसं काय जमवू शकलास?'' धास्तावलेल्या स्वरात तिने जॅक ॲडम्सला, खरं म्हणजे झपाझप पुढे निघालेल्या त्याच्या पाठीला हा प्रश्न विचारला.

''मी जे काही करतोय ते तुझ्या कामासाठीच करतोय, खरं ना?'' मागे न बघतच तो म्हणाला.

''हो, म्हणजे खरं तर मला त्याचं समाधानच वाटायला हवं, नाही का?''

''ठीक तर मग. पण आता आपल्याला घाई केली पाहिजे. विमान कोणत्याही

क्षणी सुटण्याची शक्यता आहे.''

त्याने इतकं व्यावसायिक, व्यवहारी भाषेत बोलण्याची काही गरज नव्हती, थोडं मित्रत्वाने बोलला असता तरी हरकत नव्हती असं एकदा तिला वाटलं. पण त्याच्या चालीशी जुळवून घेत भराभरा चालताना त्याच्याकडं पाहताना तिला असंही वाटलं की, कदाचित तो थोडासा काळजीत असावा किंवा सध्या त्याच्यासमोर असलेल्या उद्दिष्टाच्या पूर्तीचेच फक्त विचार मनात घोळत असल्यामुळे त्याचे इतर गोष्टींकडे लक्ष नसावे. मग तिने समोर पाहिले. विमानतळावरचा तो रस्ता समोरच्या गडद काळोखात अदृश्य होत दिसेनासा झाला होता. दूरवर काही दिवे चमकताना दिसत होते. बहुधा उड्डाणासाठी रांगेत असलेल्या विमानांचे असावेत ते. त्यांच्या पलीकडे विमानतळाचा कंट्रोल टॉवर आणि पॅसेंजर टर्मिनलच्या स्वागत कक्षाचे छप्पर तिथल्या कृत्रिम प्रकाशात चमकत होते.

''आपण जातो आहोत ते विमान कुणाचं आहे म्हणालास?''

''एका मित्राचं. खालिद हुसेनचं.''

खालिद हुसेनबद्दल तो आणखी काहीतरी सांगेल, अशा अपेक्षेने तिने जॅककडे पाहिलं, पण त्याचे तोंड शिवल्यासारखे बंद होते. प्रवाशांच्या बॅगा लादलेल्या पाच-सहा ट्रॉल्या खेचत विमानतळावरची एक गाडी जवळून गेली. त्या गाडीच्या छतावरचा नारिंगी दिवा उघडझाप करत चमकत होता. भराभरा चालणारा जॅक अचानक त्या चमकणाऱ्या दिव्याकडे पाहून थांबला म्हणून बरं झालं, नाहीतर कदाचित त्याला धडकच बसली असती. पुढच्या मिनिटभरातच ती गाडी त्यांच्या पुढून सरकत निघून गेली आणि मग आपण नक्की कोणत्या विमानात बसणार आहोत ते तिला दिसू लागलं. विमानात पेट्रोल भरणारी गाडी काम संपवून परत निघालेली दिसत होती. विमानात जायच्या पायऱ्यांजवळ एक सलवार कमीज घातलेला माणूस उभा होता. त्याच्याकडं पाहत जॅकने हात हलवून इशारा केला.

विमानाच्या इंजिनाचा आवाज इतका मोठा होता की, बोललेले काही ऐकू येणे शक्यच नव्हते. त्यामुळे ते दोघे पायऱ्यांपाशी पोहोचल्यावर त्या सलवार कमीज घातलेल्या माणसाने हातानेच इशारा करत विमानात जाण्यास सांगितले.

विमानात शिरल्यावर आज्ञाधारकपणे जॅकच्या बाजूच्या सीटवर बसत नॅन्सीने पट्टा बांधून टाकला. विमानाची इंजिने प्रचंड आवाज करत होती. विमानाचे मुख्य दार अजूनही उघडेच होते. ''उड्डाणासाठी तयार आहेस ना!'' असे जॅकने विचारले, तेव्हा तिने मानेनेच होकार दिला. आता विमानात बसल्यावर जॅक जरा तणावमुक्त झाल्यासारखा वाटतोय असे तिच्या लक्षात आले. मग तीही जरा आरामात बसली. तिचे विचार पुन्हा एकदा जेम्स फोनवर जे काही बोलला होता,

तिने इंटरनेटवर जे काही वाचले होते आणि मायाच्या तोंडून जे काही ऐकले होते त्या सगळ्या गोष्टींकडे वळले. सगळीकडून गोळा झालेल्या माहितीची तिच्या डोक्यात एवढी गर्दी झाली होती आणि तीदेखील इतकी एकमेकांना छेद देणारी होती की, असंख्य प्रश्न तिच्या मनात पिंगा घालत होते आणि त्यातून बाहेर पडण्याचा मार्ग तिला सापडत नव्हता. जगासमोर उलगडलेली आतापर्यंतची सर्वांत मोठी, महत्त्वाची वृत्तकथा! हरझोगला म्हणायचं तरी काय होतं असं लिहिताना! का आपल्या होणाऱ्या बायकोवर छाप पाडण्यासाठी काहीतरी वल्गना केली होती त्याने? शिवाय तो ज्ञानग्रंथ खरोखरच अस्तित्वात होता का? प्राचीन दंतकथांमध्ये खरंच काही तथ्य होतं का? आणि त्या थूल गेसेलशाफ्ट संस्थेच्या अगम्य अक्षरांचा, चिन्हांचा काय अर्थ होता?

आणि त्या अन्तोनचं काय, आपले वडील एका गूढविद्या प्रयोग करणाऱ्या पंथाचे अनुयायी होते आणि त्याहीपलीकडे जाऊन नाझी लोकांच्या कसल्यातरी रहस्यमय कारवायांमध्ये सहभागी होते. या सगळ्या गोष्टींचे ओझे मनात बाळगत तो कसा जगत असेल? असा विचार येऊन तिने अगतिकपणे मान हलवली आणि यातले एक अक्षरही ट्रिब्यूनमधल्या कुणालाही माहीत नव्हते. गरज तरी काय होती म्हणा? आपल्या वैयक्तिक आयुष्यात कोणालाही डोकावू न देण्याचा हरझोगला हक्क होता आणि त्याचे वडील कुठल्या एका पंथाचे अनुयायी होते किंवा अगदी कुप्रसिद्ध खुनी असतील तरी या गोष्टींनी काय फरक पडत होता? तो एक स्वतंत्र व्यक्ती होता. प्रत्येकाच्या व्यक्तिमत्त्वाचे मोजमाप त्याच्या स्वत:च्या वर्तनावरून व्हावे हेच योग्य होते. आनुवंशिकतेचा यात काही संबंध आहे, म्हणजे एखाद्या वाईट माणसाचा मुलगादेखील वाईटच असेल असे मानण्यास नॅन्सी तयार नव्हती. शिवाय आईवडिलांच्या पापांसाठी मुलाला दोषी धरणेदेखील तिला पटत नव्हते. तर्कदृष्ट्या हे सगळे कितीही बरोबर असले, तरी आपण हरझोगबद्दल एका नव्या दृष्टिकोनातून विचार करू लागलो आहोत, हे तिने मनातल्या मनात मान्य केले.

अन्तोन त्याच्या स्वत:च्या कुटुंबाच्या गत इतिहासाकडे ज्या दृष्टीने पाहत होता आणि जे काही करत होता त्यामुळे कदाचित दृष्टिकोन बदलला असावा. वडिलांच्या रहस्यमय, गूढ कारवाया वगैरे सगळं काही विसरून आपलं आयुष्य सरळपणे जगण्याऐवजी अन्तोन वडिलांच्या-फेलिक्स कोएनिगच्या भूतकाळात शिरून त्यात दडलेले रहस्य आजच्या उजेडात आणू पाहत होता. हजारो, लाखो जर्मन आणि त्यांचे कुटुंबीयदेखील नाझींच्या काळ्या कारवायांमध्ये त्या काळात गुंतलेले होते. त्या काळी ते लोक ज्या महाभयंकर, असुरी महत्त्वाकांक्षेने ती कृत्ये करत होते, तीच महत्त्वाकांक्षा पुन्हा एकदा लोकांच्या मनात रुजवू पाहणे,

आपल्या स्वत:च्या आयुष्याचादेखील तोच एक ध्यास बनवणे हे फार फार विचित्र होते आणि धोक्याचे तर होतेच होते. पण कदाचित हरझोग आपल्या वडिलांच्या कामाकडे एक इतिहासाचा निष्पक्ष अभ्यासक म्हणून पाहत असेल; तसे असेल तर फारच बरे होते. पण या कामासाठी तो आपल्या गर्भवती जीवनसंगिनीलादेखील सोडून जायला तयार झाला होता, ते का?

आपण काही या विषयातील तज्ज्ञ नसलो, तरी जर्मन लोकांचे अतिप्राचीन पूर्वज, आर्य लोक आणि जगाच्या पाठीवरचा हा प्रदेश यांचा काही संबंध होता असे मानणे म्हणजे अगदीच ओढूनताणून संबंध जोडल्यासारखे होते. असं जरी असलं तरी एक प्रश्न सतत तिच्या मनात घोळत होता. हरझोगसारख्या बुद्धिमान माणसाने आणि तो बुद्धिमान होता याबद्दल कुणाचेच दुमत नव्हते, नाझी दंतकथांचा पिच्छा पुरवावा यामागचे कारण तरी काय होते? नाझी पुराणकथांबद्दल जी काही थोडीफार माहिती होती त्यावरून काहीतरी काळ्या पंथाच्या अनुयायांचे देव, वॅग्नरच्या अंगठीचे चक्र आणि त्यात भरपूर प्रमाणात भरीला घातलेल्या सैतानी हेतूंच्या कारवाया असं काहीतरी होतं इतकंच ती सांगू शकत होती. या कालखंडाचा जितका इतिहास तिने वाचला होता, त्यात जर्मनीबाबतच्या प्राचीन कथांबाबत नाझींचा भर तिला नेहमीच प्रचारकी थाटाचा वाटला होता. सत्तेच्या हव्यासापायी आपल्या सर्वोत्तमतेचा डांगोरा आपणच सगळीकडे पिटण्याचा प्रकार वाटला होता. आपली वस्तू विकली जाण्यासाठी सजवून ठेवावी तसा प्रकार वाटला होता. पण थूल गेसेलशाफ्ट म्हणजे काही निव्वळ सजावट नव्हती. गार्डियन वृत्तपत्रातल्या त्या लेखावर विश्वास ठेवायचा, तर ज्या मूळ स्थानापासून नाझी कृष्णपर्वाचा उगम झाला ते मूळ उगमस्थान ही संस्थाच होती. नाझी लोक तर त्या विचारधारेत आकंठ बुडालेले होतेच, पण इतरही बरेच जण, निव्वळ त्या विचारांचा आदर म्हणून केवळ नमस्कार करून बाजूला व्हावे तसे नाही, तर सक्रियपणे सहभागी होण्यासाठी उत्सुक होते, आतुर होते. मग इतक्या सगळ्या माणसांचा विश्वास बसायला त्या तत्त्वप्रणालीत खरंच काही तथ्य होतं का? अन्तोन हरझोगला असंच वाटलं असणार. हाच मथितार्थ यातून निघत होता.

विमान धावपट्टीवरून सरकू लागले, तसे जॅकचा तणावग्रस्त चेहरा जरा सैलावला आणि त्यावर हास्य उमटले. ''तुझी जीभ चावली गेलीय का?'' त्याने हसतच विचारले.

''नाही. मला जरा थकल्यासारखं वाटतंय. सगळं काही ठीक आहे ना?''

''आतापर्यंत तरी ठीक झालंय,'' बोलता बोलता त्याच्या चेहऱ्यावरचे हसू मावळले.

"विमानतळावरच्या सुरक्षा अधिकाऱ्यांच्या नजरेत न येता आपण कसे काय येऊ शकलो?"

"उच्च पदावर नसले तरी योग्य पदावर काम करणारे माझे काही मित्र आहेत, त्यामुळे!" खांदे उडवत तो म्हणाला.

"ज्या भागात काम करायचं, त्या भागात फेरफटका मारणं चांगलंच असतं, नाही का, त्यामुळे त्या भागाची चांगली माहिती होते." वातावरणातला ताण हलका करण्यासाठी नॅन्सी म्हणाली. जॅकने काहीच उत्तर दिले नाही.

जॅकचा मूड असा क्षणाक्षणाला का बदलत होता याचे नॅन्सीला आश्चर्य वाटत होते. एका क्षणाला अगदी उत्साही, आनंदी वाटणारा जॅक पुढच्याच क्षणी अगदी गंभीर, निरुत्साही का होत होता काही कळत नव्हतं. जॅकच्या व्यक्तिमत्त्वातील हे विचित्र पैलू उलगडण्याच्या तिच्या प्रयत्नांना कॉकपिटमधून बाहेर आलेल्या खालिद हुसेनमुळे खीळ पडली. सलवार कमीज आणि डोक्यावर एक पाकुल टोपी अशा वेषात तो उभा होता. तो एक नाजूक बांध्याचा, आकर्षक व्यक्तिमत्त्वाचा माणूस होता. उत्तम पद्धतीने राखलेल्या कोरीव दाढीमिशांच्या महिरपीतले त्याचे रुंद हास्य एक प्रसन्न छाप सोडत होते. 'जॅकच्या तुलनेत किती वेगळा वाटतोय हा,' असा विचार तिच्या मनात आला, पण हा कदाचित त्याच्या व्यवसायाचाच एक मुखवटा असेल, असा विचार पुढच्याच क्षणी तिच्या मनात आला.

वैमानिकाच्या सीटवर बसून खांद्यावरून तिच्याकडे मागे पाहत खालिद म्हणाला, "जॅक मला सांगतोय की, तुम्ही तिबेटमध्ये फिरायला निघाला आहात. पण जरा त्या कावेबाज लामा लोकांपासून सावध राहा बरं का!"

"का बरं?" नॅन्सीने ओरडून विचारले.

"ते तुम्हाला लुटतील. तिबेट आणि तिथल्या बौद्ध धर्माविषयी काहीतरी ऐकीव गोष्टींवर बेतलेल्या कल्पना घेऊन आलेल्या तुमच्यासारख्या चांगल्या मुलीला ते नक्कीच फशी पाडतील. अहो, ते तुम्हाला त्यांची बायको करण्यासाठी अगदी विकतदेखील घेतील." बोलताना तो हसत होता. पण तो केवळ विनोदापुरते बोलत असावा असे नॅन्सीला वाटत नव्हते.

"त्यांच्याबद्दल तुमचं मत अगदीच वाईट दिसतंय," ती म्हणाली.

आपला सीटबेल्ट लावून घेत खालिदने सह-वैमानिकाच्या खांद्यावर एक मैत्रीपूर्ण थाप मारली. कानावर अगोदरच हेडफोन चढवून बसलेल्या सह-वैमानिकाने हातानेच थम्सअपची खूण केली. ओरडून बोलावे लागू नये, म्हणून खुर्चीतल्या खुर्चीतच तिच्याकडे वळून पाहत खालिद म्हणाला, "त्याचं कारण असं आहे, की मी जास्त काळ तिथं राहिलो आहे. त्यांना जवळून पाहिलं आहे.

तुम्ही पाश्चात्त्य लोक कसा विचार करता ते मला माहीत आहे... आणि हे लामा लोक कसे आहेत तेही मला तितकंच चांगलं माहीत आहे.''

नॅन्सीने जॅककडे पाहिले. तो स्वत:शीच हसत होता. अगदी बेगडी, छद्मी अशा त्या हास्यामुळे तो अगदी एखाद्या लबाड कोल्ह्यासारखा दिसत होता.

इकडं खालिदची टकळी चालूच होती. ''आपल्या गुलाबाच्या बागा नफा-तोट्याचा हिशेब करण्यासाठी करत असलेलं या लामांना मी पाहिलं आहे. हे लामा आपली प्रार्थनाचक्रं पाणचक्क्यांना जोडून देतात, म्हणजे ती फिरवण्याचं काम त्यांना स्वत:ला करावंच लागत नाही.''

आता जॅकने मध्यस्थी केली. ''मला असं वाटतं खालिद, की तुझ्या या रटाळ वर्णनानं तू पाहुण्यांना त्रास देतोयस. शिवाय तुझ्या बडबड्यावर त्यांचा जरादेखील विश्वास बसलेला नाही.''

एवढ्यात नॅन्सीला न कळणाऱ्या भाषेत सह-वैमानिकाने खालिदला काहीतरी सांगितले. त्याबरोबर आपले हेडफोन्स कानावर लावून घेत अगदी व्यावहारिक, कोरड्या स्वरात खालिद म्हणाला, ''ठीक आहे. माझी गोष्ट मी नंतर कधीतरी सांगेन.''

''माझी खात्री आहे की, श्रीमती केली ती ऐकायला उत्सुक असतील.'' त्याच्या पाठीवर हलकेसे थोपटत जॅक म्हणाला.

विमान उडण्यासाठी धावपट्टीकडे वळत असताना नॅन्सी दबक्या आवाजात जॅकला म्हणाली, ''फार छान आहे हां तुझा हा मित्र!''

''एवढं मनावर घेऊ नकोस. तो फक्त तुझं मन रिझवण्याचा प्रयत्न करतोय.'' उपरोधिक हास्य फेकत जॅक म्हणाला.

''एखाद्याचं मन रिझवण्याचा काय पण मार्ग आहे हा! पण तो जे काही बोलला ते कितपत खरं असेल?''

''अगदीच काही खोटं नाही बोलला तो.''

''पण हे सगळं मध्ययुगीन काळातलं वाटतं.''

''तो सांगतोय तितकं काही ते वाईट नाही. तो अतिशयोक्ती करतोय किंवा पूर्वी कधीतरी ते जसं होतं त्याबद्दल सांगतोय. सध्या परिस्थिती बदलली आहे. तिबेटवर सतत आक्रमणं होत असतात. माणसं एकत्र यायला दडपशाहीसारखी दुसरी संधी नाही. बॉन पंथाचे लोकसुद्धा आता नीट वागू लागले आहेत आणि दलाई लामांच्या मागं उभं राहत आहेत.''

''हे बॉन पंथी लोक म्हणजे सर्व नैसर्गिक गोष्टींमध्ये आत्मा आहे, असे मानणाऱ्यातले आहेत ना?''

''नाही, अजिबात नाही. ते काही इतके मागासलेले नाहीत. तो तर अगदी

सुसंस्कृत धर्म आहे. तिबेटी बौद्धधर्मीयांची ती सरळसरळ आरशातील प्रतिमा आहे असं म्हटलं तरी चालेल. हरझोगला भेटल्यावर त्यालाच याबद्दल विचारावं लागेल. त्याला याची सर्व माहिती आहे. पण माझ्या मते तरी हे बॉन आणि बौद्धधर्मीय, दोघेही थोडे विचित्र लोक आहेत. ते एकाच प्रकारचे कपडे घालतात आणि बाहेरून तरी त्यांच्या गुहा अगदी बुद्धधर्मीयांच्या गुहांसारख्याच दिसतात; परंतु गुहांच्या आतल्या भागात जी कर्मकांडं चालतात ती एकमेकांच्या अगदी उलट असावीत.''

''काय? प्रत्येक धर्मविधी ते तंतोतंत उलट्या क्रमानं करतात?''

''हो किंवा कदाचित दलाई लामा आणि त्यांचे अनुयायी उलट्या क्रमानं करत असतील आणि हे बॉनपंथीय करतात ती खरी सुलटी पद्धत असेल. कुणास ठाऊक! अन्तोनलाच विचारावे लागेल. बौद्ध धर्मात प्रचलित असलेल्या दिशेच्या अगदी विरुद्ध दिशेनं यांचं स्वस्तिकचं चिन्ह फिरताना दिसतं, अगदी नाझी लोकांच्या स्वस्तिक चिन्हासारखे.''

हे ऐकल्याबरोबर तिच्या तोंडून पटकन उद्‌गार आले, ''म्हणजे तिबेटमध्येदेखील स्वस्तिकचे चिन्ह आहे तर! मला वाटलं होतं की, हे तर हिंदूंचं चिन्ह आहे!''

''सगळेच जण स्वस्तिकच्या चिन्हाचा वापर करतात. ते हिंदूंचेही आणि बौद्धधर्मीयांचेदेखील चिन्ह आहे. ट्रिब्यूनच्या पत्रकाराला हे इतकेही माहीत नसेल तर ट्रिब्यूनची नक्कीच घसरण सुरू झाली आहे असे मानले पाहिजे.''

असे बोलताना पुन्हा एकदा त्याच्या चेहऱ्यावर तेच छद्मी हास्य होते. त्याच्या डोळ्यांत तेच तिला धारेवर धरू पाहणारे, भीती उत्पन्न करणारे भाव दिसत होते. ते पाहून तिच्या मनात विचार आले, या माणसाला झालंय तरी काय? म्हणजे त्याचा राग कशाबद्दल आहे? संस्थांबद्दल की ती एका कुठल्यातरी कंपनीची प्रतिनिधी, एका मोठ्या नामवंत वृत्तपत्राची वार्ताहर आहे म्हणून, ते कळत नव्हते. तो स्वत: बरीच वर्षं एकांडा शिलेदार म्हणून पूर्ण स्वतंत्रपणे राहत होता. त्याच्या व्यवसायानिमित्ताने असंख्य धोके पत्करत होता. त्यामुळे कुठल्यातरी मोठ्या कंपनीचे पाठबळ घेऊन मिरवणाऱ्या लोकांबद्दल त्याला तिरस्कार वाटत असावा की काय असे तिला वाटले. जॅक ॲडम्स एक स्वच्छंदी माणूस होता यात काहीच संशय नव्हता. कृष्णाला तो का आवडत नव्हता ते आता तिला नीट कळत होते. तो अगदी निसटत्या पाऱ्यासारखा होता. क्षणात एकदम धडाडीने काम करणारा, जबरदस्त आत्मविश्वास दाखवणारा, तर दुसऱ्या क्षणी अगदी खुळ्यासारखा, अगदी दारुड्यासारखा दिशाहीन वागणारा, आत्मघातकी कृत्ये करणारा, सर्वनाश करणारा असा असू शकत होता. सगळ्याचा नाश करणारा, म्हणजे माणसांचादेखील सर्वनाश करणारा, असा एक पैलू दिसल्यावर तिला भीतीने कापरेच भरले.

जॅकने सीटवरची उशी काढून डोक्यामागे ठेवली.

"मी आता थोडीशी झोप घेतो. थोड्याच वेळात सूर्य वर येईल. तुझा सीटबेल्ट कायम लावलेलाच ठेव. हिमालयाच्या वरच्या भागातल्या हवेत बऱ्याच पोकळ्या आहेत. हे लहान विमान काही सेकंदांतच शेकडो फूट खाली खेचलं जाऊ शकतं. छतावर आपटून माणसांच्या माना मोडताना मी पाहिल्या आहेत."

"तुला माझी काळजी वाटते हे पाहून बरे वाटले," ती म्हणाली.

"तुझी काळजी वगैरे नाही, पण तुझी मान मोडली तर मला पैसे कोण देईल? म्हणून सांगतोय." तो म्हणाला. त्याच्या सुरात थोडी विनोदाची किनार होती.

विमानाच्या इंजिनांचा घरघराट ऐकता ऐकता मागे पडत चाललेल्या दिल्लीच्या दिव्यांकडे नॅन्सी खिडकीतून बघत बसली.

अठ्ठावीस

दाट जंगलामुळे जास्तच अंधारून आलेल्या जागेत अन्तोन हरझोगला आपला प्रश्न खरोखरच कळला आहे की नाही असे वाटत असल्यामुळे उपमठाधिपती अतिशय साशंक नजरेने पाहत त्याला पुन्हा तोच प्रश्न विचारत होते.

"चार महिन्यांपूर्वी तुम्ही ल्हासामध्ये विमानाने आलात, असं म्हणता?"

हरझोगने होकारार्थी मान हलवली. आता तो बराच शांत झाला होता. त्याने डोळेही नीट उघडले होते. त्याचे स्वप्नात हरवलेले डोळे आता वास्तवाचे भान आल्याचे दर्शवत होते. तो आजूबाजूच्या जंगलाकडे पाहत होता, त्याला जपमाळेचे मणी सरकवल्याचा आवाजदेखील कळत होता आणि सगळ्या भिक्षूंनी पुटपुटल्यासारखी म्हटलेली प्रार्थनाही समजत होती. त्याच्यासमोर बसलेला माणूसदेखील एक लामा आहे आणि तो घाबरलेला दिसतो आहे हेदेखील त्याला कळत होते.

"हो." हरझोग शांतपणे म्हणाला, "तुम्ही सांगताय त्याप्रमाणे हा जर सातवा महिना असेल, तर चार महिन्यांपूर्वी मी ल्हासामध्ये आलो."

उपमठाधिपतींनी सुटकेचा एक नि:श्वास टाकला. शेवटी त्या गोऱ्या माणसाला वास्तवाचे भान आले होते तर? पोटात थोडे अन्न-पाणी गेल्यामुळे आता त्याचा आवाजही जरा नीट ऐकू येण्याइतपत मोठा झाला होता आणि त्याचे विचारही भरकटल्यासारखे वाटत नव्हते आणि तरीही तो जे सांगत होता ते अगदीच विश्वास ठेवण्यापलीकडचे होते. तो शांग्री-ला येथे जाऊन परत आला असणे शक्य नव्हते. त्या गोऱ्या माणसाचे मन अजून नीट थाऱ्यावर आले नसावे याची पुरेशी कल्पना असल्यामुळे उपमठाधिपतींनी पुढचा प्रश्न अगदी सावकाश आणि स्पष्ट उच्चार करत विचारला, "तुम्ही पिमाकोमध्ये कशासाठी गेला होतात?"

"मी जे काही काम करत होतो त्यातून एक गोष्ट मला स्पष्ट कळली होती की, मला जे काही हवं आहे ते शोधायचं ते योग्य ठिकाण होतं." पुढे बोलायला सुरुवात करण्यापूर्वी त्या गोऱ्या माणसाला खोकल्याची एक मोठी उबळ आली. "माझ्या वडिलांनी सांगितलेल्या गोष्टी, मी स्वत: हिमालयातल्या शेकडो मठांमधल्या ग्रंथालयांमधून केलेलं गेल्या अनेक वर्षांचं संशोधन आणि अनेक गुरू व भिक्षूंच्या बरोबर याबाबत बोलण्यात मी व्यतीत केलेले हजारो तास, या सगळ्यांचा एकत्रित विचार केल्यावर मी माझं लक्ष पिमाकोच्या दक्षिण भागातल्या त्सांगपो नदीच्या सपाट भूप्रदेशाकडे उघडणाऱ्या दऱ्याखोऱ्यांकडे केंद्रित केलं."

"तुम्ही इतकं ठामपणे कसं सांगू शकता?"

"सगळे पुरावे त्याच दिशेने बोट दाखवत होते हे खरेच, पण शेवटी मी शकुनग्रंथाचादेखील सल्ला घेतला. या ग्रंथाने मला आजवरच्या आयुष्यात दिलेल्या काही नि:संदिग्ध निर्देशांपैकी एका अगदी नि:संदिग्ध संकेताने मला जाण्याची आज्ञाच केली."

उपमठाधिपती पुन्हा साशंक झाले.

"मग त्यासाठी तुम्ही सगळं काही सोडून निघालात. तुमची नोकरी, तुम्ही म्हणता की तुम्ही पत्रकार आहात, नाही का?"

"प्रवास करणं आणि वेगवेगळ्या बातम्या, वृत्तकथा शोधून काढणं हे माझं कामच आहे. पण इतके दिवस भटकत राहण्याची मी तयारीदेखील केली नव्हती. शिवाय माझं आतापर्यंतचं सगळं आयुष्य या कामासाठी मला तयार करण्यातच खर्ची पडलं असावं असं मला वाटतं. लोकांना काय वाटत असेल याच्याशी मला काहीही घेणंदेणं नाही. कारण माझ्यापुरतं तरी हेच अंतिम ध्येय आहे. मला आता त्या वृत्तपत्राचीही काळजी वाटत नाही. फार काय, मला माझ्या पूर्वायुष्याबद्दलदेखील काहीही वाटत नाही."

"तुम्ही एकटेच प्रवास करत होता का?"

"नाही. माझ्याबरोबर एक थुप्टन जिन्पा नावाचा लामा होता. मी त्याला पैसे देऊन ते महाद्वार शोधण्यात मला मदत करण्यासाठी बरोबर घेतलं होतं. शेरपांना बरोबर घ्यायचं नाही, असं मी ठरवलं होतं. त्यामुळे आमचं सामान आम्हीच पाठीवर घेऊन जात होतो. मी तंत्रमंत्राचा थोडा अभ्यास केला आहे. मूठभर सातूच्या पिठावर मी दिवस काढू शकतो. अगदी भरपूर अंगमेहनतीचं काम असलं तरीदेखील..."

पुन्हा एकदा त्या गोऱ्या माणसाला खोकल्याची जोरदार उबळ आली. तो अगदी मरणपंथाला लागलाय असे उपमठाधिपतींना वाटत राहिले. अजून किती काळ हा अस्थिपंजर झालेला देह तग धरून राहील याचा ते विचार करत राहिले.

कदाचित त्याची कथा सांगून होईपर्यंत जिवंत राहील, असाही एक विचार त्यांच्या मनात आला. कदाचित पुढच्या टप्प्यापर्यंतच तो तग धरेल. पण त्या जादूच्या गुहेपर्यंत तो नक्कीच जिवंतपणी जाऊ शकणार नाही. गुहेकडच्या त्या उतारावरून जाणे त्याला सहनच होणार नाही, असे त्यांना वाटले.

जराशा थकलेल्या आवाजात तो गोरा माणूस पुन्हा बोलत होता, "आम्ही त्सांगपोच्या दरीत खाली उतरलो. लितांग मठाच्या खालच्या बाजूला असलेल्या लोखंडी दोरीच्या साहाय्याने आम्ही नदी ओलांडली. कुणाच्याही नजरेस न पडता आम्हाला पुढे जायचं होतं म्हणून तुमच्या मठातील भिक्षूंच्या संपर्कात येण्याचंदेखील आम्ही टाळलं आणि आजूबाजूच्या डोंगरांच्या शिखरांवरून जाण्याची योग्य दिशा ठरवत जंगलातून वाट काढत निघालो. मग एकदाचे आम्ही आमच्या प्रवासातल्या पहिल्या टप्प्यावर, लितान्ग गुहेपासून दोन दिवसांच्या चालीच्या अंतरावर असलेल्या एका ओसाड आश्रमात पोहोचलो. तिथं मेटोक शुलेन नावाचा तांत्रिक प्रयोग करण्याचा आमचा विचार होता. तुम्हाला माहीत आहे का तो?"

"नाही. मला माहीत आहे. पण आमच्या पंथाच्या नियमात तो प्रयोग करायला परवानगी नाही."

"मन:शुद्धीचा तो एक फार चांगला उपाय आहे आणि तांत्रिक जिन्पाला तर माझे वडील ज्या रस्त्याचा उल्लेख करत असत तो रस्ता सापडण्यासाठी हाच योग्य उपाय आहे याची खात्रीच होती. तो आश्रम म्हणजे निव्वळ पावसापासून आडोसा देणाऱ्या चार दगडी भिंती आणि वर जुजबी छप्पर एवढंच होतं. एका छोट्याशा टेकडीवर तो आश्रम होता, सभोवती सदाफुलीच्या फुलांनी डवरलेला परिसर आणि त्यापलीकडे माजलेलं गवत आणि जंगल होतं. झोपडीच्या समोरच्या बाजूला जमिनीचा एक छोटासा तुकडा होता. तिथं बसून आजूबाजूच्या बहरलेल्या परिसरावर आणि पलीकडच्या जंगलावर नजर फिरवत शांतपणे ध्यानधारणा करता येत होती. तांत्रिक जिन्पानं त्या प्रयोगाच्या सुरुवातीला फुलांच्या पाकळ्या वाटून त्याचा लगदा केला. त्यामध्ये अठरा वेगवेगळ्या जंगली फुलांच्या पाकळ्या होत्या, त्यातल्या काही तर फक्त पिमाकोच्या खोऱ्यातच सापडणाऱ्या फुलांच्या होत्या. सगळ्या फुलांमध्ये मेंदू आणि शरीराच्या विशिष्ट भागांना उद्दीपित करणारी रसायने होती.

"आम्ही एकवीस दिवस उपवास केला. त्या दिवसांत काहीही न खाता आम्ही दर दिवशी फक्त त्या फुलांच्या अर्कानं प्रभावित केलेलं एक कप पाणी पीत होतो. पाचवा दिवस उजाडेपर्यंत मला वाटायला लागलं की, माझं मरण जवळ आलं आहे. माझं डोकं पोलादी पकडीत धरून आवळल्यासारखं दुखत होतं आणि

माझे डोळे खोबणीतल्या खोबणीत ठणकत होते. माझी जीभ सतत टाळ्याला चिकटलेलीच राहत होती आणि माझे गाल खपाटीला गेले होते. आम्हाला जेमतेम आमचे हातपाय हलवता येत होते. दिवसरात्र आम्ही नुसते पायावर पाय टाकून त्या झोपडीच्या पुढच्या जागेत बसून राहत होतो. फक्त पाऊस आला तरच आम्ही उठून आत त्या झोपडीचा आश्रय घेत होतो. मी डोळे मिटले की, सतत एका गोड्या पाण्याच्या समुद्रातल्या लाटांचा आवाज ऐकू येत असे. तो मिटल्या डोळ्यांना दिसतही असे आणि त्याचा स्पर्श झाल्याचा अनुभवही येत असे. पाचव्या दिवसांनंतर माझ्या बाबतीत एक विलक्षण गोष्ट घडू लागली. हळूहळू सगळ्या वेदना नाहीशा होऊ लागल्या. सुरुवातीला प्रचंड थकवा आल्यासारखं आणि डोकं हलकं झाल्यासारखं वाटत असे, पण मग ती अवस्थादेखील नाहीशी झाली आणि मग माझ्या मनाच्या कक्षा एकदम रुंदावल्यासारख्या होऊन समोर दिसणारं संपूर्ण खोरं माझ्या मनात सामावून घेतल्याचा अनुभव मला येऊ लागला. त्यानंतर मी जेव्हा डोळे उघडले आणि झोपडीसमोरच्या भागात इकडंतिकडं उडत असलेल्या रंगीबेरंगी फुलपाखरांकडे आणि पक्ष्यांकडे पाहिले, तेव्हा मीसुद्धा एक फुलपाखरूच असून त्या विविधरंगी फुलांमधील मध प्राशन करत आहे असं मला वाटू लागलं. अत्यंत चमकदार कांतीचे हिरवेगार विषारी साप माझ्या अगदी जवळून गेले तरी मला त्यांची भीती वाटली नाही. मीही निसर्गाचाच एक भाग असल्यामुळे ते मला कोणतीही इजा करणार नाहीत असा विश्वास मला वाटत होता. वानरांनी तर आमच्या जवळ येऊन हलक्या हातानं आम्हाला थोपटलं आणि एकदा तर जंगलातून एक बिबट्या माझ्याजवळ आला आणि त्यानं चक्क माझे गाल चाटले. याचाच अर्थ मेटोक शुलेनचा प्रयोग यशस्वी झाला होता. आमची शरीरं मागं सोडून आम्ही त्या खोऱ्यात आता प्रवेश केला होता.

एकविसाव्या दिवशी मला जाग आली तेव्हा तांत्रिकानं फुलांचा चहा बनवलेला होता, पण त्यात अगदी थोड्या प्रमाणात सातू मिसळले होते. आजूबाजूच्या निसर्गाशी तादात्म्य पावलेली माझी समाधी अवस्था भंग व्हावी असं मला अजिबातच वाटत नव्हतं, पण त्यानं तो चहा अगदी शेवटच्या थेंबापर्यंत सगळा पिऊन टाकण्याचा मला आग्रहच केला. त्यानंतर आम्ही आमच्या उरल्यासुरल्या अत्यावश्यक वस्तू उचलल्या आणि एकमेकांशी चकार शब्दही न बोलता जणूकाही कुठल्या दिशेनं जायचे आहे ते अगोदरपासूनच ठरलेलं असल्याप्रमाणे एका दिशेनं चालू लागलो. कोणतीही विशिष्ट वाट धरून आम्ही जात नव्हतो, पण तरी जंगलातून मार्ग काढत आम्ही निघालो होतो. एकदाही आम्ही मागे वळून पाहिले नाही आणि एकदाही आम्ही आमचा रस्ता बदलला नाही. कुठल्यातरी अंतस्थ जाणिवेने आणि प्रेरणेने आम्ही चालत होतो.

असेच आणखी तीन दिवस आम्ही चालत राहिलो. दर पाच-एक तासांनी थोडे सातू आणि फुलांचा चहा प्यायचा आणि पुढे चालायचे. शेवटी तिसऱ्या दिवशी संध्याकाळी आम्ही त्या जंगलातून बाहेर पडून वर आलो आणि डोंगराच्या खडकाळ उतरणीवरून ठेचकाळत आधी आम्हाला न दिसलेल्या आणि लामांच्या कुठल्याच नकाशावर न दाखवलेल्या, पण आता समोर उभ्या ठाकलेल्या खिंडीकडे चालू लागलो. समोरचा रस्ता लांबच लांब पसरल्यासारखा वाटत होता आणि जवळपास महिनाभर फारसे काहीच खाल्ले नसल्याने आलेल्या अशक्तपणामुळे मला वात झाल्यासारखे होत होते. डोके हलके झाले होते. कसाबसा मी एकेक पाऊल पुढे टाकत होतो आणि तेव्हाच एक दुर्घटना घडली. माझ्याबरोबर आलेला तो तांत्रिक त्या उतारावरून चालताना घसरला आणि पाहता पाहता खालच्या दरीत लुप्त झाला. एखादी प्रतिक्षिप्त क्रिया घडावी, त्याप्रमाणे मीदेखील त्याच्या मागोमाग खाली उडी टाकणार होतो. पण कसाबसा सावरलो आणि एकेक पाऊल जपून टाकत त्या कपारीच्या तळाशी पोहोचलो. तांत्रिक मृत्यू पावला होता.''

बोलता बोलता थांबून अन्तोन हरझोग उपमठाधिपतींकडे पाहू लागला. त्याला अपेक्षित असली तरी त्यांच्याकडून काहीच प्रतिक्रिया व्यक्त झाली नाही. फक्त पाऊस आणि जंगलातील प्राण्यांच्या डरकाळ्या, पक्ष्यांनी घातलेली साद असे कसले कसले आवाज ऐकू येत राहिले. उपमठाधिपती पूर्णपणे भेदरलेल्या आणि गोंधळलेल्या अवस्थेत आपल्या समोरच्या माणसाकडे बघत होते. त्यांना काहीच सुचत नव्हते. काय बोलायचे ते तर अजिबातच कळत नव्हते. एक मिनिटभर थांबून हरझोग पुढे सांगू लागला,

''अनेक दिवसांच्या उपासांनी अशक्त झालेल्या आणि गेल्या काही दिवसांच्या कष्टप्रद वाटचालींमुळे झालेल्या हळव्या अवस्थेत मी त्या कपारीच्या तळाशी हताशपणे माझ्या दुर्दैवाला बोल लावत उभा राहिलो. तांत्रिकाचे शरीर मोठ्या कष्टानेच ओढत आणून त्या डोंगर उतरणीवर सूर्यप्रकाशात आणले. मग त्या डोंगराळ भागातल्या थंड आणि स्फटिकाप्रमाणे स्वच्छ हवेत मी त्याच्या आकाशदफनाची सिद्धता केली. माझ्याकडे भारतीय लष्करात वापरली जाणारी चांगली सुरी होती, तरीही अशक्तपणामुळे हे काम मला खूपच अवघड पडले. गिधाडांसाठी त्याच्या शरीराचे योग्य प्रमाणात तुकडे केल्यावर आणि गिधाडे भक्ष्यासाठी घिरट्या घालायला लागल्यावर मी खुरडत खुरडत जरा वरच्या बाजूला असलेल्या एका खडकामागे गेलो आणि प्रचंड थकवा येऊन निश्चेष्ट पडून राहिलो.

''याकच्या लोकरीचा कोट, त्याला शुबा म्हणतात, तो लपेटून घेऊन जवळपास दोन दिवस आणि दोन रात्री तरी मी त्याच अवस्थेत निश्चेष्ट पडून

राहिलो असेन. भुकेने तर मी वेडापिसाच व्हायच्या बेतात होतो. त्यातच आता माझं डोकं ठिकाणावर ठेवायला तो फुलांचा अर्क घालून केलेला चहादेखील नव्हता. मग माझं मन आणि शरीर कोमेजून जाऊ लागलं. आजूबाजूच्या जगापासून अलिप्त, बंद होऊ लागलं. अंधारातच हिमालयावरून तरंगत जात मी चंद्रताऱ्यांना भेट देऊन आलो. तांत्रिकाबरोबर पुन्हा त्या कपारीत गेलो आणि तिथं पसरलेली अनंत, अथांग पोकळी अनुभवली. त्या अथांगतेत घसरत जात असतानाच आपल्या आयुष्यात हे इतकं काही वाईट घडण्याची वेळ अजून आलेली नाही. मला आणखी बरीच मजल मारायची आहे, असे विचार मनात येत होते.

''तेवढ्यात माझ्या खांद्यावर मला एका हाताचा स्पर्श जाणवला. माझे थकलेले डोळे वर उचलून जेव्हा मी लक्ष देऊन पाहिलं तेव्हा मला एक साधारण साठीचा चिनी मनुष्य समोर उभा असलेला दिसला. तो काहीतरी बोलत होता आणि माझ्या ओठांशी एक पाण्याची बाटली धरत होता. त्या अमृतस्पर्शानं माझ्या अंगात अक्षरश: ऊब निर्माण झाली. थोडं बरं वाटू लागल्यावर मी उठून बसलो आणि आजूबाजूला बघू लागलो. तेव्हा त्या चिनी माणसाबरोबर अनेक शेरपा लोकसुद्धा असल्याचं मला दिसलं. चार शेरपा उचलून नेत असलेल्या पडद्याच्या मेण्यात बसून तो चिनी माणूस प्रवास करत होता. तो माझ्याशी चिनी भाषेत बोलला, मग मी कुठून आलो ते सांगितल्यावर तो माझ्याशी अस्खलित इंग्रजीत बोलू लागला. ''तुमचं स्वागत आहे. तुम्ही खरोखरच फार भाग्यवान आहात. आम्ही या मार्गाने दहा वर्षांतून फक्त एकदा जातो. बाहेरच्या जगाशी संपर्क ठेवायची आम्हाला फारशी गरजच नसते. तुम्हाला आमच्याबरोबर आमच्या मठात यावंच लागेल, म्हणजे तिथं आम्ही तुमची प्रकृती सुधारून पुन्हा खडखडीत बरं व्हायला तुम्हाला मदत करू शकू.''

माझा माझ्या कानांवर विश्वासच बसत नव्हता. मी भाग्यवान होतो यात शंकाच नव्हती. पण तरीही माझ्या मनात काही प्रश्न उमटले होते. ''तुम्ही पुढे केलेल्या मदतीच्या हाताबद्दल मी तुमचा मनापासून आभारी आहे आणि मला मदत हवीच आहे. पण तुम्ही मला एक सांगाल का? मी शांग्री-लापासून फार दूर आहे का? तुमच्या मठाचं तेच नाव आहे का?''

''नाही,'' तो चिनी माणूस म्हणाला. ''तुम्ही फार दूर नाही. तुम्ही आमच्याबरोबर राहा. आमचं आदरातिथ्य तुम्हाला नक्कीच आवडेल.''

''माझा आनंद गगनात मावत नव्हता. माझ्या वडिलांनी त्यांच्या शांग्री-लाच्या भेटीबद्दल सांगितलेल्या कथांमध्येदेखील अस्खलित इंग्रजी बोलणाऱ्या एका चिनी माणसानं आपल्याबरोबर चलण्याच्या त्यांना केलेल्या आग्रहाबद्दल सांगितलं

होतं. म्हणजेच या सगळ्याचा अर्थ असा होता, की माझी केवळ मृत्यूपासूनच सुटका झाली नव्हती तर मला आता त्या परमपवित्र अशा विश्वसत्तेच्या गाभाऱ्यात नेलं जाणार होतं. त्यांच्या मठाचंच नावा शांग्री-ला होतं की नव्हतं याबद्दल उत्तर देण्याचं त्या चिनी माणसानं टाळलं होतं त्यात काहीच नवल नव्हतं. ते त्या स्थानाशी निगडित असलेल्या दंतकथांबरोबर तंतोतंत जुळत होतं.

"त्यानं मला त्याच्या मेण्यात बसवलं आणि पुढचे पाच तास ते शेरपा मला सतत चढाच्या रस्त्यानं नेत असताना तो चिनी माणूस माझ्या बाजूला चालत होता. चालता चालता शेवटी आम्ही ती खिंड पार केली आणि मग तो रस्ता अचानक भीतिदायक उताराचा होत खाली खाली जाऊ लागला."

सुदृढ शरीराचा एक भिक्षू हलकेच उपमठाधिपतींच्या जवळ येऊन कानाशी काहीतरी कुजबुजला. तेदेखील उत्तरादाखल काहीतरी बोलले. पानांची सळसळ व्हावी, तसे काहीसे ते हरझोगला ऐकू आले. भोवतालच्या जंगलात कुठंतरी काहीतरी हलत होते, त्याची त्याला खोलवर कुठंतरी जाणीव होत होती. एक कसलीतरी गूढ शक्ती, त्याचाच शोध घेत येत होती. शेवटी ते त्याला शोधून काढतीलच, हे त्याला माहीत होते, फक्त वेळेचाच प्रश्न होता. पण त्याला आता भीती वाटत नव्हती. कारण आता त्याला फारसे काही करता येणे शक्य नव्हते. कोणत्याही घटनांवर नियंत्रण राखण्याचा प्रयत्न करण्याची वेळ आता निघून गेलेली होती. काहीतरी तातडीची गोष्ट सांगितली जात होती. ती काय आहे ते समजण्यासाठी हरझोगनं मान उंचावून ऐकण्याचा प्रयत्न केला. उपमठाधिपती अस्वस्थ झालेले दिसत होते, तेवढ्यात ते म्हणालेच, "आता आपण इथं एक क्षणही राहू शकत नाही. अंधार दाटून येत आहे. आपल्याला तत्काळ इथून हललं पाहिजे. आम्ही तुम्हाला सुरक्षित जागी घेऊन जात आहोत."

"सुरक्षित जागी?" हरझोगने आशेने विचारले.

"हो. अगार्थीच्या पवित्र शहरात तुम्हाला घेऊन जाणार आहोत. पण त्यासाठी आपल्याला तत्काळ इथून प्रयाण केलं पाहिजे."

असं बोलून उपमठाधिपतींनी आज्ञा केल्याबरोबर ते सर्व भिक्षू अंग झाडत ताडकन उठून उभे राहिले. सर्वांत तरुण भिक्षूंनी पुन्हा एकदा हरझोगचे स्ट्रेचर उचलले. आपले डोके पाठीमागे फेकले गेल्यासारखे हरझोगला एकदा वाटले, पण पुढच्याच क्षणापासून पाण्यात हलणाऱ्या बोटीत बसल्यावर जाणवते तशी स्ट्रेचरची आता परिचित झालेली लयदार हालचाल सुरू

झाल्याचेदेखील कळले. त्या हेलकाव्यांबरोबर हिंदकळताना आपण वाऱ्यावर तरंगणारे एखादे पान आहोत किंवा वादळी समुद्रातल्या लाटांवर असलेला ओंडका आहोत असा त्याला भास होऊ लागला. इकडं त्याच्या स्ट्रेचरखाली आणि पुढंमागं चालणाऱ्या संपूर्ण भिजलेल्या आणि चिखलाने बरबटलेल्या भिक्षूंना मार्गदर्शन करत तो वृद्ध लामा गंभीर मुद्रेने त्या अमर्याद जंगलातून वाट काढत चालू लागला.

एकोणतीस

'शोमोलोन्मा!... शोमोलोन्मा!...'

अशा आरोळ्यांनी नॅन्सी दचकून जागी झाली. आपल्याला कधी झोप लागली ते तिला आठवत नव्हते. विमानाने झेप घेतल्याचे तिला आठवत होते, मग विमान हिमालय आणि तिबेटच्या वर आकाशात जात असताना थोडा वेळ तो हुसेन आणि त्याचा तो सह-वैमानिकाकडे आपण उगीचच बघत बसलो होतो तेही तिला आठवले. मग मात्र जेटलॅगने परिणाम साधला होता आणि आता किती वेळ आपण झोपलो होतो, किती वाजले असावेत हे तिला काहीच सांगता येणार नव्हते. सह-वैमानिक हसत हसत ग्लोव्ह्ज घातलेल्या हातानेच खिडकीकडे बोट दाखवत तिला काहीतरी सांगत होता. खालिद हुसेन कुठेच दिसत नव्हता. सूर्य आता बराच वर आला होता आणि विंडस्क्रीनच्या काचेतून आत येणाऱ्या किरणांची तिरीप डोळ्यांतच येत असल्यामुळे एका बाजूचे स्वच्छ निळे आकाशच फक्त दिसू शकत होते. तिने अजूनही झोपेचा अंमल असलेले डोळे चोळले. अवघडलेली मान एकदा या बाजूला, एकदा त्या बाजूला अशी वळवत मोकळी केली आणि पुढे वाकून खिडकीतून दिसणारे दृश्य पाहू लागली.

"शोमोलोन्मा! अवघ्या विश्वाची जननी – आदिमाता!" सह-वैमानिक म्हणत होता.

श्वास रोखून धरायला लावणारे संपूर्ण आयुष्यात कधी न पाहिलेले असे चित्तवेधक दृश्य होते ते! विमान उडत होते त्याच पातळीवर उजवीकडे एक महाप्रचंड आणि अनुपम सुंदर असा पांढराशुभ्र नगाधिराज दिसत होता.

"एव्हरेस्ट पर्वत?"

वैमानिकाने थम्सअपची खूण केली. पर्वताचे बर्फाच्छादित उतार वर चढत चढत शिखरापाशी जाऊन एखाद्या अरबाच्या डोक्यावरील आभूषणासारखे,

घड्या पडलेल्या पडद्याआड देवीचे मुखकमल दडवल्यासारखे दिसत होते. खालच्या बाजूला अगदी पर्वताच्या पायथ्याशी एक नदी गळ्यातल्या नेकलेससारखी पर्वताभोवती वेटोळे घातल्यासारखी दिसत होती. सगळीकडून एकामागून एक पर्वतशिखरं आकाशाकडे झेपावताना दिसत होती. जणूकाही प्रार्थना करणाऱ्यांचे असंख्य हातच आकाशातल्या स्वर्गाला स्पर्श करण्याचा प्रयत्न करत आहेत, असे नॅन्सीला वाटले. नजर पोहोचेल तिथपर्यंत पसरलेल्या पर्वतरांगांकडे पाहताना मानवी मनाला आकलन होण्यापलीकडे, त्याच्या इवल्याशा मेंदूच्या क्षमतेपलीकडे अथांग, गहनगूढ असे काहीतरी आपल्याला जाणवते आहे, असे नॅन्सीला वाटले. सहजपणे तिने बाजूला पाहिले. जॅक ॲडम्स जागा झाला होता. तो खाली पसरलेल्या खोल, अथांग दऱ्याखोऱ्यांकडे पाहत बसला होता. हलक्या आवाजात तो म्हणाला, "अन्तोन एकदा असं म्हणाला होता, की नरक ही स्वर्गाची मूस असते, त्याची मला हे दृश्य पाहताना आठवण झाली. या दऱ्या पाहिल्या की, असं वाटतं की, दऱ्या म्हणजे उलटे केलेले पर्वतच असावेत."

कुठंही पाहिलं तरी खाली उलगडत असलेल्या डोंगरदऱ्या, कडेकपारींच्या दृश्याकडे नॅन्सी एकटक पाहत राहिली. लहानपणी खेळायला घेतलेल्या प्लॅस्टर ऑफ पॅरीसच्या साच्यांची तिला आठवण झाली. जॅक बोलतोय ते अगदी खरं आहे असे तिला वाटले. दऱ्या म्हणजे पर्वताची अगदी आरशातील प्रतिमाच असल्यासारखे किंवा अगदी नैसर्गिकरीत्या तयार झालेली विरुद्ध बाजू असावी तसे वाटत होते. यिन आणि यांग तत्त्वांसारखं! मधेच कुठंतरी एखादी बर्फाळ दरी, त्या शुभ्र आच्छादनातून मधेच डोकावणारा पाचूसारखा हिरवागार पट्टा आणि मधेच उगवल्यासारखे वाटणारे काळेकरडे पर्वत दिसत होते.

"नरक, पण किती सुंदर! अगदी स्वर्गाइतकाच सुंदर," ती म्हणाली. "मी यापैकी कुठंही जाऊन पडले तरी मला त्याचे दुःख होणार नाही."

थेट खाली पाहण्यासाठी पुढे वाकून ती पाहू लागली, तेव्हा डोंगरउतारांवर चिकटवल्यासारखे दिसणारे ठिपके म्हणजे घरे असावीत का, असा प्रश्न तिला पडला. आपल्याशीच बोलावे तसे ती म्हणाली, "खाली राहणाऱ्या लोकांना आपल्याबद्दल काय वाटत असेल काय माहीत? काहीही असलं तरी आपल्यापेक्षा ते नक्कीच सुखी असतील."

जॅक हसला. पुन्हा एकदा तो आपल्या अडाणीपणाबद्दल उपरोधाने हसतो आहे, असं तिला वाटलं. इतक्यात तो म्हणाला, "हे तू अगदी अन्तोनसारखंच बोललीस. या दऱ्याखोऱ्यांमधल्या एकांताबद्दल भरभरून बोलताना इथली माणसं कसल्याही परिस्थितीला तोंड द्यायला कशी समर्थ असतील, अगदी अणुयुद्ध आणि मानवी संस्कृतीचा विनाशकाल आला तरी त्यालाही तोंड द्यायला सक्षम

असतील, त्याबद्दल बोलताना मी ऐकलं आहे. या जागा म्हणजे तुम्हाला स्वप्नातही वाटणार नाहीत इतक्या सुरक्षितपणे राहण्याच्या जागा असतील असं त्याला वाटत असे.''

''या सगळ्या भागाची पाहणी केलेली आहे का?''

''छे! अजिबात नाही. शक्यच नाही ते. त्यांचे हवाई सर्वेक्षण करणंदेखील शक्य नाही. तिथं खाली काय आहे ते कोण सांगू शकेल? एव्हरेस्टपेक्षाही जास्त उंचीचे पर्वत आहेत आणि आपल्याला काहीही कल्पना नसलेली अनेक साम्राज्यं आणि लोक आहेत, असं शपथेवर सांगणारे शेरपा मला माहीत आहेत. शेवटचं हिमयुग आलं तेव्हा या दऱ्यांपैकी काही दऱ्याखोऱ्यांचा उपयोग आश्रय घेण्यासाठी केला गेल्याचा इतिहास केवळ दंतकथा नसून वास्तव आहे असंच लामा मानतात. बाकीचं सगळं जग जेव्हा जेव्हा हिमयुगाच्या प्रभावाखाली गोठत होतं किंवा विश्व वडवानलात भस्मसात होत होतं त्या त्या वेळी मानवी संस्कृती जतन करून ठेवण्याचं, जिवंत ठेवण्याचं काम इथंच केलं जात होतं.''

तो जे काही सांगत होता त्याचा पुरता अर्थ कळत नव्हता. त्यामुळे नॅन्सी कसनुसं हसली.

''आता कोण अन्तोनसारखं बोलतंय?'' ती म्हणाली.

इतक्यात सह-वैमानिक खाली एका पर्वताच्या पायथ्याशी दुभंगल्यासारखी दिसणारी एक अरुंद दरी हाताने दाखवू लागला.

''ल्हासा गोन्गकार विमानतळ.''

एक सफाईदार वळण घेत विमान खाली उतरून त्या दरीच्या दिशेने जाऊ लागले.

समुद्रसपाटीपासून बारा हजार फुटांवर असलेल्या त्या विमानतळाच्या धावपट्टीवर एका बाजूला उभे राहून जॅक आणि हुसेन दोन चिनी सैनिकांबरोबर आर्जवी सुरात बोलत होते. विमानाच्या पायऱ्यांपाशी उभी राहून नॅन्सी आयुष्यात प्रथमच हिमालयातल्या इतक्या उंचीवरच्या थंड आणि विरळ हवेत खोल श्वास भरून घेण्याचा प्रयत्न करत होती. स्फटिकासारख्या स्वच्छ वातावरणामुळे सूर्यप्रकाशही जास्तच प्रखर झाल्यासारखा वाटत होता. त्यामुळे डोळे किलकिले करूनच इकडंतिकडं पाहावं लागत होतं. दुसऱ्या एका उभ्या असलेल्या विमानापाशी इंधन भरणारा एक ट्रक हळूहळू सरकल्यासारखा गेला. डोळ्यापुढे अंधारी आणणाऱ्या स्वच्छ, प्रखर प्रकाशाच्या लाटेवर सगळं काही तरंगत असल्यासारखं दिसत होतं. त्या दृश्यानं नॅन्सीच्या मनात आनंद दाटून आला होता, पण त्याच वेळी तिला भोवळ आल्यासारखंदेखील वाटत होतं.

एका चिनी सैनिकाच्या हातात एक पुडके कोंबण्यात आले. दुसरा आपण त्या गावचेच नसल्यासारखा निर्विकारपणे दुसरीकडे बघत सिगारेट ओढत होता. काहीतरी तडजोड झालेली दिसत होती. मग जॅकने नॅन्सीला बोलावले. त्याच्या मागोमाग तीदेखील एका लष्करी जीपमध्ये जाऊन बसली. निरोपदेखील न घेता खालिद नाहीसा झाला होता. जीपमध्ये कोणीही हसत, बोलत नव्हते. कुठल्याही बाजूने काहीही समोर येऊ शकेल अशा साशंकतेने जॅक विमानतळाच्या चारी बाजूंची टेहळणी करत होता. तिलाही तणावाची आणि भीतीची जाणीव झाली. त्या सैनिकांना लाच देताना जर ते पकडले गेले असते तर काय झालं असतं त्या सैनिकांचं, याची तिला कल्पनाच करवत नव्हती. विमानतळाभोवतीच्या कंपाउंडमधल्या एका दारातून बाहेर पडत ते एका धूळभरल्या रस्त्यावर वळले. धुळीचे उसळलेले लोट सूर्यप्रकाशात दिसू लागले. थरथर आवाज करत तो ट्रक थांबला आणि त्या सैनिकांनी जॅककडे पाहत खूण केली.

"आपल्याला इथं उतरायला हवं." जॅक नॅन्सीला म्हणाला. ती ट्रकमधून खाली उतरली. दोघेही उतरल्याबरोबर तो ट्रक वळला आणि आला त्यापेक्षाही जलद गतीने पुन्हा गेटमधून आत गेला. नाकातोंडात गेलेल्या धुळीने खोकत असतानाच, सुटका झाल्यासारखा नि:श्वास टाकत जॅक म्हणाला, "दर वेळेला हे जास्तच वाईट होत चाललंय बरं का! पण असू दे. आता खाली ल्हासापर्यंत आपल्याला कुणी घेऊन जातंय का ते पाहू या."

नॅन्सीच्या मनात आले, हा त्यांचा लपूनछपून चाललेला प्रवास, सैनिकांना लाच, सुरक्षा चौकीला बगल देऊन जाणे हे सगळं बेकायदेशीरच तर होतं. हा असला प्रकार तिने पूर्वी कधीही केला नव्हता आणि ही फक्त सुरुवात आहे, यापुढेही असे नियम मोडायचे आणखीदेखील प्रसंग आपल्यावर येणार आहेत, याचीही तिला जाणीव झाली.

"चल लवकर." जॅक म्हणत होता, "त्या सुंदर निसर्गाचं कौतुक आपण नंतर करू."

तीस

रक्तवर्णी लाल आणि हिमशुभ्र भिंती पार करत, नागमोडी वळणाच्या पायऱ्या चढून जात ती शेवटी पोहोचली तेव्हा ल्हासाच्या मुख्य चौकाच्या अगदी वरच्या बाजूला ढगांच्या समुद्रात तरंगत असलेल्या एकुलत्या एक जहाजासारखा हेलकावे खात असलेला पोटालाचा राजवाडा तिला दिसला. राजधानीतल्या इतर सर्व इमारती त्याच्यापुढे खुज्या दिसत होत्या. पश्चिम तिबेटमधील अनेक मोठ्यात मोठी मंदिरे आणि मठ त्या राजवाड्यात सहजपणे आणि अनेकवार सामावून गेले असते. पण आता तरी त्याच्यावर एक उदास छाया पडली होती, असं तिला वाटलं. कित्येक शतके इथं जीवन नांदत होते. हजारो भिक्षू इथं राहत होते. मोठमोठी ग्रंथालये इथं होती. एका वेळी शेकडो माणसं जेवू शकतील अशी प्रशस्त भोजनगृहे होती. पण आता ती वास्तू निर्मनुष्य होती. सर्व माणसं परागंदा झालेल्या शहरासारखी भकास, पोकळ, केविलवाणी दिसत होती. त्या वास्तूच्या भव्य दारांतून तिबेटच्या साम्राज्याच्या दूरदूरच्या कानाकोपऱ्यातून तीर्थयात्रेला निघालेले आणि इथं थांबलेले लामा ये-जा करत नव्हते. राजवाड्याच्या आतल्या भागात असलेल्या हजारो दिव्यांची तेलवात करायला कोणीही भिक्षू तिथं नव्हते; त्याची गरजच आता उरली नव्हती. आता इथं अस्वस्थ अंधार आणि भयावह एकाकीपण दूर पळवणारा सामुदायिक उपासनेचा रात्रंदिवस चालणारा गजर होत नव्हता.

हा राजवाडा म्हणजे एका समृद्ध इतिहासाची निव्वळ एक आठवण, गाभाच न उरलेले एक फोलपट आहे असे नॅन्सीला वाटले. त्या प्रमाणबद्ध नसलेल्या अगदीच विषम दिसणाऱ्या पांढऱ्या, लाल भिंतींकडे पाहताना उदासवाणे वाटत होते. ते दृश्य पाहताना सेवेतून निवृत्त केलेल्या आणि सगळे भाग वेगवेगळे करून अस्तित्वच नाहीसे करण्याआधी काही काळ नुसतेच उभे करून

ठेवलेल्या आर्क रॉयल नावाच्या विमानाची तिला आठवण झाली. राजवाड्याच्या अगदी वरच्या भागातल्या सोनेरी कळसावर चीनचा ध्वज फडकत होता. काही तुरळक भिक्षूंच्या वावरण्यामुळे काहीतरी हालचाल वाटत होती इतकंच, पण त्या किल्लेवजा राजवाड्याचे हृदय... तो प्रार्थनास्थळाचा गाभारा, त्याची स्पंदने कधीचीच निमाली होती. इथं येणाऱ्या लोकांत प्रामुख्याने झाडलोट, साफसफाई करणारे, नाहीतर चीनच्या गुप्त पोलिसांनी खबरी काम करण्यासाठी दिमतीला ठेवलेले भिक्षू हेच दिसत होते. बाहेरच्या बाजूला पहारे द्यायला सैनिकही होतेच. चिनी पर्यटक इकडंतिकडं फिरत आपलेच फोटो काढून घेत होते. काहींनी पारंपरिक तिबेटी शुबा खरेदी केले होते आणि ते घालून मिरवत होते आणि कॅमेऱ्यासमोर ऐट दाखवत होते.

नॅन्सी आणि जॅक शांतपणे हे सगळे पाहत उभे होते. शेवटी जॅक म्हणाला, "पहिल्यांदा जेव्हा मी इथं आलो तेव्हा हे असं अजिबात नव्हतं. तेव्हा अगदी वेगळं वातावरण होतं इथं."

जणूकाही मनापासून आवडणाऱ्या गोष्टीची अशी स्थिती पाहून त्याला खरोखरच हळहळ वाटत असावी, असं त्याचं बोलणं ऐकताना नॅन्सीला वाटलं. तिनं त्याच्याकडं पाहिलं. तो वर राजवाड्याकडे पाहत होता. त्याच्या चेहऱ्यावर कोणतेच भाव नव्हते.

रुक्ष सुरात तो पुढे बोलू लागला, "हे जरा विचित्रच वाटेल. कारण तेव्हाही तो असाच वापरात नसलेला, पडीक होता. म्हणजे त्यावेळी कदाचित तिबेट स्वतंत्र होईल अशी लोकांना आशा वाटत होती आणि म्हणून या राजवाड्याकडे ते त्यांच्या आशेचे एक प्रतीक म्हणून पाहत असावेत, पण आता ती त्यांच्या अपयशाची; चिनी राजवट उलथून टाकण्यात आलेल्या अपयशाची स्मृती ठरली आहे."

"कधी घडलं होतं हे?"

"ओह, बरीच वर्षं झाली त्याला आता. तिबेटमध्ये शिरकाव करणं तुमच्याकडं भरपूर पैसे असल्याशिवाय आणि एखाद्या वाटाड्यासह पर्यटक म्हणून आल्याशिवाय जवळपास अशक्यच होतं; तेव्हाची गोष्ट आहे ती. मी तसा नाही आलो. मी एक विद्यार्थी होतो तेव्हा, मग मी सिचुआन प्रांतातून वेगवेगळ्या क्लृप्त्या लढवत पोहोचलो. कायम आठवण राहील असा प्रवास होता तो. ल्हासाला धान्याचं पीठ घेऊन जाणाऱ्या एका ट्रकच्या पाठीमागच्या भागात अकरा दिवस बसून केलेला प्रवास होता तो. लॉरीच्या ड्रायव्हरला आपल्याला कधीही थांबवून तपासणी करतील याची इतकी भीती वाटत होती की, मला पूर्ण दिवस पाठीमागे लपून बसावं लागत होतं. तसा मी त्या पिठाच्या पोत्यांवर मस्त झोपून

जात असे म्हणा. पण पीठ माखलं जाऊन जाऊन मी पूर्ण पांढराफटक झालो होतो तेव्हा. बाहेर बघण्यासाठी फक्त वरच्या बाजूला असलेली एक खिडकी होती. त्यातून बघण्यासाठी पिठाच्या गोण्यांवर चढून शिवाय टाचा उंच करून मला पाहावे लागत असे. अकराव्या दिवशी असाच मी त्या खिडकीतून पाहत असताना ल्हासाच्या पठारावरून आमची गाडी जात असल्याचं आणि दूरवर पोटालाच्या राजवाड्याच्या शुभ्रधवल भिंती आणि सोनेरी स्तूप जवळ येत असल्याचं दिसू लागलं. ते दृश्य पाहताना माझ्या मनात आयुष्यात प्रथमच सात्त्विक भाव दाटून आले.''

बोलता बोलता तो गप्प झाला. तो मनापासून बोलत होता. म्हणजे वरकरणी दिसणाऱ्या त्याच्या हडेलहप्पी, व्यवहारी चेहऱ्याआड खोलवर कुठंतरी अजूनही काहीतरी शुद्ध स्वरूपाचे, आयुष्याचा सखोल विचार करणारे मानवी मन शिल्लक आहे तर, असे तिला वाटले. पण त्याचे कठोर व्यवहारी, नेहमीच तिरकस विचार करणारे आणि हडेलहप्पी बाह्य स्वरूप आणि हे अंतस्थ स्वरूप यांचा समतोल कसा काय राखला जात होता, याचे तिला राहून राहून आश्चर्य वाटत होते. खरंच समतोल राखला जात असेल का याबद्दल तिला शंकाच होती. एवढ्यात जॅक तिच्याकडे झुकून बोलायला लागला. आता याच्या स्वभावाचा आणखी कुठलातरी पैलू बघायला मिळणार म्हणून ती त्याच्याकडं पाहत त्याचे बोलणे ऐकायला लागली, पण हलक्या आवाजात तो इतकंच म्हणाला, ''आपण आता बालखोरच्या बाजारात जाऊ या आणि मग जोखान्ग मंदिराकडे जाऊ या. तो सगळा तिबेटी लोकांचा भाग आहे. पण सार्वजनिक ठिकाणी आपण वावरत असताना आपल्याला कुठं कशासाठी जायचं आहे त्याबद्दल काहीही बोलू नकोस. पर्यटक म्हणवणाऱ्यांपैकी निम्मे लोक हेरगिरीचं काम करणारे असतात. बाजारात फिरणं आणि लोक काय बोलताहेत ते कान देऊन ऐकणं हेच काम त्यांना दिलेलं असतं. माझ्याबरोबरच राहा आणि ब्ल्यू लॅंटर्न चहापानगृहामध्ये जाईपर्यंत तरी कसल्याच गोष्टीची चर्चा करू नकोस.''

आजूबाजूला आपलेच फोटो काढण्यात मग्न असलेल्या चिनी लोकांकडे तिने पाहिले. ते काही गुप्तहेर वगैरे वाटत नव्हते, पण तिला अशी कितीशी माहिती होती या सगळ्याची? आपली बॅग खांद्यावर टाकत पुन्हा एकदा त्या उदासवाण्या राजवाड्याकडे तिने नजर टाकली. मग जॅकच्या मागोमाग चौकातून चालू लागली.

एकतीस

भिकारी, यात्रेकरू, डोंगराळ भागात राहणारे आणि एकदम गर्दीच्या ठिकाणी आल्यामुळे बावचळलेले आदिवासी आणि उगाच इकडंतिकडं घरंगळत गेल्यासारखे फिरणारे पर्यटक यांच्यातून वाट काढत ते मध्ययुगीन युरोपातल्या किल्ल्यासारख्या दगडी बांधकामाच्या जोखान्ग मंदिरापाशी पोहोचले. इकडची तिकडची माहिती सांगावी तसे जॅकने तिला सांगितले, की मंदिराचे किल्ल्यासारखे दिसणे हाच मुद्दा चिनी लोकांनी लामांच्या विरुद्ध प्रचार करण्यात वारंवार वापरला होता. जोखान्गचे मंदिर आणि मठ एखाद्या अभेद्य दगडी गुहेसारखा किंवा किल्ल्यासारखा संरक्षक असावा म्हणूनच इतक्या भरभक्कम भिंती घालून बांधला होता.

''तिबेट म्हणजे एक ओसाड, धोकादायक प्रदेश होता,'' त्याने सांगितले होते. ''चिनी लोक इथं येण्यापूर्वी दलाई लामांचा प्रभाव ल्हासाच्या वेशीपलीकडेदेखील फारसा पोहोचत नव्हता. तिबेटच्या पश्चिमी आणि पूर्वेकडच्या भागात गेलेल्या त्यांच्या दूतांना मारून खड्ड्यात टाकून दिलं जात असे आणि लोक तेदेखील हसण्यावारी नेत असत. मूळ स्थानापासून लांब असलेले लामांचे मठ चिनी आणि मोंगोल आक्रमणांपासून आणि अडेलतट्टू तिबेटी सरंजामदारांपासून स्वत:चं संरक्षण करण्यास समर्थ असावे लागत.''

जोखान्ग मंदिराच्या पुढच्या भागात एक फरसबंदी चौक होता आणि सभोवतालच्या दगडी भिंतीच्या परिघावर एक फरसबंदी वाट होती. अजस्त्र दगडी भिंती आणि मजबूत तिबेटी घरांच्या मधे घुसवल्यासारखी बसवलेली ही वाट म्हणजे एक भलामोठा बाजारहाटच होता. आतापर्यंत पाहिलेल्या इतर कुठल्याही बाजारापेक्षा इथला बाजार तिबेटी गोष्टींनी जास्त भरलेला आहे, हे नॅन्सीच्या नजरेने बरोबर टिपले. पोटाला राजवाड्यापाशी दिसले होते तसे भाजलेले दाणे आणि कोंबड्यांच्या तंगड्या विकणारे चिनी लोकांचे स्टॉल्स इथं

अजिबातच दिसत नव्हते.

एवढ्यात त्या फरसबंदी चौकाच्या मध्यभागाकडे पुढे पुढे येणाऱ्या एका माणसाकडे नॅन्सी आश्चर्याने पाहू लागली. तो बहुधा एक तरुण भिक्षू असावा, त्याची शरीरयष्टी अगदी वेताच्या काठीसारखी सडपातळ होती आणि अंगकांती सागाच्या झाडासारखी तुकतुकीत बदामी रंगाची होती. वर आकाशाकडे पाहत तो हात वर उंचावत, तो कोसळल्यासारखा धाडकन जमिनीवर गुडघे टेकत बसला आणि पुढच्याच क्षणी जमिनीवर साष्टांग नमस्कार घालून पडून राहिला. काही क्षण गेल्यानंतर पुन्हा उठून उभा राहत एक पाऊल पुढे टाकलं आणि पुन्हा साष्टांग नमस्काराचे आवर्तन करत पुढे सरकू लागला. प्रत्येक वेळी गुडघे जमिनीवर आपटले जाताना त्याला वेदना तर होतच असणार, पण त्याच्या चेहऱ्यावरचे भाव मात्र अष्टसात्त्विक आनंदाचे होते. हे असे दंडवत घालत गोगलगाईप्रमाणे वरखाली होत होत आणि तितक्याच संथ गतीने किती अंतर हा चालून आला असावा याचा तिला प्रश्नच पडला. आताच्या काळात पाश्चात्त्य देशात हे असे संपूर्णपणे झोकून देऊन समर्पित धार्मिक जीवन जगणे पाहायलासुद्धा मिळणे मुश्कील होते.

हा जॅक कुठं गेला? तिला एकदम आठवण झाली. या विचित्र आणि मन हेलावून टाकणाऱ्या दृश्यामुळे तिचे लक्ष जरा विचलित झाले होते. भेदरलेल्या नजरेने इकडंतिकडं बघताना अखेर तो दिसला. तो बाजाराच्या वाटेवर एकदम गर्दीत घुसला होता. केवळ त्याचा उंचपणा आणि त्याचे सोनेरी केस यामुळेच एवढ्या गर्दीतही तो दिसला, नाहीतर त्या गर्दीत तो सापडलाच नसता. त्याच्या नावाने मनातल्या मनात शिव्या घालत ती भराभर गर्दीतून वाट काढत त्याच्या दिशेने निघाली. तिच्यापासून साधारण पन्नास मीटर अंतरावर असताना चालता चालता तो अचानक थांबला, वळला आणि एका बुटक्या छपराखालच्या तितक्याच बुटक्या दरवाजातून आत गडप झाला. बहुधा तेच ब्ल्यू लँटर्न असावे.

बत्तीस

शेकडो वर्षं जाळलेल्या तेलातुपाच्या दिव्यांच्या धुरामुळे त्या चहापानगृहाच्या भिंती अगदी काळ्या-मिचकट झाल्या होत्या. जमीन ओबडधोबड दगडांची होती. फर्निचर म्हणजे बसकी, ठेंगणी बाकं आणि तीन पायांची मजबूत स्टुले असा पुराण काळातला, पण मजबूत बांधणीचा सरंजाम होता. पाच-सहा टेबलं होती आणि त्याभोवती स्वस्तातले चिनी सूट आणि फिरायला जाताना किंवा खेळताना घालावेत तसे कपडे घातलेले काही तरुण बसले होते. काही पुरुषांनी फेल्ट हॅट घातल्या होत्या आणि सर्वजण धूम्रपान करत होते. चहापानगृहाचा हा आतला भाग म्हणजे एखाद्या गुंडांच्या अड्ड्यासारखाच आहे, असे नॅन्सीला वाटू लागले. मान खाली घालूनच ती बाकांमधून वाट काढत पुढे गेली. खोलीच्या दुसऱ्या टोकाला एक छोटासा बार होता आणि त्याहीपलीकडे उघडणाऱ्या दारातून पलीकडे किचनमध्ये जाता येत होते. त्या कोंदटलेल्या वातावरणात भुरकट झालेल्या त्या नगण्य खिडक्यांमुळे काहीच फरक पडत नव्हता.

बारच्या मागे उभ्या असलेल्या माणसाबरोबर जॅक बोलत होता. मनावर आलेले दडपण हटवण्याचा प्रयत्न करत नॅन्सी जॅककडे जात होती. पण इतक्या धुरकट, कुंद वातावरणातही सगळ्यांच्या नजरा आपल्याकडे रोखलेल्या आहेत याची तिला जाणीव झाली. कुणाच्याही चेहऱ्यावरची रेषदेखील तिला पाहून हलली नाही आणि तिलादेखील कुणाच्या नजरेला नजर देण्याचा धीर झाला नाही. जॅक त्या माणसाशी तिबेटी भाषेत बोलत होता, त्यामुळे तिथं पोहोचल्यावर तिला गप्प उभे राहावे लागले आणि आतापर्यंत आपल्याला कशाचा शोध लागला, काय कळले आणि त्याचा अर्थ तरी काय अशा विचारांच्या गोंधळात ती हरवून गेली.

आपल्या उतावळेपणाचा आता तिला पश्चात्ताप होत होता, हे तिला मनाशी

कबूल करावंच लागलं. हरझोगचा शोध घेणं म्हणजे एका चांगल्या आणि आदर्शवत वाटणाऱ्या सहकाऱ्यासाठी केलेलं ते एक चांगलं काम असेल असं तिला वाटलं होतं. तो इतका गूढ आणि त्रासदायक ठरणारा माणूस ठरेल याची तिला कल्पनाच आली नव्हती. आपल्या मनातला गोंधळ, भीती जॅकला सांगावी का असा तिला विचार पडला. अन्तोन हरझोग आणि त्याचे सख्य कधीच नव्हते हे जरी खरे असले तरी हरझोगची आकांक्षा काय होती याची त्याला चांगलीच कल्पना होती. आपल्याला समजलेल्या माहितीचा कदाचित तो नीट अर्थ लावू शकेल असं तिला वाटलं किंवा कदाचित आपला निर्णय आपण बदलला असून, आपण परत जात आहोत असे त्याला सांगावे असाही विचार तिच्या मनात डोकावला. जॅकला त्याचीही काही फिकीर असण्याचे कारण नव्हते. त्याने त्याचे पैसे घेतले असते आणि नंतर तो तिच्याबद्दल विसरूनही गेला असता. त्या माणसाशी बोलत असताना आपण बाजूला उभे आहोत याची दखलसुद्धा न घेता तो बोलत बसला होता याचे तिला वैषम्य वाटले. म्हणजे तिने तिच्या कामासाठी त्याला पैसे देऊ केले होते, पण तो तिच्याकडेच दुर्लक्ष करत होता असे तिला वाटले. पण कदाचित तो काहीतरी महत्त्वाची माहिती गोळा करत असेल किंवा त्याच्या धंद्यातल्या उचापतींबद्दलच बोलत बसला असेल किंवा नुसतंच काहीतरी नाटक करत असेल अशा अनेक शंकांनी तिच्या मनात पिंगा घालायला सुरुवात केली. मग अगम्य भाषेतील त्या संभाषणाने आपण किती कंटाळलो आहोत, ते त्याच्या लक्षात आणून देण्याचा ती प्रयत्न करू लागली.

बहुतेक त्याचा परिणाम झाला असावा. कारण मिनिटाभरातच त्या बारमनने काउंटरची फळी उचलून त्यांच्यासाठी आतल्या बाजूला येण्याची वाट मोकळी केली आणि त्यांना बारमधल्या शेवटच्या रिकाम्या टेबलाकडे घेऊन गेला. चालता चालता तो जॅकशी हलक्या आवाजात काहीतरी बोलत होता. एक लाललाल गालांची तरुण तिबेटी मुलगी वाफाळणाऱ्या पदार्थांचे दोन बाऊल घेऊन आली आणि तिच्या पाठोपाठ किचनमधून एका मोठ्या उंच भांड्यात चहा घेऊन आलेल्या दुसऱ्या एका मुलीने अगदी अंगठ्याएवढ्या दोन कपांत चहा ओतून त्यांच्यासमोर ठेवला.

बाऊलमधल्या वाफाळणाऱ्या पदार्थाकडे पाहत समाधानाने हसून जॅक म्हणाला, "हे मोमो बरं का. म्हणजे तिबेटी पुडिंग म्हण हवं तर. खा ते. त्याने तुला थकवा जाणवणार नाही. ब्ल्यू लँटर्नच्या खाण्यातून मला अजून तरी कधी विषबाधा झाली नाहीये, तेव्हा बिनधास्त खा."

जॅकने वेट्रेसेसना त्यांचे काम सध्या झाले असून त्या जाऊ शकतात, अशा अर्थाची खूण केली. मग टेबलावरून पुढे झुकत हळूच बोलत तो म्हणाला, "माझा

एक मित्र आणि ल्हासामधील माझी सर्व कामे करणारा हरहुन्नरी माणूस गुन लोब्सान्ग आता इथं तुला भेटायला येईल. कृपा करून त्याला विचित्र किंवा अडचणीचं वाटेल असं काही बोलू नकोस किंवा करूही नकोस.''

''काही काळजी करू नकोस. हा काही माझा प्रांत नाही हे खरं असलं तरी मी काही अगदीच मूर्ख नाही.'' नॅन्सी म्हणाली.

''मला आनंद वाटला हे ऐकून,'' जॅक म्हणाला. त्याच्या स्वरात उपरोध जाणवत होता. ''तुझ्याशी बोलतानासुद्धा तो फार मोठा धोका पत्करतो आहे इतकंच लक्षात ठेव म्हणजे झालं.''

''हो ठेवते.'' स्वत:वरच ताबा मिळवत ती म्हणाली. मग थोडंसं सैलावून बसत त्याने आपल्या समोरच्या बाऊलमधून चमचाभर पुडिंग तोंडात टाकलं. एक मोठ्ठा सुस्कारा सोडत नॅन्सीनेदेखील खायला सुरुवात केली. तिला अगदी हवा होता तसाच तो पदार्थ अगदी गरमागरम आणि चवदार होता. त्यामुळे खाता खाता तिला उत्साह संचारल्यासारखे वाटू लागले.

थोडेसे खाऊन झाल्यावर बरे वाटायला लागल्यावर जॅकला सगळ्या गोष्टी समजावून सांगाव्यात अशा विचारात ती असतानाच दरवाजा उघडला आणि एक उंच तिबेटी माणूस आत आला. जाडेभरडे जाकीट घातलेल्या त्या माणसाने डोक्यावरची चामड्याची काऊबॉय स्टाईलची हॅट आत आल्यावरही काढली नाही. इकडंतिकडं चौकस नजर फेकत, कोण कुठं आहे याची नीट नोंद घेत शेवटी तो नॅन्सी आणि जॅकच्या टेबलाकडे आला.

''ताशी देलेक, जॅक. बऱ्याच दिवसांनी भेटतोय, नाही?''

औपचारिकता झाल्यावर त्याने विचारले, ''या कोण आहेत?''

''ही नॅन्सी केली. आम्ही आपल्या नेहमीच्याच मार्गानं आलो.''

हात जोडून नमस्कार करत तो तिबेटी माणूस म्हणाला, ''आपल्याला भेटून आनंद झाला, मिस केली.''

मग झटकन जॅककडे वळत तिबेटी भाषेत काहीतरी बोलला.

उत्तरादाखल इंग्रजीत बोलत जॅक म्हणाला, ''गुन, ती अगदी विश्वासपात्र आहे, हे मी तुला शपथेवर सांगतो.''

तिच्याकडे पुन्हा एकदा बघत गुनने बारच्या पाठीमागे घोटाळत असलेल्या मुलीला चहा आणण्यासाठी खुणावले. मग पुन्हा जॅककडे वळत तो बोलू लागला. ''मित्रा, आता या वेळी तिबेटमध्ये तू पुन्हा काय करायला आलास? आता परिस्थिती आणखी वाईट झाली आहे हे तुला माहीत आहे ना? गेल्याच महिन्यात तेन्झिनला तुरुंगात टाकलंय. पोलीस तर त्यांच्या मनात येईल त्याला पकडत असतात हल्ली. तिबेटी पोलीससुद्धा बरं का आणि आजकालची तरुण पिढी तर काय पैशाच्याच

मागं असते. स्वातंत्र्य वगैरेबद्दल त्यांना काही वाटतच नाही.''

''यालाच तर भांडवलशाही म्हणतात. त्यामुळे माणसं स्वार्थी होतात आणि फक्त आपलीच तुंबडी भरून घेण्याच्या प्रयत्नात असतात. क्रांतीला प्रतिबंध करण्यासाठी हे किती परिणामकारक ठरू शकतं, याचा मार्क्सला अंदाजही नसेल, पण कदाचित चिन्यांना ते बरोबर कळलं असावं.'' खांदे उडवत जॅक म्हणाला.

वेट्रेस गुनसाठी चहा आणि तो ठरावीक अंगठ्याएवढा चहाचा कप घेऊन आली. ती चहा ओतत असताना गुनने सिगारेटचे पाकीट काढले. टेबलावर जरा ठोकल्यासारखे करून त्यातल्या सिगारेट्स वर काढल्या. जॅक व नॅन्सीसमोर धरल्या, पण दोघांनीही त्या नाकारल्या.

आपली सिगारेट पेटवून एक मस्त झुरका घेतल्यावर तो म्हणाला,''चांगली गोष्ट एवढीच आहे, की हळूहळू आता इकडंतिकडं फिरणं सोपं व्हायला लागलं आहे. लोक पैशाच्या मागे असल्याने कसलंही काम करायला तयार होतात हल्ली...''

पुन्हा एकदा सिगारेटच्या झुरक्याचा आस्वाद घेत असताना नॅन्सी त्याच्या आकर्षकपणाकडे पाहत त्याच्या व्यक्तिमत्त्वाचा अंदाज घेत राहिली. तरुण आणि आकर्षक असला तरी वयाच्या मानाने जगण्याचे कष्ट जास्त अनुभवल्याचे त्याच्या चेहऱ्यावर दिसत होते. सर्वसाधारणपणे तिबेटी लोकांच्या दिसण्यात वयोमानानुसार मोठ्या प्रमाणात फरक झालेला दिसत असे, पण गुन लोब्सान्गच्या चेहऱ्यावर त्याने जगलेल्या धोकादायक परिस्थितीतील आणि सततच्या तणावाखालील जीवनाच्या खुणा स्पष्ट उमटल्या होत्या.

मान तुकवत जॅक त्याला म्हणाला, ''मग तू आम्हाला पिमाकोत नेऊ शकशील ना?''

वाफाळलेल्या मोमोच्या बाऊलवरून तरंगत कुठंतरी जाणारे आपल्याच नाकपुड्यांमधून सोडलेले दोन धुराचे लोट पाहत तो तिबेटी दोन क्षण थांबला. मग म्हणाला, ''हो हो. नक्की घेऊन जाईन. तुम्हालाच त्या नरकात जायची इतकी इच्छा आहे, तर माझी काहीच हरकत नाही. लॉरीमध्ये बसून पोमला जायचं आणि तिथून पुढे सु ला पर्यंत भाका गुहेकडून चालत जायचं. पोमपर्यंत तुम्हाला घेऊन जायचं काम माझं, पण त्याच्या पुढे कसं जायचं ते तुमचं तुम्ही बघा.''

त्यानंतर बोलताना गुन पुन्हा तिबेटी भाषेत जॅकशी बोलू लागला. काही वेळ त्याचे बोलणे ऐकल्यावर जॅक नॅन्सीकडे पाहून हसला आणि म्हणाला, ''सु ला खिंडीतून पलीकडे जाण्याइतकी तू तंदुरुस्त आहेस की नाही याची गुनला काळजी

वाटते आहे. त्याचा प्रश्न अगदी योग्य आहे, कारण तो प्रदेशच असा आहे, की तुझा जर तिथं टिकाव लागला नाही, तर आपल्या सगळ्यांचंच मरण ओढवेल.''

नॅन्सी गुनकडे पाहायला लागली. जॅकने तिला सांगितलेले अगदी खरं आहे, असे दर्शवत मान हलवली.

''तुम्ही माझी अजिबात काळजी करू नका.'' ती निश्चयी सुरात म्हणाली. पण खरोखरच पुरेसा काटकपणा आहे की नाही याचा अंदाज घेत गुन तिच्याकडे बघतोय असे तिला वाटत राहिले. इतक्यात त्याने विचारले, ''मिस केली, तुम्हाला पिमाकोमध्ये कशासाठी जायचंय?''

त्याच्या अनपेक्षित प्रश्नाने ती चकित झाली. काय उत्तर द्यायचे ते तिला माहीत नव्हते. ती विचार करून मनातल्या मनात उत्तर तयार करण्याचा प्रयत्न करू लागली, एवढ्यात जॅक मदतीला आला.

''आम्ही अन्तोन हरझोगला शोधतो आहोत. तो पिमाकोमध्ये गेला आणि अजून परत आलेला नाही.'' नॅन्सीकडे पाहत तो पुढे म्हणाला, ''माफ कर नॅन्सी, पण मी गुनशी खोटं बोलणार नाही. तोच काय, तिबेटमधल्या माझ्या कुठल्याही मित्राशी मी खोटं बोलणार नाही. शिवाय गुन अन्तोनला ओळखतो.''

सिगारेटचा एक दीर्घ झुरका मारत गुनने एकदा जॅक आणि नॅन्सीकडे पाहिले, मग तो नॅन्सीला म्हणाला, ''अच्छा, तुमची अन्तोनशी मैत्री आहे का?''

''मैत्री म्हणण्यापेक्षा मी त्याची सहकारी आहे असं म्हण. आम्ही दोघेही इंटरनॅशनल हेराल्ड ट्रिब्यूनसाठी काम करतो.''

''पण त्याला तुम्ही कशासाठी शोधताय?''

''तो हरवला आहे म्हणून.''

''अशी कितीतरी माणसं हरवतात, मिस केली. यालाच का शोधायचंय?''

''त्याला शोधण्यामागचं कारण तसं गुंतागुंतीचं आहे हे तुम्हाला सांगितलंच पाहिजे.'' नॅन्सी म्हणाली. हा माणूस आपल्यासाठी जिवावरचा धोका पत्करण्यास तयार असेल, तर त्याला काही गोष्टी प्रामाणिकपणे सांगितल्याच पाहिजेत. शिवाय तिने सांगितल्या नसत्या तरी जॅकने सांगितल्याच असत्या. त्याही पलीकडे म्हणजे या दोघांबद्दल आपल्याला काही खात्री नसली तरी आपलं अंतर्मन सांगतंय की, अन्तोन कसल्या तरी संकटात आहे त्यामुळे तरी आपल्याला त्याच्यापर्यंत पोहोचणे आवश्यक असल्यामुळे सांगणं जरुरीचं आहे. ''अन्तोन स्वत:च्या धाडसीपणामुळे धोक्यात सापडला असेल कदाचित. कदाचित शारीरिकदृष्ट्यादेखील तो धोकादायक परिस्थितीत सापडला असेल. कदाचित आणखी काहीतरी भयानक प्रकारपण घडला असेल त्याच्या बाबतीत. म्हणजे

मला नीट सांगता येत नाही, पण त्याला मदतीची गरज आहे हे नक्की.''

"हे तू मला दिल्लीत सांगितलं नव्हतंस,'' तिच्याकडे रोखलेल्या नजरेने पाहत जॅक म्हणाला.

"इथं पोहोचल्यानंतर मला या गोष्टीची जास्त प्रकर्षानं जाणीव झाली आहे.'' त्याच्या नजरेला नजर देत ती म्हणाली.

एवढ्यात तो तिबेटी माणूस बोलू लागल्यामुळे जॅक त्याच्याकडं वळला.

"तो गेल्या वर्षी इथून पुढे गेला. मला वाटतं, तो डिसेंबर महिना असेल. हरझोग म्हणजे एक वल्ली आहे, एक सशक्त माणूस आहे. आम्ही तिबेटी लोक त्याला गोरा जादूगार म्हणतो. मी त्याला इथंच, या ब्ल्यू लँटर्नमध्ये लोकांशी बोलताना पाहिलं होतं तेव्हा.''

म्हणजे तो इथं आला होता तर! गेल्या वर्षी म्हणजे फक्त तीन महिन्यांपूर्वी, नॅन्सीने विचार केला. काय करायला आला होता इथं? त्याच्या त्या विक्षिप्त शोधामागे रानोमाळ खडतर परिस्थितीत भटकायला जाण्यापूर्वी विश्रांती घ्यायला? की तो जे काही शोधत होता त्याचे काही धागेदोरे इथं मिळतील याची माहिती घ्यायला? कदाचित इथं काय सापडेल याविषयीच्या विचारांच्या गोंधळामुळे अस्वस्थ झाला असेल किंवा इथं काहीतरी महत्त्वाचे हाती लागेल या विचाराचा पगडा मनावर असल्याने आपण कसल्या धोक्यात आपला जीव घालतो आहोत याचे जराही भान न राहता तो इथं आला असेल. इतकी वर्षं ती ज्याला आपल्यासारखाच एक महत्त्वाकांक्षी आणि सर्व वार्ताहराच्या मनात असतात त्याच प्रकारच्या आणि स्वरूपाच्या इच्छा आणि भीती बाळगणारा एक अत्यंत बुद्धिमान वार्ताहर म्हणून मानत होती, त्याचाच ती आता नव्याने विचार करत होती आणि हे सगळं होत असताना ती त्याच्या खऱ्या जगापेक्षा वेगळ्या अशा दुसऱ्या जगातच जगत होती. त्या जगात ही थूल सोसायटी किंवा हा ज्ञानग्रंथ वगैरे या गोष्टींचा मागमूसही नव्हता.

"तो परत येईपर्यंत तुम्ही त्याची वाट का पाहत नाही? नाहीतरी पिमाको ही काही सुट्टीत मजेत फिरायला जाण्यासारखी जागा नाही.'' गुन म्हणाला.

अलिप्त, कोरड्या सुरात जॅक म्हणाला, "अगदी माझ्या मनातलंच बोललास.''

जॅकच्या टोमण्याला उत्तर द्यायचा प्रयत्नही नॅन्सीने केला नाही. त्याऐवजी आपले लक्ष त्या तिबेटी माणसावर केंद्रित करत ती उत्तरली, "का ते सांगणं इतकं सोपं नाही. म्हणजे तो नुसताच कुठंतरी प्रवासाला गेला आहे आणि त्याला परतायला उशीर झालाय असं असतं तर मला फारसं काही वाटलंही नसतं. पण मी मघाशी म्हणाले, त्याप्रमाणे काहीतरी भयंकर घडलं असण्याची मला खात्री वाटते आहे. त्यानं एक वेगळ्याच प्रकारचा निरोप पाठवला होता.

तो पाहून मला वाटलं, की तो मदतीसाठी हाक मारतोय. नुसती हाकच नाही, तर अगदी तातडीची विनंती करतोय. आज्ञाच करतोय म्हणा ना! म्हणजे काय ते मला नीट सांगता येत नाही, पण तुम्ही ते समजून घ्या.''

तिच्याकडे सहानुभूतीने पाहत गुन म्हणाला, ''जरी अन्तोन हरझोगला खरंच काहीतरी झालं असेल, तरी तुम्ही त्याबद्दल काहीही करू शकाल असं मला वाटत नाही. अन्तोनइतक्या झपाट्यानं तुम्ही डोंगरदऱ्या चढून जाऊ शकाल की नाही याबद्दल मला शंकाच आहे. शिवाय त्याला तिबेटी भाषा उत्तमपणे बोलता येते. त्या भागात राहायची त्याला चांगली सवय आहे. त्याला तांत्रिक योगकर्मदेखील येते. अगदी जन्मत:च तिबेटी असल्यासारखा तो त्या भागात लुप्त होऊ शकतो आणि पुन्हा काही वर्षांनी प्रकट होऊ शकतो.''

तिने त्याच्या बोलण्याकडे दुर्लक्ष केले. काही काळापूर्वी तिची थोडी चलबिचल झाली होती. अगदी नुकताच तिने हा सगळा उपद्व्याप सोडून देण्याचा विचारही केला होता, पण त्या तिबेटी माणसाच्या तोंडून बाहेर पडणाऱ्या प्रत्येक निराशाजनक शब्दागणिक तिचा निर्धार जास्तच दृढ होत होता.

''तो कुठं निघाला होता ते माहीत आहे का तुम्हाला? तुम्ही त्याला पाहिलंत तेव्हा त्याने तुम्हाला सांगितलं होतं का?'' तिने विचारले.

दाढीवरून हात फिरवत गुन विचार करत राहिला. तसे करताना त्याच्या हातावर असलेले सिगारेटच्या चटक्यांसारखे दोन व्रण तिला दिसले. ते व्रण पाहताना याचा पूर्वी कधीतरी शारीरिक छळ झाला असेल असा विचार तिच्या मनात आला. कदाचित चिनी लोकांनी केला असेल. पण कशासाठी? त्यांनी असा छळ करावा, एवढं त्यानं काय केलं असेल?

गुन सावकाशपणे म्हणाला, ''तो काय बोलला होता ते मला आठवत नाही, पण तसं तर प्रत्येक जणच स्वत:विषयी गुप्तता बाळगत असतो. मी त्याला पोमला पोहोचवावं एवढीच त्याची गरज होती. त्याच्याबरोबर आणखी एक माणूसदेखील होता.''

नॅन्सी आणि जॅक एकदमच उद्गारले, ''दुसरा माणूस! कोण होता तो?''

हरझोग कुणाला तरी बरोबर घेऊन निघाला असेल किंवा दुसरी कुणीतरी व्यक्ती या संशोधनात गुंतलेली असेल हा विचारच नॅन्सीच्या डोक्यात यापूर्वी आला नव्हता. अन्तोन हा एकांडा शिलेदारच असल्याची तिची ठाम समजूत होती. गुन लोब्सान्गने सिगारेटच्या धुराचा आणखी एक लोट सोडला. हॉटेलच्या त्या अंधाऱ्या जागेत धुरामागे त्याचा चेहरादेखील लपून गेला. मग पुढे वाकून अगदी खालच्या सुरात बोलत तो म्हणाला, ''तो तांत्रिक थुप्टन जिन्पाबरोबर प्रवास करत होता.''

तेहेतीस

“अरे बाप रे!” भीतीने पांढराफटक पडलेला जॅक ओरडलाच, “एका तांत्रिकाबरोबर काय करत होता तो?”

गुन लोब्सान्गने विषादाने मान हलवली आणि एक सुस्कारा टाकला.

“मला काहीच कल्पना नाही त्याची. तुला माहीतच आहे जॅक, मी असल्या माणसांपासून जरा दूरच राहतो. माझ्या माहितीप्रमाणे हा थुप्टन जिन्पा म्हणजे मूळचा गेलुक विचारसरणीचा असला तरी बॉन पंथाचा एक अधिकारी माणूस म्हणून ओळखला जातो. अगदी दलाई लामांच्या तुलनेचा समजला जातो. मंत्रतंत्र, जारणमारण विद्येत तो पारंगत असावा असा माझा कयास आहे.”

नॅन्सीला आता विचारल्याशिवाय राहावले नाही.

“हे तांत्रिक म्हणजे काय प्रकरण आहे?”

काय वेडी बाई आहे अशा अर्थाने त्या दोघांनी एकदमच तिच्याकडे पाहिले. मग तिच्या अज्ञानाची कीव करत जॅक म्हणाला, “तांत्रिक म्हणजे दुर्मीळ वस्तू, खजिना शोधणारा. हे लोक गुप्त खजिना शोधू शकतात. म्हणजे ते तसा दावा तरी करतात. त्यासाठी ते तांत्रिक पद्धतींचा, अगदी गूढ, रहस्यमय पद्धतींचा अवलंब करतात आणि त्याद्वारे त्या वरच्या जगात असलेल्या गोष्टी इहलोकात आणू शकतात.”

“पण तू तर म्हणत होतास की, या गोष्टी म्हणजे त्या दुसऱ्या जगात प्रवेश करण्याचं महाद्वार असतं म्हणून?”

गुनचे डोळे जॅककडे वळले, तेव्हा तो पुन्हा तिबेटी भाषेत काहीतरी पुटपुटत होता.

‘नाही नाही’ अशा अर्थाची हाताने खूण करत आपले बोलणे तिलाही कळावे म्हणून जॅक इंग्रजीत बोलला, “तिला इथं येऊन फक्त दोन तास झालेत.

तिचं बोलणं मनावर घेऊ नकोस. शिवाय मंत्रतंत्र, जारणमारण याबद्दल माहीत नसलेलंच बरं असं स्वत: दलाई लामाच सांगतात. तिचं मन अतिशय स्वच्छ आहे. तिला काळ्या बॉन पंथाबद्दल आणि त्यांच्या काळ्या जादूबद्दल काहीही माहीत नाही.''

एकदम चिडून उसळत तो तिबेटी माणूस इंग्रजीत बोलायला लागला, ''ते शुद्ध मन वगैरे काहीही म्हटलं तरी या असल्या निष्पापपणामध्ये किंवा अज्ञानामध्ये फार मोठा धोका आहे, हे तुला आणि मला चांगलंच माहीत आहे.''

अन्तोन हरझोगपर्यंत पोहोचण्याचा आपल्या हाती असलेला हा एकमेव पर्याय हातून निसटू नये म्हणून गुन लोब्सान्गला शांत करण्यासाठी नॅन्सी म्हणाली, ''हे बघा, मला तुम्ही खरोखरच क्षमा करा. तुम्ही जे काही बोलता आहात त्यातलं मला फारसं काही कळत नाहीये, पण असं समजा की, मी एक तीर्थयात्रेला निघालेली यात्रेकरू आहे आणि मी असं ऐकलं आहे की, तिबेटमध्ये यात्रेकरूंना मदत केली जाते आणि त्यांचा आदर राखला जातो.''

गुन एकदम विचारात पडला. जॅकने बोलायला सुरुवात केली. या वेळेला त्याच्या बोलण्याने तिला हायसं वाटलं. तो तिच्या बोलण्याला दुजोरा देत त्या तिबेटी माणसाला आपले म्हणणे पटवून देण्याचा प्रयत्न करत होता. तो म्हणाला, ''हे बघ, मी तुला आधीच सांगितलं आहे. हे सगळं स्पष्ट करून सांगणं जरा कठीणच आहे. या तंत्रमंत्राच्या गोष्टी म्हणजे एक पुराणकाळात दडवून ठेवलेलं असं पवित्र ज्ञान आहे, ते सगळ्या जगात अंधकार पसरल्यावर जगाच्या कल्याणासाठी त्याचा शोध घेऊन इहलोकात आणता येतं. तांत्रिक म्हणजे भिक्षूच असतात, पण त्यांना या गोष्टी शोधून काढून इहलोकात आणण्याची कला अवगत असते. काय गुन, मी सांगतोय ते बरोबर आहे ना?''

तो तिबेटी अजूनही जरा घुश्श्यातच होता. त्यामुळे तुटक स्वरात म्हणाला, ''हो.''

एक नवी सिगारेट पेटवत तशाच पेटत्या नजरेने नॅन्सीकडे पाहत तो म्हणाला, ''पण या ज्या पवित्र गोष्टी आहेत त्या हस्तगत करण्यासाठी अनेक काळे जादूगार धडपडत असतात. त्यामुळे त्या गोष्टींची कुणी विचारणा करायला लागलं की, माणसं त्यांच्याकडे संशयानेच पाहू लागतात.''

''म्हणजे हे तांत्रिकच काळी जादू करणारे असतात का?''

''नाही. तसं नाही. पूर्वी तंत्रमंत्राचा सकारात्मक उपयोग करणारे तांत्रिकही होते. कित्येक प्रसिद्ध लामा मुळात तांत्रिक होते. पण सध्याच्या काळात बहुतेकांना या गोष्टी सगळ्यांपासून लपवून ठेवाव्याशा वाटतात. कारण चुकीच्या लोकांच्या हातात या गोष्टी गेल्या, तर केवढा अनर्थ होईल नाही का?''

जे काही ती ऐकत होती त्याचा कळेल असा अर्थ लावायचा नॅन्सी प्रयत्न करत होती. त्यांच्या बोलण्यात ज्ञानग्रंथाबद्दल येणारे संदर्भ दुर्लक्ष करता येण्यासारखे नव्हते.

''म्हणजे हा जो ज्ञानग्रंथ आहे तोदेखील एक अशीच गोष्ट आहे तर?''

गुन लोब्सान्गाच्या चेहऱ्यावरचे भाव हे वाक्य ऐकताक्षणीच संपूर्णपणे बदलले. त्याच्या चेहऱ्यावर जे 'कोण हे अज्ञानी लोक काहीबाही प्रश्न विचारत बसले आहेत' अशा स्वरूपाचे हावभाव होते ते जाऊन आता जणू त्याच्यावर वीज कोसळली असावी तसे दिसत होते. बराच वेळ आश्चर्याने त्याच्या तोंडाचा आ वासलेलाच होता, मग कसाबसा त्याच्या तोंडातून प्रश्न बाहेर पडला, ''ज्ञानग्रंथाबद्दल तुम्हाला कसं काय माहीत आहे?''

''मी वाचलं आहे त्याबद्दल. वर्तमानपत्रातल्या एका लेखात त्याची माहिती आली होती. त्या माहितीवरून ते या तंत्रविद्येतल्या गोष्टींचाच एक भाग असावं असं वाटलं होतं.''

''ज्ञानग्रंथ खरोखरच तंत्रविद्येतला एक भाग असण्याची शक्यता आहे, ते अस्तित्वात असलंच तर. पण ती शक्यता अगदीच कमी आहे.'' गुन लोब्सान्गने तिच्याकडे अजूनही संशयाच्या नजरेने पाहत उत्तर दिले. ''ते जर अस्तित्वात असेल तर ती सगळ्या जगातील सगळ्यात अमूल्य पुरातन वस्तू असेल. कमीतकमी एक ते दोन युगांपूर्वीच्या काळातील विशिष्ट ज्ञान सामावलेली ती सगळ्यात महत्त्वाची गोष्ट ठरेल. त्या पुस्तकात सामान्य मानवातून दैवी सामर्थ्याचा मानव घडवण्याबद्दलचं ज्ञान... काही लामांच्या मते ते एक काळं पुस्तक असण्याची शक्यता आहे, पण सर्वच जण तसं म्हणत नाहीत.''

काळं पुस्तक म्हटल्याबरोबर नॅन्सीला आठवलं की, चिनी लोकांनी त्या ज्ञानग्रंथाला हेच नाव दिले आहे.

''म्हणजे त्या पुस्तकाचं कव्हर काळं आहे का?''

''नाही. माझ्या म्हणण्याचा अर्थ आहे काळ्या विद्येचं, काळ्या जादूटोणा तंत्राचं पुस्तक. विश्वातल्या नकारात्मक बाजूमध्ये दडलेलं असं मूलभूत तत्त्व जे फक्त बॉन पंथाचे अधिकारी किंवा काळ्या पंथाचे भिक्षूच वरच्या लोकांतून इहलोकात आणू शकतात.''

ही काय वायफळ बडबड आहे, असे दाखवण्यासाठी जॅक ॲडम्सने नाटकीपणाने एक सुस्कारा सोडला.

''हे सगळं मला झेपेनासं झालंय. मला वाटतं मस्तपैकी एक बीअर पिणे हाच योग्य उपाय ठरेल. वेटर, एक बीअर आण झटपट इकडं.''

चौतीस

"हे एवढंच मी तुम्हाला सांगू शकतो. तांत्रिक थुप्टन जिन्पाबरोबर अन्तोन काय करत होता, याबद्दल मला काहीही माहीत नाही."

नॅन्सीकडे रोखल्या नजरेने बघत गुन पुढे म्हणाला, "एक गोष्ट मात्र मी खात्रीने सांगू शकतो की, त्याच्यासारखा तंत्रविद्येतला उत्तम जाणकारसुद्धा ज्ञानग्रंथ शोधून इथं आणण्याचा प्रयत्न करण्याचा मूर्खपणा करणार नाही."

तो असं बोलला तरी नॅन्सीला त्यावर विश्वास ठेवावासा वाटत नव्हता. थूल गेसेलशाफ्टच्या तिबेटशी असलेल्या संबंधाबद्दल जो काही इतिहास तिने वाचला होता त्याचे खंडन करणारी, खोटं ठरवणारी काहीतरी माहिति गुनच्या तोंडून ऐकायला मिळाली असती तर तिला ते आवडलं असतं, पण तसं होणार नव्हतं. दुसऱ्या महायुद्धाच्या काळातल्या युरोपातल्या काळ्याकुट्ट इतिहासाचे आताच्या काळातल्या तिबेटशी जोडले गेलेले धागेदोरे नुसते दोरेच नव्हते तर आता ते अगदी जाडजूड, मजबूत साखळ्यांसारखे वाटत होते. सगळ्या गोष्टींचं पूर्ण आकलन झालं नसलं तरी आता आपण एका कधीच थांबवता न येणाऱ्या गतीने पुढे निघालो आहोत, असे तिला वाटू लागले.

"सु लाची खिंड पार केल्यावर ते पुढे कुठं गेले हे कुणाला माहिति असेल का?"

मान वाकडी करत गुन लोब्सान्गने थोडा विचार केला.

"इथं ल्हासामध्ये कुणाला माहिति असेल असं वाटत नाही. पण भाका गुहेपाशी पोहोचल्यावर तुम्ही कुणाला तरी विचारू शकता. खरं तर अन्तोनबरोबर गेलेल्या काही शेरपांचा ठावठिकाणादेखील तिथं तुम्हाला समजू शकेल."

बसून बसून अवघडलेले पाय मोकळे करत गुन म्हणाला, "मी एक काम करतो. डोंगरदऱ्यात चढाउतरायला तुम्हाला जमेल असं मी गृहीत धरून मी हा

धोका पत्करतो.'' त्याने असे म्हटल्याबरोबर नॅन्सीने त्याचे आभार मानले. ''तुम्हाला आजच जायचं असेल तर मला लगेच कामाला लागलं पाहिजे. सिचुआन रोडवर पूर्वेकडे कोण जातंय ते कळलं की, तुम्हाला घेऊन जायला मी पुन्हा परत येतो. काही खाम्पा लॉरी ड्रायव्हर्स आज सकाळीच अम्बोकडे जायला निघणार आहेत असा माझा अंदाज आहे. काही पैसे घेऊन ते तुम्हाला तिथपर्यंत नेतील.''

''धन्यवाद मित्रा,'' त्याच्याशी जोरजोराने हस्तांदोलन करत जॅक म्हणाला.

उठून उभा राहत गुनने आपल्या हॅटला हलकासा स्पर्श करत अभिवादन केले आणि तो निघून गेला. स्नोज बीअरची एक बाटली वेट्रेसने जॅकसमोर आणून ठेवली. तिबेटी भाषेत तिचे आभार मानून नॅन्सीकडे वळत तो म्हणाला, ''तुला खरंच बीअर नकोय ना?''

''बीअर प्यायला ही योग्य वेळ आहे असं मलातरी वाटत नाही. कदाचित आणखी नऊ तासांनी...''

''जशी तुझी मर्जी. विरळ हवेच्या ठिकाणी जुळवून घ्यायला बीअरने मदत होते असं आपलं मला वाटतं.''

''ते राहू दे. मला सांग जॅक, तुझा हे तांत्रिक आणि त्यांची तंत्रकर्मे आणि तंत्रवस्तू यावर विश्वास आहे का?'' नॅन्सीने विचारले.

पाच-सहा चांगले मोठमोठे घोट घेतल्यावर शर्टाच्या बाहीलाच आपले तोंड पुसून झाल्यावर जॅक म्हणाला, ''विश्वास म्हणजे तुझ्या मते काय आहे यावर ते अवलंबून आहे. स्वतःचा श्वास, हृदयक्रिया आणि अगदी मेंदूचे कार्यदेखील थांबवण्याच्या क्षमतेबद्दल तुझं काय म्हणणं आहे? तू त्याला जादू म्हणशील का? ध्यानधारणेच्या उच्च अवस्थांमध्ये लामा ही गोष्ट करू शकतात. पाश्चात्त्य वैद्यकीय जगातल्या यंत्रांद्वारे अशा अवस्थेत जेव्हा त्यांच्यातल्या सजीवपणाच्या लक्षणांचं मोजमाप करून पाहिलं गेलंय, तेव्हा कसलीच लक्षणं सापडलेली नाहीत. अगदी ईईजीच्या आलेखाद्वारेसुद्धा सापडलेली नाहीत. म्हणजे वैद्यकीयदृष्ट्या ते मृत आहेत असंच समजलं जातं. मग एका पूर्वनियोजित वेळेनंतर – धाडकन जागे झाल्यासारखे ते डोळे उघडतात आणि उठतात. ही जादू आहे का? किंवा वस्तू अधांतरी ठेवण्याच्या क्षमतेबद्दल तुझं काय मत आहे? इतकंच काय, शंभर यार्डावरच्या माणसाच्या मेंदूत रक्तस्राव घडवण्याच्या किंवा अदृश्य होण्याच्या क्षमतेबद्दल तुला काय म्हणायचं आहे? जादू का विज्ञानाच्या मदतीने सध्या काहीच स्पष्टीकरण देता येत नसलेल्या कृती?''

''म्हणजे हे सगळं खरं आहे असं तुला म्हणायचंय का?''

''नाही, तो मुद्दाच नाही इथं! कुणासाठीही जगाचं वास्तव काय आहे, याची व्याख्या करण्याइतका मला अधिकारच नाही. पण ते अधांतरी राहणं, ते

सजीवतेची लक्षणं असलेल्या सर्व प्रक्रिया बंद पाडणं आणि लामांना साध्य असलेल्या यासारख्या इतर अनेक लक्षणीय आणि वैशिष्ट्यपूर्ण गोष्टी घडतच नाहीत असं मी म्हणणार नाही. विज्ञान या सगळ्या गोष्टींचं शास्त्रीय स्पष्टीकरण अजून तरी देऊ शकलेलं नाही, एवढंच मला म्हणायचं आहे. पुढे कदाचित ते शक्य होईलही. त्या वरच्या लोकांत असलेलं ज्ञान आणि ते इहलोकात घेऊन येणं याबद्दल सांगायचं, तर अवकाशातल्या कुठल्या तरी अज्ञात स्थळाकडून प्राप्त झालेल्या ज्ञानावर किंवा कौशल्यावर विसंबून अनुपम आविष्कार घडवणारे कलाकार किंवा सिद्धपुरुष अगदी एखाद्याही संस्कृतीत अजिबातच नसल्याचं माझ्यातरी ऐकिवात नाही. मग या तंत्रविद्येतल्या गोष्टींचं स्वरूपही तसंच असेल कदाचित! कुणास ठाऊक? बौद्ध धर्मातल्या तांत्रिक कर्मातून निष्पन्न होणाऱ्या गोष्टी मी नाकारत नाही, पण त्यामागच्या कार्यकारणभावाबद्दल मात्र मला संदेह आहे. पण एक गोष्ट मात्र नक्की...'' बोलता बोलता आपलं बोलणं त्या धूरभरल्या चहापानगृहात आजूबाजूला बसलेल्यांपैकी कुणी ऐकत नाही ना याची खात्री करत जॅक टेबलावरून पुढे वाकून अगदी हलक्या आवाजात नॅन्सीच्या कानातच कुजबुजावे तसे म्हणाला, ''माझ्या मते जीवनाची ही सगळी काळी, नकारात्मक बाजू आहे.''

पुढे आवाजाची पट्टी आणखी खाली करत तो म्हणाला, ''शिवाय तुला सांगू का? मी हे गुनसमोर कधी बोलणार नाही. पण चिन्यांशी एका बाबतीत सहमत होण्यावाचून मला राहवत नाही...'' बोलता बोलता थांबून त्याने सावधपणे एक नजर आसपासच्या लोकांवर फिरवली. ''म्हणजे त्यांच्या राज्य करण्याच्या तंत्राबद्दल किंवा त्यांच्या क्रूरपणाशी, दडपशाही वृत्तीशी सहमत आहे असं नाही म्हणायचं मला. पण या सगळ्या प्रकारांबद्दल त्यांच्या मनात असलेल्या तिरस्काराबद्दल आणि अस्वस्थपणाबद्दल म्हणायचं आहे. अख्खं तिबेट म्हणजे असल्याच वेड्यांचा बाजार आहे. चिन्यांनी जेव्हा पहिल्यांदा आक्रमण केलं, तेव्हा त्यांना काही भयानक गोष्टी पाहायला मिळाल्या. कोणत्या ना कोणत्या तरी प्रकारे तिबेटमधल्या लोकांपैकी एकतृतीयांश लोक धर्मगुरू, पुजारी, साध्वी स्त्रिया किंवा लामा या नात्याने असल्या जंतरमंतरमध्ये गुंग असत आणि बाकीची जनता नेहमीच त्यांच्या सरंजामी गुलामगिरीत गाढवासारखं काम करण्यात मग्न असे. ज्याप्रमाणे कम्युनिस्टांनी सामान्यांच्या मनावर नियंत्रण मिळवलं आहे तितक्याच सफलतेने हे लामा लोक गोरगरिबांच्या मनावर ताबा राखून असत.''

पुन्हा एकदा जॅकने अस्वस्थपणे सगळ्या खोलीभर नजर फिरवली. त्याच्याकडं पाहताना जर कुणी आपल्या संभाषणापैकी एक शब्द जरी ऐकला तरी आपण

फार मोठ्या संकटात पडू याची तिला खात्रीच वाटू लागली.

"...आणि मग जेव्हा त्यांनी मठांमध्ये धाडी टाकायला सुरुवात केली, तेव्हा असं म्हणतात की, त्यांना तिथल्या खोल्यांमध्ये तंत्रमंत्र, जारणमारण विषयावरचे अतिप्राचीन ग्रंथ, तांत्रिक कृतीचे मार्गदर्शन करणारी पुस्तके आणि ही सैतानी काळी विद्या प्रत्यक्ष अनुसरणारे भिक्षू सापडले. शिगात्से मठातील दोन हजार भिक्षूंशी लढा देत आत घुसलेल्या चिनी सैनिकांच्या वर्णनात तिथल्या गुहांमध्ये दिल्या जाणाऱ्या प्राण्यांच्या बलिदानांचं आणि विधिपूर्वक मांस भक्षण करण्याच्या प्रकारांचं वर्णन नेहमीच येत असे."

नॅन्सी अचानक उद्‌गारली, "काहीतरीच काय जॅक! हा सगळा चिन्यांचा प्रचारकी थाट वाटतो. तुलादेखील हे पटलंय असं मला वाटत नाही."

"काय आहे, की यात अतिशयोक्ती असेलही, पण त्यात काहीतरी तथ्य आहे याबद्दल मी पैज लावायला तयार आहे. तू स्वत:शीच विचार कर ना, अधिकारांच्या उतरंडीवर आधारलेली कोणतीही धर्मव्यवस्था शुद्ध बौद्ध धर्माच्या तत्त्वांशी साधर्म्य राखणारी असू शकेल का? उत्तर 'नाही' असेच असेल आणि तेच सत्य आहे. बौद्ध धर्माची तत्त्वं अहंभावाचा पूर्ण त्याग आणि त्याबरोबरच या लोकातील यच्चयावत सर्व गोष्टींचा त्याग करावा, असं सांगतात. मला तरी तिबेटमधल्या धार्मिक घडणीत धर्मसत्ताक लष्करी राज्यपद्धती दिसते, कारण त्यात धर्मगुरूंचे वेगवेगळे स्तर आहेत. त्यांचे वेगवेगळे अधिकार आणि हक्क आहेत. सामान्य जनतेपासून लांब ठेवलेली अनेक गुपितं आणि ज्ञान आहे. बुद्धाच्या शिकवणीशी आणि तसंच पाहिलं तर या जादूटोण्याशीदेखील गुपितांचा काही संबंध असण्याचं मला काहीच कारण दिसत नाही. फक्त वरच्या स्तरातील लोकांकडून फारच अतिरेकी स्वरूपात नियंत्रित केली जाणारी सत्ता, ऊर्जा किंवा मानस किंवा तुला जे काय नाव द्यायचं असेल ते, असं सगळं या व्यवस्थेत दिसतं. याचाच अर्थ तिबेटमध्ये इतक्या सगळ्या वर्षांत दृष्टिआड घडणाऱ्यादेखील अनेक गोष्टी निखळ, शुद्ध बौद्ध धर्मापेक्षा विपरीत अशा असतीलच. प्रश्न फक्त एवढाच आहे की, आपण परकीय असल्यानं आपल्याला सत्य कधीच कळणार नाही. लामासुद्धा त्यांच्या स्वत:च्या पद्धतीनं प्रचार करतच असतात. त्याची तुला शंकाच नको."

"तू इतकी टोकाची भूमिका घेतोस याचं मला आश्चर्य वाटतं," नॅन्सी म्हणाली. "न्यूयॉर्कच्या सेंट्रल पार्कमध्ये दलाई लामांनी केलेलं भाषण मी ऐकलं आहे. ते निश्चितच शांत स्वभावाचे, ज्ञानी पुरुष वाटले. सगळ्या बौद्धधर्माचं ते जिवंत प्रतीक आहेत, असा माझा समज आहे."

यापूर्वीच्या आणि त्याही पूर्वीच्या दलाई लामांशी त्यांचं नातं आहे ही गोष्ट

तुला खटकत नाही? ही लोकशाही नक्कीच नाही, खरं ना? हे तर वंशपरंपरेने मिळणारं सत्तास्थान झालं, मला तरी तसंच वाटतं. मी आपला एक साधासुधा ओरेगाव गावातला सामान्य माणूस आहे, पण मला तरी असंच दिसतंय की, हा सगळा धर्म नावाचा प्रकार काळी जादू आणि अंधश्रद्धांवर बेतलेला आहे.

जॅकने हातातील बीअरची बाटली तोंडात उपडी केली आणि धाडकन टेबलावर आपटली.

"माझ्या बोलण्याचा चुकीचा अर्थ घेऊ नकोस. सुरुवातीपासून मी हेच सांगतोय, की पाश्चात्त्य माणसांना अजून ज्या गोष्टी समजण्याची सुरुवातही झालेली नाही अशा अचाट गोष्टी करण्याची क्षमता या लोकांकडे आहे. मला तरी असं वाटतं की माणसाला ओळखण्याच्या बाबतीत ही माणसं आपल्यापेक्षा फार पुढे गेलेली आहेत. या सगळ्या लोकांची मला भीती वाटते. अगदी अंगावर काटा येतो माझ्या. म्हणूनच मला मनापासून वाटतं की, ही सगळी त्यांची काळी बाजू आहे, कळलं का तुला?"

थोडा वेळ दोघेही गप्प राहिले. वेगवेगळ्या परिस्थितीत आणि हवामानात दऱ्याखोऱ्यांत भटकण्यामुळे राठ, राकट झालेल्या हातात जॅक रिकामी बीअरची बाटली खेळवत बसला. थोड्या वेळाने तो पुन्हा बोलू लागला. "बरं, आता मला काय वाटतं वगैरे राहू दे बाजूला. नॅन्सी केली, तुझ्या मनात नक्की काय आहे ते मला कळायला हवंय."

नॅन्सीला एकदम राग आला.

"काय म्हणायचंय काय तुला?"

"मला काय म्हणायचंय ते तुला चांगलंच कळतंय. एक म्हणजे तुला त्या ज्ञानग्रंथाबद्दल कशी काय माहिती आहे? आणि तिबेटमध्ये कुणालाही न कळता दाखल होण्याची तुला का गरज वाटली? म्हणजे सरळ सरळ इमिग्रेशन प्रक्रियेतून इथं न येता अशी लपूनछपून येण्याची काय गरज होती? तू काही पुराणवस्तूंचा चोरटा व्यापार करणाऱ्यांपैकी नाहीस. शिवाय मग असाही प्रश्न येतो की, अन्तोन पिमाकोमध्ये नक्की काय करत होता? तुला माहीत आहे, हो ना? किंवा कदाचित तुला निदान त्याबद्दल अंधूकशी तरी कल्पना आहे आणि तो ताज हॉटेलच्या लॉबीमधला माणूस. तो खरं तर माझ्या पाठलागावर नव्हताच, हो की नाही? इतक्या सगळ्या अनाकलनीय गोष्टी घडल्या आहेत की, मला खरोखरच काय चाललंय ते कळायलाच हवंय."

पापणीही लवू न देता तो रोखलेल्या नजरेने तिच्याकडे पाहत होता. तिला उत्तर देणं भाग होतं.

"माझ्यावर विश्वास ठेव जॅक, मलाही खरोखरच काही माहीत नाही."

"तू जेवढं सांगितलं आहेस त्यापेक्षा बरंच काही तुला माहीत आहे, अशी माझी खात्री आहे."

या सगळ्या प्रकरणातल्या धाग्यादोऱ्यांची इतकी गुंतागुंत झालेली होती की, कुठून सुरुवात करायची याचा तिच्या मनात गोंधळ उडालेला होता. पण आपण आतापर्यंत त्याला जेवढं काही सांगितलं त्याच्यापेक्षा जास्त सांगण्याची गरज आहे याची तिला जाणीव होती. फक्त तिच्या स्वत:च्या हेतूंचा गुंता सोडवून ते त्याला कळेल असं सांगता यायला हवं होतं.

"चल, ठीक आहे. आता जरा जमेल तेवढं सुटसुटीतपणे सांगते." ती म्हणाली. जॅक तिने पुढे बोलत राहावे या अपेक्षेने पाहतच होता. "भारतीय आणि चिनी पोलीस अन्तोनला शोधताहेत. दोघेही त्याच्यावर हेरगिरीचा आरोप करताहेत. आमच्या ट्रिब्यूनच्या कार्यालयातल्या कुणाचाही या गोष्टीवर विश्वास नाही. अन्तोन कसा आहे हे बऱ्यापैकी माहीत असल्याने मलाही हा खुळचटपणाच वाटतो आहे. पण भारतात दिल्लीमध्ये पाय ठेवल्याबरोबर मला अटक करण्यात आली, कारण अन्तोनने माझ्या नावानं ते तुला दाखवलेलं हाड पाठवलं होतं. मी आणि हरझोग, आमच्यामध्ये काय आणि कशा प्रकारचे संबंध होते याबद्दल पोलिसांनी मला धारेवर धरलं. कुठं काही काडीइतका तरी आधार मिळतो का असा त्यांचा प्रयत्न सुरू होता. पण त्यामुळेच मला कळलं की, अन्तोन मोठ्या संकटात सापडला असावा. मग त्यांनी मला सोडलं. मला असं वाटतं की, ते माझ्या मागावर होते आणि माझे फोन कॉल्सदेखील ते टॅप करत असावेत. म्हणूनच मला विमानानं इकडं येण्याबद्दल तुझ्याशी फोनवर बोलायचं नव्हतं. काही कारण नसताना मला अटक झाल्यामुळे आणि अन्तोनला शोधण्यासाठी तो नाहीसा होऊन तीन महिने उलटले आहेत तरीही कुणीच काहीही करत नसल्यामुळे मला सुरुवातीला राग आला होता. विचित्रच होतं ना हे! पण तेव्हा मला असंही वाटलं होतं, की एक वार्ताहर त्याचं काम करतोय, दबाव आणू पाहणारे गट त्याला थांबवू पाहताहेत, असं आपलं नेहमीचंच असावं असं वाटलं होतं. पण जेव्हा मी जास्त माहिती काढायला सुरुवात केली, तेव्हा या प्रकरणातील गुंतागुंत आणि गूढपणा वाढतच गेला."

जॅकने प्रश्नार्थक भुवया उंचावत पाहिले, पण काही बोलला नाही.

"मला सापडलेल्या माहितीतून मला असं कळलं की, अन्तोनचे वडील, फेलिक्स कोएनिग हे एक तिबेटतज्ज्ञ होते, तसेच ते थूल सोसायटी नावाच्या एका जर्मन गूढविद्या पंथाचे सदस्यदेखील होते. या सोसायटीच्या लोकांनी आर्य संस्कृतीच्या इतिहासाचं संशोधन करण्याचे प्रयत्न चालवले आणि त्यासाठी तिबेटमध्ये त्यांनी मोहिमा केल्या. अशाच मोहीमपथकातून आणि तेसुद्धा नाझींचे

पाठबळ लाभलेल्या पथकातून कोएनिग एकदाच नव्हे; तर अनेक वेळा लामांना जर्मनीच्या बाजूने वळवण्यासाठी तिबेटमध्ये गेले होते.''

आपण जे काही सांगतोय ते इतकं विचित्र आणि अविश्वसनीय आहे की, ती काहीतरी मूर्खासारखं बोलतेय असं तो अजूनही कसं काय बोलला नाही असं वाटून तिनं त्याच्याकडं पाहिलं. पण तो शांत होता. तिच्या बोलण्याकडं लक्ष देत होता, पण त्याच्या चेहऱ्यावर कसलेही भाव नव्हते.

ती पुढे सांगत राहिली. ''नाझींचा असा समज होता की, तिबेटमधल्या लामांकडे किंवा तिबेटमधल्या कुठल्यातरी अज्ञात मठामध्ये दैवी पुरुषाबद्दलचं ज्ञान दडलेलं आहे. दैवी पुरुषाबद्दलचं म्हणजे एखाद्या सामान्य माणसातून असामान्य कर्तृत्वाचा, सगळ्या जगावर राज्य करेल असा दैवी पुरुष कसा घडवायचा, याबद्दलचं ज्ञान त्यांच्याकडे आहे. त्याउपर नाझींचं असंही म्हणणं होतं की, हे ज्ञान प्राचीन आर्य लोकांच्या मालकीचं असल्यामुळे आता ते नाझींच्या मालकीचं आहे आणि युद्धात विजय मिळवण्यासाठी त्यांना ते उपयोगी पडेल. हे सगळं कपोलकल्पित वाटेल हे मला माहीत आहे, पण मी जेव्हा मायाला भेटायला गेले होते, तेव्हा अन्तोननं तिच्याकडे ठेवायला दिलेली काही पदकं तिनं मला दाखवली. त्यातलं एक खात्रीनं त्याच्या वडिलांचं, फेलिक्स कोएनिगचं होतं आणि ते होतं त्या थूल गेसेलशाफ्ट सोसायटीचं पदक आणि त्या पदकावर जे चिन्ह होतं ते आणि त्या हाडाच्या तुतारीच्या पिपाणीवर जे आहे ते, दोन्ही अगदी सारखीच आहेत.''

जॅकचे डोळे आश्चर्याने विस्फारले.

''तुझी खात्री आहे? कारण ती तुतारी भरपूर जुन्या काळातील आहे.''

''अगदी शंभर टक्के. स्वस्तिकावर झळाळणारा एक खंजीर असं चिन्ह. पण नाझींना खरं तर दैवी महापुरुष घडवण्याबद्दलचं ज्ञान हवं होतं आणि ते ज्ञान त्या ज्ञानग्रंथामध्ये सामावलेलं आहे असा त्यांचा कयास होता. त्या ग्रंथाला ते 'दस बुक देस रिंजेस' म्हणजे द बुक ऑफ द रिंग म्हणतात आणि ते मिळवण्यासाठी त्यांनी झपाटल्यासारखा शोध घ्यायला सुरुवात केली. त्यासाठी मोहिमा काढल्या. अन्तोनचं शोधकार्य याच गोष्टीशी संबंधित असण्याची शक्यता आहे. दुसरं काही असणंच शक्य नाही. तो मायाला म्हणालाही होता, की ही सगळ्या जगासमोर उघड होणारी सगळ्यात मोठी आणि धक्कादायक वृत्तकथा ठरेल.''

बराच वेळ बोलत राहिल्याने नॅन्सीचा आवाज क्षीण होत गेला. जॅकच्या चेहऱ्यावर भीतीची एक दाट छाया तरळून गेली.

''बाप रे, नॅन्सी, हे सगळं तू मला निघण्यापूर्वीच का सांगितलं नाहीस?''

"हे सगळं मला सुरुवातीपासूनच माहीत नव्हतं काही. जसजसे शोधत गेलो तसतसा उलगडा होत राहिला. मधेच मला असंही वाटलं की, हे सगळं इतकं विचित्र आणि गुंतागुंतीचं आहे की, मला तरी त्यातून काहीही उलगडा होणार नाही. मग मला सगळा प्रयत्नच सोडून द्यावा, असंही वाटलं. तुला तुझे पैसे देऊन टाकावेत आणि सरळ घरी परत जावं असं वाटलं."

पुन्हा काही काळ ते दोघे गप्प बसले. मग नॅन्सीने जॅककडे शोधक नजरेने पाहत प्रश्न केला, "पण तुझं काय जॅक? इतक्या कमी पैशात मला तिबेटमध्ये घेऊन यायला तू कसा काय तयार झालास? आणि त्या हाडाच्या तुतारीवरच्या चिन्हाचा अर्थ काय आहे? शिवाय ती अक्षरं आहेत ती कुठून आलेली आहेत? तुला हे सगळं पहिल्यापासूनच माहीत आहे, खरं की नाही?"

जड नि:श्वास टाकत जॅकने मान हलवली.

"हो आणि नाहीही. त्या खंजीर आणि स्वस्तिकाच्या चिन्हाच्या उगमस्थानाबद्दल मला काहीही माहीत नाही. ते चिन्ह माझ्या ओळखीचं नाही. पण त्याखाली लिहिलेली अक्षरं मी ओळखली आहेत हे सत्य आहे."

"काय आहेत ती अक्षरं?"

"ती अक्षरं आहेत - एल्डर फुथार्क."

"म्हणजे?"

"रुन्स. आतापर्यंत सर्वांत प्राचीन म्हणून ज्ञात असलेल्या उत्तर युरोपीय वर्णमालेतील पहिली सहा जादूई अक्षरं - एफ, यू, टी, एच, ए, आर आणि के अशी अक्षरं आहेत ती. सर्वसामान्यपणे ती एल्डर फुथार्क याच नावानं ओळखली आणि लक्षात ठेवली जातात."

"वीस हजार वर्षांपेक्षाही जुन्या असलेल्या त्या हाडाच्या तुतारीवर युरोपीय वर्णमालेतील अक्षरं कशी काय असतील? आणि ही तुतारी हिमालयाच्या अगदी अंतस्थ भागात सापडावी ही गोष्ट तर त्याहीपेक्षा विचित्र आणि विलक्षण नाही का?"

"मलाही तेच म्हणायचं आहे. ही तुतारी कुठं सापडली किंवा मुळात कुठून आली याचा शोध घेण्यासाठी मी इतका उतावीळ का झालो आहे ते तुला आता कळेल. इतकी सगळी वर्षं मी असल्याच गोष्टीच्या प्रतीक्षेत होतो. ही तुतारी म्हणजे आपण समजतो त्यापेक्षा मानव संस्कृती कितीतरी जुनी आहे. प्रगत मानवी संस्कृती पंधरा हजार वर्षांपूर्वीच्या काळापासून अस्तित्वात आहे, याचा एक ठळक आणि महत्त्वाचा पुरावाच आहे. एक अतिप्राचीन हाड सापडावं, त्यावर युरोपातल्या रुन्स वर्णमालेतील पहिली सहा महत्त्वाची अक्षरं लिहिलेली असावीत आणि ते उत्तर युरोपापासून हजारो मैल दूर असलेल्या प्रदेशात

सापडावं, यासारखी दुसरी विलक्षण गोष्ट नाही. अन्तोन हरझोग इतकी वर्षं शोधत होता ते आर्यांचं सार्वभौम सत्तास्थान त्याला सापडलं असावं याबद्दल आता मला खात्रीच वाटायला लागली आहे आणि आता तिथं जावं आणि तो सगळा ज्ञानाचा अमूल्य खजिना पुन्हा परत आणावा असं मला वाटायला लागलं आहे. मी जे इतकी वर्षं सांगत होतो ते बरोबरच होतं हे मला जगाला सप्रमाण सिद्ध करून दाखवायचं आहे. शिवाय तुला सांगायला काहीच हरकत नाही. आता या सगळ्या प्रयत्नात एक जरी चांगला पुरावा माझ्या हाती आला तरी माझं सगळं कर्ज फिटून वर आणखी बरेच पैसे माझ्याजवळ उरतील.''

हे बोलताना त्याच्या डोळ्यांत एक वेगळीच चमक दिसत होती. दिसणारच, असला पुरावा म्हणजे तुतनखामेनची कबर फारच अलीकडच्या काळातील असल्याचे ठरवणारा पुरावा असेल, नॅन्सीला वाटले. जॅकच्या कपाळावर आठ्या दिसत होत्या.

''अन्तोनच्या वडिलांबद्दलची माहिती कितपत विश्वास ठेवण्याजोगी आहे असं तुला वाटतं?''

''जवळपास शंभर टक्के. बहुतेक माहिती विश्वासार्ह असल्याचे सीमोन विसेन्थाल सेंटरने सांगितले आहे. फेलिक्स कोएनिग हेच अन्तोनचे वडील असल्याचे त्यांनी खात्रीपूर्वक सांगितले आहे आणि एक तज्ज्ञ म्हणून तिबेटी संस्कृतीबद्दल नाझींना सल्ला देण्याचे काम तो करत असे. तो तिबेटमध्ये बराच फिरला होता आणि आणखी बरेच काही. पण अन्तोन त्या ज्ञानग्रंथाच्या शोधात निघाला असावा अशी आपली माझी कल्पना आहे. कदाचित इतरही कोणत्यातरी कारणासाठी त्याला तिबेटमध्ये रुची असेल, पण तो थुप्टन जिन्पासारख्या एका नावाजलेल्या तांत्रिकाबरोबर फिरतो आहे हे समजल्यावर मला जास्त संशय वाटतो. कारण काळाच्या उदरात गडप झालेल्या तंत्रकर्मातल्या आवश्यक गोष्टी शोधून काढण्याचं काम फक्त हे तांत्रिकच करू शकतात. एक गोष्ट खात्रीपूर्वक सांगता येते, की कोएनिग ल्हासामध्ये बऱ्याच वेळा आला होता. त्याला नाझी लोकांनी पाठवलं होतं आणि आर्य संस्कृतीतले प्राचीन ज्ञानभांडार आणि आर्य संस्कृतीच्या उगमाबद्दल शोध घेण्यासाठी तो तिथं आला होता.''

पुन्हा एकदा दोघे जण शांत बसून विचार करत राहिले. आतापर्यंत राखून ठेवलेली सर्व माहिती त्याला सांगितल्यावर आणि हरझोगच्या कामाबद्दल तिच्या मनात काय उलटसुलट विचार चालले होते ते त्याला सांगितल्यामुळे तिला अगदी हायसं वाटत होतं. दुसऱ्या महायुद्धात गूढविद्या तज्ज्ञांनी आणि लामांनी जी काही भूमिका बजावली होती त्यात खरं काय आणि खोटं काय हे कोडं सोडवण्यासाठी जॅक आता बहुतेक तिला मदत करायला तयार होईल अशी

आशा तिला वाटत होती. मान खाली घालून जॅक विचारात गढून गेला आहे असं तिला दिसलं. अस्वस्थपणे चाळा करावा तसं हातातल्या रिकाम्या बीअरच्या बाटलीवरचं लेबल तो खरवडत होता. शेवटी काही विचार पक्का झाल्यासारखं त्यानं वर पाहिलं.

"मिस नॅन्सी केली, हे सगळं गहन, गूढ आणि तरीही आकर्षक ठरतं आहे. माझा या गूढविद्या, जादूटोण्यावर विश्वास आहे, असं मला म्हणायचं नाही. मला तर वाटतं की, हे नाझी लोक त्या लामा लोकांपेक्षाही जास्त वेडे होते. तरीही नाझी कशाचा शोध घेत होते ते मला माहीत आहे. म्हणजे मला तसं वाटतं. ग्रेट व्हाईट ब्रदरहूड या नावानं ओळखल्या जाणाऱ्या लोकांशी संपर्क साधायचा ते प्रयत्न करत असणार."

पस्तीस

“गेल्या कित्येक वर्षांत मला या ग्रेट व्हाईट ब्रदरहूडची आठवणसुद्धा नव्हती. अगदी विशीपंचविशीत असताना काठमांडूमध्ये माझ्या प्रबंधासाठी मी संशोधन करत होतो.”

वेट्रेसने बीअरच्या बाटल्या आणून टेबलावर ठेवल्या. जॅकने तिचे आभार मानले आणि एक बाटली नॅन्सीकडे सरकवली. बीअर प्यावी, असे नॅन्सीला आता वाटू लागले होते.

“तू कधी काठमांडूला गेली आहेस की नाही मला माहीत नाही, पण सगळ्या विक्षिप्त लोकांना काठमांडूचं आकर्षण असतं. सत्याच्या शोधात निघालेले महानुभाव, सगळ्या विश्वाची आणि जीवनाची गुपितं ज्ञात असणारे गुरू तिथं भेटतील असं वाटणारे लोक आणि आपण स्वत:च महान गुरू आहोत असं वाटणारे लोक तिथं येत असतात. हे लोक त्याच त्या चावून चोथा झालेल्या दंतकथा आणि कसल्यातरी गूढविद्यांच्या प्रयोगात गुंतलेल्या गुप्त पंथांबद्दल, संस्थांबद्दल आणि कसल्या कसल्या शापांबद्दल आपसात बोलतात. या सगळ्या दंतकथा, गुरू आणि त्या गुप्त संस्थांच्या कहाण्यांच्या वर अगदी शेंड्यावर आहे ती या ग्रेट व्हाईट ब्रदरहूडची कथा. पाताळलोकातल्या त्यांच्या राज्यात बसून किंवा तिकडं उंच हिमालयात कुठंतरी बसून हे गूढ, गुप्त संस्थेचे अधिपती सगळ्या जगाचं नियंत्रण करत असतात, असं म्हणतात. या त्यांच्या राज्याचं नाव 'शांग्री-ला' आहे असं काही लोक म्हणतात, तर इतर अनेकजण असंही म्हणतात की, शांग्री-लाइतकी चांगली जागा या असल्या ग्रेट व्हाईट ब्रदरहूडसारख्या संस्थेचं निवासस्थान असूच शकत नाही. काहीही असलं तरी त्याबद्दलचे उल्लेख आशियाभर सगळीकडे आढळतात. कुठल्यातरी हिप्पींनी काहीतरी कपोलकल्पित कथा सांगावी तसं नाही ते.”

मधेच थांबत त्याने एक बीअरचा घोट घेतला.

"याच ब्रदरहूडच्या लोकांशी संपर्क साधण्याचा नाझी लोक प्रयत्न करत असणार. काठमांडूमध्ये चौकशी करशील तर तुला शांग्री-लाचा रस्ता माहीत असल्याचं आणि या ब्रदरहूडच्या लोकांना भेटून आल्याचं सांगणारे बरेच लोक भेटतील, पण ते सगळं खोटं आहे. ही ब्रदरहूडची माणसं तुमच्याकडं येतात आणि तुम्हाला आमंत्रण देतात. तुम्ही त्यांना शोधू शकत नाही. ते तुम्हाला शोधत येतात आणि असं खरोखरच आमंत्रण मिळून तिथं जाऊन आलेला कुणी माणूस तिथल्या गोष्टी सांगेल असं मला वाटत नाही."

नॅन्सीने हातातील बीअरची बाटली टेबलावर ठेवली.

"पण कोण आहेत ही माणसं?"

"महाज्ञानी लोकांसाठीचं ते विश्वविद्यालय आहे, असं काही जण म्हणतात. तिथं प्रचंड मोठं ग्रंथभांडार आहे. त्यात गूढविद्येबद्दलचं ज्ञान ठासून भरलेलं आहे. जर तो ज्ञानग्रंथ खरोखरच अस्तित्वात असेल, तर तो बहुधा तिथं कुठंतरी ठेवलेला असेल. इतर कुणी असंही म्हणतात, की हे जे ब्रदरहूडचे लोक आहेत ते काळ्या शक्तींच्या प्रभावाखाली आलेले लोक आहेत."

"पण तुला काय वाटतं त्याबद्दल?"

"मला काय वाटतं ते मी तुला आधीच सांगितलं आहे, की मी या सगळ्या गोष्टींकडे जरा साशंकतेनंच पाहतो. म्हणजे जर हे ब्रदरहूड वगैरे खरोखरच कुठं असेल तर तो कुणा भारतीय किंवा तिबेटी गूढविद्यातज्ज्ञांचा एक गट असेल आणि ते काही फार चांगलं काम करत नसतील. पण तरीही ते प्रभावशाली नसतीलच असं नाही. खरं तर जर नाझी लोक तिबेटमध्ये आले ही गोष्ट खरी असेल तर मुळात या ब्रदरहूडच्या माणसांनी जगावर सत्ता गाजवण्याच्या कसल्यातरी भयानक योजनेमध्ये त्यांना सामावून घेण्यासाठी बोलावून घेतलं असेल असंच मी म्हणेन. कोण जाणे, कदाचित हे दुसरं जागतिक महायुद्ध घडवून आणण्याची कल्पनासुद्धा या ग्रेट व्हाईट ब्रदरहूडच्या लोकांच्या सुपीक डोक्यातून निघाली असण्याची शक्यता आहे."

असली भयानक कल्पना ऐकूनच नॅन्सीला ठसका लागला.

"काय? काहीतरीच काय बरळतोयस. या सगळ्यावर विश्वास नाही, असं तू म्हणाला होतास ना?"

'ओरडू नकोस' अशा अर्थाने तोंडावर बोट ठेवून खूण करत जॅक घाबरत घाबरत इकडंतिकडं नजर फिरवू लागला.

"श्शश्श! आवाज खाली कर! इथं सगळीकडे खबरे लोक असतात. अगदी या ब्ल्यू लँटर्नमध्येसुद्धा! आता लक्ष देऊन ऐक. मला वाटतं मला काय

म्हणायचं आहे ते तुला कळलं नाही. मी आधीदेखील म्हटलं होतं की, जगात विचित्र गोष्टी घडतात यावर माझा विश्वासच नाही असं नाही. फक्त त्यांचा जादूटोण्याशी काही संबंध आहे असं मला वाटत नाही. तिबेटमधील तांत्रिक प्रयोग म्हणजे केवळ मनोरंजनासाठी खेळ करावे तसले अधांतरी राहण्याचे प्रयोग नाहीत, हे मला पक्कं माहीत आहे. मन:शक्तीद्वारे दुसऱ्याच्या मनावर नियंत्रण राखणे हे तर या लोकांचे वैशिष्ट्य आहे.''

नॅन्सीच्या कपाळावर आठ्यांचे जाळे पसरले होते. जॅक जे बोलतोय ते खरोखरच गंभीरपणे बोलतोय का याचा अंदाज घेण्याचा ती प्रयत्न करत होती. त्याच्या चेहऱ्यावरचे भाव, हातवारे तो खरं बोलतोय असे सांगत होते, पण तरी नक्की काही सांगणे कठीण होते.

एक दीर्घ श्वास घेत ती म्हणाली, ''ठीक आहे. तू सांगतोस त्यात थोडं जरी तथ्य असलं आणि ही ग्रेट व्हाईट ब्रदरहूड कुठंतरी अस्तित्वात असलीच, तर ती एक भक्कम सत्तासंस्था असली पाहिजे. तिचं नाव ग्रेट व्हाईट ब्रदरहूड असंच आहे ना? ग्रेट ब्लॅक ब्रदरहूड नाही ना? मग तसं असेल तर नाझींशी त्यांना काय देणंघेणं पडलं असेल? त्यांच्या पवित्र, धवल ज्ञानाने, विद्वत्तेने नाझी लोक म्हणजे पाशवी शक्ती आहेत आणि त्यांना हाताशी धरल्याने काहीही चांगलं होणार नाही, इतकं तर त्यांना कळलं असेलच ना!''

खांदे उडवत जॅक म्हणाला, ''हे खरं असतं तर बरंच झालं असतं. पण जीवन हे इतकं सरळ, साधं नसतं. ही ब्रदरहूडची संस्था श्वेत आहे आणि जगात फक्त चांगल्या गोष्टींचाच प्रादुर्भाव करण्याचे त्यांचे उद्दिष्ट आहे हे मान्य केलं तरी कदाचित काळाच्या ओघात ते भरकटू शकतात ना? या ब्रदरहूडमधल्या अधिकारी व्यक्ती मन:शक्तीद्वारे आणखी वरच्या स्तरावरच्या अधिकारी व्यक्तींच्या संपर्कात असल्याच्याही दंतकथा आहेत. हे वरच्या स्तरावरचे अधिकारी म्हणजे देवदूत आहेत असं मानलं जातं, पण ते खरोखरच देवदूत आहेत का याबद्दल शंका आहे. कदाचित ते खरं बोलत नसतील. कदाचित ब्रदरहूडला चुकीच्या मार्गानं नेलं जात असेल, कुणी सांगावं?''

बीअरचा आणखी एक घोट घेत आणि कुणी ऐकत नसल्याची खात्री करण्यासाठी आजूबाजूच्या लोकांवर नजर टाकत जॅक पुढे बोलू लागला,

''माणसाचा अतींद्रिय शक्तींशी संपर्क झाल्याचं आपण ऐकतो. दैवी शक्तींनी किंवा उडत्या तबकड्यांमधील जिवांनी किंवा या तिबेटमधील त्या अधिकारी व्यक्तींनी ऐहिक जगातल्या माणसाशी संपर्क साधल्याचं मी जेव्हा ऐकतो, तेव्हा माझ्या मनात हाच विचार येतो, की हे खरं असेल. कदाचित त्यांचा संपर्क झाला असेल, पण ज्यांच्याशी हा संपर्क झाला त्या चांगल्या शक्ती असल्याचा दावा किंवा

बहाणा करत असतील आणि जगाला मदत करण्याचा बहाणा करून प्रत्यक्षात मात्र त्यांच्या सैतानी कारवाया चालवत असतील. ते तुमचा वापर करत असतील.''

काय भयंकर प्रकार आहे हा! नॅन्सीने विचार केला. कसल्या भानगडीत स्वत:ला गुंतवून घेतलंय आपण? हा जॅक अॅडम्ससुद्धा त्याच्या बाह्य स्वरूपावरून तिला वाटला होता तसा बेदरकार माणूस नव्हता. या वरवरच्या देखाव्याखाली तो एक तर्कशुद्ध विचार करणारा, अनेक नामांकित विद्यापीठांच्या पदव्या मिळवताना सखोल विचार करण्याची सवय बाणवलेला, पण आपल्यासारखाच कुठल्याही गोष्टीवर सहज विश्वास न ठेवणारा, बुद्धीच्या निकषांवर त्या जोखून पाहणारा असा होता आणि तरीही तोसुद्धा आतापर्यंत कधीही न ऐकलेल्या, कल्पनेतही येणार नाही अशा आणि जागतिक स्वरूपाच्या कटकारस्थानावर विश्वास ठेवायला तयार होता, याचं तिला नवल वाटलं. जॅक अॅडम्स एक उच्चविद्याविभूषित, बुद्धिजीवी माणूस होता आणि तरीही तो मन:शक्तीने दुसऱ्याच्या मनावर ताबा आणि दैवी महापुरुष घडवणाऱ्या ज्ञानाच्या शोधात निघालेले नाझी असल्या भाकडकथांवर विश्वास ठेवायला तयार होता. म्हणून तर ती हे अचाट धाडस करायला निघाली होती. ज्या प्रकारचा बुद्धिवाद तो जोपासत होता, तो अगदी वेगळाच असा प्रत्येक गोष्टीकडे संशयाने पाहण्याचा, वैशिष्ट्यपूर्ण होता. तो इतका शंकेखोर होता की, तो कशालाच ठामपणे सत्य म्हणून स्वीकारू शकत नव्हता, पण ते असत्य आहे असेही तो ठामपणे सांगणार नव्हता.

पण त्याला दोष देण्यात तरी काय अर्थ आहे? विचारच केला तर मन:शक्तीने दुसऱ्यावर नियंत्रण राखणारे लोक ऐकिवातच नव्हते का? जागतिक युद्धांनी आणि धार्मिक द्वंद्वांनी भरलेलं जग. जगाचा कारभार चालवण्याबद्दलच्या मतमतांतरातून निर्माण झालेल्या अण्वस्त्र स्पर्धेचं जग हे कशाचं लक्षण होतं? उंच हिमालयातल्या त्या गूढ जगापेक्षा पाश्चात्त्य जीवन किती कमी किंवा जास्त वेडाचार करणारे होते याचे काही निश्चित उत्तर होते का? आपण जॅकचेच शब्द पुन्हा बोलतो आहोत असं तिला वाटलं. काय घडणं शक्य होतं आणि काय अशक्य होतं ते ठरवणारी ती कोण होती? आपला पूर्ण वैचारिक गोंधळ उडालेला आहे असं तिला वाटू लागलं. काय खरं आणि काय काल्पनिक हे ठरवण्याची आपली क्षमताच आपण गमावतो आहोत असा तिला भास होऊ लागला किंवा कदाचित हे सगळे शब्द तिच्यापुरते अर्थहीन झाले असावेत. तिचा वास्तव आणि काल्पनिक या साध्या सोप्या फरकावरचा विश्वासच उडाला होता.

तार्किक विचाराची कास न सोडण्याचा आटोकाट प्रयत्न करत ती म्हणाली, ''जॅक, मी विचारते त्याबद्दल तुला काय वाटतं ते अगदी सरळसरळ सांग.

नाझींसाठी वडिलांनी केलेल्या शोधकार्याचा पाठपुरावा आणि त्या ब्रदरहूडचा शोध घ्यायचा अन्तोन प्रयत्न करत होता का? तो ज्ञानग्रंथ आणि त्यातलं ते दैवी महापुरुष घडवण्याबद्दलचं गुपित, त्याला जे काय म्हणायचं ते, ते तो शोधत असावा का?''

प्रश्न उच्चारत असतानाच आपण काय फालतू प्रश्न विचारतो आहोत असे तिला वाटले आणि तिला वाटले होते तसे जॅककडून त्याचे उत्तरही येत नव्हते. तो म्हणाला, ''असेलही आणि नसेलही. त्याच्या वडिलांबद्दल तू मला जे काही सांगितलंस आणि गुनने आताच त्या ज्ञानग्रंथाबद्दल, ती एक तंत्रकर्मात वापरली जाणारी वस्तू असल्याचं सांगितलं त्यावरून ती शक्यता वाटते. शिवाय तो शेवटचा दिसला होता तोही एका तांत्रिकाबरोबरच दिसला होता.''

विस्कळीत विचारांची नीट जुळवाजुळव करण्यासाठी तो जरा थांबला. मग म्हणाला, ''तुला सांगू नॅन्सी? माझ्यासारखं सगळ्या बाबतीत अगदी भ्रमनिरास झाल्यासारखं तटस्थ बुद्धीचं असलं ना, तरी कधीकधी विचित्रातल्या विचित्र गोष्टींवर विश्वास ठेवणंदेखील फायद्याचं ठरतं.''

''म्हणजे तुला काय म्हणायचंय?''

''त्याचं असं आहे, की जर अख्ख्या तिबेटची जनता, अधिक ते नाझी, अधिक तो अन्तोन, या सगळ्यांचा तो ज्ञानग्रंथ किंवा ते ग्रेट व्हाईट ब्रदरहूड किंवा पुनर्जन्म किंवा अगदी उडणारी डुकरं म्हण हवं तर, यावर विश्वास असेल आणि मी एकटाच त्याबद्दल साशंक असेन तर मी गप्प राहावं हेच उत्तम. अन्तोनला शोधायचं, तर अन्तोनप्रमाणेच विचार करायला पाहिजे. याचाच अर्थ या सगळ्या गोष्टींवर विश्वास ठेवला पाहिजे. दुसरी गोष्ट अशी, की जर तो ज्ञानग्रंथ का काय तो खरोखरच अस्तित्वात असेल तर तो कोहिनूर हिऱ्यापेक्षाही लाख पटींनी मोलाचा ठरेल. ती एक सगळ्यात पुरातन वस्तू ठरेल.'' हे बोलत असताना एखादा प्रचंड खजिना हाती येण्याची नुसती शक्यता नजरेसमोर आलेल्या हावरट माणसासारखा तो जिभल्या चाटत असावा असे त्याच्याकडं पाहताना तिला वाटले.

या सगळ्या प्रकरणातून भरपूर पैसे मिळण्याची आशा त्याला वाटते आहे, असे नॅन्सीला वाटले. एखाद्या बुद्धिवंताला त्याने मांडलेल्या सिद्धांताला पुष्टी देणारे पुरावे सापडल्यावर वाटावा तसा हा आनंद नक्कीच नव्हता. एक भरपूर पैसे मिळण्याची संधी यापलीकडे तिला वाटत होते तसे, अन्तोनचा शोध आणि इतकी वर्षं तो तिबेटमध्ये काय करत होता याबद्दल त्याला काहीच स्वारस्य नव्हते असे वाटून क्षणभर ती निराश झाली. पण नुसती पैसे मिळण्याची आशा जरी त्याला तिला मदत करायला प्रवृत्त करणार असली तरी तिच्यासाठी तेही

ठीकच होते. इथपर्यंत अन्तोनच्या शोधात ती आलीच होती आणि तिला पुढे तर जायचेच होते. स्वत:लाच कष्टप्रद परिस्थितीत ती ढकलत असली तरी तिच्यासमोरदेखील एक आशेचं गाजर होतंच. तिला ती वृत्तकथा कसंही करून हवीच होती. अन्तोन ज्या कथेच्या शोधात निघाला होता तीच!

"तर मग तू काहीही झालं तरी पिमाकोला येणारच ना?" तिनं सावधपणे विचारलं. जॅक ॲडम्स हसला.

"नक्कीच!"

"अन्तोनवर काही भयानक प्रसंग गुदरला असेल असं तुला वाटतं का?"

"कसं सांगणार? एक गोष्ट मात्र सांगतो. अन्तोन एक अत्यंत काटक, अविनाशी मानव आहे. सैतानाच्या हातूनही सुटून येईल असा नशीबवान आहे. कदाचित तो कुठंतरी जुन्या, अतिप्राचीन मठांमध्ये सगळ्या जगाचा विसर पडून मजेत फिरत असेल."

"किंवा कदाचित तो खरोखरच पूर्णपणे वेडा होऊन भरकटला असेल." नॅन्सी मनाशीच बोलावे तशी बोलली.

पुन्हा एकदा जॅकने बीअरची बाटली तोंडात उपडी करत शेवटचा उरलासुरला थेंबदेखील पिऊन घेतला. दाणकन बाटली टेबलावर ठेवली आणि दाराकडे नजर टाकली.

"किंवा या दोन्ही गोष्टी घडल्या असतील. पण नक्की काय झालं असेल ते समजण्याचा एकच मार्ग आहे. जेव्हा पाहिजे असतो, तेव्हा हा गुन लोब्सान्ग कुठं गायब होतो बुवा?"

छत्तीस

डोंगरावर अगदी उंचावर, झाडांच्या रांगा संपतात आणि ओबडधोबड सुळकेच फक्त दिसू लागतात तिथं तो भिक्षूंचा जथा पुन्हा एकदा थांबला होता. बाभळीडिंकाच्या वेड्यावाकड्या पसरलेल्या झाडांखाली पावसापासून स्वतःचा बचाव करत ते थांबले होते. खालच्या भागात दरीमध्ये तरंगत असलेले ढग दिसत होते.

कोणीतरी पाठलाग करत असल्याची भीती अस्वस्थ करत असली तरी ते थांबल्यामुळे अन्तोन हरझोगला बरं वाटलं होतं. भिक्षूंनी जेव्हा त्याला स्ट्रेचरवरच जरा नीट मध्यावर सरकवून ठेवलं तेव्हा तेवढ्या हालचालीनेदेखील त्याच्या अस्थिपंजर देहावरून बांधलेल्या पट्ट्यांखाली चिमटलेली त्याची कातडी सोलवटली आणि रक्त येऊ लागलं. भिक्षू स्ट्रेचरवरून त्याला नेत असताना सततच्या हालचालींनी लंबकासारखं हलणारं त्याचं डोकं स्थिर ठेवण्याचासुद्धा आता त्याला शीण येऊ लागला होता. या सगळ्या दगदगीपासून मिळालेली विश्रांती त्याला हवीच होती. ती मिळाल्यावर त्याने सावकाश खोलवर श्वास घेण्याचा प्रयत्न केला आणि अंग शिथिल करून जास्तीतजास्त विश्रांती मिळवायचा प्रयत्न केला. कदाचित ते आता अगदी शेवटच्या टप्प्यात असावेत. कदाचित आणखी एक मजल मारली की, ते अगार्थीला पोहोचणार असतील. आपण आता फार काळ काही जगणार नाही, हे त्याला कळलं होतं, तरीही त्याला आशा वाटली.

उपमठाधिपतींनी हरझोगजवळ येत त्याच्या बाजूला बसून त्याच्या हातात नव्याने भरलेली एक चिलीम दिली. पडल्या पडल्याच त्याने एक झुरका घेतला. उपमठाधिपती उठून उभे राहिले आणि दुसऱ्या एका भिक्षूशी काहीतरी बोलत असल्याचं हरझोगला ऐकू आलं. कष्टानेच त्याने डोळे उघडले. ते एक नकाशा

पाहत होते. थोड्या वेळाने उपमठाधिपती पुन्हा खाली बसले आणि त्यांनी तो नकाशा हरझोगच्या डोळ्यांसमोर धरला. मग त्या जीर्ण नकाशाच्या एकदम डावीकडच्या कोपऱ्यात काहीतरी दाखवू लागले.

"त्या चिनी माणसाला या इथं तुम्ही सापडला होता का? इथंच तुम्ही तुमचा प्रयत्न सोडून दिला होता का?"

अफूच्या धुराच्या घट्ट मधाच्या दाट थरासारख्या मऊ सायीने आपला घसा लपेटून घेतला जातोय, असे हरझोगला वाटले. त्या सुखाच्या नशेत त्याची बोलत राहण्याची इच्छा पुन्हा प्रबळ झाली. आता त्याची मानही दुखत नव्हती, फुफ्फुसं फुगून फाटतील असं सारखं वाटत होतं तेदेखील आता कमी झालं होतं. एक नीरव शांततेची आणि समाधानाची भावना पुन्हा एकदा त्याच्या मनात स्थिर झाली होती. पण चिनी माणूस? या लामाला त्या विचित्र वाटणाऱ्या चिनी माणसाबद्दल कसं काय माहीत होते? त्याचा गोंधळ उडाला होता. अफूच्या प्रभावामुळे त्याची लक्ष केंद्रित करण्याची क्षमता खालावत चालली होती. मनात येणारे विचार स्पष्ट होते, आठवणी चित्रासारख्या मनात उमटत होत्या, पण मन मात्र कुठंही, कसंही भटकत होतं. मनाला भटकू न देता एका सरळ दिशेने विचार करायला लावण्याची त्याची क्षमताच हिरावून घेतली होती.

"हो," तो खोल गेलेल्या आवाजात म्हणाला. त्याच्या नजरेसमोर तो उमदा चिनी माणूस उभा राहिला होता. "चिनी माणूस. अगदी बरोबर!"

आता त्याच्याकडून काहीतरी नीट माहिती मिळेल, या अपेक्षेने उपमठाधिपतींनी अधीरपणे विचारले,

"कृपा करून मी नकाशावर जी जागा दाखवतोय तिकडं लक्ष द्या. हे, या इथं तुम्ही त्याला सापडला होता का?"

हरझोगने नकाशावर लक्ष केंद्रित करण्याचा प्रयत्न केला.

"ते काही मला सांगता येत नाही. पण त्याने आम्हाला वाचवलं. आम्हाला दुसरीकडे नेलं. पण मला वाटलं होतं त्यापेक्षा तो प्रवास फार लांबचा होता. शिवाय माझी अवस्था अगदीच वाईट होती. आम्हाला एका उंच भागातल्या खिंडीतून जंगलात पूर्णपणे दडलेल्या खिंडीतून पलीकडे जावं लागलं. वर खिंडीकडे जात असताना जवळपास सगळा वेळ मी अर्धवट झोपेतच होतो. ठरावीक वेळानंतर दचकल्यासारखा जागा होत होतो. पण पलीकडे उतरताना मात्र उतार इतका जास्त होता की, मला खुर्चीवरून उतरवलं गेलं. मग मी आणि तो चिनी माणूस मधे आणि आमच्या पुढे-मागे शेरपा अशा पद्धतीनं आम्हाला सर्वांना एका लांब दोरखंडानं बांधलं गेलं."

उपमठाधिपतींनी आता एकदम उतावीळ होत विचारले.

"पण या नकाशावरची एक तरी गोष्ट तुम्हाला ओळखीची वाटते का ते सांगा ना! या नकाशात जो प्रदेश दाखवला आहे तो तुमच्या दृष्टीनं थोडा तरी ओळखीचा वाटतो आहे का? तुम्ही कुठल्या भागात होतात ते या नकाशाकडे पाहिल्यावर तुम्हाला आठवतंय का?"

हरझोग पुन्हा एकदा भरकटला होता. तो स्वत:शीच काहीतरी बोलल्यासारखे पुटपुटत होता. त्याची नजर मात्र उपमठाधिपतींच्या मागे उभ्या असलेल्या डॉक्टरकडे असावी, असे वाटत होते.

"मला नाही माहीत, पण मी काय सांगतोय ते ऐकून समजून घ्या ना! आम्ही चाललो होतो तो रस्ता काही तासांनी जरा नीट चालता येण्यासारखा झाला. पण आम्हाला एका दरीच्या काठानं जाणाऱ्या अगदी अरुंद, खडकाळ रस्त्यानं जावं लागलं. शेकडो यार्डांचं अंतर. एका कड्याच्या अगदी काठावरून सावधपणे चालत आम्ही इंच इंच पुढे सरकत राहिलो. खाली हजारो फूट खोल दरीत सापासारखी नागमोडी वळणं घेत दगडाधोंड्यातून वाट काढत चाललेली नदी दिसत होती."

उपमठाधिपतींनी नकाशाकडे पाहिले. त्यावर कुठंही कोपऱ्यातदेखील नदी दिसत नव्हती, कडा दिसत नव्हता की, दरीच्या काठाने जाणारा अरुंद रस्ता दिसत नव्हता. हताशपणे सुस्कारा सोडताना त्यांचे हातही निर्जीवपणे खाली आले. दु:खी अंत:करणाने त्या मरणासन्न माणसाकडे ते पाहत राहिले. आपण जे काही सांगतोय त्याचा अर्थ कळत नसल्याने हा वृद्ध लामा नाराज झालाय हे हरझोगला जाणवले.

"तुम्ही मला समजून घ्या ना, मी पूर्णपणे थकलो होतो. आम्ही पुन्हा एकदा बऱ्या रस्त्यावर आलो, तेव्हा अति थकव्याने मी तर कोसळलोच. त्या खडतर प्रवासातदेखील अंगाखांद्यावर वाहून आणलेल्या त्या खुर्चीवर पुन्हा एकदा शेरपांनी मला बसवले आणि खुर्चीत बसल्या बसल्या मला कधी झोप लागली ते कळलंदेखील नाही. मग शेरपांचं घर दिसायला लागल्यावर त्यांनी आनंदाने मारलेल्या आरोळ्यांनीच मला जाग आली. त्यामुळेच मला या नकाशावरचं काहीही ओळखता येत नाही. आता आहे त्यापेक्षा काही फार चांगली अवस्था नव्हती माझी तेव्हा!"

हरझोग बोलण्याचा थांबला. उपमठाधिपतींनी हातातला नकाशा एका भिक्षूकडे दिला. त्यांना अजून पुढची गोष्ट ऐकायची होती. गोरा माणूस वर्णन करत होता ती जागा कशी आहे, हे जाणून घेण्याचा प्रयत्नदेखील करू नये असे पूर्वसुरींनी कितीही सांगितले असले तरी त्याचे आकर्षण स्वस्थ बसू देत नव्हते आणि नुसतं त्या जागेबद्दल विचारणंदेखील पाप आहे असं वाटत असल्यामुळे अस्वस्थपणे

ते हातावर हात चोळत होते.

"कसं होतं त्यांचं घर? मला जरा वर्णन करून सांगता?"

स्वप्नात हरवलेल्या डोळ्यांनीच हरझोगने तो प्रश्न स्वत:लाच नीट कळावा म्हणून पुन्हा सांगावा तसा उच्चारला. त्याच्या डोळ्यात जणू स्वर्गच पाहत असल्यासारखी चमक होती.

"कसं दिसत होतं? इतकी हिरवीगार, मऊशार हिरवळ असलेली जागा मी उभ्या आयुष्यात कधी पाहिली नव्हती. बघताक्षणी मन प्रसन्न करणारं, भव्य, पवित्र स्थळ होतं ते. भोवताली उंचच उंच कडे रिंगण धरून उभे होते, पण तसं असलं तरी ते खोरं जवळपास दीड मैल रुंद असल्यामुळे भरपूर सूर्यप्रकाश होता आणि खाली खोऱ्यातल्या सपाट भागात मला एक मठ स्पष्ट दिसत होता. त्याच्या आजूबाजूला घरं, शेतं आणि शेतघरं होती. शेतात कष्ट करत असलेली माणसंदेखील मला दिसली!"

त्या क्षणी तो मनाने पुन्हा त्या स्थळी पोहोचलेला होता. आता त्याच्या आजूबाजूला असलेले जंगल मागे टाकून आणि या जगाशी त्याला बांधून ठेवणाऱ्या त्या शारीर वेदनाही मागे टाकून तो भूतकाळातल्या त्या अनुपम, अवर्णनीय निसर्गाने नटलेल्या खोऱ्यात पोहोचला होता. तो वर्णन करत होता, पण ते उपमठाधिपतींना ऐकू येत होते का? त्याच्या नजरेसमोर तरळणाऱ्या दृश्यांचं तो वर्णन करत होता, त्या दृश्यांशी जोडलेल्या आठवणी सांगत होता. समोरच्या दृश्यांकडे अभिमानाने पाहत तो चिनी माणूस समाधानाने हसत होता. हरझोग त्याच्याकडं वळत म्हणाला, "किती मनोहर दृश्य आहे, नाही?"

"आहेच मुळी!" तो चिनी माणूस म्हणाला, "हे असंच असतं इथं नेहमी."

पुन्हा एकदा हरझोगला उपमठाधिपती स्पष्टपणे दिसू लागले. आपण बोलतो आहोत आणि स्वप्नात वावरत नाही याची हरझोगला खात्री पटली. सगळे त्राण एकवटून त्याने उपमठाधिपतींवर आपली नजर स्थिर केली.

"त्या चिनी माणसाकडून आणखी माहिती मिळवण्याचा मी प्रयत्न केला." मी म्हणालो, "ही जागा फारच शांत, नीरव आहे. सर्वसामान्य समाजातले त्रास तुम्हाला इथं सोसावे लागतात का?"

माझ्याकडं अभिमानाने बघत तो चिनी माणूस म्हणाला, "इथं गुन्हे होत नाहीत. व्याधी तर इथं कुणाला माहीतच नाही. इथं माणसं त्यांचं आयुष्य अगदी निरोगी आणि परिपूर्ण जगतात आणि मग शांतपणे झोपेतच त्यांचं अस्तित्व अवकाशात विलीन होतं. मेकॅनिक, शास्त्रज्ञ, वकील यांची इथं गरजच नाही.

इतकंच काय डॉक्टरांचीदेखील आम्हाला इथं फारशी गरज वाटत नाही आणि धर्माची व्याख्या बदलणाऱ्या धर्मांची तर आम्हाला अजिबातच गरज नाही. ताओ तत्त्वांचं पालन जितकं जास्त करता येईल तितकं आम्ही करतो आणि आमचं आयुष्य आनंदात जातं. फक्त भात, ताजी फळं आणि भाज्या, साखर पूर्णत: वर्ज्य आणि चवीला थोडेसे मीठ असा सात्त्विक आहार. त्याच्या जोडीला मोकळ्या हवेत कष्टाची कामं करणं असं पथ्य पाळलं की, माणसाच्या शरीराला आजार होतच नाही. त्याला कॅन्सरही होत नाही की, अन्य कुठला आजार होत नाही. जगभरातील आदिमानव काळातील माणसं शेकडो, हजारो वर्षं करत आली त्याप्रमाणेच इथली वयोवृद्ध माणसं शेवटी झोपेतच निधन पावतात आणि शांतपणे या जगाचा निरोप घेतात.

दर दहा वर्षांनी तुमच्या या बाहेरच्या जगातल्या बातम्या आम्हाला कळतात. पण दहा वर्षांपूर्वीच अनुमान करणं शक्य नाही अशी एकही गोष्ट घडलेली आम्हाला त्यात आढळत नाही. ताओ तत्त्व हे कधीही स्थिर नसले, तरी ते कधी बदलतसुद्धा नाही.

"मग तो खाली दिसतोय तो मठ नाही का?" खाली राहत्या घरांच्या मधेच उभ्या असलेल्या त्या मुख्य इमारतीकडे बोट दाखवत मी विचारलं.

"तिबेटमध्ये इतरत्र पाहायला मिळतं तसं नाही इथं. ते एक साधं घर आहे. प्रत्यक्ष ज्ञानदेवीनेच ते घर आपलं स्वत:चं मानावं आणि तिथं कायमचं वास्तव्य करावं अशी आमची मनापासून इच्छा आहे, पण त्याच घरात आपणही घुसून राहावं असं आम्हाला मुळीच वाटत नाही. तिथं अधूनमधून जावं आणि ज्ञानदेवतेकडून काही ज्ञानकण प्राप्त करावेत एवढाच आमचा प्रयत्न असतो."

"म्हणजे तुम्ही या राज्याचे अधिपती किंवा विश्वबांधवांपैकी एक किंवा धर्मरक्षकदेखील नाही का?"

"पहिली गोष्ट म्हणजे हे राज्य नाही आणि तुम्ही म्हणालात त्यापैकी मी कुणीच नाही. आम्ही अनावश्यक त्रास सहन न करावा लागता जगण्याची इच्छा असलेला फक्त एक समाजगट आहोत. आम्ही सर्व जबाबदाऱ्या सारख्याच प्रमाणात पेलतो, कामही एकसारखंच करतो. माझ्या मनाच्या विशिष्ट घडणीमुळे मला अभ्यास आणि चिंतनमनन करण्यात रुची वाटते, म्हणून मी या खोऱ्यात राहणाऱ्या माझ्या इतर बांधवांपेक्षा या कामांमध्ये जास्त वेळ व्यतीत करतो. असं असलं तरी मीदेखील शेतात अंगमेहनतीचं काम करतो, पिकं पिकवतो आणि याकचे दूधही काढतो."

उपमठाधिपतींनी मध्येच प्रश्न केला.

"पण हे तर अगदी एखाद्या कम्युनिस्ट समाजाचं वर्णन वाटतंय. तुम्ही नक्कीच अनवधानाने लाल चीनच्या प्रदेशात गेला असाल."

हरझोग हसला. म्हणाला, "मलासुद्धा त्यावेळी असंच वाटलं होतं. पण मग मला त्या चिनी माणसाने ताओ तत्त्वाचा उल्लेख केलेला आठवला आणि पुन्हा एकदा नव्या दृष्टीनं माझ्या नजरेसमोर पसरलेल्या खोऱ्याकडे, त्यातल्या भाताच्या पिकाकडे आणि शांत, रमणीय वातावरणाकडे मी पाहिलं तेव्हा इथं त्या तथाकथित सांस्कृतिक क्रांतीच्या विषाचा लवलेशही पोहोचला नसल्याची मला खात्री वाटली. मार्क्स किंवा अध्यक्ष माओ यांनी मांडलेल्या तत्त्वप्रणालीपेक्षा कितीतरी प्राचीन आणि प्रगल्भ अशी ही ज्ञानमार्ग परंपरा असल्याचं माझ्या लक्षात आलं."

"इतकं असलं तरी मी मुळात याच्या शोधात आलोच नव्हतो. त्या माणसाच्या सांगण्यानुसार ते मठासारखं दिसणारं, त्यानं 'ज्ञानदेवतेचे अधिष्ठान' म्हणून नाव दिलेलं जे घर होतं, तिथूनच ते मन:शक्तीच्या साहाय्यानं आणि तांत्रिक योगसाधनेच्या परंपरागत पद्धतींद्वारे जगभरात घडणाऱ्या गोष्टींवर कुणाच्याही नकळत प्रभाव टाकू शकत होते ही वस्तुस्थिती बहुधा त्या माणसाच्या विनयशील स्वभावामुळे उघड होत नव्हती."

"कोणत्याही प्रकारे त्याला त्रास देण्याचा हेतू न ठेवता मी त्या चिनी माणसाला विचारलं की, त्यांच्या या प्रयत्नांद्वारे काय साध्य करण्याची त्यांची अपेक्षा आहे? त्यांच्याजवळ असलेलं ज्ञान त्यांना इतरांना द्यायचं आहे का? इतरत्र जगणाऱ्या माणसांबरोबर संवाद साधण्यासाठी त्यांनी हे सुंदर खोरं सोडलं होतं का? त्याचं उत्तर अगदी साधं आणि रोखठोक होतं."

"आमच्याबद्दल तुमची काहीतरी चुकीची समजूत झालेली दिसते आहे. आम्ही कुणालाही काहीही शिकवायचा प्रयत्न करत नाही. लोकांनी इथं यावं आणि आमची जीवनशैली समजून घ्यावी, त्यांचं आम्ही स्वागत करू; पण आमची जीवनशैली हाच समाधानाचा एकमेव मार्ग असल्याचं कुणालाही पटवून देण्याचा आम्ही एक क्षणभरही प्रयत्न करणार नाही. तुम्हाला काय म्हणायचंय याचा मला थोडासा अंदाज आहे. इथं या खोऱ्यात राहणाऱ्या आम्हा लोकांना अनेक गोष्टींचं ज्ञान आहे. आम्हाला हेही माहीत आहे की, काही प्राचीन कलांच्या माध्यमातून मानवाला अधिभौतिक पातळीवर जाता येतं आणि तिथून खाली इतर माणसांच्या मनाला सूचना देता येतात. या सूचना जर सगळ्या माणसांपर्यंत पोहोचवायच्या असतील तर त्या भाषेऐवजी चिन्हांमध्ये असाव्या लागतील, नाहीतर फक्त विशिष्ट भाषा कळणाऱ्या लोकांनाच त्या सूचना कळतील.

शिवाय चिन्हं ही भाषेपेक्षा जास्त प्रखर, प्रभावी असतात.''

"परंतु असं काही करणं हे आमच्या ताओ तत्त्वप्रणालीच्या अगदी विरुद्ध आहे. असल्या उद्योगात रमणं म्हणजे आमच्या तत्त्वांचं पालन करण्याच्या आम्ही घेतलेल्या शपथेचा भंग करण्यासारखं आहे. माणसाने स्वत:च्या मनाने ठरवलेल्या मार्गानं जीवन अनुसरण्याऐवजी आम्ही त्याला सुषुम्नावस्थेत दिलेल्या सूचनांप्रमाणे त्याला जगावं लागणार असेल तर कोणीही माणूस सुखानं जीवन कसा काय जगू शकेल, असं आम्हाला वाटतं. म्हणून असं काही करण्याऐवजी आम्ही आमच्या ऊर्जा ताओ जीवनशैलीविषयी अधिक संशोधन आणि जोपासना करण्यासाठी उपयोगात आणतो. आता ताओ तत्त्वाचं वैशिष्ट्यच हे आहे, की जितकं तुम्ही त्याच्या खोलात जाऊन शोधायचा प्रयत्न करता तितकं ते तुमच्यापासून दूर पळतं आणि जितकं तुम्ही त्यापासून दूर राहण्याचा प्रयत्न करता तितकं ते तुम्हाला प्रभावीपणे भिडतं, मग त्याच्या शोधात धावत सुटणं आम्ही टाळतो. त्याऐवजी आम्ही त्या तत्त्वाच्या साथीनं, ते तत्त्वच मदतीला घेऊन काम करण्याचा प्रयत्न करतो.

ताओ तत्त्वानुसार जगण्यातच आम्ही आमची सर्व शक्ती पणाला लावतो, त्यात आम्हाला यश आले, तर आमच्या आनंदाची वार्ता आमच्या या उच्चपदी असलेल्या खोऱ्यातून हलकेच वाहत खालच्या दऱ्याखोऱ्यात नक्कीच पोहोचेल. मग तिथं ती आणखी प्रबळ होत एखाद्या नदीसारखी प्रवाही होईल आणि शेवटी त्याहीपेक्षा खालच्या भागात असलेल्या भूप्रदेशात पोहोचता पोहोचता तिचा ब्रह्मपुत्र नद होईल. मग त्या नदानं सिंचन झालेला भूप्रदेश अख्ख्या भारताचं आणि पर्यायानं सगळ्या जगाचं भरणपोषण करेल. ताओ तत्त्व तर आम्हाला असं शिकवतं की, नुसतं एखाद्या नि:शब्द, नीरव खोलीमध्ये मन शांत करून तुम्ही स्थिर बसलात आणि मनामध्ये जर योग्य विचार आणलेत, तरी तुमचा आवाज शेकडो, हजारो मैल दूर ऐकला जाऊ शकेल.''

हरझोग बोलताना पुन्हा थांबला. त्याच्या चेहऱ्यावर स्मित विलसत होते. डोळे स्वप्नात हरवलेले होते. आपण मरणपंथाला लागलो आहोत हे त्याच्या गावीदेखील नसावं, असं उपमठाधिपतींना वाटलं. अफूचा परिणाम असावा असं मानलं तरी या परक्या माणसाची मानसिक आंदोलनं अनाकलनीयच आहेत असं वाटलं. पण तरीही त्यांना आणखी जाणून घ्यायची इच्छा होती.

"तुमचा विश्वास बसला का त्यांनी सांगितलेल्या या असल्या गोष्टींवर? म्हणजे असं काहीही न करता स्वस्थ बसून राहण्यानं काही साध्य करता येतं असं तुम्हाला वाटतं का?''

एक हलकंसं हसू हरझोगच्या ओठावरून ओघळलं.

"नाही. त्यांची उद्दिष्टं वाखाणण्यासारखी होती खरी, पण तो सांगत होता त्या पद्धतीने ते साधणं शक्य होईल यावर माझा आजही विश्वास नाही. त्या जागेपासून अवघ्या काही मैलांवर असलेल्या लितांग गुहेत राहणाऱ्या तुमच्यापर्यंत त्यांच्या जीवनशैलीविषयी आणि शिकवणींविषयी कुणी ऐकलंदेखील नसेल, तर त्याबद्दल भारतापर्यंतदेखील काही पोहोचलं असण्याची शक्यता कमीच आहे आणि न्यूयॉर्क, लंडनसारख्या ठिकाणांचा तर विचारच करायला नको. त्यांच्यापर्यंत या शांत जीवन जगणाऱ्या समाजाबद्दल कधीही काही पोहोचणारच नाही. पोहोचेलच असं म्हटलं तरी तसं ते पोहोचून सगळं जग या जीवनशैलीचं अनुसरण करून जगायला सुरुवात करण्यासाठी अनंत काळ जावा लागेल. जगण्याच्या नवनवीन योजना बनवण्यात माणसं आजकाल फारच गुंतलेली असतात."

खोकला आल्यामुळे हरझोग जरासा थांबला, मग पुन्हा नजर स्थिर करत बोलायला लागला. तेव्हा त्याच्या चेहऱ्यावरचे स्मित मावळले होते.

"आर्यांच्या काळाच्या उदरात लुप्त झालेल्या आणि शांग्री-ला राज्याच्या ताब्यात असलेल्या कलांचा शोध घेऊन त्यांचा पुन्हा नव्यानं आताच्या जगात कौशल्यपूर्ण उपयोग करण्यातूनच मानवजातीचा उद्धार होईल. तिला उत्क्रांतीच्या एका वरच्या स्तरावर घेऊन जाईल हे मला माहीत होतं आणि माझ्या आधी फेलिक्स कोएनिगला माहीत होतं. मी तसा अपघातानंच या तपस्वी भिक्षूंच्या खोऱ्यात पोहोचलो होतो, मग शांततेच्या साम्राज्यात माझा प्रवेश झाला होता आणि ताओ विचारसरणीशी माझा परिचय झाला होता. हा समाजगट अतिशय साधं, सुंदर जीवन जगत असला तरी मी या जागेच्या शोधात इथंवर आलोच नव्हतो. म्हणून मग मी त्या चिनी माणसाला थेटच प्रश्न केला. "तुमच्या या अतिशय सुंदर स्थानाबद्दल आणि जीवनशैलीबद्दल मला माहिती दिल्याबद्दल मी खरोखरच तुमचा आभारी आहे, पण मला शांग्री-लाच्या राज्यात पोहोचण्याची इच्छा आहे. त्यासाठी तुम्ही मला काही मदत करू शकता का? शांग्री-ला कोणत्या दिशेला आहे ते सांगू शकता का किंवा मला तिकडं घेऊन जाऊ शकता का?"

माझी भेट झाल्यापासून पहिल्यांदाच तो चिनी माणूस दुःखी झालेला दिसत होता.

"हो. तुमचा तसा आग्रहच असेल तर आम्ही तुम्हाला मार्ग दाखवू शकतो. पण तुम्ही आमच्यातच राहावं अशी आमची आग्रहाची विनंती आहे. तुमची शक्ती तुम्ही आमच्यासाठी या खोऱ्यात खर्च करा. तुम्हाला समाधान मिळेल आणि तुम्हाला पाहून इतरदेखील तुमचं अनुकरण करतील. शांग्री-ला काही चांगली जागा नाही. त्यांचा मार्ग आमच्या मार्गापेक्षा वेगळा आहे. त्यांचा उद्देश

साध्या जीवनसरणीच्या आदर्शाद्वारे मानवाला जगण्याची कला शिकवण्याचा नसून सत्तेचा वापर आणि जादूटोण्याच्या साहाय्यानं जगाचं चालन करण्याचा आहे. त्यासाठी ते कशाचाही वापर करायला, अगदी त्यांच्या नियंत्रणात नसलेल्या अतींद्रिय शक्तींचा वापर करायलादेखील तयार आहेत. आमचं ऐका, इथंच राहा. ही अगदी सुखदायी, शांत जागा आहे.''

''तो अगदी चांगला, सरळ मनाचा माणूस होता. माझा मुद्दा तसाच दामटताना मला वाईटही वाटत होतं, पण कितीही आकर्षक वाटलं तरीही ऐहिक जगापासून निवृत्ती स्वीकारून एखाद्या धार्मिक पुजारी, शेतकऱ्याप्रमाणे जीवन कंठण्याची माझी तयारी नव्हती, इच्छाही नव्हती. शिवाय त्याच्यासारख्या ऐहिक जगाचा त्याग करून निवृत्तीचं जीवन जगणाऱ्या भिक्षूकडून शांग्री-लासारख्या राज्याबद्दल अशाच प्रकारचे विचार मांडले जाणं अपेक्षित होतं.''

''तुम्ही मला तिकडं जायला मदत केलीत तर फार उपकार होतील.''

''तुमचा हट्टच आहे तर ठीक आहे. पण एक गोष्ट स्पष्टपणे सांगतो, तुम्ही जर तिकडं गेलात, तर तुम्ही पुन्हा कधीही परत येऊ शकणार नाही, कारण तिकडं कसं जायचं ते नकाशा काढून दाखवणं शक्य नाही किंवा परत कसं यायचं तेदेखील सांगता येणं शक्य नाही. आपण ज्या मार्गानं आलो त्या मार्गानं कुणीही परका माणूस येऊ शकणार नाही आणि आमचा तांडा दहा वर्षांतून फक्त एकदाच बाहेरच्या जगात पाय ठेवतो. शिवाय अगदी प्राण वाचवण्याचीच गरज असल्याशिवाय आम्ही आमची मदत देऊ करून तुम्हाला त्रास देणार नाही. इतकंच नाही तर, तुमच्या दृष्टीलाही आम्ही पडणार नाही.''

कोण जाणे कसा, पण अनामिक भीतीने माझ्या पोटात गोळा उठला.

''पण मी शांग्री-लाहून परत येऊ शकतो ना? ज्या मार्गानं गेलो त्याच मार्गानं परत यायचं, म्हणजे झालं. नाही का?''

तो चिनी माणूस हसला.

''दुर्दैवानं ते शक्य नाही.''

''का?''

''कारण त्या मार्गावर फक्त एकाच दिशेनं प्रवास करता येतो.''

''ते कसं काय?''

''चला, तुम्ही तयार असाल तर तुम्हाला दाखवतो.''

आम्ही जाण्यासाठी उठलो. त्याबरोबरच माझ्या मनातील अपराधीपणाची भावना दूर झाली. कारण आता मी शांग्री-लाला जाणार होतो. इतक्या प्रचंड प्रयत्नानंतर अखेर मला माझं अंतिम स्थान दिसणार होतं. नव्हे मी तिथं पोहोचणार होतो.

"आपण नक्की कुणीकडं जाणार आहोत?" एक तरतरीत याक मादी ओढत असलेल्या एका छकड्यात बसता बसता मी विचारलं.

"तिकडं", खोऱ्याच्या अगदी एका टोकाकडं असलेल्या कड्यांच्या दिशेनं बोट दाखवत तो म्हणाला, "तिकडं वर."

त्यानं बोट दाखवलेल्या उंच कड्यांची टोके धुक्यात हरवली होती. बहुधा तो उंचावर दिसणाऱ्या एका गुहेच्या तोंडाकडे बोट दाखवत असावा, असं मला वाटलं. त्या गुहेतून एक अंधारी वाट जात असावी आणि त्या वाटेनं गेल्यावर शेवटी आपला शांग्री-लाच्या राज्यात प्रवेश होत असावा असं वाटलं. पण एकाच दिशेनं प्रवास करता येतो असा मार्ग कसा काय असेल बरं? तिथं एखादी भूमिगत झालेली नदी असावी असं मला वाटलं. तसे असेल तर त्या मार्गानं परत येणं शक्य नव्हतं.

उपमठाधिपतींनी पुन्हा नकाशा उचलला आणि हरझोग वर्णन करत होता तसे खोरे आणि त्याच्या भोवताली उंच उंच कडे नकाशात सापडताहेत का ते पाहू लागले. इकडे हरझोगचे प्रवासवर्णन सुरूच होते.

छकड्यात बसून आम्ही थोड्याच वेळात तो हिरवागार प्रदेश आणि मखमली मऊशार दिसणारी भाताची शेतं पार करत दरीच्या वरच्या टोकाकडं गेलो. वाटेत भेटणारी माणसं हातातलं काम जरा बाजूला ठेवून आम्हाला हात हलवून अभिवादन करत होती आणि त्या चिनी माणसाला साद घालत होती. वाटेत बऱ्याच ठिकाणी भेटणाऱ्या त्या माणसांशी बोलण्यासाठी तो चिनी माणूस थांबला की, आम्हाला ताजी फळं आस्वादासाठी मिळत होती.

वर नजर उचलून पाहिलं तर वरचं टोक आभाळात गडप होत असल्याचा भास होत असलेल्या त्या अजस्र कड्यांच्या पायथ्याशी अखेर तो रस्ता पोहोचला. तरुण वयात मी एक अनुभवी गिर्यारोहक होतो, पण कोणत्याही प्रकारे पाहिलं तरी वर चढून जाता येण्यासारखा एकही मार्ग मला त्या ताशीव कड्यांवर दिसला नाही. काळ्या बर्फाचा अगदी गुळगुळीत पृष्ठभाग असावा तसे ते कडे दिसत होते. मी त्या चिनी माणसाकडं वळलो.

" प्रवेश कुठून करायचा आहे?"

"जरा थांब. मी गेल्या साठ वर्षांत इथं आलेलो नाही."

तो चिनी माणूस अगदी सावकाश फेऱ्या मारू लागला. तो आपले लक्ष केंद्रित करत होता. हा काहीतरी ध्यानधारणेचा प्रयत्न असावा, असं माझ्या लक्षात आलं. कारण त्याची नजर त्याच्या डोळ्यांच्या पातळीच्या साधारण एक यार्ड वर असलेल्या एका बिंदूवर स्थिर करून तो एकाग्र चित्तानं पाहत होता. त्याची समाधी लागली असावी असे वाटत असतानाच तो अचानक थांबला

आणि एखादे फुलपाखरू अलगदपणे पकडावे तसे हातवारे करू लागला.

"हे पाहा."

मी त्याच्याजवळ गेलो. त्यानं काय पाहायला सांगितलं, मला तर काहीच दिसलं नाही अशा विचारानं मी बुचकळ्यातच पडलो होतो. इतक्यात त्याच्या हातात असलेला रेशमाचा एक धागा पाहून मला आश्चर्याचा धक्काच बसला. तो धागा इतका तलम होता की, नुसत्या डोळ्यांनी तो चटकन दिसणं अशक्यच होतं, पण त्यानं तो दाखवल्यानंतर मात्र तो धागा वरवर आकाशाकडं जात आहे असं मला दिसलं. अर्थात साधारण सहा फुटांच्या वर तो कुठं गेला आहे ते काही मला सांगता येत नव्हतं. काहीही असलं, तरी तो नक्कीच त्या कोळ्याकभिन्न कड्याच्या अगदी वरच्या टोकाकडून येत असणार. तिथं हजारो फूट वर त्याचं एक टोक अगदी घट्ट रोवलेलं असणार, याची मला खात्री वाटली.

धागा घट्ट धरून, पण हलक्या हातानं ओढून पाहत त्यानं खात्री करून घेतली. तो तसे करत असताना माझे आईवडील राहायचे त्या लहानशा पाम्पास गावातल्या लाकडी बांधणीच्या चर्चमधली घंटाच कुणी वाजवत असल्याचे चित्र माझ्या डोळ्यासमोर उभं राहिलं. काय करायचं, बोलायचं ते मला काहीच माहीत नव्हतं आणि तो चिनी माणूस तर डोळे मिटून एकाग्र चित्तानं उभा होता.

इतक्यात एका टोकाला वर्तुळाकार फासा केलेला एक धागा त्याच्या हातापाशी दिसू लागला. वर, त्या पार आभाळाला भिडलेल्या कड्याच्या वर कोणीतरी किंवा गूढ असं काहीतरी असून ते हे रेशीम धागे खाली सोडत होते. थक्क होत मी एकामागून एक उलगडत येणाऱ्या आणि जमिनीवर आमच्या पायापाशी वेटोळे होत पडणाऱ्या रेशीम-लडींकडे पाहत होतो. शेवटी कोळ्याच्या जाळ्याप्रमाणे आगच्या भोवती त्या धाग्यांचे प्रचंड वेटोळे होत आमचे पाय त्यात दिसेनासे झाले. मग साधारण चार ते पाच मिनिटांनी ते रेशीमधागे एकत्र होत त्यांचा एक रेशमी दोर तयार झाला. मग लामांनी हे बरोबर झालं अशा अर्थानं डोकं हलवत तो दोर आणखी खाली येऊ देऊन त्याची बरीचशी वेटोळी होऊन जमिनीवर पडू दिली. मग त्या दोराला दोन हलकेसे झटके दिले. त्याबरोबर सगळी हालचाल एकदम थांबली. तो रेशीमधागा हवेत हेलकावे खात राहिला.

"कृपया तुमचे हात वर करा," चिनी माणूस म्हणाला.

माझ्या काखांमध्ये त्या दोराचा फासा अडकवून माझ्या पाठीवर त्याची गाठ मारत असताना मी त्याच्याकडं बघत राहिलो.

"माझं वजन पेलेल ना या दोराने?" खरोखरच भीती वाटून मी विचारलं, कारण तो दोर अगदी बारीकसा दिसत होता. माझं वजन त्या दोरानं कसं काय पेललं जाईल याची मला शंकाच वाटत होती.

"हो, पेलेल."

मग पुढे एकही शब्द न बोलता त्यानं माझ्या मानेमागून वर जाणारा दोर हातात धरून दोन जोरदार झटके दिले. पुढच्याच सेकंदाला एक झटका बसून माझ्या काखेतला दोर ताणला गेला. माझे पाय जमिनीवरून उचलले गेले. पाच-दहा सेकंदांतच तो चिनी माणूस एखाद्या लहान बाहुल्यासारखा दिसू लागला. मागे वळून तो छकड्यात बसत असलेला मला दिसला. मग मात्र मला तो दिसेनासा झाला. मला वर वर खेचून घेतलं जात होतं. माझ्या खालच्या बाजूला मला ते सगळं खोरं आता दिसत होतं आणि अचानक गुस्तावने सांगितलेलं ते शांग्री-लाच्या भिंतीवरून पलीकडे आशाळभूतपणे पाहतानाचं आणि खाली पाचूसारख्या चमकत असलेल्या हिरव्यागार दरीमध्ये उडत अलगद उतरावं असं स्वप्न आपण कसं पाहत होतो त्याचं वर्णन मला लख्खपणे आठवलं. पण आता सगळ्यालाच उशीर झाला होता.

मी वर वर एखादा कोळी त्याच्या जाळ्याच्या एका धाग्यावरून वर जावा तसा जात होतो. कधी धुक्यातून, ढगातून, कधी कड्याच्या धारदार बाजूच्या अगदी जवळ, तर कधी विरळ हवेत अधांतरी तरंगल्यासारखा, कड्यापासून दहा-बारा फूट दूर असा वर सरकत होतो. आणखी सहा-एक मिनिटं माझा प्रवास असाच चालू राहिल्यावर अखेर मला माझ्या या उड्डाणाचा अंतिम टप्पा दिसू लागला. मला बांधलेला दोर माझ्या डोक्यावर, कड्याच्या टोकाशी असलेल्या एका लाकडी रहाटावर गुंडाळला जात असलेला मला दिसला. रहाटापासून मी वीसएक फुटांवर होतो आणि भराभर वर जात होतो. भय, विस्मय, उत्कंठेचा एक शहारा माझ्या नसानसातून दौडत गेला. माझं स्वागत करायला कोण असेल तिथं वर?

आणि मग अचानक फेकल्यासारखा मी कड्याच्या वरच्या टोकापलीकडे आलो. माझ्या डोळ्यांसमोर आता एक दगडी तटबंदी होती आणि त्यानंतर जे भयानक दृश्य मी पाहिलं ते माझ्या मनावर कायमचं कोरलं गेलंय. त्या तटबंदीच्या प्रत्येक बुरुजावर अणकुचीदार भाल्याच्या टोकावर बसवल्यासारखं एक मांस झडत चाललेलं मानवी डोकं होतं. भीतीनं थरकाप उडून मी जोरात किंचाळलो. वेडेवाकडे पाय हवेतल्या हवेतच झाडत पुन्हा खाली जाण्याचा प्रयत्न केला, पण ते मूर्खपणाचं आणि व्यर्थ होतं. निव्वळ शारीर भीतीने उमटलेली ती एक प्रतिक्षिप्त क्रिया होती. क्षणभर मी हवेतच एखाद्या कोळ्याच्या जाळ्यात सापडलेल्या असहाय माशीसारखा तडफडलो. तटबंदीच्या पलीकडे असलेली ओबडधोबड जमीन आता मला दिसत होती आणि त्याहीपलीकडे असलेल्या मठाच्या काळ्या भिंती दिसत होत्या आणि त्याच्या मध्यभागी असलेला

उंच काळा मनोराही दिसत होता.

अचानक मला मी एकटा नसल्याची जाणीव झाली. एकोणिसाव्या शतकातील वाटणारी रेशमी वस्त्रे परिधान केलेला एक पन्नाशी उलटलेला पूर्वेकडील माणूस मला दिसला. हात पुढे करून माझ्यापुढे वाकत मोडक्या-तोडक्या इंग्रजीत तो मला म्हणाला, ''शांग्री-लामध्ये आपलं स्वागत आहे. लामा तुमचीच वाट पाहत आहेत. कृपया, आपण माझ्या हाताचा आधार घ्यावा.''

भीतीनं माझं हृदय थाडथाड उडत होतं, पण माझ्यासमोर दुसरा पर्यायच नव्हता. म्हणून त्यानं सांगितलेलं आज्ञाधारकपणे करून मी त्याचा हात पकडला. मग त्या तटबंदीच्या कडेकडेने जाणाऱ्या पायवाटेवर माझे पाय घट्ट टेकले. भीतीनं पांढराफटक पडलेला माझा चेहरा आणि अजूनही त्या मानवी शिरांकडे भयचकितपणे पाहणारी माझी नजर त्या माणसाच्या लक्षात आली. त्यानं हवेतच हातवारे केले. मोडकंतोडकं असलं तरी तो बोललेलं इंग्रजी कळण्यासारखं होतं.

''स्वागतालाच असं भीतिदायक दृश्य दिसल्याबद्दल क्षमा असावी. पण अनावश्यक पाहुण्यांसाठी ते आवश्यकच आहे. मनोऱ्यात तुमच्यासाठी खोली तयार आहे. तुम्हाला ती आवडेल, आरामदायी वाटेल असं वाटतं.''

मनाशी काहीतरी हेतू आणि निश्चय करून आपण इथं आलो आहोत असेच आपण बाह्यात्कारी दाखवणंच इष्ट आहे असा निर्णय मी घेतला. त्या अणकुचीदार पात्यावर टोचलेल्या मानवी शिरांबद्दल त्यानं दिलेलं स्पष्टीकरण पटण्यासारखं नव्हतंच. मानवी शिरांचाच बुजगावणी म्हणून वापर केला इतपत ठीक होतं, पण मुळात ही डोकी कुणाची होती? त्यांची डोकी अशी का मारली गेली, हाच प्रश्न होता.

''मला ताबडतोब या मठाच्या प्रमुखांशी, मठाधिपतींशी बोलायचं आहे,'' मी म्हणालो.

तो पूर्वेकडचा माणूस गंभीर मुद्रेने उभाच होता.

''आपण मनोऱ्याकडे चलावं. सगळे लामा तुम्हाला तिथंच भेटतील.''

त्यानं समोरच दिसणाऱ्या काही दगडी पायऱ्या उतरण्याची खूण केली. तटबंदी आणि मुख्य मठाच्या इमारतीदरम्यान पसरलेल्या दगडाधोंड्यांनी भरलेल्या जमिनीवर त्या पायऱ्या उतरत होत्या. एका बाजूला ती धडावेगळी मस्तकं, दुसऱ्या बाजूला ती खोल दरी अशा पेचात मी अगतिकपणे उभा होतो. त्याच्या विनंतीला मान देण्याशिवाय गत्यंतरच नव्हतं. त्याच्याजवळून पुढे झालो तेव्हा त्याच्या हातातील तलवार मला दिसली. ती काही शोभेची वस्तू म्हणून त्याने हातात धरली नव्हती हे तर स्पष्टच होते.

त्या ओबडधोबड जागेतून चालत आम्ही दोघे मठाच्या दारापाशी पोहोचलो.

पोहोचल्यावर त्याने हाताची मूठ दारावर जोरजोरात आपटली. दरवाजे उघडले आणि आतील उदासवाणं आवार दिसू लागलं. दारवान एक मजबूत शरीरयष्टीचा शेरपा होता, पण त्याच्याव्यतिरिक्त ते आवार अगदी सुनसान होतं. तोंड शिवल्यासारखं बंद ठेवून आवारातून पुढे जाणाऱ्या माझ्या जोडीदारामागोमाग वाटेतला एक कमानदार दरवाजा ओलांडून मग दगडी बांधकामाच्या बोळाबोळातून त्याही पलीकडे असलेल्या अनेक अंतस्थ आवारातून मी गेलो आणि शेवटी त्या उंच मनोऱ्याच्या पायथ्याशी पोहोचलो. एक राजेशाही थाटाचा प्रशस्त जिना त्या मनोऱ्याच्या आतल्या भागातून वर जात होता. जिना चढताना थोडा आराम वाटावा म्हणून जागोजागी थोडी सपाट जागाही होती आणि ठरावीक अंतरावर काही दरवाजेही होते. त्या दगडी पायऱ्या चढून आम्ही जवळजवळ त्या मनोऱ्याच्या वरच्या टोकाजवळ पोहोचलो. तिथलं एक दार हातानं उघडून धरत त्यानं मला आत जाण्याची खूण केली.

"कृपया स्नान वगैरे करा. थोडा आराम करा."

आता माझ्यापुढे काही पर्याय होता का? काहीच नव्हता. मी त्याला धुडकावून देत पळून जाण्याचा प्रयत्न करायचा म्हटलं असतं तरी मी कुठं जाणार होतो? त्या तटबंदीकडे? त्या कड्यावरून त्या रेशमी दोराच्या मदतीनं खाली दरीत एकट्यानंच उतरणं, अगदी मी खाली उतरत असताना माझ्या पाठलागावर येणाऱ्याने वरून त्या दोराला हातही लावला नसता असं गृहीत धरलं तरीही शक्य नव्हतं. मठापलीकडच्या दुसऱ्या बाजूनं हिमालयातले उंचच उंच पर्वत ओलांडून पळून जायचं म्हणजे आत्महत्याच करण्यासारखं होतं. त्या प्रदेशात पुरेसे उबदार कपडे आणि अन्नपाण्याशिवाय मी दोन दिवसांपेक्षा जास्त दिवस तग धरू शकेन अशी मला कल्पनासुद्धा करता येत नव्हती.

एक खोल श्वास घेऊन मनाचा हिय्या करून मी दारातून आत प्रवेश केला. मी एका कोठडीवजा खोलीत प्रवेश केला होता. अजून किती वेळ मठाधिपतींना भेटण्यासाठी मला वाट पाहावी लागेल असं मागं वळून मला इथवर आणणाऱ्या माणसाला विचारण्याचा मी विचारच करत होतो. इतक्यात माझ्या मागं दार धाडकन बंद झाल्याचा आवाज झाला आणि त्यापाठोपाठ किल्ली फिरवली जाऊन दाराला कुलूप लावल्याचाही आवाज ऐकू आला. मी मागं वळलो, पण आता उशीर झाला होता. बाहेरचा दगडी जिना उतरून जात असलेल्या पावलांचा आवाज फक्त ऐकू येत राहिला. माझ्याच मूर्खपणाला दोष देत मी मागे वळून त्या खोलीचे नीट निरीक्षण करायला सुरुवात केली. खोलीत एक अंथरूण, एक खुर्ची, एक टेबल, एक वाडगा आणि एक पाण्याने भरलेला जग होता आणि हो! खोलीला एक खिडकी होती. मी खिडकीकडं धावलो. खिडकीला मजबूत

लोखंडी जाळी लावलेली होती. जाळीला डोळे भिडवून मी खाली दिसणाऱ्या मठाच्या अंतर्भागाकडं पाहिलं. मला वाटलं होतं त्यापेक्षा ती खिडकी जास्तच उंचावर होती. त्यामुळे मला आजूबाजूच्या छपरांवरचं आणि त्याखाली असलेल्या आवारातलं दृश्य अगदी सहजपणे दिसत होतं. हे आवार नक्कीच मठाच्या दर्शनी भागातलं आवार नव्हतं, उलट हे अगदी अंतर्भागातलं, गर्भागार दिसत होतं.

माझे गाल खिडकीच्या जाळीला टेकवून, जाळीतून बाहेर बघत असतानाच जे दृश्य माझ्या नजरेला दिसलं ते पाहून हिमालयातला बर्फ वितळून ते अतिथंड पाणीच माझ्या शरीरातून वाहत असावं त्याप्रमाणे माझं रक्त थंड पडलं. काही शेरपा वेगानं काम करत होते आणि एका मोठ्या शेकोटीजवळ लाकडाच्या मोळ्या आणून टाकत होते. मोठमोठे ओंडके आणि लाकडे जळत असलेल्या त्या प्रचंड मोठ्या शेकोटीच्या वर मी आजवरच्या आयुष्यात पाहिलेली सगळ्यात भयानक गोष्ट मला दिसली - एक माणसाच्या आकाराएवढा लाकडी पिंजरा होता तो!

ते शेरपा हे काम करायला लागून तासभरच झाला असावा, हे उघड होते. म्हणजे माझ्या अंदाजाप्रमाणे माझ्या त्या चिनी मित्रानं खाली दरीत आम्ही उभे असताना अगदी पहिल्या वेळी जेव्हा त्या रेशमी धाग्याला झटका देऊन वर खूण केली तिथपासूनचाच काळ होता तो. माझ्या भवितव्याबद्दलचे संपूर्ण सत्य माझ्यासमोर उघड झाल्याच्या जाणिवेने मी धाय मोकलून रडू लागलो. 'नको! देवा, नको!' असं काहीतरी कळवळून आणि त्याच वेळी त्यातला फोलपणा जाणवत असतानादेखील मी बडबडत होतो किंवा कदाचित मी बराच वेळ गुसताच दु:खानं कण्हत, जनावरासारखा विव्हळत होतो.

वर्णन ऐकतानादेखील भीतीचा काटा उभा राहिल्यानं उपमठाधिपती शहारले. असली महाभयंकर गोष्ट त्यांनी यापूर्वी कधीही ऐकली नव्हती. अशी जागा खरोखरच अस्तित्वात असावी का? गोष्ट सांगता सांगता त्या गोऱ्या कातडीच्या अपरिचित माणसाच्या पांढऱ्याफटक, मरणकळा आलेल्या चेहऱ्यावरून घामाचे पाट वाहायला लागले होते. त्याच्यापुरते तरी ते सगळे शंभर टक्के सत्य होते. त्याचे चमकदार निळे डोळे आतादेखील भीतीने विस्फारलेले होते.

सदतीस

बाजारातून बाहेर पडून जेव्हा ते मुख्य चौकात आले, तेव्हा आपले डोके थोडेसे जड झाले असल्याची नॅन्सीला जाणीव झाली. दोन बीअर आणि बारा हजार फूट यांचं मिश्रण जॅक ॲडम्स म्हणाला होता तसं काही नीट जमलं नव्हतं. तिला धड नीटपणे उभं राहता येत नव्हतं आणि निरभ्र आकाशाची पार्श्वभूमी असली तरी जवळ दिसणाऱ्या इमारतींच्या बाह्य आकाराचे कंगोरे जास्तच धारदार झाल्यासारखं तिला वाटत होतं.

"गुन येईपर्यंत आपण थांबू या का? तो आल्याबरोबर आपल्याला निघावं लागेल, हो ना?"

"काळजीचं कारण नाही. तो तिथं त्या समोरच्या मिगू टी हाऊसमध्ये आहे आणि हो, आपण आता काय बोलत होतो ते त्याच्यासमोर बोलूही नकोस. तिबेटी बौद्ध धर्माबद्दलचे माझे अंदाज त्याला आवडणार नाहीत."

बाजारातल्या गर्दीतून भराभरा वाट काढत जॅक मुख्य चौकाकडे गेला. दोन बीअरमुळे थोडासा मानसिक सावधपणा शिथिल झाला असला तरी त्याच्या मागोमाग सावकाशपणे चालताना अचानक नॅन्सीला धोक्याची जाणीव झाली. एक लाल तोंडाचा तिबेटी तरुण तिच्या दिशेने रागारागाने पाहत येत असलेला तिला दिसला.

"अमेरिकन लोकांनो, तुमच्या देशात परत जा," तो म्हणाला.

आपण भ्यायलो नसल्याचे दाखवण्याचा तिने प्रयत्न केला. त्याच्याकडं दुर्लक्ष केल्यासारखे दाखवण्यासाठी ती वळली, पण डोळ्याच्या कोपऱ्यातून तो अजूनही आपल्या दिशेने येत असल्याचे तिला दिसले.

त्याच्यापासून दूर जाण्यासाठी ती चालू लागली, पण त्या माणसानेही जोरात चालायला सुरुवात केली. तो चांगलं इंग्रजी बोलत होता. थोडा

शिकलासवरलेला दिसत होता. "तिबेट आता स्वतंत्र आहे, आम्हाला धर्माच्या नावाखाली कष्टाला जुंपणाऱ्या कुण्या भिक्षूबिक्षूंची गरज नाही आणि दलाई लामांना इथं परत आणू पाहणाऱ्या विदेशी नागरिकांचीपण नाही. तिबेट स्वतंत्र आहे." तो मोठमोठ्याने बडबडतच होता.

एका झपाट्यातच तो तिच्या अगदी जवळ पोहोचला. त्याचा हात आपल्या खांद्यावर पडतोय हे लक्षात येऊन तिने काही करण्यापूर्वीच तिच्या शर्टाची कॉलर धरून त्याने तिला त्याच्याकडं पाहायला भाग पाडले. त्याच्या तोंडाला दारूचा भपकारा येत होता, पण त्याची पकड घट्ट होती आणि डोळे राग ओकत होते.

"हे ल्हासामधील जुनाट मठ वगैरे पाहायला तुम्ही लोक का येता? का येता, आँ?"

भेदरून जात तिने मनातल्या मनात उत्तराची जुळवणी सुरू केली. त त प प करत म्हणाली, "मी नाही... मी खरंच कुठल्याही मठाबिठात गेले नाही."

तो तिला घाबरवण्यासाठी डोळे वटारून पाहायला लागला. तिने त्याच्या तावडीतून सुटण्याचा प्रयत्न केला पण त्याने तिला जवळ खेचले आणि जणूकाही नरडीचा घोटच घ्यावा तसे दात विचकत तोंड पुढे आणायला लागला.

"हे मठ वगैरे सगळे थोतांड आहे. ते आमच्यावर दडपशाही करतात. आता आमच्याकडं लोकशाही आहे – इथं सर्व माणसं सारखीच आहेत. अमेरिकन लोकांनी अमेरिकेतच राहावे. तिबेटमध्ये पुन्हा हुकूमशहांची राजवट आणण्याच्या फंदात पडू नये."

सुरुवातीला आगपाखड करणारे त्याचे डोळे एवढे बोलून होईपर्यंत अश्रूंनी डबडबले होते. इतक्यात संधी साधून जॅक आणि गुन तिच्या मदतीला पुढे झाले. गुनने त्या माणसाचे हात घट्ट पकडले व तिबेटी भाषेत शांतपणे बोलत त्याची समजूत घालू लागला. त्याने कुणाला काही इजा करू नये म्हणून जॅक त्याच्यावर नजर ठेवून आणि गुनच्या बोलण्याचा त्या माणसावर काय परिणाम होतोय ते पाहत उभा राहिला. हळूहळू शांत होत त्या तिबेटी माणसाची नॅन्सीच्या खांद्यावरची पकड ढिली झाली. तरीही गुन समजावणीच्या सुरात त्याच्याशी बोलतच राहिला.

त्या तरुणाचे हात सैलावत खाली आले, तसे गुनने त्याच्या खांद्याभोवती हात टाकत त्याला पायऱ्यांकडे नेले. नॅन्सीने सुटकेचा श्वास टाकला. काही क्षण मात्र तिची पाचावर धारण बसली होती. थोड्याच वेळात गुन परत आला. त्याच्या मनातील उदासी त्याच्या हावभावातून स्पष्ट दिसत होती.

"जे घडतंय ते फार वाईट आहे. दिवसेंदिवस ही तरुण मुलं जास्तच

गोंधळलेली दिसायला लागली आहेत. तिबेटी परंपरा, संस्कृती म्हणजे धर्माधिष्ठित राजकारण आणि त्याद्वारे धर्ममार्तंडांनी सामान्यांच्या केलेल्या पिळवणुकीला दिलेलं गोंडस, दिखाऊ नाव आहे असंच त्यांना शाळांमध्ये शिकवलं जातं. चिनी लोक त्यांच्या डोक्यात साम्यवादाचं खूळ भरवून देतात. ही मुलं त्यावरच विश्वास ठेवायला शिकतात. पण जसजशी ती मोठी होतात तसतसे हे कितपत खरं आहे ते त्यांना कळू लागतं आणि आपला भूतकाळ असा कापून बाजूला केल्यासारखा आपण ठेवू शकत नाही, टाकून देऊ शकत नाही हेदेखील त्यांना कळतं. मग त्यांचा वैचारिक आणि भावनिक गोंधळ वाढतो. ते असमाधानी होतात आणि हे द्वंद्व मिटवता न आल्याने ते प्रचंड तणावग्रस्त होतात. या सगळ्यावर कडी म्हणजे त्यांना कामधंदा मिळत नाही. मग ते दारू पितात, सिगारेट पितात, भकाभका धूर काढतात आणि बहकल्यासारखे भकत राहतात.''

नुकत्याच आलेल्या अनुभवातून सावरायचा प्रयत्न करत नॅन्सी म्हणाली, ''मला वाटलं होतं, ल्हासा एक पुढारलेलं शहर असेल. बीजिंगपासून इथपर्यंत आणलेल्या नव्या स्काय ट्रेनद्वारे इथल्या लोकांना रोजगार आणि समृद्धीदेखील मिळाली असेल.''

नोकरीधंद्याची संधी मिळतेय, पण तिबेटी लोकांना नाही. एखादी नोकरी मिळवायची तर तुम्हाला चिनी भाषा लिहितावाचता येणं गरजेचं आहे आणि इथं ऐंशी टक्क्यांपेक्षासुद्धा जास्त तिबेटी निरक्षर आहेत. अगदी थोडेच चिनी भाषा बोलू शकतात. सगळी तरुण तिबेटी मुलं ल्हासामध्ये इतस्तत: भटकताना किंवा हॉटेलांमध्ये चकाट्या पिटताना, कुठंतरी स्नूकर खेळत आणि चहा नाहीतर शांग (तिबेटी दारू) पीत वेळ घालवताना पाहिलीच असतील तुम्ही. हे फार वाईट आहे. तरीही आशादायक अशी एकच गोष्ट आहे, की अजूनही त्यांना या देशाबद्दल प्रेम आहे. पण या मुलाची परिस्थिती जास्तच वाईट आहे, म्हणजे तिबेटबद्दल त्याला अभिमानच वाटत नाही.

मागे पायऱ्यांवर बसलेल्या त्या मुलाकडे नॅन्सीने नजर टाकली. जगाशी सामना करायचं काम फार भयंकर असावं, आयुष्य जगणं हेच फार महाभयंकर अन् न पेलणारं आव्हान असावं अशा हतबल मन:स्थितीत तो आपले डोके गुडघ्यात खुपसून हताशपणे बसून राहिलेला दिसत होता.

''पण शेवटी या तरुणांचं काय होणार? त्यांना नोकऱ्या मिळतील की नाही? ते पुन्हा सर्वसामान्यपणे जगू शकतील की नाही?''

गुनने नैराश्याने मान हलवली.

''नाही. चिनी भाषा शिकायची इच्छा नसलेल्या भडक माथ्याच्या तरुणांसाठी नोकऱ्या उपलब्ध नाहीत. आमच्या स्वत:च्या देशात आता आम्ही दुय्यम

दर्जाचे नागरिक आहोत आणि तिबेटचं भलं करण्यासाठी आता फार उशीर झाला आहे. आमच्याच देशात आम्ही आता अल्पसंख्याक म्हणून जगतो आहोत. परिस्थिती सुधारण्यासाठी काय करता येईल हे मला तरी कळत नाही.''

''तरीही लोक अजून स्वातंत्र्याची, चिन्यांपासून सुटकेची आणि दलाई लामा स्वगृही परत येण्याची स्वप्नं पाहतातच ना?''

''नाही. माझ्या माहितीत तरी अजूनही अशी स्वप्नं पाहत असलेला कोणी माणूस नाही.''

बोलताना क्षणभर थांबून त्याने दूरवर दिसत असलेल्या पोटालाच्या राजवाड्याच्या सोनेरी स्तूपांकडे पाहिले.

''कदाचित हे आमच्या कर्माचं फळ असेल. बौद्ध धर्माच्या शिकवणींपासून आम्ही फार दूर गेल्यामुळे, पथभ्रष्ट झाल्यामुळे, काही लामासुद्धा लोभी झाल्यामुळे आम्हाला शिक्षा होणं कर्मप्राप्तच होतं. म्हणून चिन्यांनी आमच्यावर आक्रमण केलं असं भिक्षू बोलत असताना मी ऐकलं आहे. म्हणजे आम्ही आमच्या कर्मानंच हे आमच्यावर ओढवून घेतलं आहे. तर कुणी असंही म्हणतात की, हा सगळा एका दैवी योजनेचा भाग आहे. तिबेटवर आक्रमण करून आणि आमची मातृभूमी बळकावून चिन्यांनी आम्हाला देशोधडीला लावलं आहे, पण तसं झाल्यामुळे आम्ही बौद्ध धर्माचा ज्ञानप्रकाश सगळ्या जगाला दाखवू शकतो आहोत.''

त्रासिक चेहरा करून जॅक त्याचे बोलणे ऐकत होता, पण आता न राहवून मधेच तो म्हणाला, ''हे बघ, तू हे जे काही बोलतो आहेस ना, त्याने मला कशाची आठवण होते आहे सांगू? ते ज्यू लोक म्हणायचे ना की, युद्धाचा वडवानल म्हणजे एक इष्टापत्तीच होती त्याची. तोरामधल्या नियमांनी दाखवलेल्या मार्गानं जीवन जगण्याचं सोडून दिल्यामुळे त्यांना जीव गमवावे लागले आणि नाझी लोक हे फक्त देवानं त्यांना नेमून दिलेलं काम करत होते. युरोपच्या पूर्व भागातले मूलस्थान सोडून ज्यूंना परागंदा व्हावं लागलं तेदेखील इस्राएलसारख्या नव्या जागी पुन्हा नव्याने धर्मप्रतिष्ठापना व्हावी अशी देवाचीच योजना होती म्हणूनच! असल्या खुळचट कल्पनांवर माझा अजिबात विश्वास नाही. म्हणजे देवाची करणी, तुमचं कर्म किंवा काय वाट्टेल ते म्हणा तुम्ही त्याला, पण ज्यामुळे मनुष्यसंहार होतो आणि विध्वंस होतो त्यातून दैवी तत्त्वांची प्रतिष्ठापना कशी काय होऊ शकते?''

कसनुसं हसत गुनने त्या दोन्ही परदेशी, परक्या लोकांकडे पाहिले.

''आमच्या आत्म्यावरच १९५९ पासून जे घाव घातले गेले आहेत, घातले जात आहेत, आमची जी धूळधाण होत आहे त्याबद्दल काहीतरी

कारण शोधून आमच्या मनाची समजूत घालण्याचा आम्ही प्रयत्न करतो आहोत. त्याबद्दल तुम्ही आम्हाला दोषी ठरवणं योग्य नाही, कारण असं काही केलं नाही तर आम्हाला जगणंच अशक्य होईल.''

खिन्न, विमनस्कपणे गुनने खांदे उडवले. त्याला सहानुभूती दाखवत जॅकने त्याच्या खांद्यावर थोपटल्यासारखे केले.

''तिबेट अजून इतिहासजमा झालेला नाही, गुन. अजून बरंच काही चांगलं घडायचं आहे. पण आता मात्र आपल्याला टॅक्सी बघायला हवी.''

अडतीस

तासाभराच्या चालीदरम्यान क्षणभर थांबत कर्नल जेननी आपल्या कपाळावरून वाहणारे ओघळ शंभराव्यांदा तरी निपटले. डोक्यावरची पावसाची संततधार आणि त्यात मिसळणाऱ्या घामाचे ओघळ डोळ्याला झोंबत होते, पुढे वाहत होते. त्यांच्याजवळच दोर्गेन त्रुंग्पा उभा होता. फक्त भगवी वस्त्रे अंगावर असूनदेखील तो पावसापाण्याला तोंड देत होता आणि तो थकला असावा असे कोणतेही चिन्ह दिसत नव्हते. त्याच्या मागे त्यांच्या सैनिकांची रांग दूरवर पसरलेली दिसत होती. चढाचा रस्ता आणि लवकर चालण्याची गरज या ओढाताणीत ती रांग मिनिटामिनिटाला थकून मागे पडत असलेल्या सैनिकांमुळे लांबच लांब होत चालली होती. हे सगळे सैनिक जंगलाला सरावलेले नव्हते. बहुतेक जण जंगल तर सोडाच, खेड्यापाड्यांतही राहणारे नव्हते. शेन्गदू आणि शोन्किन्गासारख्या बड्या शहरांतून आलेले होते. अगदीच नवखे होते. जंगलात राहण्या-वावरण्याचा काहीच अनुभव नसलेले होते आणि जंगलातील प्राणी, पक्षी, वनस्पतींच्या द्वारे दिसणाऱ्या कोणत्याही खाणाखुणा त्यांना ओळखताच येत नव्हत्या.

एक जंगली पोपट कर्कशशपणे ओरडत कर्नल जेनच्या डोक्यावरून अगदी जवळून उडत गेला. त्याच्या पंखांचा फटकारा लागेल अशा भीतीने कर्नल दचकून खाली वाकले.

“आपण बरोबर चाललो आहोत ना?” त्यांनी हळूच दोर्गेन त्रुंग्पाला विचारले. मठाच्या आवारातून बाहेर पडून या जंगलातून वाट काढत चालायला लागल्यापासून तो भिक्षू गप्पच होता. चेहऱ्यावर कसलीही भावभावना दाखवत नसलेल्या त्याच्या मख्ख चेहऱ्याकडे कर्नल पाहत राहिले. त्याने आपला विचार बदलला तर नसेल? कदाचित त्या गुहेकडे नेण्याऐवजी त्यांना जंगलात

भरकटवण्याचा तर त्याचा विचार नसेल? कर्नल जेनकडे नकाशा होता, पण त्या भिक्षूने मदत करीन म्हणून सांगितलं होतं. गुहेकडे पोहोचण्याचा सगळ्यांत चांगला मार्ग दाखवायचं आश्वासन दिलं होतं.

"मला असं वाटतंय," घसा खाकरत त्रुंग्पा घोगऱ्या आवाजात म्हणाला, "म्हणजे मला भीती वाटते की, आपण रस्ता चुकलो आहोत."

कोणीतरी गळा दाबत असावे असा कर्नल जेनना भास झाला. जंगलाबद्दल त्यांनी बांधलेली कल्पना चुकीची होती. त्यांनी कल्पनाही केली नव्हती इतका हा भाग भयावह होता आणि ज्यांना या जंगलाची जवळपास खडान्खडा माहिती होती, ते भिक्षूसुद्धा लितांग गुहेपासून फार लांब जायला घाबरत असत.

"का, काय झालं?"

दोर्जेन त्रुंग्पाने फक्त ओठावर बोट ठेवलं आणि कपाळाला आठ्या घालून तो एकाग्रपणे काहीतरी ऐकत राहिला. लामांच्या पाठीमागे जंगलात जायचा विचार कर्नल जेननी प्रकट केल्यापासून तो तरुण भिक्षू सतत या जंगलाच्या रक्षकांबद्दल काहीतरी पुटपुटत असे. या जंगलच्या रक्षकांचा नुसता उल्लेख जरी झाला तरी त्याच्या चेहऱ्यावर भीतीची एक दाट छाया पसरत असे आणि तो काय पुटपुटत असे ते सांगायला तो कधीच तयार नसे.

सगळ्या जंगलावर एक भयप्रद शांतता पसरली होती. अगदी सावकाशपणे वळत कर्नल जेन आपल्या आजूबाजूचा प्रदेश निरखून पाहू लागले. काहीही विपरीत दिसतं आहे का त्याचा शोध घेऊ लागले. कोणीतरी आपल्या मागावर असल्याची जी भावना सतत मनावर पगडा ठेवून होती ती हुसकावून लावता येत नव्हती. कुणीतरी त्यांच्यावर झडप घालण्याची संधी शोधत होतं खास! खांद्यावरची रायफल हातात घेऊन त्यांनी डोक्यावर धरली. आपल्या बाजूच्या सैनिकालादेखील तसेच करायला सांगितले. त्याने तसे केल्यावर तसेच करण्याचा संदेश रांगेत चाललेल्या सर्व सैनिकांपर्यंत पोहोचला आणि सगळे जण रायफली उंच करून गोळ्या झाडण्याची आज्ञा होण्याची वाट पाहू लागले. काही सैनिकांचे चेहरे कर्नलना दिसत होते. काही क्षणांपूर्वीच ज्या चेहऱ्यांवर अतीव थकव्याचे भाव दिसत होते त्या चेहऱ्यांवर आता अनामिक भीती आणि तणावपूर्ण सावधतेचे भाव दिसत होते. अचानक जंगलातून वावटळ उठावी तसा सूं सूं आवाज झाला. मागे उतारावर काही अंतरावर असलेल्या सैनिकाच्या हातातील रायफल खाली पडली आणि तो भीतीने ओरडताना दिसला.

"तो पाहा, हिममानव! हिममानव!"

सगळे भीतीने गर्भगळित झाले. वाट सोडून झाडाझुडपांत लपू लागले. असलेली थोडीफार शिस्त विसरून मिळेल तिथं आडोशाची सुरक्षित जागा शोधू लागले. आपापल्या जागा न सोडता लढायला सज्ज होण्यासाठी सैनिकांना आज्ञा देण्याच्या तयारीत असतानाच कर्नल जेनना बाजूला उभा असलेला दोर्गेन त्रुंग्पा वेदनेने कळवळताना दिसला. त्याचे डोळे विस्फारले गेले होते आणि तो आपल्या लहानखुऱ्या हातांनी स्वत:च्या गळ्याजवळ काहीतरी चाचपडत होता. मग तो पुढे वाकला, तो आता खाली पडणार असे वाटल्यामुळे कर्नल जेननी हातातील रायफल टाकत त्याला सावरण्याचा प्रयत्न केला. त्याचे डोळे फिरले होते, पांढरेफटक दिसत होते आणि त्याचे डोके नुसतेच इकडून तिकडं गडगडत होते. मग त्याची नजरही पार हरवल्यासारखी झाली. भिक्षूच्या मानेत पिसे लावलेला एक लहानसा बाण रुतलेला त्यांना दिसला. इतक्यात त्यांच्या उजव्या कानाजवळून अगदी केसभर अंतरावरून काहीतरी सणाणत गेल्याची त्यांना जाणीव झाली. पुढच्याच क्षणी तसेच काहीतरी आपल्या हनुवटीला चाटून गेल्यासारखे त्यांना वाटले. फुंकणीतून सोडले जाणारे विषारी काटे! जाणीव होताक्षणीच त्यांनी जमिनीवर लोळण घेतली आणि त्या भिक्षूपासून ते दूर झाले. सैनिकांनी प्रत्युत्तरासाठी जंगलाच्या दिशेने सुरू केलेल्या गोळीबाराचा सगळीकडून आवाज ऐकू येऊ लागला. सैनिकांचा प्रतिकार सुरू झाला आहे असे वाटल्यामुळे हायसे वाटून कर्नल जेन पुन्हा उभे राहिले. तत्क्षणी त्यांच्यासमोर एक अक्राळविक्राळ चेहऱ्याचा, अश्मयुगीन मानवासारखा दिसणारा आणि त्याच काळातील दगडी फरशी परजणारा माणूस उभा ठाकला.

मागचापुढचा विचारही न करता कर्नल जेननी झेप घेत त्या आडदांड माणसाच्या छातीवर धडक मारली आणि त्याला खालच्या बाजूला असलेल्या दाट गचपणीत पाडले. तोल सावरत उभे राहून कर्नल जेननी इकडंतिकडं पाहिले तर सगळीकडे चाललेले त्यांच्या सैनिकांचे शिरकाण, सैनिकांचे जीव वाचवण्यासाठी सैरावैरा धावणे आणि त्यांना चहू बाजूंनी घेरून हातात अश्मयुगीन शस्त्रे परजत उभे असलेले अर्धनग्न, आदिमानवी अवस्थेतील लोक दिसले. झाडांवरून जाळ्या पडत होत्या. घाबरलेले सैनिक धावताना त्यांचा पाय पडला की, अचानक कुठून तरी त्यांच्यावर सापळे येऊन पडत होते आणि त्यात ते अडकत होते. टोकाला विष लावलेल्या काटेरी फांद्या त्या असहाय सैनिकांवर पडत होत्या. दहा-बारा

फुटांवर अंगावर प्राण्यांची कातडी गुंडाळलेला आणि तोंडावर एक भयानक दिसणारा मुखवटा घातलेला एक प्रचंड शरीरयष्टीचा माणूस उभा होता. सगळं जंगलच आपल्याला खायला, गिळायला उठलं आहे असं कर्नल जेनना वाटायला लागलं. पिमाकोमधल्या प्रत्येक सैतानी शक्तीला त्यांच्या शोधासाठीच पाठवलं असावं असं कर्नल जेनना वाटायला लागलं. खाली पडलेल्या पालापाचोळ्यात स्वत:ला झोकून देत जनावरासारखं सरपटत जितक्या वेगाने त्या भयानक माणसापासून दूर जाता येईल तितकं जाण्याचा कर्नल जेननी जिवाच्या आकांताने प्रयत्न चालवला.

एकोणचाळीस

ल्हासाहून तिबेटचे पठार ओलांडत पूर्वेकडे निघालेल्या चार गाड्यांच्या ताफ्यामध्ये मिसळून त्यांचा ट्रक कोन्पा भागाकडे आणि तिथून पुढे खुद्द चीनमध्येच उतरण्यासाठी चालला होता. ल्हासापासून साधारण वीसएक मैल गेल्यानंतरचा रस्ता अतिशय खराब होता आणि त्या अरुंद रस्त्याच्या जोडीला एका बाजूने वेगात वाहणाऱ्या यार्लान्ग त्सांग्पो नदीचा किनारा धावत होता. ही त्सांग्पो नदी ल्हासाच्या पश्चिमेकडे शेकडो मैल वर वर चढत वाटेत आशिया खंडातल्या सर्वांत पवित्र कैलास पर्वताला वळसा घालून गेली होती. वाटेवर ठिकठिकाणी हिमालयातून येणाऱ्या बर्फाच्या पाण्याने तिचा प्रवाह समृद्ध होत होता आणि शेवटी ती पिमाकोच्या खोऱ्यात उडी घेत प्रचंड वेगाने आणखी खाली, विस्तीर्ण भारतीय पठारप्रदेशाकडे धावत होती. खडबडीत, अरुंद रस्ता आणि दुसरीकडे प्रचंड खोल दरी यामधून कौशल्याने मार्ग काढत आणि केसातल्या आकड्यासारखी अवघड वळणे घेत लॉऱ्या हाकतानादेखील ड्रायव्हर्सचे बिड्या-सिगारेटी फुंकणे सुरूच होते. कचाकच दाबलेल्या ब्रेक्समुळे जळणाऱ्या ब्रेक लायनर्सच्या वासात सिगारेटींच्या धुराचा उग्र वास मिसळत होता आणि ड्रायव्हर्सच्या तोंडावर हळूहळू घामात मिसळलेल्या धुळीचा राप चढत होता.

ल्हासाहून निघाल्यापासून साधारण पाच तासांनी त्यांनी पहिला पोलीस चेक नाका पार केला होता. एका लाकडी टपरीतून बाहेर येत एका गबाळ्या वेषातल्या पोलिसाने त्यांचा ताफा थांबवला होता. त्याच्या तोंडाला शांगचा भपकारा येत होता. ओठातील जळती सिगारेट तशीच ठेवत त्याने त्यांची कागदपत्रं तपासली होती आणि एकही प्रश्न न विचारता हाताच्या इशाऱ्याने त्यांना पुढे जाण्याची परवानगी दिली होती. ते तिघे आणि तो लॉरीचा ड्रायव्हर, चौघेही लॉरीच्या केबिनमध्ये दाटीवाटीने बसले होते. ॲक्सीलरेटरवर पाय

दाबत ड्रायव्हरने गाडी चेक नाक्यापुढे काढल्याबरोबर जॅकने नाटकी ढंगात एक दीर्घ सुस्कारा सोडला.

"मला वाटतं आता काळजी करायचं कारण नाही. पुढच्या चेक नाक्यावरचे, कोन्पाचे पोलीस एवढीदेखील तपासणी करणार नाहीत."

"कोन्पा?" नॅन्सीने विचारले.

"कोन्पा हा ल्हासा आणि पिमाकोच्या मधला भाग आहे. सगळा रानटी भाग आहे हा. इथं बरेच ब्रह्मी आणि आसामी आदिवासी लोक राहतात."

"म्हणजे पिमाकोतल्यासारखेच का?"

"नाही. पिमाकोतल्यांसारखे विचित्र नाही. पण तरीही पश्चिम भागातले जंगलीच लोक आहेत ते. कसलेही कायदेकानून नसलेले, भयंकर दारिद्र्यात राहणारे आणि पराकोटीचे माणूसघाणे लोक असतात ते. त्यांच्यावर नियंत्रण ठेवण्याची गोष्ट डोक्यातदेखील आणू नये."

ड्रायव्हरशी बोलत असला, तरी गुनचे कान जॅकच्या बोलण्याकडे होतेच. मग लगेचच त्याने जॅकच्या बोलण्याला हरकत घेतली. म्हणाला, "नॅन्सी, त्याच्याकडं लक्ष देऊ नको. डोंगरदऱ्यात राहणारे हे काटक लोकच तिबेटची खरी ओळख आहेत. मठांमधलं आरामशीर जगणं त्यांच्या नशिबी नसतंच."

मठांमधील आरामशीर जगणं! नुसते मनाशी बोलतानादेखील तिला हसू आले. हा तर निव्वळ कटू विनोद होता. मठातले जीवन जर आरामदायी म्हटले जात असेल तर इथले खरं जीवन फारच खडतर असणार हे उघड होते. एवढ्यात गुनने पुढच्या रस्त्याकडे बोट दाखवले.

"मी काय म्हणत होतो ते प्रत्यक्षच पाहा!"

पुढे रस्त्याच्या कडेला दोन तिबेटी तरुण उभे होते. त्यांचं वय सोळा ते तीसदरम्यान काहीही असेल, नक्की सांगता येत नव्हते. गाड्यांच्या ताफ्याकडे पाहत ते थांबले होते. दर वेळी गुडघे टेकून खाली बसताना आणि नमस्कार करताना हातापायाची कातडी सोलवटून जाऊ नये म्हणून त्यांच्या हाताला आणि गुडघ्यांना लाकडी फळ्या बांधल्या होत्या आणि पुढे टाकलेल्या प्रत्येक पावलाला ते गुडघे टेकून नमस्कार करत होते आणि असे करत करतच ते पोटालाच्या राजवाड्यापर्यंत जाणार होते, असे गुनने सांगितले.

तो म्हणाला, "बघा, मी म्हणालो ते खरं आहे की नाही? ते अतिशय काटक आणि धार्मिक लोक आहेत, खरे तिबेटी आहेत."

त्यांच्या गाड्या त्या तरुणांजवळून पुढे जात असताना नॅन्सी त्यांच्याकडे पाहत राहिली. ते दोघे तरुणदेखील तिच्याकडे पाहत राहिले. जिच्या पाण्यात स्नान केल्याने पापशुद्धी होते असे जॅकने सांगितले होते ती त्सांग्पो पार्श्वभूमीवर

वाहत होती आणि चारही बाजूंनी अवर्णनीय निसर्गाने नटलेले, आकाशाला भिडणारे उंचच उंच पर्वत होते.

किती सुंदर स्थळ आहे हे! इथं राहून विचारसरणीत आमूलाग्र बदल न होणारा कोणी असू तरी शकेल का? हरझोग असा गूढ, दुसऱ्याच जगातून आल्यासारखा पाश्चात्त्य जगातल्या त्या य:कश्चित पत्रकारितेचा मागमूसही नसलेला माणूस वाटायला लागावा यात काहीच नवल नव्हतं. कारण हे खरोखरच दुसरं जग होतं. इथलं वातावरण आपल्याही नसांत भिनत चालल्याचं तिला जाणवू लागलं. ते नील आकाश, ही शुद्ध, स्फटिकासारखी स्वच्छ हवा, ते वातावरणात भरून राहिलेले पावित्र्य आणि हे निसर्गाचे जीवन आणि मृत्यूचेसुद्धा असलेले सान्निध्य, सगळं काही तिला जाणवू लागलं. त्या वातावरणात ऐहिक जगातल्या सर्व चिंता अगदी नगण्य, क्षुल्लक वाटू लागून आयुष्यात अधिक महत्त्वाच्या असणाऱ्या गोष्टी स्पष्ट कळत होत्या.

फेलिक्स कोएनिगसुद्धा याच रस्त्याने अनेक वर्षांपूर्वी गेला असेल. त्याला तिबेटचा कसा अनुभव आला असेल याची ती कल्पना करू लागली. पण तिला काहीच सुचले नाही. म्हणजे त्या माणसाचे तिबेटला येण्यामागचे खरे हेतू काय असावेत याबद्दल तिला अंदाज करणंदेखील अशक्य होतं. वाटेत दिसलेल्या तीर्थयात्रींचे हेतू एक वेळ कळू शकले असते, पण त्याचे अंतस्थ हेतू कळणे अशक्य होते. नाझी पार्टीसाठी काम करत असण्याचे तो काय समर्थन देऊ शकत होता? कदाचित त्याला पर्यायच नसावा किंवा तो त्या दृष्टिकोनातून विचार करून ते काम करतच नसावा. कदाचित त्यावेळी त्याच्या आजूबाजूला घडणारं जे भयानक वास्तव होतं त्यापासून दूर राहण्याचा तो प्रयत्न करत असावा. फक्त काहीतरी कामात मन गुंतवावं, तिबेटमध्ये फिरावं म्हणून आला असावा. इथं जगाच्या छपरावर आल्यावर युरोपातल्या त्या भयानक युद्धापासून अगदी दूर असल्याचं समाधान त्याला मिळालं असावं. कदाचित खरोखरच तो त्या सगळ्यापासून दूर राहण्यासाठी इथं आला असावा. ती त्याला फारच अनुकूल ठरेल असा तर विचार करत नव्हती ना? की तो खरोखरच गोबेल्स नाहीतर हिम्लरसारखा एक कट्टर अनुयायी, तोदेखील जर्मनांच्या सर्वश्रेष्ठतेविषयी स्वत:चेच काहीतरी विचित्र विचार बाळगणारा, नाझींना पुरेपूर मदत करण्याचा निश्चय केलेला अनुयायी असावा आणि अशी मदत करण्यासाठी त्याला शक्य असलेले एकमेव काम करण्यासाठी नाझींनी मांडलेल्या नरसंहाराला दैवी योजनेचे वादातीत पावित्र्य बहाल करण्यासाठी हिमालयाच्या गूढ गर्भात गुंफलेल्या त्यांच्या उच्चपदाविषयीच्या दंतकथांना जन्म देण्यासाठीच आला असावा? ती पूर्ण गोंधळून गेली होती. तिच्यासमोर नुसते प्रश्नच प्रश्न फेर धरून नाचत होते. उत्तरं

कुठंच नव्हती. कुठलाही विचार ठाम ठरू न देणाऱ्या त्या विचारांच्या आवर्तातून बाहेर पडण्यासाठी ती गुनकडे वळली.

"तू इतकं चांगलं इंग्रजी बोलायला कसं शिकलास?"

गाडी चढावावर चाललेली असल्याने ड्रायव्हरने गियर बदलला. इंजिन जास्तच गुरगुरू लागल्याने आपले बोलणे ऐकू जावे म्हणून गुन ओरडून बोलू लागला, "धर्मशाला, मॅक्लोड गंजमध्ये शिकलो."

"म्हणजे तू भारतात गेला होतास? मग परत का आलास?"

"मला माझ्या कुटुंबाची आठवण येत होती आणि आपल्या प्रश्नांपासून आपण दूर पळाल्याने काही ते प्रश्न सुटत नाहीत हे मला कळलं म्हणून परत आलो."

"पण असं परत येता येतं हे मला माहीत नव्हतं."

"तसं ते सहज शक्य नाहीच. परत येणाऱ्या लोकांबद्दल तर चिन्यांना जास्तच संशय वाटतो."

"मग तू कसा काय परतलास?"

"पायी चालत. जसे इतर सगळे जण येतात तसाच!"

"ते धोक्याचं नव्हतं का?"

"धोका तर सगळ्याच गोष्टीत असतो हल्ली."

इतका वेळ जॅक त्यांचे संभाषण फक्त ऐकत होता. "तू परत येताना काय घडलं ते तिला सांग, गुन," गालातल्या गालात हसत जॅक म्हणाला.

गुनदेखील हसला, पण म्हणाला, "नाही, मी सांगणार नाही!"

"काय झालं होतं?" नॅन्सीने विचारलं. त्यानं सांगायचं नाकारल्यावर तर तिला जास्तच उत्सुकता वाटायला लागली होती.

"नाही, काही विशेष नाही."

"अस्सं, मग तर तू सांगच काय ते."

"तुम्हाला ऐकायचंच असेल तर सांगतो, पण तुम्हाला ते ऐकवणार नाही."

"तरी पण सांग."

"ठीक आहे. सांगतो बापडा. मी उंचच उंच जागी असलेल्या खिंडी पार करून आलो होतो. अतिशय थकलो होतो. सलग एकवीस दिवस मी चालत होतो. माझ्याजवळचं सातूचं पीठदेखील संपलं होतं आणि असा थकून भागून मी कुठंतरी आडोशाला पडून राहण्याच्या तयारीत असतानाच मला काही चिनी सैनिकांनी पकडलं."

"हे फारच वाईट झालं. मग तुझी सुटका तू कशी करून घेतलीस?"

गुन हसला, वेड्यासारखा हसत राहिला. नॅन्सी आणखीनच बुचकळ्यात पडली.

"मी सुटलो नाहीच. मला त्यांनी द्रोन्पाच्या तुरुंगात टाकलं. तो तुरुंग म्हणजे दुसरा नरकच आहे."

"अरे देवा! मग तिथून तू बाहेर कसा पडलास?"

डोळे किलकिले करून हसत हसत जॅक गुनकडे पाहत होता. जॅककडे थोड्याशा नाराजीने बघत गुन पुढे सांगू लागला,

"मला काहीही करून त्या तुरुंगातून सुटका करून घ्यायची होती. मी माझ्या घराच्या अगदी जवळ पोहोचलो असताना पकडला गेलो होतो. त्यामुळे मला माझाच राग येत होता. पण सुटकेबाबत काही उपाय सापडत नव्हता. मग मला आणखी एका वयस्कर तिबेटी कैद्याबरोबर एका कोठडीत ठेवण्यात आलं. तो मला म्हणाला, 'तुला इथून सुटका करून घ्यायची असेल तर तुला फक्त एकच गोष्ट करता येईल. एक सिगारेट घे आणि जळत्या सिगारेटचा चटका तुझ्या लिंगावर दे.'

ऐकूनच कसनुसं झाल्यामुळे नॅन्सीने डोळे घट्ट मिटत मान हलवली. हा विनोद तर नव्हता ना? तिला वाटले. तिने जॅककडे पाहिले. तो छद्मीपणे हसतच होता, मग त्यालाच तिने विचारले, "हा काय सांगतोय ते खरं आहे का?"

"हो. शंभर टक्के."

घृणेने अंगावर काटा येत असला तरीही धीर एकवटून तिने विचारले, "लिंगावर चटका दिल्यामुळे तुझी तुरुंगातून सुटका कशी काय होणार होती?"

"तो वयस्कर कैदी होता ना, तो म्हणाला होता, की चटका जर बरोबर दिला गेला तर नंतरच्या फुटलेल्या फोडामुळे अगदी गुप्तरोग झाल्यासारखंच दिसेल आणि असला रोगी तुरुंगात नको म्हणून तुरुंगाचा डॉक्टरच मला बाहेर घालवायला सांगेल."

नॅन्सी अजूनही त्या भयंकर विचाराच्या धक्क्यातून सावरत होती.

"तू खरोखरंच तसं केलंस?"

"अर्थातच केलं. सुटण्यासाठी मी काहीही केलं असतं. पण असा चटका मी आधी माझ्या हातावर देऊन पाहिला."

हात पालथा करून तिने अगोदरच कधीतरी पाहिलेला चटक्याचा व्रण त्याने दाखवला. भाजल्यामुळे काळवंडलेली कड असलेला, नव्याने आलेल्या थोड्याशा चमकणाऱ्या कातडीचा, अगदी छान गोलसर असा तो व्रण होता.

"हे फारच भयंकर आहे रे!" नॅन्सी म्हणाली.

गुनने होकारार्थी मान हलवली आणि पुढे सांगू लागला, "त्या म्हाताऱ्यानं जे सांगितलं ते मी केलं. मग मी आजारी पडलो. मला ताप आला. जळल्याच्या

जखमेवर फोड आले, पू झाला.''

प्रतिक्षिप्त क्रिया होत नॅन्सी त्याच्यापासून लांब सरकली.

''हे असं झालंच असणार. मग तो डॉक्टर काय म्हणाला त्यावर?''

''फक्त एकदाच माझ्या जखमेकडं पाहून त्यानं सार्जंटला सांगितलं की, मी फारतर पंधरा दिवस जगेन आणि मी तुरुंगात मेलो तर ते जास्तच अडचणीचं होईल, त्यापेक्षा मला सोडून द्यावं.''

''तुरुंगातून पळण्यासंदर्भात मी ऐकलेली ही सगळ्यात वाईट गोष्ट आहे.''

जॅक अजूनही तसाच हसत होता. तो म्हणाला, ''गुन, तू बायकांवर इतका छाप पाडू शकतोस हे मला माहीतच नव्हतं.''

''मी आधीच सांगितलं होतं, सांगितलेलं ऐकवणार नाही म्हणून.''

''तुझा सल्ला मी पुढच्या वेळी नीट लक्षात घेईन बरं का!'' नॅन्सी गंभीर होत म्हणाली.

ट्रक धडधडत, खडखडत आपला मार्ग आक्रमत असताना ते तिघेही मग बराच काळपर्यंत गप्पच होते.

चाळीस

तिबेटच्या पठारी भागाकडून ते जसजसे खालच्या भागात उतरू लागले तसतसे हवामान बदलू लागले आणि त्याबरोबरच आजूबाजूला दिसणारी झाडे, झुडपे आणि प्राण्यांचे प्रकारदेखील बदलू लागले. ते कोन्पाजवळ पोहोचेपर्यंत बोडके दिसणारे डोंगरउतार थोडी थोडी झुडपे डोक्यावर बाळगताना दिसू लागले होते. नदी ओलांडून जाण्याच्या वाटेच्या बाजूलाच वसलेल्या बायी नावाच्या एका कुरूपशा खेड्यात पोहोचेपर्यंत तर आसपासची जमीन दाट जंगलांनी व्यापलेली दिसू लागली होती आणि त्याचबरोबर हवामानातही विषुववृत्तीय प्रदेशातल्यासारखी भरपूर आर्द्रता दाटली होती.

रस्ता आणखीनच खराब झाला होता. दऱ्यांच्या तळाशी ट्रक-लॉऱ्यांची कलेवरे पाय वर करून पडलेली दिसत होती. क्षणभराच्या निष्काळजीपणामुळे त्यांच्या ड्रायव्हरांना तर केव्हाच मोक्ष मिळाला होता आणि ती दृश्ये पाहता पाहता आपल्यासमोर एकामागून एक येणारी घातक वळणे कसोशीने घेत ड्रायव्हर घाम टिपत होता. दरीत पाहता पाहता तिला एकदम चक्कर आल्यासारखे झाले. आता आपण नक्की खाली पडणार, हजारो फूट खाली जातच राहणार असे काहीतरी वाटू लागले. प्रचंड खोल दरी आणि तिथं तळाशी पडलेली गाड्यांची कलेवरे पाहताना तिचे डोळेच फिरले. अखेर रस्त्याच्या बाजूच्या एका मोकळ्या जागेत ताफ्यात सगळ्यात पुढे असलेल्या गाडीच्या ड्रायव्हरने गाड्या उभ्या करण्याची खूण केली आणि आजच्या दिवसाचा प्रवास संपल्याचे जाहीर केले. अंधार पडायचीही वेळ झालीच होती.

सगळे जण गाड्यांमधून खाली उतरले. गुनने त्या ड्रायव्हरांबरोबर केलेल्या सौद्यानुसार त्या तिघांनाही त्यांच्याबरोबरच जेवण मिळणार होते. लवकरच मधल्या मोकळ्या जागेत पेटवलेल्या शेकोटीमुळे नॅन्सीला खूपच बरे वाटू

लागले. लॉऱ्यांचे ड्रायव्हर मजेत हसत खेळत वावरत होते. त्यांच्या अशा आयुष्याचे तिबेटी तरुणांना नक्कीच आकर्षण वाटत असेल, असा विचार नॅन्सीच्या मनात आला. त्यांना भरपूर फिरायला मिळत होते. अख्खा तिबेट आणि काही प्रमाणात चीनसुद्धा पाहायला मिळत होता. पण तिबेटच्या तुलनेने त्यांना बऱ्यापैकी पैसे मिळत असले तरीही ते गरीबच होते.

शेकोटीच्या जाळावर शिजवलं होतं, तेच त्यांचं नेहमीचं खाणं - याकचं तूप घातलेलं सातूचं पीठ. डोळे घट्ट मिटून नॅन्सी ते कसंतरी घशाखाली उतरवत असताना 'याची चव घेत खायला शिकावं लागतं' असं नॅन्सीकडे पाहत जॅक हसत म्हणाला होता. पण निघताना खाण्याचे पदार्थ बनवण्यासाठी काहीतरी घ्यायला विसरल्यामुळे आता हे खाण्याशिवाय नॅन्सीला पर्यायच नव्हता. आता जर एखादं चॉकलेट किंवा एनर्जी बार खायला मिळाला असता तर किती बरं झालं असतं, असं तिला वाटलं. चमचाभर सातू घेत लगेच त्यावर पाणी पीत तिने ते पोटात ढकललं. अर्थात पाणी पेट्रोलसारखं लागत होतं ही गोष्ट वेगळी. मग त्यावर ती एक-दोन कप याकच्या दुधाचा चहा प्यायली. तोदेखील घशातून उतरत नव्हता. जॅक आणि गुन त्या ड्रायव्हरांशी गप्पा मारत असताना तिबेटी भाषा येत नसल्याने ती एकटीच सगळ्यांचे निरीक्षण करत बसली होती. त्या शेकोटीच्या जाळात चमकणारे त्यांचे चेहरे काय सांगताहेत त्याचा अंदाज घेत होती.

निरीक्षणातून काहीसे चकित करणारे विचार समोर येत होते, तरी तिला त्याचीही मजाच वाटत होती. मजा म्हणजे, जर मानवी इतिहासातून डोकावत मनात धडकी भरवणारे काळेविद्रे विचार झटकून टाकले तर! आकाश अगदी निरभ्र होते, चांदण्यांनी इतके भरलेले आकाश पूर्वी तिने कधी पाहिले नव्हते आणि नाकातून रंध्रारंध्रात पोहोचणारी इतकी शुद्ध हवा तिने पूर्वी कधीच अनुभवली नव्हती. एका तरुण ड्रायव्हरने सगळ्यांचे टिनचे बाऊल एकत्र केले. मग त्यांच्यापैकी जो जरा म्हातारा, आजोबांसारखा होता त्याने त्या चहाच्या रिकाम्या झालेल्या बाऊलमध्ये थोडी थोडी शांग ओतायला सुरुवात केली. नावापुरता एकच घोट पिऊन आपण झोपायला जात असल्याचे नॅन्सीने जाहीर केले. ड्रायव्हरशी थोडेसे काहीतरी बोलल्यावर त्याने नॅन्सीला ड्रायव्हरच्या केबिनमध्ये झोपण्याची परवानगी दिली आहे, असे जॅकने सांगितले. ड्रायव्हर तिला केबिनकडे घेऊन जात असताना मागे इतर ड्रायव्हर्सच्या हसण्याचा आणि टाळ्यांचा आवाज ऐकू येत होता, पण तिच्याबरोबर चालत असलेला ड्रायव्हर मात्र शरमून गेला होता. झोपण्याची सगळ्यात उत्तम व्यवस्था आपल्याला मिळाल्याचा नॅन्सीला संकोच वाटत होता. खरं म्हणजे तिथं होतं काय, तर एक

फोमचे फक्त पाठ टेकवता येईल इतक्याच रुंदीचे गाडीतील सीट गादी म्हणून वापरायचे होते आणि वर पांघरायला एक कळकट झालेलं ब्लँकेट. केबिनमधला अंधूकसा दिवा लावून तिनं जाडसे मोजे सॅकमधून काढले व घातले. रात्र वाढेल तशी नक्कीच थंडी पडणार होती आणि इथं हीटर वगैरे काहीही नव्हते. मग तिने आपली स्लीपिंग बॅग बाहेर काढली. ती काढता काढता ते ओरॅकलचे, दैवी संकेतपुस्तकदेखील बाहेर येऊन सीटवर पडले. ते पाहून नॅन्सी थबकली. पुस्तकाचा सल्ला घ्यावा का? पण जाऊदे, पटकन काही प्रश्न सुचत नाही तर राहू दे असे तिला वाटले किंवा कदाचित इतके प्रश्न समोर होते की, सगळा गोंधळच झालेला होता. सगळ्याची प्रचंड सरमिसळ झाली होती आणि अशा गोंधळलेल्या अवस्थेत पुस्तकाला विचारणार तरी काय, असे तिला वाटले. शिवाय ज्या प्रश्नांची उत्तरं तिला अशीही कधीतरी मिळणारच होती ती पुस्तकाला विचारायची काय गरज होती? म्हणजे हा फेलिक्स कोएनिग एक स्वत:च्याच विशिष्ट विषयातील ज्ञानाबद्दल उगाचच गर्व करणारा, आत्मप्रौढीने अंधळा झालेला माणूस होता का? अन्तोन हरझोग स्वत:चे मूळ शोधण्याच्या विचाराने बुद्धिनिष्ठ विचार करण्याची शक्तीच नष्ट झालेला एक वेडा माणूस होता का? हे असले प्रश्न विचारले तर संकेतपुस्तक कसे आणि काय उत्तर देईल याची तिला कल्पनाही करता येत नव्हती.

गादीवजा सीटवर तिने आपली स्लीपिंग बॅग अंथरली. इतक्यात केबिनच्या दारावर टकटक झाली.

"कोण?"

"सगळं ठीकठाक आहे ना?" जॅक म्हणाला.

"पंचतारांकित हॉटेलसारखी व्यवस्था आहे इथं," ती म्हणाली. "आत बघ, म्हणजे तुला कसली शाही व्यवस्था मिळणारच नाही ते कळेल."

दरवाजातून आत डोके घालत त्याने पाहिले. पाहता पाहता त्याची नजर सीटवर पडलेल्या त्या संकेतपुस्तकावर पडलीच.

"अख्ख्या तिबेटमध्ये डोकं ठिकाणावर असलेला मी एकटाच माणूस आहे काय?" हताश झाल्यासारखे हातवारे करत जॅक म्हणाला.

जणूकाही तरुण मुलं वाचतात तसली तद्दन काल्पनिक प्रणयकथा वाचताना त्यानं आपल्याला पकडलं असावं तसा त्याच्या या उद्गारांनी तिला प्रथम संकोच वाटला. "उद्या कदाचित तू तुझे महत्त्वाचे निर्णय चहाच्या पानावर आधारून घेशील, असं मला वाटायला लागलं आहे," तो पुढे म्हणाला.

"ते पुस्तक निश्चितपणे मार्ग दाखवतं," ती ठामपणे म्हणाली. "मी स्वत: त्याचा अनुभव घेतल्याशिवाय मला त्याची खात्री देताच आली नसती. पण ते

खरोखरचं मार्ग दाखवतं. तुम्ही विचारलेल्या प्रश्नांची ते निश्चित उत्तरं देतं.''

''हो, हो, देतं ना!'' उपरोधिक सुरात बोलत तो केबिनमधल्या कप्प्यात काहीतरी शोधत होता.

''तू कधी ते वापरून पाहिलं आहेस का?''

''नाही. ते माझ्या पठडीत बसत नाही. अर्थात अन्तोननं मला ते अत्यंत विलक्षण पुस्तक असल्याचं अनेक वेळा सांगितलेलं आहे आणि आशिया खंडातले बहुतेक जण त्याच्याशी सहमत आहेत हेदेखील मला माहीत आहे, तरीही मी त्यापासून दूर राहणंच पसंत करीन... पसंत करतो.''

''पण मला वाटतं की, तू त्याचा प्रयोग करून पाहावास.''

''नको. ते तुलाच लखलाभ असू दे. त्या पुस्तकाला तुला मदत करावी असं का वाटावं? हे काही मला कळत नाही. कदाचित कसल्यातरी संदिग्ध भाषेतल्या वाक्यांद्वारे ते तुमच्या डोक्याचं भरीत करून टाकत असेल. अशा काही अगम्य भाषेत उत्तरे देत असेल की, तुम्ही भलत्याच कुठल्यातरी मार्गानं भलतीकडेच जात राहाल, नाहीतर आपल्याच आयुष्याचा सत्यानाश करून घ्याल. या विश्वातल्या सगळ्या अनाकलनीय शक्ती फक्त तुमच्या मदतीसाठी हात जोडून उभ्या आहेत असा जो भयंकर फाजील विश्वास हे लोक बाळगतात तो माझ्या बुद्धीपलीकडचा आहे. हे असलं भाकड गृहीत मनाशी धरावंच कशाला? मी तर असंच म्हणेन की, प्रत्यक्षात याच्या अगदी विरुद्धच घडण्याची जास्त शक्यता असते.''

''तुम्हाला अप्रिय वाटतील अशाही गोष्टी हे पुस्तक सांगतं असं कृष्णा म्हणाला होता.''

जॅक हसला.

''किंवा कदाचित अप्रिय गोष्टीच ऐकण्याची तुमची इच्छा असेल. फक्त तुम्ही ते कबूल करत नाही इतकंच!''

''तसं म्हण हवं तर, पण त्याही परिस्थितीत हे पुस्तक तुमच्याच सुषुम्नावस्थेतील मनाच्या शक्तीपर्यंत पोहोचण्यात तुम्हाला मदत करतंच ना!''

''किंवा तुमचीच जागृत अवस्थेतील किंवा अर्धजागृत अवस्थेतील मतं शब्दांत मांडायला तुम्हाला ते मदत करत असेल. तुमचेच विचार तुम्हाला कळवण्याचा हा प्रकार झाला. काहीही असलं, तरी ते अर्धजागृत वगैरे जे काही मनाच्या अवस्थेचं प्रकरण असेल ते तिथंच ठेवावं असं मला वाटतं. कदाचित काळेविद्रे विचार त्या अज्ञातात दडपून ठेवले असण्यामागं खरोखरच काहीतरी योजना असेल आणि असल्या गोष्टी उकरून वर काढाव्यात आणि त्यांनी तुमच्या आयुष्याचे निर्णय घ्यायला सुरुवात करावी असं मला अजिबात वाटत नाही.''

नॅन्सीनं पुस्तक बंद केलं.

"तुझं कसं आहे माहीत आहे का तुला जॅक, तू स्वत:ला अख्ख्या जगातला फार मोठा बुद्धिवादी माणूस म्हणवतोस, पण प्रत्यक्षात तुझ्या मनाचे दरवाजे बुद्धीच्या कसोटीवर नवे अनुभव घ्यायला बंदच ठेवलेले आहेस. एका अर्थानं तू अगदी अंधश्रद्धच आहेस. अगदी त्या जुन्या कथेतल्या अज्ञातावर विश्वासच ठेवायला तयार नसलेल्या माणसासारखा. जॅक, ओरेगॉन नावाच्या खेडेगावातील जॅक नावाच्या मुलाला तू बाहेर आणलंस, पण त्या मुलात तो खेडवळपणा तसाच राहिला आहे, त्याचं काय?"

हे ऐकून त्याला हसू आले. "तू म्हणतेस ते बरोबर आहे. मी खरंच एक मूर्ख माणूस आहे. म्हणजे मी जगाच्या पूर्व भागात तुझ्यापेक्षा जास्त फिरलो आहे. या भागाची खडान्‌खडा माहिती मिळवण्याचे कष्ट मी घेतले आहेत. पण इतक्या लांबून अमेरिकेतल्या तुझ्या त्या शाही घराचा त्याग करून तू केवळ मी अजूनही किती खेडवळ, गावंढळ आहे हे सांगायला आली आहेस, याचा मला अत्यंत आनंद वाटतो. म्हणजे माझा पूर्ण भ्रमनिरास केल्याबद्दल मी तुझा शतश: ऋणी आहे."

"पुरे, पुरे. एवढं तिरकस बोलण्याची गरज नाही. कारण मीसुद्धा तशीच आहे."

तो तिच्याकडे पाहून हसला. त्याच्याबद्दल तिचं काय मत आहे याची त्याला फारशी पर्वा आहे असं तिला वाटलं नाही. का पर्वा करावी त्याने?

"कदाचित आपण सहमत नाही; परंतु या गोष्टीवर आपण सहमत व्हायला हरकत नाही." अचानक त्याच्याबद्दल सहानुभूती वाटून नॅन्सी म्हणाली. तो हवेसारखा होता. घटकेत सोसाट्याच्या वाऱ्यासारखा, तर घटकेत लख्ख सूर्यप्रकाश पाडणारा, तर कधी वादळासारखा गरजणारा. तिला हसूच आले. पण शेवटी या सगळ्याला काहीच अर्थ नव्हता. तिला ते महत्त्वाचंही वाटत नव्हतं.

"ठीक आहे, तुम्ही म्हणता तेच बरोबर आहे बॉस." तो म्हणाला, पण तोदेखील हे वरवरचंच बोलत होता हे तिला समजत होतं.

"हो आणि ते तू नेहमीच लक्षात ठेवावंस हे बरं. म्हणजे काय आहे, की तुला केल्या कामाचे पैसे मी देणार आहे, बरोबर ना?" नॅन्सी म्हणाली.

तो तिच्याकडे पाहून हसत हसत म्हणाला, "हां, म्हणजे जर त्या संकेतपुस्तकाला दुसरंच काही सुचवायचं नसलं, तर तू म्हणतेस ते बरोबर आहे. चला, मी झोपतो आता." असं बोलून मान तुकवत जॅक मागे सरकला आणि त्यानं केबिनचं दार बंद केलं.

नॅन्सी स्लीपिंग बॅगमध्ये शिरली, पण इतक्या लवकर झोप येणार नाही हे

तिला माहीत होतं. तरीही दिवसभर त्या खडबडीत रस्त्यावरून केलेल्या प्रवासानंतर पाय ताणून झोपायला अगदी बरं वाटत होतं. जाता जाता जॅक बोलून गेला होता त्या वाक्याचाच ती विचार करत होती आणि त्यात खरंच काही तथ्य असेल का, ते संकेतपुस्तक आपल्याच सुप्त मनात दडलेल्या इच्छा, विचार उपसून वर काढायचा एक मार्ग असेल का, असा विचार करत होती. तसं असेल आणि तसं असणं शक्य होतं तर मग ते इतकं निषिद्ध का मानलं जात होतं? तुमच्या अंतर्मनात दडून बसलेले तुमचेच विचार आणि भीती नीट समजून घेणं हे ते अस्तित्वातच नाहीत अशी समजूत करून घेण्यापेक्षा नक्कीच चांगले नव्हते का? पण जर त्यांनी तुमच्या जागृत मनाचाही कब्जा घेतला तर? तर मग श्रीयुत फेलिक्स कोएनिग तुम्ही जे वेडाचार करायला गेला होतात, तेव्हा तुमचेही हेच झाले होते का? आणि श्री. अन्तोन हरझोग तुमचेही? याच्याबद्दलच जॅक बोलत होता का?

विचार करता करता तिने ते संकेतपुस्तक स्लीपिंग बॅगजवळ डोक्याजवळ ठेवले. तसे करताना आपण जणूकाही हातात एखादा टाईम बॉम्ब वागवत असल्याप्रमाणे करत आहोत, असे तिच्याच लक्षात आले. पडल्या पडल्या ती इतर गोष्टींचा विचार करण्याचा प्रयत्न करू लागली. उद्या जर सगळं व्यवस्थित झालं तर ती पिमाकोमध्ये पाय ठेवणार होती आणि जाता जाता चिन्यांच्या ल्हासामधल्या शासकीय यंत्रणेच्या नजरेतून बचावलेली एक पूर्णपणे कार्यरत अशी गुहा तिला पाहायला मिळणार होती. हे आणि असे विचार करता करता कदाचित काही मिनिटांतच तिला झोप लागली.

एक्केचाळीस

सकाळचे सहा वाजले तोपर्यंत ते पुन्हा मार्गाला लागले होते आणि भाका गुहेकडे जाणाऱ्या वाटेपाशी पोहोचेपर्यंत तो गाड्यांचा ताफा एकदाही थांबला नव्हता. लॉरीतून उतरल्यावर त्यांना सोडून पुढे निघालेल्या त्या गाड्यांकडे त्यांनी उडवलेल्या धुरळ्यातून ते बराच वेळ पाहत उभे होते. वर आभाळ झाकोळून आलेले दिसत होते, आता कधीही पाऊस पडायला लागेल असे वाटत होते.

आपापल्या सॅक पाठीवर टाकून त्यांनी डोंगरउतारावरच्या वाटेने जंगलातून वाट काढत काढत खाली यार्लान्गा त्सांग्पोच्या दिशेने चालायला सुरुवात केली. भुरुभुरु पाऊस पडू लागला आणि दूर कुठंतरी कडाडणाऱ्या विजांचा आवाज त्यांची पिमाकोला जाणारी वाट अडवून उभ्या असलेल्या डोंगरकड्यांमध्ये गडगडताना ऐकू येऊ लागला. खालून नदीचे पाणी बंदुकीच्या गोळीसारखे वेगाने जाताना दिसले. जेमतेम दहा फूट रुंदीच्या दगडी फरशीपाशी ते त्या पायवाटेने चालत चालत पोहोचले. तिथं असलेल्या दोराच्या पुलावरून त्यांनी नदी पार केली. त्या पुलावरून चालत असताना तो पूल झोपाळ्यासारखा हलत होता. त्यामुळे नॅन्सी घाबरली होती. पण जॅकला ते कळू न देण्याचा तिने आटोकाट प्रयत्न केला. खाली ते गडद हिरवे पाणी प्रचंड वेगाने पिमाकोच्या प्रसिद्ध अशा धबधब्याच्या दिशेने वाहत होते.

पुलाच्या पलीकडचा रस्ता अगदी व्यवस्थित राखलेला आणि बऱ्याच वहिवाटीचा दिसत होता. प्रार्थनाध्वज जागोजागी लावून रस्त्याची दिशा स्पष्ट दाखवली होती. काही अंतर गेल्यावर त्याला दोन फाटे फुटत होते; एक रस्ता जुन्या वाढलेल्या जंगलातून थेट सु ला खिंडीकडे जात होता आणि दुसरा नदीच्या काठाकाठाने, प्रवाहाच्या दिशेने साधारण पाव मैल अंतर जाऊन भाका

गुहेच्या समोरच्या हिरवळीवर उतरत होता.

पाऊस असला तरी चालायला मस्त वाटत होते. वातावरण फार थंडही नव्हते. डास किंवा चिलटांचादेखील त्रास नव्हता. अशा आल्हाददायक वातावरणात चालल्यामुळे मठाच्या, म्हणजेच गुहेच्या समोरच्या हिरवळीवर पोहोचायला आणि तिथं असलेल्या एकुलत्या एक काटक शरीरयष्टीच्या भिक्षूची नजरभेट व्हायला किती थोडा वेळ लागला, असे नॅन्सीला वाटत होते.

मूळची प्राचीन गुहा सोळाव्या शतकात बांधलेली होती. ती तशी भग्नावस्थेतच होती, पण तिच्या आजूबाजूला काही नवी बांधकामे केलेली दिसत होती. उभट चेहऱ्याच्या, उंच शरीरयष्टीच्या भगव्या वस्त्रातील त्या भिक्षूच्या डोक्यावर चार-दोन दिवसांपूर्वीच पूर्ण उतरवून टाकल्यानंतर पुन्हा वाढीला लागलेले दाढीच्या खुंटांसारखे दिसणारे केस दिसत होते. त्याने सर्वांचे औपचारिकरीत्या स्वागत केले. मग पुढच्याच वाक्यापासून तो गुन आणि जॅकशी थेट तिबेटी भाषेत बोलू लागला. तो त्यांना एका इमारतीत घेऊन गेला. ती बहुधा भिक्षूंची जेवणाची जागा असावी. तिथं गेल्यावर धडाडून पेटलेल्या एका ओंडक्याच्या जवळच त्याची ऊब जाणवेल अशा बेताने त्यांना बसावयास सांगितलं गेलं. आणखी एक भिक्षू कुठूनतरी प्रकट झाला आणि त्याने मोठ्या भांड्यात आणलेला पाणीदार चहा त्यांच्यासमोर ठेवला. फार तहान लागली होती, त्यामुळे कशीही चव असली आणि त्या चहाकडे बघवतही नसले तरीही डोळे घट्ट मिटून नॅन्सी तो प्यायली. फाटलेल्या दुधाचा असावा तसा तो चहा लागत होता असे नॅन्सीला वाटले. थोड्याच वेळात तीन शेरपा दार उघडून आत आले. जॅक आणि गुन बराच वेळ त्यांच्याशी ज्या आविर्भावात बोलत होते, त्यावरून ते पैशांची घासाघीस करत आहेत, हे स्पष्टच कळत होते. अर्धा तास झाला तरी तोडगा निघत नव्हता. मग एकदाचा व्यवहार ठरला आणि उभयपक्षी संमती असल्याचे कळवत त्यांनी चहाचे कप एकमेकांवर हलकेच आपटले.

"सगळं काही ठीकठाक जमलं आहे ना?" नॅन्सीने जॅकला विचारले. त्याने मान हलवत होकार दिला आणि म्हणाला, "काही काळजी करू नकोस आणि तुझ्या त्या शहरी डोक्याला जास्त शिणवू नकोस." त्याच्या तिरकस बोलण्याची तिनेही उपरोधिकपणे हसून परतफेड केली. मिचकावल्यासारखा वाटेल न वाटेल अशा बेताने एक डोळा बारीक करत जॅकने तिच्याकडे पाहिले. मग पुन्हा तो गुन आणि त्या शेरपांकडे वळला. अजून बरीच कामं करायची होती आणि शक्य तितक्या लवकर त्यांना पुढच्या मार्गाला लागायचे होते.

पुन्हा एकदा तेच सातूच्या पिठाचे खाणे समोर आले. नॅन्सीने पुन्हा एकदा ते जिवाला आधार म्हणून जेवढे पटकन गिळता येईल तेवढे पाण्याबरोबर गिळून

टाकण्याचा प्रयत्न केला. जंगल पार करून सु ला खिंडीच्या दिशेने जाणाऱ्या चढावापर्यंत पोहोचायला बराच वेळ लागेल आणि बरीच पायपीट करावी लागेल हे तिला माहीत होते. त्यांचे खाणे चालले असताना एक वयस्कर लामा तिथं आले आणि त्यांनी गंभीर सुरात जॅक आणि गुनशी बोलायला सुरुवात केली. त्यांच्या तुळतुळीत डोक्यावर पुन्हा वर येत असलेले पांढरे केस, चेहरा आणि कपाळावरचे कठोर रेषांचे जाळे त्यांच्या खडतर आयुष्याची साक्ष देत होते. प्राचीन मठावर १९५९ मध्ये चिन्यांनी टाकलेल्या त्या धाडीच्या प्रसंगी कदाचित हा इथं असावा, असे नॅन्सीला वाटून गेले.

ते तिघे काय बोलत होते ते समजून घेण्याची तिला उत्सुकता लागली होती. थोड्याच वेळाने ते लामा उठले. जॅक आणि गुनशी हस्तांदोलन करून निघून गेले. जॅक विचारमग्न दिसत होता.

"हे कोण होते, मठाधिपती होते का?" नॅन्सीने विचारले.

"नाही नाही. मठाधिपतींना इथल्या लाकूडतोड्यांच्या कामात फार ढवळाढवळ केली म्हणून नेपाळमध्ये पळून जावं लागलं आहे. चिन्यांनी त्यांना हाकलूनच दिलं म्हण ना!"

"मग तो कोण होता?"

"मठातलाच एक वरिष्ठ लामा. पण तो काही बरा वाटला नाही. मठाधिपतींची जागा चालवू शकेल असा चांगले नेतृत्व करणारा कोणी पुढच्या फळीत नाहीच असं म्हणताना मला फार दुःख होतं. पण इलाजच नाही."

मूळ मुद्याचं बोलण्याऐवजी तो वायफळच फार बोलतोय. त्याला नक्कीच काहीतरी वाईट बातमी कळली आहे आणि ती तो आपल्यापासून लपवण्यासाठी हे सगळं करतोय असं नॅन्सीला वाटलं.

"काय म्हणाला काय तो?"

खांदे पाडत जॅकने एक सुस्कारा टाकला.

"कालच या रस्त्यानं चिनी सैनिकांची एक तुकडी पुढे गेली आहे. लितांग गुहेच्या दिशेनं गेलेली ती तुकडी पूर्ण हत्यारबंद, जय्यत तयारीत असलेल्या ऐंशी सैनिकांची तुकडी आहे."

"ते काय करताहेत तिकडं?"

"लामांना ते काही सांगता आलं नाही. पण ते म्हणाले की, मेटोक येथील पहाऱ्याचे सैनिक बदलण्याची वेळ तर सप्टेंबरच्या सुरुवातीदरम्यान असते, आता नाही. म्हणजे हे सैनिक आता इकडं येणं जरा विचित्रच आहे आणि याचा अर्थ ते कसल्यातरी विशेष मोहिमेवर आले असावेत असाही होतो."

गंभीर बातमीमुळे तिघेही काळजीत पडले होते. गुन तर निराशेने नकारार्थी मान

हलवत उभाच राहिला होता.

"तू अन्तोनबद्दल काही विचारलंस का त्यांना?" नॅन्सीने विचारले.

"हो विचारलं ना! तो इथं आला होता, साधारण दोन-अडीच महिन्यांपूर्वी तांत्रिक थुप्टन जिन्पाबरोबर. इथून ते यार्लान्ग गुहेच्या अर्ध्या वाटेवर असलेल्या आणि सु ला खिंडीच्या पलीकडच्या बाजूला असलेल्या रिन्शेन्पुन्ग गुहेकडे गेले. पण लामांना असं वाटतं की, ते तिथपर्यंत पोहोचलेच नसावेत. रिन्शेन्पुन्ग गुहेतला एक भिक्षू ल्हासाला जाता जाता सहा आठवड्यांपूर्वी इथं आला होता. तो म्हणाला की, अन्तोन काय किंवा तांत्रिक काय, कोणीच त्यांना दिसलंदेखील नव्हतं."

"कदाचित तो काहीतरी दुसऱ्याच नावाने वावरत असेल तर?"

"नाही. त्यात काही अर्थ नाही. रिन्शेन्पुन्गमधला प्रत्येक माणूस त्याला ओळखतो. तो तर एक योगी पुरुष म्हणूनच इथं प्रसिद्ध आहे."

ऐकण्यात आपली काहीतरी चूक झाली असावी, असं नॅन्सीला वाटलं. म्हणून तिनं विचारलं, "कोण? अन्तोन!"

"हो, अन्तोनच!" खांदे उडवत जॅक म्हणाला, "अन्तोनला इथं एखाद्या साधू-ऋषीसारखा मान आहे, असंच वाटेल कुणालाही."

हे बोलताना जॅकच्या चेहऱ्यावर अगदीच विचित्र भाव होते. तो जे काही सांगत होता त्याच्याशी त्याचा व्यक्तिश: काहीही संबंध नाही आणि त्याने हे जे काही सांगितलं, ऐकलं त्यामुळे तोदेखील तिच्याइतकाच अस्वस्थ झाला आहे असे दर्शवणारे भाव होते ते.

"इथं या भागात त्याला अतिशय मान दिला जात असे असं दिसतंय. हरझोग हा किती थोर, विद्वान माणूस आहे त्याचं तो लामा जे वर्णन करत होता ना, ते तू ऐकायलाच हवं होतंस. त्याच्या लेखी अन्तोन म्हणजे कुणी सिद्ध पुरुष, चमत्कारी माणूसच होता अगदी."

आश्चर्याने अवाक झालेल्या नॅन्सीचे तोंड बराच वेळ लहान मुलासारखे उघडलेलेच राहिले. भानावर आल्यावर तिने ते बंद केले. अन्तोन म्हणजे सतत नवा आकार धारण करणाऱ्या पाऱ्यासारखाच असावा, असे तिला वाटले. त्याच्याबद्दल मिळालेल्या माहितीनुसार आपण काहीतरी मत बनवावे, त्याचे व्यक्तिमत्त्व कसे असेल याचा अंदाज बांधावा तर नव्याने समजलेल्या माहितीमुळे पुन्हा सगळ्याचाच नव्याने विचार करण्याची वेळ यावी असे तिचे झाले होते. न्यूयॉर्कमध्ये तर तो एक दंतकथाच बनला होता. पण त्याचे ते स्वरूप नेहमीच्या चाकोरीतल्याच संकल्पनांवर म्हणजे एक विक्षिप्त माणूस, एक अत्यंत हुशार माणूस, परंपरागत पत्रकारितेच्या चाकोरीबाहेर काम करणारा आणि तरीही त्याने

उजेडात आणलेल्या अभूतपूर्व, विलक्षण बातम्यांमुळे त्याच्या वरिष्ठ अधिकाऱ्यांनी सांभाळून घेतलेला माणूस यावर आधारलेले होते. इथं तिबेटमध्येदेखील त्याच्या नावाने अनेक दंतकथा प्रचलित होत्या, पण त्यांचे स्वरूप अगदीच भिन्न होते. आपल्याप्रमाणेच तिनेही त्या लामाच्या बोलण्याची खिल्ली उडवावी, अशा आविर्भावात जॅक तिच्याकडे पाहत होता, पण तसे करायला तिचे मन धजावले नाही. काहीतरी करायचे म्हणून मग तिने कपातला उरलासुरला चहा पटकन संपवून टाकला.

सैनिक पुढे गेले असल्याच्या बातमीमुळे सगळ्यांची मने काळवंडली होती. गुन तर अगदी न हसता, न बोलता घुम्यासारखा बसून राहिला होता. "कसला विचार करतोयस" असं नॅन्सीनं विचारल्यावरदेखील तो गप्पच होता. थोड्या वेळाने उठून ते तिघे बाहेर आले आणि तिथं थांबलेल्या शेरपांकडे चालू लागले. तेव्हा जॅकने सांगितले की, अद्याप वादग्रस्त असलेल्या चीन आणि भारतादरम्यानच्या सीमाप्रश्नामुळे पिमाकोमध्ये नेहमीच सैनिक दिसत असतात, पण सर्वसाधारणपणे मेटोकपर्यंतच त्यांचा वावर असतो किंवा आणखी खालच्या भागातल्या दोशान्गला खिंडीच्या परिसरातल्या नेहमीच्या एक-दोन गस्तीच्या मार्गांवर ते असतात. खाली बागेत पोहोचल्यावर त्यांनी आपल्या वस्तू शेरपांच्या ताब्यात दिल्या आणि गुनचा निरोप घेतला. गुन तिथंच आणखी एक रात्र थांबून पुन्हा ल्हासाला जाणारी गाडी पाहणार होता. गुनने पुढील प्रवासासाठी त्या दोघांना शुभेच्छा दिल्या. हस्तांदोलन करून आणि जॅकच्या पाठीवर एक मैत्रीची थाप मारून तो म्हणाला, "हार्दिक शुभेच्छा! तुम्हाला त्याची फारच गरज आहे."

हिरवळ ओलांडून पलीकडे गेल्यावर नॅन्सीने मागे वळून गुनकडे पाहिले. तो हाताचे तळवे जुळवून डोळे मिटून जणूकाही त्यांना आशीर्वाद द्यावेत तशा आविर्भावात उभा होता.

संध्याकाळ होईपर्यंत ते जंगलाबाहेर पडले होते. मग चालण्याच्या वाटेच्या जवळपासच असलेल्या एका गवताळ मोकळ्या जागेत त्यांनी आपले तंबू ठोकले. दोन तंबू उभारले होते, एक सर्व शेरपांसाठी आणि एक जॅक व नॅन्सीसाठी. ते नॅन्सीला फारसे आवडलेले नव्हते, पण त्याबद्दल तक्रार करायची सोय नव्हती. मोकळ्या जागेच्या एका बाजूने एक छोटासा ओढा दगडाधोंड्यातून वाट काढत खळाळत होता. खालचे जंगल आणि त्याहीखालच्या नदीच्या खोऱ्यापर्यंत दूरवर पसरलेला निसर्गरम्य परिसर दिसत होता. अंधूक होत चाललेल्या प्रकाशात नॅन्सीने स्वतःला लोकरीच्या कपड्यात गुरफटून घेतले

आणि पुन्हा एकदा याकच्या दुधाचा चहा प्यायचा प्रयत्न केला. शेरपांशी बराच वेळ बोलून झाल्यावर जॅक तिच्याकडे आला.

"आज जेवणाचा काय बेत ठेवावा, याबद्दल जरा आपल्या खानसाम्याशी मी चर्चा करत होतो," जॅक हसत हसत म्हणाला.

"अच्छा! मला सुरुवातीला मस्त भाजलेला साल्मन मासा आणि मग जेवण म्हणून त्याच माशाबरोबर पास्ता खायला आवडेल."

"क्षमा करा बाईसाहेब, पण हे दोन्ही पदार्थ आज उपलब्ध नाहीत असं सांगताना मला खेद होतो. आज फक्त याकपासून मिळणारे पदार्थच मिळतील. आज आपण रीतसर तिबेटी आदिवासी पद्धतीच्या जेवणाचा आस्वाद घेणार आहोत."

"फारच छान! मला तर इतकी भूक लागली आहे!" नॅन्सी उत्साहाने म्हणाली.

तिच्या बाजूला बसत जॅक म्हणाला, "काळजी करू नकोस, आता फार लांब जायचं नाही आपल्याला. पण तू ठीक आहेस ना?"

आतापर्यंतच्या प्रवासात पहिल्यांदाच तो थोडेसे सहानुभूतीदर्शक काहीतरी बोलला होता, त्यामुळे उत्तर देतानाही ती जरा गोंधळलीच. काहीच धड न सुचल्याने ती कसेबसे म्हणाली, "हो, मी छान आहे. थँक्स!"

जॅक म्हणाला, "मला काय वाटतं माहीतेय का, आपण लितांग गुहेकडं जाऊ या, पण जर अन्तोन तिथं पोहोचलाच नसेल तर तिथं जाण्यातही फारसं काही तथ्य नाही."

"पिमाकोत आणखी कोणती शहरं आहेत?"

जॅक हसला. म्हणाला, "पिमाकोत फक्त मेटोक हे एकच शहर. म्हणजे त्यालासुद्धा शहर म्हणायचंच असलं तर आणि तेसुद्धा ओढूनताणूनच बोलणं होईल. पण आपल्याला तिथं जायचं नाही. दुसरीही काही गावं आहेत, पण ती मेटोकच्या इतकी जवळजवळ आहेत की, तिथं वेळ घालवण्यातही अर्थ नाही."

"का बरं?"

"कारण हे मेटोक आणि त्याच्या आजूबाजूची गावं शक्यतो टाळण्याचाच अन्तोननं विचार केला असावा असं मला वाटतं."

"तिथं नाही तर मग दुसरीकडं कुठं?"

"आपण मन्देलदेम आश्रमापासून सुरुवात करू या. त्याला तिथं जायला आवडतं हे मला माहीत आहे. म्हणजे तिथल्या वातावरणाबद्दल अगदी भारावून जाऊन गुणगान करताना त्याला मी अनेकदा पाहिलं आहे. त्याच्या वर्णनावरून तरी तो निव्वळ एखाद्या भुताच्या वाड्यासारखा, दगडविटा कशातरी एकावर

एक रचून बांधलेला, गळक्या छपराचा, जंगलात हरवलेला पडीक आश्रम असावा. पण काहीही असलं तरी तिथं राहणाऱ्यांपैकी कुणीतरी त्याला पाहिलं असण्याची शक्यता आहे. तेव्हा जरा तिथं जाऊन चौकशी करून पाहायला हवी. शेरपांना रस्ता माहीत आहे आणि तिथपर्यंत चालत चालत पोहोचणं त्यामुळे सोपं आहे. असं नदीच्या प्रवाहाबरोबर खाली जायचं, फक्त तुला जर कुठल्यातरी कपारीतल्या खोबणीत ध्यानधारणा की काय ते तंत्रमंत्र करायला बसायचं असेल तरच डोंगरवाट चढण्याची वेळ येईल. असं म्हणतात, की पिमाकोमध्ये ध्यानस्थ होऊन घालवलेल्या एका रात्रीमुळे इतरत्र कुठंही केलेल्या शंभर रात्रींच्या ध्यानधारणेचं पुण्य प्राप्त होतं बरं!"

तो जरी उपरोधाने बोलत असला तरी नॅन्सीला तसं वाटत नव्हतं. पिमाकोत आता कुठं ते शिरत होते, तरीदेखील इथल्या अनुपम निसर्गसौंदर्याने आताच तिच्यावर परिणाम करायला सुरुवात केली होती. ते पुरातन जंगल आणि अतिशय मनोहर, भव्य निसर्ग तिला स्वत:चे य:कश्चितपण आणि नश्वरपण ठळकपणे जाणवून देत होता आणि असं असूनही आजूबाजूच्या कडेकपारी, भलेमोठाले कातळ आणि नटलेल्या वनश्रीच्या भव्यतेचा आपणही एक भाग आहोत असं वाटत होतं. तिच्या रूपानं खरं तर निसर्गच मान वळवून निसर्गाकडे पाहत होता, आपलं रूप न्याहाळत होता.

दाट धुक्याच्या पडद्यातून आणि गर्द जंगलातून असंच पुढे चालत राहावं, एका गुहेकडून दुसऱ्या गुहेकडे चालत जावं, कधी ना कधीतरी ज्या परतत्त्वाची ती एक अंश आहे त्या तत्त्वाशी तादात्म्य व्हावं असं तिला वाटत राहिलं. हे असंच घडावं अशी आशा योगी, साधू तीर्थयात्रा करत असताना, डोंगरकपारीत राहताना, भिक्षान्नावर जगताना आणि ओळखही नसलेल्यांनी परोपकारबुद्धीने केलेल्या मदतीवर जगताना आणि कुठंतरी पडझडीला आलेल्या आश्रमांच्या आधाराने राहत असताना करत असतात हे तिला माहीत होतं. त्या सगळ्या गोष्टीतला खरेपणा तिला आता अचानक जाणवत होता. आसपासच्या निसर्गातून तशाच तादात्म्य भावनेची पृच्छा होत होती. इथं तीर्थयात्रींचा सतत पदरव असावा हीच तर या जागेची मागणी होती.

पण या सगळ्या निसर्गरम्य, गूढ पसाऱ्यात अन्तोन हरझोग कुठं बरं हरवला होता?

बेचाळीस

कानावर पडत असलेल्या अद्भुत कथेमुळे थक्क झालेले उपमठाधिपती हरझोगच्या बाजूला बसले होते. बाजूच्या शेकोटीचा प्रकाश झाडांच्या पानांवर छापकाट्याचा खेळ करत होता. खरं असेल का हे? हा मृत्युपंथाला लागलेला माणूस खरंच त्या पवित्र राज्यात जाऊन आला असेल का? आणि आला असेलच, तर तो करतोय ते वर्णन अचूक आहे का? त्यांच्या दृष्टीने शांग्री–ला ही काही काल्पनिक जागा नव्हती, पण हा पाश्चिमात्य माणूस जे वर्णन करतोय तशी ती असेल याची त्यांनी कधी अपेक्षाही केली नव्हती. लामांच्या पारंपरिक माहितीमध्ये संदिग्धता होती आणि त्या जागेच्या त्यांच्या माहितीमध्ये परस्परविरोधी माहिती पुष्कळ प्रमाणात होती आणि हा परका माणूस कमालीचं अचूक वर्णन करत होता, तपशीलवार वर्णन करत होता. असं असलं तरीही असं वर्णन केवळ स्वप्नात पाहिलेल्या जागेचं किंवा कल्पनेत पाहिलेल्या जागेचंदेखील करता येणं शक्य होतं.

कशाचीच शाश्वती देता येत नव्हती. उपमठाधिपतींनी हरझोगचे डोळे तपासले. काचमण्यासारखे डोळे, वेड्या माणसाचे डोळे किंवा कदाचित खोल अंधारात बुडालेल्या माणसाचे डोळे किंवा हा निव्वळ त्या अफूचा परिणाम असावा. या गोष्टीचीदेखील आता काळजी वाटू लागली होती. त्याच्या बोलण्यात, वर्णनात स्पष्टता राहण्यासाठी, तसेच त्याला बोलते ठेवण्यासाठी उपाय म्हणून दिली जात असलेली अफू, जर त्याच्या बुद्धीवर अंमल करायला लागली, तर मग काल्पनिकता आणि वास्तव यातला गुंता सोडवणे मुश्कील होऊन बसले असते. पण या सगळ्या शंका-कुशंका मनात असल्या तरीही त्या अपरिचिताने केलेले स्पष्ट वर्णन उपमठाधिपतींना विसरता येत नव्हते. किंबहुना आपणही ती जागा पाहिली असावी असे त्यांना वाटू लागले होते. नक्कीच

त्यांनी अपघाताने का होईना शांग्री-लाच्या राज्यात पाऊल टाकले होते.

"मग पुढे काय झालं? काय केलंत तुम्ही?"

खोकल्याची कोरडी उबळ कमी झाल्यावर बघणाऱ्याला भारावून टाकणारे आपले निळे डोळे उपमठाधिपतींकडे वळवत हरझोग बोलू लागला,

"त्या भयानक मनोऱ्यातल्या माझ्या खोलीत मी किती काळ मुटकुळं करून पडून राहिलो होतो, काही आठवत नाही. नीटसं विचार करण्याचीही ताकद नव्हती माझ्यात. हिंदकळल्यासारखा मी नुसताच मागंपुढे झुलत होतो."

"हो, शक्य आहे त्या परिस्थितीत. तसं मी समजू शकतो." सहानुभूती दाखवत उपमठाधिपती म्हणाले.

पुन्हा एकदा आलेला खोकला थांबल्यावर हरझोग पुढे बोलू लागला.

"बहुधा अतीव निराशेमुळे मी निष्क्रिय झालो होतो. उभ्या आयुष्यभर केलेल्या शोधाचा आणि आकांक्षांचा हाच शेवट असावा, असं मला वाटायला लागलं होतं. तेव्हाच मला फेलिक्स कोएनिग व त्याचे सहकारी आणि माझ्यामध्ये असलेल्या जगाच्या अनुभवातल्या आणि विचारातल्या, प्रवृत्तीतल्या तफावतीची जाणीव होऊ लागली. एखाद्या लढाईवर निघालेल्या धाडसी सरदारांप्रमाणे ते जर्मनीहून थेट तिबेटपर्यंत आले होते. पहिल्या महायुद्धाचे भयानक चटके त्यांना सोसावे लागले होते. त्यापाठोपाठ आलेल्या अत्यंत खडतर काळाने त्यांच्याकडून इतके काही ओरबाडून घेतले होते, की मानवी शिरं लटकावून सजवलेल्या परसदाराचंदेखील त्यांना काही वाटलं नसतं. मग मी स्वत:लाच प्रश्न केला, की मी इतकी वर्षं काय करतोय? मी इतकी वर्षं एका भ्रमातच वावरतोय; मी एक एकटा जीव, थोडीशी इतरांपेक्षा जास्त बुद्धी लाभलेला एक य:कश्चित प्राणी, आधुनिक युरोपच्या इतिहासातल्या एका सर्वाधिक शक्तिशाली आणि धडाडीनं काम करणाऱ्या, एक सामर्थ्यवान देश घडवण्याचं वेड हेच ज्या समूहाचं एकमेव नैतिक अधिष्ठान असावं अशा झपाटलेल्या समूहानं घडवलेला इतिहास पुन्हा अधिक चांगल्या प्रकारे घडवण्याचा प्रयत्न करत होतो."

पुढे काय घडलं होतं याची उपमठाधिपतींना या बडबडीपेक्षा जास्त उत्सुकता लागली होती. तशाही या सामर्थ्यवान देश आणि धाडसी सरदार वगैरे गोष्टी त्यांना कळतदेखील नव्हत्या.

"पुढे काय घडलं ते सांगा ना. तुम्ही म्हणालात की, तुम्ही त्या मनोऱ्यात मुटकुळं करून पडून राहिला होतात. पुढे?"

"हो, हो. पडून राहिलो होतो आणि निराशेच्याही पलीकडे गेलो होतो मी. इतकी नखशिखांत पसरलेली भीती मी कधीच अनुभवली नव्हती. मग

अचानक दारावर टकटक झाली. जिवंत राहण्याच्या दुर्दम्य इच्छेपोटीच केवळ सगळी शक्ती एकवटून मी उभा राहिलो. एक अतिशय टापटीप राहणीचा पौर्वात्य माणूस खोलीत येऊन उभा राहिला.

"तुम्हाला दीर्घ काळ प्रतीक्षा करत ठेवल्याबद्दल मला खेद होतो." मंदसे हसत तो म्हणाला. "माझे नाव युएन. मी मठाधिपतींचा सहायक आहे. आपल्याला भूक लागली असेल ना? काही खायला हवं असल्यास सांगा."

त्या सहायकाचे डोळे बशीएवढे मोठे बटबटीत होते.

"ते तुम्हाला तिथल्या तिथं मारून टाकणार होते याची तुम्हाला भीती वाटली नाही? तुम्ही लपण्याचा प्रयत्न केला नाही? किंवा सरळ प्रतिहल्ला करण्याचा?"

"लपण्याचा?" हरझोगच्या चेहऱ्यावरून एक शुष्कसे हसू ओघळले. "कुठं लपण्याचा? आणि हो, मी माझ्या जिवाच्या भीतीने गर्भगळीत झालो होतो, तरीही प्रतिहल्ला करण्यानं काहीच साध्य होणार नाही हे मला कळत होतं. त्याला एकाला मी लोळवलं असतं तरी इतर असंख्य जण त्याच्या मागोमाग माझ्यावर चाल करून आले असते. दारावरची टकटक ऐकल्याबरोबर आपल्यासमोर आता एकच मार्ग शिल्लक आहे असा विचार माझ्या मनात आला. माझी खरी भीती मला लपवावीच लागणार होती आणि उसनं अवसान आणावंच लागणार होतं. त्यांनी मला सन्मानानं आणि आदरानं वागवावं अशी अपेक्षा दाखवतच वावरण्याची पद्धत अवलंबल्यानं मला काही इजा करण्याच्या विचारांपासून त्यांना दूर राखता येईल असा मी विचार केला. हा अगदी टोकाचा विचार वाटला, तरी त्या वेळेला मला एवढंच सुचलं होतं."

"त्यामुळे अगदी अपेक्षित असल्याप्रमाणे मी खायला मागितलं आणि म्हणालो की, या स्थानाच्या मुख्य लामांना भेटण्याची संधी मला कधी मिळेल ते मला सांगा किंवा मी या मठात एक कैदी म्हणून ठेवला गेलो आहे काय ते तरी सांगा."

थोडे हसतच तो माणूस म्हणाला, "मठाधिपती रात्रीचे भोजन आपल्यासमवेत घेतील आणि तुम्ही इथं कैदी आहात किंवा कसे याबद्दल सांगायचे, तर आपण सर्वच इथं कैदी आहोत, पण आम्ही तसं बोलून दाखवण्याचा विचारदेखील करत नाही. तरीही एकदा इथं आलं की, पुन्हा बाहेर जाता येत नाही हे खरं आहे. हा भागच इतका दुर्गम आहे की, इथून बाहेर पडण्याचा मार्गच नाही आणि मैलोन्‌मैल अंतर गेलं तरीदेखील मनुष्यवस्तीचा मागमूसदेखील सापडत नाही. अर्थात खालच्या दरीतील वस्ती मी यात धरत नाही, ती तुम्ही पाहिलीच आहे. पण आमच्या पंथाच्या नियमांनुसार इथं भेट देणं निषिद्ध

आहे. त्यामुळे ते लोक इथं भेट देत नाहीत आणि खरं सांगायचं तर हा तुरुंगवास, हा विजनवासच आम्हाला आता सुखाचा वाटतो. तसाच तो तुम्हालादेखील वाटेल याची खात्री वाटते.''

जीभ टाळ्याला चिकटून माझा जीव घाबरा झाला. मला खच्चून ओरडायचं होतं, पण कसातरी मी माझ्यावरच ताबा मिळवला. शक्य तितक्या शांत सुरात मी म्हणालो, ''ठीक आहे, मी हा विषय मठाधिपतींबरोबर बोलेन.''

कुणाशीही काहीही बोलण्यानं काही साध्य होईल अशी आशा करणेदेखील व्यर्थ आहे, अशा अर्थानं तो माणूस हसला. मग मी त्याच्या पाठोपाठ पायऱ्या उतरून गेलो. अनेक दरवाजे पार करत शेवटी एका प्रशस्त भोजनगृहात पोहोचलो. टेबलाजवळची एक खुर्ची माझ्यासाठी मागे करत तो उभा राहिला. पुन्हा एकदा मनात दाटून आलेल्या भीतीवर नियंत्रण मिळवत मी खाली बसलो आणि पुढे काय होणार याची वाट पाहत राहिलो.

''मला फार वेळ थांबावं लागलं नाही. मिनिटाभरातच दुसऱ्या टोकाकडचं एक दार उघडलं आणि त्यातून एक अतिशय वयोवृद्ध, पण काटक शरीरयष्टीचा चिनी माणूस आत येऊन टेबलाजवळ बसला.

''शांग्री-लामध्ये आपले स्वागत आहे.'' तो अतिशय मृदू, पण कोरड्या आवाजात म्हणाला. ''ज्या गोष्टीत इतर अनेकजण अपयशी ठरले, त्यात आपल्याला मात्र यश मिळाले आहे.''

उपमठाधिपतींच्या कपाळावर आठ्यांचे जाळे पसरलेले दिसत होते. पुन्हा एकदा त्यांनी हरझोगला अडवले आणि विचारले, ''पण त्याच्या बोलण्याचा अर्थ तरी काय होता? पूर्वी अनेकांनी शांग्री-लाला पोहोचण्याचा प्रयत्न केला होता का?''

अफूच्या अमलाखाली वावरत असलेल्या हरझोगला त्याच्या स्वप्नवत जगातून एखाद्या साध्याशा प्रश्नाने वास्तवात आणणे आता शक्य नव्हते. उपमठाधिपतींच्या प्रश्नाकडे त्याने दुर्लक्ष केले आणि तो त्याच्यापुढे जणू आताच त्या शांग्री-लाच्या मठाधिपतीपुढे बसला असावा आणि तो प्रसंग घडत असावा तसे त्या प्रसंगाचे वर्णन करत राहिला.

बोलताना मधे थोडे थांबत मठाधिपतींनी एका नोकराला बोलावलं आणि आम्हा दोघांसाठी जास्वंदाचा चहा द्यायला सांगितलं. कितीही घाबरलेलो आणि दडपणाखाली असलो तरी चहाचे ते कप आणि किटली वगैरे सरंजाम अत्यंत किमती अशा चिनी मातीचे बनवलेले होते, हे माझ्या लक्षात आल्याशिवाय राहिलं नाही आणि त्याचबरोबर ते विचित्रही वाटलं. इथं जगातल्या सगळ्यात दुर्मीळ, अनमोल अशा पोर्सलीनची भांडी हे रोजच्या चहापानासाठी वगैरे कशी

काय वापरू शकताहेत ही माणसं, असा मला प्रश्न पडला.

चहापानाचं आदरातिथ्य वगैरे चाललं असलं तरी माझ्या नजरेसमोरून ती सुळ्यांवर लटकावल्यासारखी दिसणारी मानवी शिरे आणि तो माणसाच्या आकाराएवढा जाळाच्या वर लटकावलेला पिंजरा काही हटत नव्हता. शांग्री-ला म्हणजे जगाच्या पूर्वेकडील भागातला एक स्वर्गीय प्रदेश याव्यतिरिक्त दुसरी कोणतीच कल्पना माझ्या डोक्यात येणं शक्य नव्हतं आणि प्रत्यक्षात मात्र इथं माझाच नरबळी देण्याचा समारंभ घाटत होता. पूर्णपणे खचून जात मी धाय मोकलून रडायला लागलो नव्हतो. याचं कारण बहुधा काय घडतंय त्याचा पूर्ण अंदाजच मला अद्याप आलेला नसावा. खरोखरच घडणारं सगळंच माझ्या कल्पनेबाहेरचं होतं. बसणाऱ्या धक्क्यांतून मला सावरताच येत नव्हतं. घडणाऱ्या गोष्टींचा तर्कसंगत अर्थ लावण्याइतकी माझी बुद्धी कामच करत नव्हती. घडत असलेल्या गोष्टीच इतक्या अतर्क्य होत्या. मठाधिपतींचे ते अतिशय शांत वागणे, नोकराचे ते अगदी सावकाशपणे चहा ओतणे आणि तिकडं बाहेर नरबळीची वाट पाहत असलेली ती जळती शेकोटी. शेकोटी कसली, जिवंत माणसाची चिताच ती! शिवाय ती सुळावर लटकवलेली माणसांची डोकी हे सगळं इथल्या रक्तपाताचं द्योतकच नव्हतं का?''

या सगळ्याचा मला कळेल असा अर्थ लावण्याच्या प्रयत्नात असतानाच मठाधिपती पुढे बोलू लागले, म्हणाले, ''तुमच्या मनात अनेक प्रश्न असतील याची मला कल्पना आहे, पण सुरुवातीलाच काही गोष्टी मी स्पष्ट करतो. त्यामुळे आपल्या दोघांचाही वेळ वाचेल. जगभरातल्या लोकांना एक दंतकथाच झालेल्या शांग्री-लाबद्दल प्रचंड कुतूहल आहे. काहींना असं काही या पृथ्वीतलावर खरोखरच अस्तित्वात आहे किंवा कसं याबद्दल शंका आहे. काही थोडे लोक कधीतरी याचा शोध घेण्याची इच्छा मनात बाळगून असतात, तर काही अगदी हाताच्या बोटावर मोजण्याइतके लोक प्रत्यक्ष असा शोध घेण्यासाठी बाहेर पडतात. ही माणसं शारीरिक आणि मानसिकदृष्ट्या अतिशय कणखर बनलेली असतात आणि आपलं उद्दिष्ट साध्य करण्यासाठी काहीही सहन करण्याची त्यांची तयारी असते. एक तर ज्या गोष्टीच्या असण्याबद्दल कोणताही पुरावा उपलब्ध नाही त्या गोष्टीच्या असण्यावर पूर्ण विश्वास ठेवायला प्रचंड मानसिक धैर्य आणि स्वतःच्या अंतर्मनाच्या आवाजावर श्रद्धा असावी लागते. दुसरं म्हणजे या ठिकाणी पोहोचण्याची एखादी लहानशी संधी मिळवण्यासाठीसुद्धा जे संशोधन करावे लागते त्यासाठीचे भगीरथ प्रयत्न करण्यासाठी तितकीच तितिक्षा असावी लागते आणि शेवटचं सांगायचं म्हणजे या स्थळाच्या शोधासाठी प्रत्यक्ष वाटचाल सुरू करण्यासाठी ईहवादाचा त्याग करून परातत्त्वाचं ज्ञान

संपादन करून त्याच्याच आधारानं जगावं, चालावं लागतं आणि यासाठी अर्थातच त्या माणसाची मानसिकता त्या प्रकारे विकसित झालेली असणं गरजेचं असतं.

या तीर्थक्षेत्राच्या यात्रेवर निघालेल्या यात्रेकरूंसाठी इथून जे काही करता येईल ते आम्ही करत असतोच. रेडिओ लहरींद्वारे जसे आपण रेडिओ स्टेशनवरून दिले जाणारे संदेश ऐकतो, तसे मन:शक्तीद्वारे आम्ही अशा यात्रेकरूंपर्यंत आमचे संदेश पोहोचवतो. अर्थात आजकालच्या बहुतेक लोकांचा मन:शक्तीद्वारे पाठवलेले संदेश वगैरे गोष्टींवर विश्वास नसतो. त्यामुळे आम्ही पाठवलेले संदेश त्यांना त्यांच्या स्वप्नांद्वारे मिळाले तरीदेखील ते केवळ एक स्वप्न होते असे म्हणून ते त्याकडे दुर्लक्ष करतात. पण स्वत:च्या अंतर्मनाच्या आणि आंतरिक आवाजाच्या हाकेला साद देणारे लोकही असतात. अशाच प्रचंड मानसिक शक्ती आणि आकांक्षा असलेल्या, जगात बदल घडवण्याची दुर्दम्य इच्छा असलेल्या माणसांकडेच आम्ही आशेने पाहतो. मानवी इतिहासातल्या गेल्या सहस्रकादरम्यानच्या काळात त्या त्या काळातल्या मानवांनी आमच्या या जागेला वेळोवेळी भेट दिली आहे. त्यात अगदी बाबिलोन आणि इजिप्तकडून आलेले पाहुणे होते. ग्रीस आणि रोममधून आलेलेदेखील होते. अलीकडच्या काळात इंग्लंड आणि क्रांतिपर्वाच्या काळात फ्रान्समधून आलेले आणि त्याहीपेक्षा अलीकडच्या काळात नाझी जर्मनीतून आलेले लोकही होते.

आपणदेखील अशीच अतुलनीय कामगिरी केली आहे. अनेक वर्षांच्या मानसिक तयारीनंतर आणि जवळपास मृत्यूलाच कवटाळणी घालायला लावणाऱ्या प्रवासानंतर आपल्याला आमच्या या राज्यात येण्याचा मार्ग सापडला. परिणामत: तुम्ही इथं पोहोचलातच आणि इथं आमच्या विश्वबंधूंच्या अलौकिक परंपरेत सहभागी होण्याचा बहुमान आपणास प्राप्त होत आहे. इतकंच नाही, तर शांग्री-ला राज्याच्या सत्ता-सिंहासनावर आसन ग्रहण करण्यासाठीदेखील आपणच अत्यंत सुपात्र आहात.''

मी जे काही ऐकत होतो त्यावर माझा विश्वासच बसत नव्हता. मला बहुतेक वेडच लागायचे बाकी होते. हा मठाधिपती म्हणून जो कोणी वयोवृद्ध माणूस माझ्यासमोर बसला होता, चिनी मातीच्या अत्यंत मौल्यवान कपातून चहाचे घोट घेत होता, तो मला सांगत होता की, मी आता शांग्री-ला या राज्याचा राजा होणार आहे. माझी अगदी दिङ्‌मूढ अवस्था झाली होती. काय करावे, काय बोलावे काही कळत नव्हते. तिथं प्रवेश केल्यापासून मी जो आव आणला होता, तो आता मला मूर्खपणाचा वाटायला लागला होता. तरीही तो तसाच चालू ठेवत मी काहीतरी बोलण्याचा प्रयत्न केला. काय

बोलायचे ते कळत नव्हते तरीही माझ्याच भविष्याची वाट निश्चित करण्यासाठी, स्वत:वरच नियंत्रण मिळवण्यासाठी मला काहीतरी बोलणे भाग होते.

शेवटी कसेबसे मी म्हणालो, ''आर्यांच्या संस्कृतीचा आणि त्यांच्या अमूल्य ज्ञानभांडाराचा शोध घेण्यासाठी मी इथं आलो आहे. हे आणि एवढंच मला हवं आहे आणि इथून परत जाण्याचा मार्ग कोणता याचीदेखील मला माहिती हवी आहे. आपण दाखवलेल्या आदरातिथ्याबद्दल मी अत्यंत ऋणी आहे; परंतु मी तुमच्यावर माझा भार लादू इच्छित नाही. मला फक्त या जागेचं दर्शन घ्यायचं होतं, ते झाल्यानं मला अत्यंत समाधान वाटत आहे.''

ओठांच्या कडा नॅपकीनने टिपत मठाधिपती म्हणाले, ''आपण ज्या ज्ञानभांडाराबद्दल बोलता आहात ते आमच्या पवित्र ज्ञानग्रंथामध्ये सामावलेलं आहे. ते या सहस्रकातील लोकांसाठी आमच्या स्वाधीन केलेलं आहे आणि ते या किल्ल्याच्या भिंतींमध्ये सुरक्षित आहे. उद्या आपला राज्याभिषेक झाल्यानंतर आपणास तो ज्ञानग्रंथ अवश्य पाहावयास मिळेल. खरं म्हणजे, राज्याभिषेक झाल्यानंतर आपणास ज्याची इच्छा असेल ते मिळेल, कारण आपणच इथले सत्ताधीश असाल आणि आपल्या मर्जीनुसार काहीही करण्याची आपल्याला मुभा असेल; परंतु आपल्याला येथून जाता येणार नाही. या सत्तासिंहासनाचे वारस म्हणून आपली नेमणूक झाली आहे. आता आपलं भविष्य इथंच आपल्या या राज्यातच घडवलं जाणार आहे.''

त्याच्या अशा बोलण्यामुळे मी पुरता हादरून गेलो आहे, हे त्या वृद्ध माणसाच्या लक्षात आले. मग त्यानं मला धीर देण्याचा प्रयत्न केला.

तो म्हणाला, ''आपण असं भांबावून जाऊ नका आणि घाबरूही नका. आपणास जे काही हवं असेल ते सर्व काही इथं मिळेल. इथं येणारे सर्वच जण सुरुवातीला असेच भांबावून जातात, त्यांची समजूत घालता येत नाही. कदाचित त्या ऐहिक जगातलं त्यांचं आयुष्य पूर्णपणे त्यागण्याची कल्पनाच त्यांना सहन होत नसेल म्हणून असं होत असावं. पण सुरुवातीच्या काही वर्षांनंतर तुम्हाला इथं खूप आनंद वाटेल याची मी तुम्हाला हमी देतो. इतकंच काय, त्या नश्वर मानवी जगापासून दूर राहण्याचं भाग्य मिळाल्यानं तुम्हाला बरंच वाटेल. आम्ही अनुभवानंच हे सांगू शकतो, की त्या नश्वर जगाशी असलेले लागेबांधे; मग ते प्रेमाचे असोत, भावनेचे असोत किंवा निव्वळ भौतिक सुखोपभोगांचे असोत, काही वर्षांनंतर त्या सगळ्या बंधनातून मुक्त झाल्याचा आनंदच इथं राहताना वाटायला लागतो. त्या जगातल्या इच्छा, आशा, आकांक्षा आणि त्यांचे भलेबुरे परिणाम, सगळं इथं राहून प्राप्त झालेल्या ज्ञानासमोर आणि सत्तेसमोर नगण्यच होऊन जातं.''

त्याच्या बोलण्यामुळे मी ज्या परिस्थितीत अडकलो होतो त्याची भीषणता जास्तच वाढत गेली. माझा जीव अगदी घाबराघुबरा झाला. मला तत्काळ तिथून सुटायचं होतं. हा माणूस कितीही आणि कसलीही प्रलोभने दाखवत असला तरी मला तिथं अजिबात राहायचं नव्हतं. मग माझं डोकं त्या दिशेनं विचार करू लागलं. इथून सुटण्याचा काहीतरी मार्ग असेलच. या जागेपासून दूर कुठंतरी, कुठंही पोहोचणारी असली तरी चालेल, अशी वाट नक्कीच असेल. पण मला तो ज्ञानग्रंथदेखील पाहायचा होता आणि ते तर मी राज्याभिषेक करून घेतल्याशिवाय शक्य नव्हतं. माझ्या मनात उलटसुलट विचारांचं थैमान सुरू होतं. मला माझा पलायनाचा मार्ग निश्चित करायलाच हवा होता. त्याशिवाय कशालाच काही अर्थ नव्हता.

मी म्हणालो, "परंतु तुम्ही तुमच्या जीवनावश्यक गोष्टींचा पुरवठा कसा काय मिळवता, म्हणजे विचारच करायचा तर या ज्या उत्तम चिनी मातीच्या चहाचे कप वगैरे गोष्टी आहेत, त्या आणि इतर आवश्यक गोष्टी तुम्ही जर स्वत:ला जगापासून अलिप्त ठेवत असाल तर तुम्हाला कशा काय मिळतात?"

"तुम्ही अजूनही इथून बाहेर पडण्याचा काहीतरी मार्ग असेल याची चाचपणी करता आहात याचे मला दु:ख होतं. पण मी तुम्हाला स्पष्ट सांगू इच्छितो, की ते शक्य नाही. तरीही तुमच्या प्रश्नाचं उत्तर म्हणून सांगतो, की दर पाच वर्षांनी उंचावरच्या खिंडीच्या जवळ त्या मठाच्या वरच्या बाजूला एक तांडा येतो आणि आमच्या जीवनावश्यक वस्तूंचा साठा ठेवून जातो. त्याचा मोबदला आम्ही आगाऊच दिलेला असतो. तांड्यातल्या लोकांबरोबर आमचा प्रत्यक्ष संपर्क होत नाही. यदाकदाचित जर आमच्यापैकी कुणी जर त्यांच्यापर्यंत पोहोचलाच, तरी मदत तर सोडाच, पण आमच्या माणसाशी कोणत्याही प्रकारे संवाददेखील साधायचा प्रयत्न केला, तरी तो त्यांच्या मृत्यूचे कारण ठरू शकेल अशी सक्त ताकीद तांड्यातल्या लोकांना दिलेली असते."

आता मात्र माझा धीर खचला. मी डोकं गच्च धरून या कसल्या संकटात मी स्वत:ला अडकवून घेतलं आहे अशा विचारानं सैरभैर झालो. तो मठाधिपती माझे सांत्वन करण्याचा प्रयत्न करीत म्हणाला, "आपण इतकी काळजी करण्याचं काही कारण नाही. तुमचा इथला वास्तव्यकाळ तुम्हाला अगदी सुखदायी वाटेल, असं मी सांगतो आहे त्यावर खरंच विश्वास ठेवा."

त्याच्या बोलण्यातल्या 'तुमचा इथला वास्तव्यकाळ' या शब्दांनी मला भयंकर अस्वस्थ केलं होतं. एक महाभयंकर विचार माझ्या मनात उमटला आणि माझ्या अंगावर भीतीचा एक काटा सरसरून उभा राहिला.

"मी जर इथला नवा राजा असणार आहे तर मग माझ्या आधीचा राजा

कुठं आहे, असं मी विचारू शकतो का?''

माझ्या प्रश्नाचे उत्तर देण्याऐवजी मठाधिपतींनी माझ्या नजरेला नजर देण्याचे टाळले आणि ते हातातल्या नाजूक चहाच्या कपाच्या तळाशी काहीतरी शोधत असल्यासारखे बघत राहिले.

''सध्याच्या राजांना आज रात्री त्यांच्या कार्यभारातून मुक्त केले जाईल. तद्वतच त्यांच्या राणीलाही मुक्त केले जाईल. इथं राजाबरोबर सर्वसाधारणपणे एखादी चिनी किंवा तिबेटी स्त्रीच राणी म्हणून असते. क्वचित प्रसंगी इतर जातिधर्माचीदेखील असू शकते. पण आज त्यांच्या राजवटीचा शेवट होत आहे.''

''माझ्या हृदयाचा ठोकाच चुकला. काहीसा गोंधळल्यामुळे मी पुटपुटलो, ''काय? कशातून मुक्त? कोण आहे सध्याचा राजा?''

''सध्याचा राजा एक जर्मन माणूस आहे. बऱ्याच वर्षांपूर्वी इथं ज्ञान आणि सत्ता संपादनासाठी आलेल्या पाच जणांपैकी एक. अगदी वयोवृद्ध आहे आता तो. तरीही इथलं हवामान आणि आमच्या इथल्या जीवनसरणीमुळे त्यांची तब्येत चांगली आहे. पण इथल्या प्रथेनुसार जेव्हा कधी एखादा नवा यात्रेकरू इथं पोहोचतो, तेव्हा जुन्या राजानं सत्तापद त्यागायचं असतं.''

मला मळमळायला लागलं होतं. डोळ्यांसमोर फक्त तो पेटलेला जाळ आणि त्यावर लटकत असलेला तो लाकडी पिंजरा दिसत होता. सगळ्या गोष्टींचे संदर्भ डोक्यात नव्या नव्या अर्थांनी घणाचे घाव घालत होते. मी माझं मन दुसरीकडं वळवण्याचा प्रयत्न केला. म्हणालो, ''तो अजून जिवंत आहे? त्याचं वय नव्वदच्याही पुढे असेल आता.''

''हो. पण आहे त्यापेक्षा तो खूपच तरुण दिसतो. अगदी पन्नाशीतला असावा असा वाटतो तो. आम्ही आचरण करतो त्या तांत्रिक गोष्टी आणि इथलं उत्तम हवामान, यामुळे वयानुसार शरीर थकण्याची जी नैसर्गिक प्रक्रिया असते तिचा वेग मंदावतो. शंभरपेक्षाही जास्त वयाचे अनेक लामा आमच्यात आहेत.''

''आणि त्या जर्मन माणसाबरोबर आलेल्या इतर चौघांचं काय झालं? कुठं आहेत ते साथीदार?''

माझ्याकडं थंड डोळ्यांनी बघत तो माणूस म्हणाला, ''ते सर्वजण त्या जर्मन माणसाच्या आधी या राजपदावर होते. इथं असा नियमच आहे, की राजपदावर बसण्यास पात्र असे जर एकापेक्षा जास्त पात्र उमेदवार असतील, तर प्रत्येकाला फक्त दहा वर्षं राजपदावर बसण्याचा अधिकार प्राप्त होईल. त्याप्रमाणे त्यांना सर्वांना त्यांचा विहित अधिकारकाल प्राप्त झाला आणि आता

ते इथून गेले आहेत.''

''इथून गेले आहेत म्हणजे काय? आणि कुठं गेले?''

''त्या वरच्या जगात आमचे जे सर्वसत्ताधीश बसले आहेत त्यांच्यात सामील होण्यासाठी निघून गेले.''

मी आवंढा गिळण्याचा प्रयत्न केला. भीतीने माझा घसा कोरडा पडला होता. तो मठाधिपती मला तर वेडाच वाटत होता. ते अख्खं राज्यच एक काळी जादू आणि सैतानी राजवटीचं मूर्तिमंत रूप वाटत होतं. खालच्या खोऱ्यातल्या त्या दयाळू माणसानं दिलेल्या सल्ल्याची मला तीव्रतेने आठवण झाली. किती योग्य सल्ला होता त्यांचा आणि त्याच्याकडं दुर्लक्ष करणारा किती महामूर्ख होतो मी. मुळात स्वत:च अतिशय भयाकुल असलेला, पण वरकरणी आपण किती पवित्र काम करत आहोत आणि आपण कसे निव्वळ खाटीक नसून त्याउलट एक आध्यात्मिक माणूस आहोत असा आव आणलेला तो मठाधिपती उठून उभा राहिला.

मला अगदी कमरेत वाकून कुर्निसात करता करता म्हणाला, ''माझं बोलणं शांतपणे ऐकून घेतल्याबद्दल मी आपला आभारी आहे. इथं येणाऱ्या प्रत्येकालाच सुरुवातीला इथलं वातावरण अस्वस्थ करतं; परंतु आपण लवकरच इथं जुळवून घ्यायला शिकता आहात असं दिसतं आहे. आपण आपल्या खोलीत जाऊन थोडी विश्रांती घ्यावी अशी नम्र विनंती आहे. सध्याच्या राजांचा पदत्याग सोहळा आज सायंकाळी संपन्न होईल. भावी राजे म्हणून आपण या सोहळ्यास उपस्थित राहणे अगत्याचे आहे.''

असे बोलून तो निघून गेला. भीतीने माझे डोके इतके बथ्थड झाले होते की, मी सरळ विचारच करू शकत नव्हतो. कुठल्यातरी मध्ययुगीन मठाच्या वातावरणात, कुठल्याही सभ्य संस्कृतीच्या नीतिमूल्यांच्या चौकटीत बसणार नाही अशा कसल्यातरी बंधुभावपंथाच्या आणि बहुधा एका माणसाला जिवंत जाळावयास निघालेल्या अनुयायांच्या गराड्यात मी अडकलो होतो.

इतकं सगळं होतं तरीही त्याने जे सांगितलं त्यात काही अंशी तथ्य होतं. म्हणजे तो जे म्हणाला होता की, त्यांच्याकडून पात्र माणसांना स्वप्नांद्वारे किंवा त्यांच्या सुषुम्नावस्थेत संदेश पाठवून या स्थळी येण्यासाठी प्रवृत्त केलं जातं, ते खरं वाटत होतं. नाहीतरी हातात काहीही पुरावा नसतानादेखील मी स्वत: कित्येक वर्षं शांग्री-ला नावाचं राज्य अस्तित्वात आहेच असं ठामपणे मानत होतोच ना! मला तर इथं येण्यासाठी स्वप्नातच नाही, तर जागेपणीसुद्धा कोणीतरी साद घालतं आहे असं वाटत असे. एखादं गाणं, एखादा अविरत नाद कानात गुंजत राहावा तसं सतत एक आवाहन कानी पडत होतं. त्या

सगळ्या काळात शांग्री-ला नामक राज्य अस्तित्वात असल्याबद्दल मला तिळमात्रही शंका नव्हती. सूर्य रोजच पूर्वेला उगवतो या गोष्टीवर आपला जितका विश्वास असतो तितकाच आपण एक ना एक दिवस तिथं पोहोचणारच यावर माझा विश्वास होता.

पण तो पेटलेला जाळ आणि त्यावर लटकणारा तो लाकडी पिंजरा आठवून माझ्या काळजाचं पाणी पाणी होत होतं. कारण माझा अंतदेखील तिथंच होणार होता. ते मलादेखील तसेच जिवंत जाळून मारणार होते हे तर अगदी अटळ सत्य होतं. काही क्षणांपूर्वी वाटलं होतं त्याप्रमाणे अगदी आजच नाही, तरी जेव्हा केव्हा माझ्यासारखाच आणखी एखादा वाटसरू वाटेतले अडथळे पार करत आणि अपार कष्ट झेलत इथपर्यंत पोहोचेल, तेव्हा तरी माझी हीच अवस्था होणार होती हे उघड होतं. मलाही मग त्या वेडसर वाटणाऱ्या मठाधिपतीने सांगितल्याप्रमाणे वरच्या सत्ताधीशांमध्ये सहभागी होण्यासाठी जबरदस्तीने पाठवलं गेलं असतं हे स्पष्ट होतं.

वाटेत काहीही न बोलता माझ्या खोलीत मला परत आणून सोडल्यानंतर काही वेळाने मी माझ्या भेदरलेल्या मनावर ताबा मिळवण्याचे प्रयत्न सुरू केले. शांत बसून सावकाश आणि खोलवर श्वास घेत मी सगळ्या घटनांची तर्कसंगत मांडणी करायला सुरुवात केली. शांग्री-लाचे लामा मला कधीच इथून जाऊ देणार नव्हते, हे स्पष्टच होतं. मोहिमेचे उद्दिष्ट साध्य झाले असे फेलिक्स कोएनिग म्हणाला होता ते एक प्रकारे खरंच होतं. शिवाय मठाधिपतींच्या सांगण्याप्रमाणे कोएनिगच्या साथीदारांपैकी एक साथीदार अद्याप जिवंत होता. इतकंच नाही, तर सध्या तोच शांग्री-लाचा राजा होता. राजा होता म्हणजे काय, तर त्याच्या पूर्वी होऊन गेलेल्या अनेक राजांप्रमाणेच तोही आगीच्या भक्ष्यस्थानी टाकले जाऊन मरण्याच्या शिक्षेची टांगती तलवार पुढचा कुणीतरी वारसदार येईपर्यंत डोक्यावर घेऊन जगत असलेला एक असहाय जीव असणार होता.

पण असं असलं तरीही आशेचा अंधूकसा किरण दाखवणारी आणखी एक वादातीत वस्तुस्थिती होती. फेलिक्स कोएनिग येथून सुटण्यात यशस्वी झाला होता. इथून सुटून तो भारतात पोहोचला होता. त्याला तिथं लोकांनी पाहिलं होतं आणि याचाच अर्थ असा होता की, इथून सुटण्याचा मार्गच नाही असं जे सांगितलं जात होतं, ते खोटं होतं. हां, मुंबईला पोहोचेपर्यंत तो ठार वेडा झाला होता आणि त्याची मानसिक अवस्था त्यानंतर कधीच सुधारली नाही हे खरं होतं, पण काही अंशी ते महायुद्धदेखील जबाबदार होतंच की त्याला!

फेलिक्स कोएनिगने ज्या स्थळाचं वर्णन केलं होतं ते काहीसं संदिग्ध आणि विचित्र असलं तरी ते याच स्थळाचं वर्णन असावं इतपत विश्वास ठेवायला जागा होती. कड्यावरून खालच्या पाचूसारख्या हिरव्यागार दिसणाऱ्या खोऱ्यात स्वत:ला झोकून द्यावं असं वाटल्याचं त्यानं जे वर्णन केलं होतं ते वर्णन म्हणजे माझ्यासाठी शंभर टक्के खात्रीलायक पुरावाच होता. कुणीतरी वाट चुकलेला वाटसरू येण्याची अथकपणे वाट पाहत जगलेल्या आणि तसा तो आल्यामुळे पदत्याग करावा लागलेल्या आणि वधस्थळाकडं नेलं जात असताना पुन्हा त्या कड्याखालच्या रमणीय खोऱ्याच्या दिशेनं स्वत:ला झोकून देत मुक्ती मिळवण्याची आशा बाळगून असलेल्या राजाच्या जागी मी मला स्वत:ला अगदी सहजपणे पाहू शकत होतो.

आणखीही अनेक विचार माझ्या मनात पिंगा घालत होते. ज्ञानग्रंथाबद्दल हशोफर आणि हेस यांचा तर्क बरोबर होता. पण शांग्री-लाच्या संपर्कात येण्यामुळे त्यांचा काही फायदा झाला होता का? एक राजा म्हणून आपले अधिकार गाजवण्याचा प्रयत्न कोएनिगच्या सहकाऱ्यांनी राजपदावर असताना कधी केला होता का? की तेदेखील बळी देण्यासाठी पात्र ठरलेले, शारीरिक व मानसिकदृष्ट्या सशक्त असे जर्मन जातीचे, पण बलिवेदीवर बळी दिले जाण्यासाठी त्या लामांनी जगभरातून पाचारण केलेले, गतानुगतिक, असहाय प्राणीच होते? या लामांनीच तर लोकांच्या मनात कसलीतरी अतर्क्य स्वप्नं घुसडून जागतिक महायुद्धाची बीजं पेरली नव्हती ना? शांग्री-लाच्या या सैतानी राजवटीचे सुयोग्य वारस म्हणून युरोपच्या निसर्गरम्य, नंदनवनसम भूमीवर एक दुर्दम्य महत्त्वाकांक्षा आणि अतिरेकी आत्मभान बाळगणारा वंश निर्माण करण्यासाठी तर हे लोक त्यांचे तंत्रमंत्रविद्येचे प्रयोग करत नव्हते ना? की हशोफरनं ठामपणे मांडलेले इतर निष्कर्षही तितकेच खरे होते? की तो ज्ञानग्रंथ म्हणजे खरोखरच गोबीच्या वाळवंटात गाडल्या गेलेल्या पॅसिफिक महासागरातल्या लेमूरिया खंडावर उगम पावलेल्या, पण नंतर त्या खंडासह नष्ट झालेल्या मूळच्या आर्य संस्कृतीच्या अवशेषातील एक बचावलेला अंश होता?

हे सगळे प्रश्न माझ्या डोक्यात फेर धरून नाचत होते. जर माझ्या प्राक्तनावर आयुष्याचा सर्व भार टाकून, माझा हा तुरुंगवास आणि एक बंदिवान राजा म्हणून माझं येणारं अटळ मरण मी स्वीकारलं, तर कदाचित त्या प्रश्नांची उत्तरं मला मिळवता आली असती. काय विरोधाभास होता पाहा, मला जे काही मिळवण्याची इच्छा होती म्हणजे तो अद्भुत ज्ञानग्रंथ मिळवणं, अख्ख्या युरोपभर ज्याने मृत्यूचं थैमान घातलं त्या वेड्या महत्त्वाकांक्षांचं गहन

गूढ उकलणं अशा गोष्टी मला साध्य झाल्या असत्या. पण त्यासाठी मला माझ्याच महाभयंकर यातनादायी मृत्यूची किंमत मोजावी लागली असती आणि त्यावेळी तरी मला या सगळ्या प्रश्नांच्या उत्तरांपेक्षा माझा जीव महत्त्वाचा वाटत होता. माझ्या आधी फेलिक्स कोएनिगनं शोधून काढलेला इथून सुटकेचा मार्ग मला शोधून काढायलाच हवा होता. हा उच्चपदस्थ लामा काहीही म्हणत असला, तरी इथून सुटका होणं शक्य असल्याचा तो एक सबळ पुरावाच माझ्या हाती होता.

त्रेचाळीस

पहाटे साडेपाचच्या सुमारालाच प्रकाशाचे पहिले किरण पडायला सुरुवात झाली. अर्धवट शुद्धीवर आल्यावर किलकिल्या डोळ्यांनी नॅन्सी आपल्या आजूबाजूच्या हालचालींचा अंदाज घेत असताना शेरपा लोक कधीचेच उठून न्याहारीच्या तयारीला लागले असल्याचे जाणवले. कुशीवर वळून तिने तंबूत इकडंतिकडं पाहिलं, तंबूत ती एकटीच होती. तंबूत शिरण्याचा प्रयत्न करणाऱ्या सूर्याच्या किरणांच्या प्रकाशात जॅकने आपल्या सगळ्या गोष्टी केव्हाही इथून पुढच्या प्रवासाला निघण्यासाठी जय्यत तयारीत ठेवल्या असल्याचे दिसले. ती स्लीपिंग बॅगमधून बाहेर पडली. थंडीमुळे तिच्या श्वासाबरोबर वाफा बाहेर पडत होत्या. तिने पायात बूट घातले. लोकरीच्या कोटात घाईघाईने हात खुपसत कोट अंगात चढवला आणि तंबूच्या दारातून रांगत रांगत ती बाहेर आली.

न्याहारी तशी घाईघाईतच उरकली गेली. सगळ्यांनी उभ्याउभ्याच टिनच्या वाडग्यामधून सातूचे पीठ खाल्ले आणि तोच याकच्या दुधाचा चहा प्यायला. मग तंबू व्यवस्थित उतरवून आणि बांधून झाल्यावर आणि सगळ्यांचे न्याहारीचे वाडगे ओढ्याच्या पाण्यात स्वच्छ धुऊन झाल्यावर ते पुन्हा चालायला लागले. आता पुढचा मार्ग कठीण, चढणीचा होता. प्रत्येक पावलागणिक मार्ग क्रमणे अवघड होत होते. नॅन्सीचा श्वास आता संथ लयीत राहत नव्हता. तिला धाप लागत होती. चढण चढण्यासाठी पुरेशी ताकद मिळवण्यासाठी पावलापावलावर खोलवर श्वास घेऊन पुरेसा प्राणवायू भरून घेण्याचे तिला जाणीवपूर्वक प्रयत्न करावे लागत होते. अर्धा-एक तास असे चालल्यानंतर आपल्या पुढे निघालेले शेरपा आता नजरेच्या टप्प्यातही नाहीत, जॅकदेखील आपल्यापुढे दहा-एक यार्डांवर आहे आणि बाकीचे शेरपा सामानासकट सगळ्या लोकांची काळजी घेत सावधपणे तिच्या मागे चालत आहेत असे तिला दिसले. बोलता येऊ

शकेल एवढ्या अंतरावरच जॅक असला तरी बोलण्याचा प्रयत्नदेखील करण्याचे धाडस करावेसे वाटत नव्हते. ही अवघड वाट नीटपणे पार करण्यासाठी तिला आपली सगळी शक्ती पणाला लावायची होती.

खडतर चढणीचा हा प्रवास तासन्‌तास चालला होता आणि मधेच ते चहापाण्यासाठी थांबत असले तरी त्या क्षणभर विश्रांतीच्या काळात बोलण्यामध्ये आपली शक्ती वाया घालवू नये म्हणून नॅन्सी शक्य तितके बोलायचे टाळत होती. वातावरणातील तापमान आता आणखी उतरत शून्याच्याही खाली गेले होते आणि चढणीवर आता थोडेफार बर्फदेखील पडलेले दिसत होते. पुढे असलेली खिंड कदाचित बर्फाने वेढलेली असेल आणि तसे असले तर त्यांना पुन्हा खाली उतरावे लागेल आणि वळसा घालून पुढे जावे लागेल असे काहीसे तिच्या मनात घोळत होते. तसे झाले तर मात्र आपली काही धडगत नाही, असे तिला वाटू लागले. उंच प्रदेशातील विरळ हवेमुळे चक्कर येणे वगैरे प्रकाराचीही तिला भीती वाटत होती. तसे व्हायला लागले तर पिमाकोमध्ये जाण्याचे आपले सगळे मनसुबे जिथल्या तिथंच थिजून जातील असे तिला वाटत होते. कारण असा काही त्रास व्हायला लागला असता तर त्यांना तत्काळ कमी उंचीच्या जागेकडे खाली उतरावे लागले असते. आपल्याला असा काहीही त्रास होणार नाही एवढीच आशा करणं हे तिच्या आणि इतर सगळ्यांच्याच दृष्टीने फायद्याचे होते.

दुपार होईपर्यंत ते खिंडीच्या वरच्या भागाजवळ पोहोचले होते. इतक्या उंचीवरच्या डोंगरउतारावर आता कुठंतरी तुरळक दगडफुले आणि शेवाळाचे साम्राज्य दिसत होते. बाकीचा भाग तसा बोडकाच होता. सु ला खिंडीकडे जाणारी त्यांची वाट आता धुक्यात गुरफटून गेलेली दिसत होती आणि त्यांच्यापुढे असलेल्या खडकाळ मार्गावर धुक्याचे लोटच्या लोट वेगाने इकडून तिकडं जात होते. आपलं डोकं दुखतं आहे अशी नॅन्सीला जाणीव होत होती आणि तापमान शरीर गोठवण्याइतकं झालेलं असलं तरी आपल्याला थंड वाटतंय की गरम हे तिला स्वत:लाच नीट कळत नव्हतं आणि याच गोष्टीचा तिला फार त्रास होत होता. आपलं शरीर या अति उंचावरच्या, विरळ हवेच्या आणि थंड वातावरणाशी जुळवून घेऊ शकत नाही हा विचार दूर सारण्याचा ती आटोकाट प्रयत्न करत होती.

तिच्यामागे काही अंतरावर चालत असलेला शेरपा तिच्याजवळ आला आणि त्याने तिला प्रोत्साहन देण्याचा प्रयत्न केला. आपण आता शिखरावर पोहोचलो आहोत असे काहीतरी तो इशाऱ्याने सांगत होता. तिने हसण्याचा प्रयत्न केला, पण तिला काही ते जमले नाही. इतक्यात अचानक ती घसरली आणि

पुढच्याच क्षणी तिच्या डोळ्यांसमोर अंधार पसरला. शुद्धीवर आली तेव्हा ती तंबूत बसलेली होती, कोणीतरी गरम चहा पिण्याची तिच्यावर जबरदस्ती करत होते आणि आणखी कुणीतरी लोकरीच्या कपड्यात आणि खोळीसारख्या उबदार कपड्यात लपेटलेली तिची पाठ जोरजोरात चोळत होते. काही वेळ तिला बोलताच आले नाही. तिचे विचार भरकटलेले होते आणि डोके घणाचे घाव घातल्यासारखे ठणकत होते. ''आणखी थोडा घे चहा, म्हणजे अजून बरं वाटेल,'' असं म्हणत जॅकने तिला चहा प्यायची जबरदस्तीच केली. तिने चहाचा घोट घेतला.

मग जरा जिवात जीव आल्यावर तिने त्याला विचारले, ''मी ठीक आहे ना?''

''हो. आणि आपण आता विश्रांती घेणार आहोत. तू आणखी थोडा चहा पी. तुला गरम चहाची गरज आहे.''

''हा अति उंचावरच्या हवेचा परिणाम आहे का?''

''मला नाही वाटत तसं. थकव्यामुळे असं झालं असण्याची शक्यता मला जास्त वाटते.''

आपली तब्येत ठीक आहे. वेळ वाया न घालवता पुढे निघायला पाहिजे असे काहीतरी सांगण्याचा ती प्रयत्न करत होती, पण बहुधा तिला पुन्हा झोप लागली असावी. अशी किती वेळ ती झोपली होती ते तिला माहीत नव्हतं, पण पुन्हा जागी झाली तेव्हा तिला खूपच बरं वाटत होतं. तिने डोळे उघडले तेव्हा जे दृश्य तिच्या नजरेसमोर आलं ते पाहताना आपण बहुधा स्वप्नातच काहीतरी पाहत आहोत असं तिला वाटलं. जॅक तिच्याजवळच झोपला होता आणि ते तीन शेरपा तंबूच्या कनातीला पाठीने रेटत त्यांच्याकडेच पाहत बसलेले होते. एखाद्या शस्त्रक्रियेच्या खोलीत डॉक्टर्स जसे आजारी माणसाच्या भोवती उभे असतात तसे काहीसे ते दृश्य वाटत होते.

''जॅक?''

''नॅन्सी, तू जागी झालीस तर! फार छान.''

''काय झालं? सगळे जण इथं का जमलेत?''

''आम्ही गप्पा मारतो आहोत आणि आम्हालाच उबदार ठेवत आहोत.''

''किती वाजलेत?''

''सकाळ झाली आहे.''

''अजून सकाळच आहे?''

''नाही, म्हणजे असं आहे की, तुला झोप लागल्याला पूर्ण एक दिवस आणि एक रात्र होऊन गेली आहे आणि आता पुन्हा सकाळ झाली आहे.''

''काय सांगतोस?''

''पण तुला कसं वाटतंय आता?''

"थोडं बरं वाटतंय, नक्कीच! पण माझ्यामुळे सगळा विचका झाल्याबद्दल मला माफ कर."

"तसं काही नाही झालेलं. तू आधी थोडं काहीतरी खाऊन घे. पाहा तुला बरं वाटतंय का, पुढे जाण्याइतकी ताकद वाटतेय का ते पाहा. डोंगरमाथा आता काही यार्डावरच आहे. आपली पायपीट इथं या ठिकाणी विश्रांतीसाठी थांबली हा खरं तर आपल्या नशिबाचाच भाग आहे. कारण ही जागा फार सुरक्षित आहे." आपल्या स्लीपिंग बॅगमधून बाहेर पडता पडता जॅक म्हणाला. तिकडं ते तिघे शेरपा बर्फाळ प्रदेशातल्या एखाद्या छिद्रातून सील बाहेर पडावेत तसे त्या तंबूच्या दरवाजातून सरपटत बाहेर पडले.

"काहीतरी खायला घेऊन येतो मी थोड्याच वेळात," तो म्हणाला.

"सातूचं पीठच ना?"

"मग? आमच्या या हॉटेलमध्ये ग्राहकांच्या क्षुधाशांतीसाठी सातूचं पीठ नेहमीच उपलब्ध असतं, बरं का!"

असं बोलून तो तंबूतून बाहेर जात असताना त्याच्याकडे पाहत तिने हसण्याचा प्रयत्न केला, पण तिच्या घशातून नुसताच गुरगुरल्यासारखा आवाज आला. तसं आता तिला बरं वाटत होतं, पण आलेला थकवा इतका प्रचंड होता, की आता याच्या पुढे जाणं अशक्य आहे असं वाटत होतं. खरं म्हणजे ती थांबलीच होती, तिनं स्वत:लाच सांगितलं. मन काहीही करण्याची इच्छा करत असलं तरी शरीरानं आता साथ द्यायचं नाकारलं होतं. पुढे न जाण्याचा निर्णय घेतला होता.

ते तीन शेरपादेखील तंबूतून गेल्यामुळे तंबूतील हवा आता आणखीच थंड झाली होती. तंबूत परत येत जॅकने तिला एक चहाचा आणि एक सातूच्या पिठाची लापशी भरलेला मग दिला.

"आमच्या या हॉटेल कम हॉस्पिटलच्या नियमानुसार कोणतीही तक्रार न करता हे दोन्ही पदार्थ तुम्ही संपवलेच पाहिजेत अशी आज्ञा करण्यात येत आहे आणि त्यानंतर तुमच्या पुढील वाटचालीच्या क्षमतेचे पुनरावलोकन करण्यात येईल असे कळवण्यात येत आहे."

त्याच्या नाटकी आविर्भावाकडे पाहताना हा असा अदबीने हात जोडून सेवेसाठी उभा राहिला तर याने खायला घातलेला लाकडाचा ओला भुस्सादेखील कुणी हसत हसत खाईल असे तिला वाटले. त्याला नक्कीच तिची काळजी वाटत होती, हे समजत होते. सर्वसाधारणपणे असल्या दऱ्याखोऱ्यांत भटकण्याच्या खडतर कामासाठीचा भरभक्कम मोबदला त्याने काही कारणासाठी बाजूला ठेवला असला, तरी जो काही मोबदला त्याला मिळणार होता, तो देणाऱ्या

व्यक्तीला जिवंत ठेवणे हे त्याचे ब्रीद असणार होते हे तर उघड होते; परंतु निव्वळ मोबदल्यासाठी तो हे करत होता असा आरोप करणं कदाचित योग्य नव्हते. त्याला खरोखरच तिची काळजी वाटत असावी असे दिसत होते. कृष्णाने त्याच्या स्वभावाविषयी जे ताशेरे मारले होते तितका काही तो कठोर व्यवहारी माणूस नसावा, याची तिला थोडीशी जाणीव होऊ लागली होती.

हरझोग खरोखरच काटक असावा, तिने विचार केला. तो साठीत पोहोचलेला होता. ही चढण मुळातच इतकी अवघड होती, की तिच्यासारख्या तरुण व्यक्तीलादेखील दमवून टाकले होते. तो मात्र या वयातदेखील पर्वतशिखरांवर चढाया करत होता. शारीरिक क्षमता आणि मनाचा निर्धार या दोनच गोष्टी तुम्हाला शिखरावर पोहोचवू शकतात, पण त्याच्या वयाच्या व्यक्तीच्या बाबतीत मनाचा निर्धार जास्त महत्त्वाचा होता. शारीरिक क्षमता जरी काही प्रमाणात वयानुसार कमी होऊ लागली असली तरी त्यावर मात करत शिखर गाठण्यासाठी तोच उपयोगी पडणार होता. ही असली पर्वत पादाक्रांत करण्याची इच्छा, तीसुद्धा अशा उतारवयात बाळगण्यासाठी एक तर मनाचा वज्रनिर्धार असायला हवा किंवा तो खरोखरच किमयागार असावा असे तिला वाटले. हे अगदी अतर्क्य, अशक्य आहे असे एक मन सांगत होते, पण मग शक्य असे तरी काय होते? तिला खरोखरच उलगडा होत नव्हता, कशाची काही कल्पनादेखील करता येत नव्हती.

चव्वेचाळीस

नॅन्सीला वाटलं होतं तितका काही तो चढावाचा शेवटचा टप्पा अवघड नव्हता. आता कदाचित ती विरळ हवेला सरावली असावी किंवा मस्त चोवीस तास झोप मिळाल्यामुळे ताजीतवानी झाली असावी. कसंही का होईना, पण एकदाही विश्रांतीसाठी थांबावे न लागता ती तेरा हजार फूट उंचीवरच्या खिंडीवर पोहोचली. आपण खिंडीच्याही वरच्या भागात पोहोचलो आहोत हे तिला आधी कळलेच नाही. तिला एवढंच दिसलं की, पुढे चालणारे सगळे थांबले आहेत. मग तीदेखील ओणवे होऊन खोलवर श्वास घेत उभी राहिली. पण जरा जिवात जीव आल्यावर तिने मान वर करून पाहिले, तेव्हा आजूबाजूच्या दाट धुक्यातूनदेखील तिला नीट रचून ठेवलेल्या दगडांच्या उतरंडी आणि त्यात खोचून ठेवलेले शेकडो प्रार्थना झेंडे फडकताना दिसले. हवा अतिशय थंड आणि ओलसर होती. पंधरा-वीस यार्डांपुढचे काहीही न दिसण्याइतके दाट धुके होते. आसमंत रमणीय असावा बहुधा, पण काही दिसत नव्हते. दगडांच्या पहिल्या उतरंडीजवळ पोहोचता पोहोचता पुढे चालणारे शेरपा गाऊ लागले आणि त्यातल्या त्यात भक्कम दिसणाऱ्या काठ्यांवर कापडाचे छोटे छोटे झेंडे करून बांधू लागले. जॅकशी प्रचंड उत्साही सुरात काहीतरी बोलणाऱ्या शेरपांना पाहून ते काय बोलताहेत, असे नॅन्सीने जॅकला विचारले.

''आपण शक्य तितका इथल्या थंड हवेचा आनंद मनात भरून घेतला पाहिजे, असं ते म्हणताहेत,'' उत्साहित सुरात जॅक म्हणाला. ''कारण पुढे आपण चार किंवा पाच हजार फूट खाली उतरलो, की भट्टीत घातल्यासारखं गरम व्हायला लागेल.''

तो बोलला त्यावर तिचा विश्वास बसला नाही, पण लवकरच ते पुढे चालायला लागल्यावर तासाभरातच सगळे धुके नाहीसे होऊन पुढची वाट

अगदी स्पष्ट दिसायला लागली आणि आजूबाजूचा परिसरही दिसू लागला. हिरव्याशार मखमली गालिचासारख्या दिसणाऱ्या खोऱ्याच्या वरच्या बाजूला ते होते. डोंगराच्या उतरणीवरचा त्यांचा पुढचा रस्ता कोरून काढलेल्या काळ्या रेघेसारखा दिसत होता. उतार अगदी स्पष्ट दिसत होता आणि गेल्या काही दिवसांच्या जीव मेटाकुटीला आणणाऱ्या चढणीवरच्या पायपिटीपेक्षा फारच सुखावणारा वाटत होता.

उतारावरून जपून जपून उतरत ते निघाले. मग काही वेळाने उतारावरच्या बोडक्या भागाऐवजी तुरळक गवत दिसू लागले. आणखी खाली उतरावे तसे घोट्याएवढी खुरटी झुडपे दिसू लागली आणि मग तर चांगली कमरेइतकी वाढलेली झाडे-झुडपे दिसू लागली. साधारण दहा हजार फुटांपर्यंत खाली आल्यावर नीट वाढलेली झाडे दिसू लागली. मघाशी शेरपा सांगत होते तशी आता हवा गरम वाटायला लागल्यामुळे आधी लोकरीचे कपडे, मग ती शुबा नामक खोळ असे एकेक करून उबदार कपडे काढले जाऊ लागले. सूर्यदेखील आता थेट डोक्यावर आलेला होता. त्याच्या थेट किरणांपासून बचाव करायला एकही ढग नावालादेखील आकाशात नव्हता. मात्र आजूबाजूला हिरव्या रंगाच्या विविध छटांचा उत्सव साजरा होत होता.

त्यांची वाट आता जंगलातून चालली होती. पर्वताच्या उंच प्रदेशातल्या नीरव शांततेची जागा आता जंगलातील असंख्य वेगवेगळे किडे, गवतातून सरपटणारे, धावणारे, उडणारे प्राणी, पक्षी यांच्या कोलाहलाने आणि विविध रंगांच्या उधळणीने घेतली होती. आजूबाजूच्या जंगलाने काहीशा गिळंकृत केलेल्या मक्याच्या शेतांनी वेढलेल्या एका ओसाड गावात ते सगळे जण दुपारी जेवण्यासाठी थांबले. सध्या वापरात नसावी, अशा विहिरीतून पाणी काढून त्यात आयोडीनचे थेंब टाकून ते पाणी त्यांनी स्वच्छ करून घेतले. मग नेहमीचा चहा आणि सातूच्या पिठाचा आहार घेतला.

दुभाषी म्हणून जॅकची मदत घेत नॅन्सीने शेरपांना तांत्रिक लोकांविषयीचे त्यांचे अनुभव विचारले. एका तांत्रिकाला एका मोठ्या खडकातून तंत्रविद्येने चमत्कार केल्यासारखी काहीतरी वस्तू काढताना पाहिल्याची लांबलचक गोष्ट ग्लुम्बक मर्गो नावाच्या सगळ्यात वयोवृद्ध शेरपाने अगदी रंगवून रंगवून सांगितली. हे घडलं होतं कधी, तर अनेक वर्षांपूर्वी! तो अगदी लहान मुलगा असताना त्याच्या गावात आणि ते गाव आता चीनमध्ये होतं. एक म्हातारा तांत्रिक अंगावरचे जवळपास सर्व कपडे उतरवून तीन दिवस आणि तीन रात्री सलग ध्यान लावून कसा बसला होता, मग उठून त्याने त्याला पाहायला जमलेल्या अख्ख्या गावासमोर त्या काळ्याकभिन्न खडकावर हातोड्याचा जोरदार आघात कसा केला होता, ते मोठमोठ्याने हातवारे करत त्याने सांगितले. मग वीज

कडकडावी तसा आवाज होत एक मोठा स्फोट झाला होता आणि त्या खडकातून तंत्रविद्येतल्या त्या पारलौकिक जगातला तंत्रसाधनांचे रक्षण करणारा एक भयानक दिसणारा आत्मा प्रकट झाला. त्याची त्या तांत्रिकाशी झटापट झाली. त्यामुळे घाबरून सर्वजण एकतर धाडकन जमिनीवर लोळण घेत पडले होते, नाहीतर आडोशाला लपून बसले होते, तेदेखील त्याने सांगितले. मग आणखी स्फोटांचे आवाज झाल्याने अतिशय घाबरून जाऊन त्या सगळ्यांनी जंगलाकडे धाव घेतली होती आणि दडी मारली होती. सर्व काही पुरेसं शांत झाल्यावर ग्लुम्बक आणि इतर काही तरुण मंडळी पुन्हा माघारी आल्यावर तो तांत्रिक जमिनीवर उताणा पडलेला, त्याच्या छातीवर एक याकच्या कातडीत बांधणी केलेलं जाडजूड पुस्तक, असं दृश्य त्यांना पाहायला मिळालं.

ही सगळी गोष्ट जॅकने हसत हसतच नॅन्सीला सांगितली. त्या भयानक आत्म्याचे वर्णन करताना तर काय अतर्क्य गोष्ट सांगतोय अशा आविर्भावात त्याने डोळे मिचकावले. नॅन्सी काही बोलली नाही, पण आपण खरोखरच हे सगळं घडताना प्रत्यक्ष पाहिलं असल्याचं ग्लुम्बक ज्या खात्रीपूर्वक सुरात सांगत होता, त्याचे तिला आश्चर्य वाटत होते. माझ्या स्वत:च्या डोळ्यांनी पाहिलंय, असं तो सारखं आपल्याच डोळ्यांकडे बोट दाखवत म्हणत होता. काही वेळानं एक शेरपा नॅन्सीसाठी काही ऑर्किड्स घेऊन आला. वातावरण थोडं हलकं झालं. आपण पत्करत असलेला धोका आणि आखलेली धाडसी मोहीम या सगळ्याचा सगळ्यांना थोडा वेळ विसर पडला.

जेवणाच्या सामानाची आवरासावर करून स्टोव्हदेखील पुन्हा नीट बांधून ठेवत असताना आपल्यावर कोणीतरी नजर ठेवून असल्याची जाणीव शेरपांना झाली. लालसर नारिंगी रंगाचे कपडे घातलेला, लाल-सोनेरी रंगाचा टोप डोक्यावर असलेला एक वयस्कर माणूस त्यांच्यापासून अगदी दहा-बारा फुटांवर येऊन शांतपणे त्यांचे निरीक्षण करत होता. आपले हात त्याने प्रार्थनापूर्वक नमस्कारासाठी जोडले होते. आपल्या नकळत कुणी वयस्कर माणूस इथं या अशा जागी येऊन आपल्यावर नजर ठेवून होता याचे नॅन्सीइतकंच शेरपांनाही आश्चर्य वाटले. जॅकदेखील क्षणभर अवाक झाला, पण लवकरच सावरला. उठून उभा राहत, त्या वयोवृद्धाचा मान राखत जॅकने कमरेत वाकून नमस्कार केला.

मग त्यांच्यात काहीतरी संभाषण सुरू झाले. तो वयस्कर माणूस उंच स्वरात चिरकल्या आवाजाने काहीतरी सांगत होता. त्याच्या तोंडून तुटक, छोटी छोटी वाक्ये भराभरा येत होती. जॅक एकामागून एक प्रश्न विचारत होता. तपशील जाणून घेण्यासाठी सविस्तर शब्दांत चौकशी करत होता हे स्पष्ट होते.

बोलता बोलता अचानक तो पाहुणा वृद्ध माणूस वळला. खाली मेटोकच्या दिशेने बोट दाखवले आणि स्वगत बोलल्यासारखे दोन-तीन मिनिटे तो काहीतरी सांगत राहिला. त्याचे बोलणे लक्षपूर्वक ऐकत जॅक मान डोलवत होता. त्याचे बोलणे झाल्यावर जॅकने त्याला चहा देऊ केला, पण हाताच्या इशाऱ्यानेच त्याने तो नाकारला. कमरेत वाकून नमस्कार करत झटक्यात वळून पुढे एक शब्दही न बोलता तो जंगलात दिसेनासा झाला. सगळे शेरपा जॅककडे उत्सुकतेने पाहत राहिले. ग्लुम्बकने तिबेटी भाषेत काहीतरी सांगितले. तो वयोवृद्ध माणूस काय सांगून गेला ते ऐकण्यासाठी नॅन्सीसुद्धा उत्सुक होती.

"काय भानगड आहे?" तिने विचारले.

गंभीर विचारात पडल्यासारखा दिसणारा जॅक ग्लुम्बकशी दोन शब्द बोलला, मग नॅन्सीकडे वळत म्हणाला, "बातमी वाईट आहे. आता येऊन गेला तो माणूस, रेड किंग म्हणतात त्याला, तो एक मोठा योगी पुरुष आहे. तो नुकताच मेटोक इथून आला आहे."

"बरं. पुढे?"

"खालच्या खोऱ्याकडे जाताना वाटेत दिसणाऱ्या प्रत्येकाला चिनी सैनिक धाकदपटशा करताहेत. मारहाण करताहेत. अगदी मरणांतिक छळ करून शेवटी मारून टाकण्याच्या धमक्या देत आहेत."

"मग हा माणूस त्यांच्या तावडीतून सुटला कसा?"

"तो योगी पुरुष आहे. तो अदृश्यदेखील होऊ शकतो."

तिबेटच्या विचित्रपणाची आता तिला इतकी सवय झाली होती की, हे वाक्य ऐकल्यावर पापणी लवण्याइतकेदेखील आश्चर्य तिला वाटले नाही. म्हणजे तिचा या सगळ्यावर विश्वास होता असे नाही, पण ती ज्या अद्वितीय, अद्‌भुतरम्य परिसरात होती आणि ज्या असंख्य विचित्र गोष्टींचा अनुभव तिने गेल्या काही दिवसांत घेतला होता, त्यामुळे अविश्वास दाखवणेही तिला अवघड झाले होते. शिवाय तो रेड किंग नामक माणूस अगदी अज्ञातातून प्रकटल्यासारखाच समोर येऊन उभा राहिला होता हेदेखील खरंच होतं.

"पण का? त्यांना काय हवं आहे?"

"ते एका माणसाला शोधताहेत. एक गोरा माणूस. तो एक गुप्तहेर आहे असं ते म्हणताहेत."

"म्हणजे अन्तोनला?"

या प्रश्नाला उत्तर म्हणून मान हलवण्याचेदेखील कष्ट जॅकने घेतले नाहीत.

"आता काय करायचं आपण?" नॅन्सी उद्गारली. जॅक विचारात गढला होता.

"एक अडचण आहे. तो रेड किंग म्हणाला की, आपण उघड्या वाटेने न

जाता जंगलातून पुढे जावं. पण आपल्या बरोबरच्या शेरपांना ते आवडणार नाही असं मला वाटतं.''

''तू विचारलंस का त्यांना?''

एक दीर्घ श्वास घेत जॅक ग्लुम्बक मर्गो आणि त्याच्या दोन साथीदारांकडे वळला. दोन पाश्चात्त्य माणसांच्या बोलण्याकडे ते सगळेजण लक्षपूर्वक पाहत होते. जॅक तिबेटी भाषेत एक मिनिटभर त्यांच्याशी बोलला. शेरपांनी समजल्यासारखी मान डोलावली. जमिनीकडे खिळलेल्या नजरेने पाहत दबल्या आवाजात ते काहीतरी बोलले. तिघांच्याही बोलण्यात एक समान शब्द सारखा येत होता : 'मिगू, मिगू'

''मिगू! म्हणजे काय?'' धास्तावलेल्या नॅन्सीने जॅकला विचारले.

''तिबेटी भाषेत यतीला मिगू म्हणतात. या भागात ते जंगलात जायला नाखूश असतात. कारण त्यांच्या मते इथे जंगलात यती राहतो.''

''काय?'' नॅन्सी म्हणाली, ''यतीची त्यांना खरंच इतकी भीती वाटते का?''

''हो, निश्चितच वाटते. म्हणून तर हे गाव ओसाड पडलं आहे. यती या भागात वावरायला लागला आहे, त्यामुळे शेतकरी घाबरून परागंदा झाले आहेत.''

''हे बघ, वाटलं तर त्यांना जास्त पैसे देतो म्हणून सांग.''

''तसं मी सांगितलं.'' शेरपांच्या दिशेने मानेने इशारा करत जॅक म्हणाला, ''त्यांची प्रतिक्रिया तू पाहिलीच आहेस.''

तिने त्या शेरपांकडं पाहिलं. त्यांनी मनाशी ठामपणे घेतलेला निर्णय त्यांच्या चेहऱ्यावर वाचता येत होता. जंगलातल्या वाटेने जाण्यास त्यांना राजी करण्याचा कोणताही उपाय चालणारच नव्हता.

''मग, आता काय करायचं?''

''एक तर सरळ मागं फिरायचं, नाहीतर आपण आपल्याच हिमतीवर जंगलात जायचं,'' जॅक म्हणाला. ''असं उघड्यावर राहण्याचा धोका, तेही चिनी सैनिक या भागात का आले आहेत हे समजल्यावर तरी आपण पत्करू शकत नाही. आपल्यासमोर आलेच तर त्यांना काहीतरी लाच देऊन गप्प करायचा विचार मी केलाय. म्हणजे तसं आपण यापूर्वी केलंही आहे या दारुड्या सैनिकांना काहीबाही देऊन, पण हे आता जे आले आहेत ते सैनिक हरझोगला शोधण्याच्या एकमेव उद्देशाने आले आहेत. त्यांना लाच देण्याचा प्रयत्नदेखील करता येणार नाही. तसं केलं तर ते आपल्याला लगेच अटक करतील आणि मग आपली सुटका कधी आणि कशी होईल, ते सांगता येत नाही.''

थोडं थांबून तो पुढे म्हणाला, ''कदाचित अन्तोन खरोखरच हेरगिरी करत असेल. आपल्याला माहीत नाही असं काहीतरी चिन्यांना त्याच्याबद्दल समजलं असेल. कदाचित ते त्याचे वडील आणि ते नाझी लोकांचं तंत्रविद्येचं पुस्तक किंवा तसलं काहीतरी हे सगळं वरवरचं, दिखाव्याचं असेल किंवा निव्वळ योगायोगदेखील असेल.'' विचारात गढल्यामुळे तो बोलताना पुन्हा थांबला. मग म्हणाला, ''पण पिमाकोमध्ये कसली गुप्त हेरगिरी करायला तो आला असेल याचा काहीही अंदाज येत नाही. इथं काहीही मिळण्यासारखं नाही आणि हा भाग तर त्याला आतून बाहेरून पूर्णपणे माहीत आहे.''

दोघेही बराच वेळ काही न बोलता गप्प राहिले. आजूबाजूच्या वाताहत झालेल्या शेतांकडे नॅन्सी पाहत बसली. कशाचाच काही उलगडा होत नाही, नॅन्सीला वाटले. हरझोगची शिकार होत होती आणि चिन्यांना काय माहिती मिळाली होती ते कुणालाच माहीत नव्हतं. सु ला खिंडीच्या वर धुक्यात हरवल्यासारख्या दिसणाऱ्या सुळक्यांकडे तिने पाहिले. तिला जंगलात जायचं नव्हतं. भीती वाटत होती. जंगलातले ते किडे, ते साप, त्या जळवा आणि सगळ्यात भयानक म्हणजे हिंस्र प्राणी या सगळ्यांचा तिला अगदी तिटकारा होता. असल्या जागेत पाय ठेवण्याची कल्पनादेखील नकोशी होती. आतापर्यंतचा उघड्या वाटेवरचा प्रवास तसा अवघड वाटला नव्हता. एका वस्तीपासून दुसऱ्या वस्तीपर्यंत, म्हणजे फक्त काही तासांवर आधाराला जागा असेल अशा बेताने चालला होता. जंगल म्हणजे तिच्या दृष्टीने एक दुःस्वप्न होतं, पण आता मागे फिरण्याचा विचारदेखील करणे तिला शक्य नव्हते.

पंचेचाळीस

काही मिनिटांतच त्यांच्या पुढची वाट जंगलात हरवल्यासारखी झाली होती. नदीचा आवाजदेखील आता त्यांना ऐकू येत नव्हता. डोक्यावरून पक्ष्यांचे चित्रविचित्र आवाज, कलकलाट आणि त्याच्याशी स्पर्धा करणारे पायाखालच्या गवताझुडपातल्या किड्याप्राण्यांचे कसले कसले आवाज येत होते. असंख्य जंगली किड्याकिरडांनी आणि प्राण्यांनी चालवलेला तो एक अखंड, प्रवाही नाद होता. डासांपासून संरक्षणासाठी जॅकने नॅन्सीला एक क्रीम लावायला दिले होते आणि भरपूर चोपडून ठेव असेही सांगितले होते. पण तसे करूनही फारसा काही उपयोग झाला नव्हता. थोड्या थोड्या वेळाने आपल्याच अंगावर इकडंतिकडं थापट्या मारून आपल्या रक्ताची मेजवानी चापणाऱ्या डासांना चिरडायचे काम तिला करावे लागत होते. जंगलातून जायचे असल्याने चाल मंदावली होती. वाटा होत्या, पण फारच फाटे फुटणाऱ्या होत्या. एखादी वाट धरून जावे तर ती पुढे कुठेच न जाता अचानक संपल्यासारखी दिसत होती. मग त्यांना परत मागे फिरावे लागत होते.

सामान वाहून नेणारे शेरपा आता त्यांच्याबरोबर नव्हते. त्यामुळे सर्व सामान त्यांचे त्यांनाच उचलायचे होते. तंबूचे ओझे बरोबर न घेता ते त्यांनी शेरपांकडेच ठेवले होते, पण स्टोव्ह मात्र घेतला होता. काही भांडी, झोपायच्या बॅगा, सातूच्या पिठाच्या दोन छोट्या पिशव्या आणि दोन कुकऱ्या–जाड धारदार पात्याच्या नेपाळी सुऱ्या–बरोबर घेतल्या होत्या. याशिवाय पाण्याच्या बाटल्याही होत्याच. या सगळ्याचे वजन बरेच झाले होते. शिवाय डासांपासून आणि इतर किड्यामुंग्यांपासून संरक्षण म्हणून तिने लांब बाह्यांचे कपडे घातले होते. त्यामुळे चालताना तिला घामाघूम व्हायला होत होते, पण कोणत्याही परिस्थितीत आपल्या कातडीचा किंचितसा भाग किड्यामुंग्यांना मेजवानीसाठी मोकळा सोडायला

ती तयार नव्हती.

दरीच्या कडेकडेने दिसणाऱ्या ठळक खुणांच्या आधाराने त्यांचा प्रवास चालला होता. रस्ता एकदम चुकण्याचा त्यामुळे धोका नव्हता, कारण एरवीदेखील तो भाग एखाद्या नरसाळ्यासारखा होता. यार्लान्ग सान्पा नदीसह आणि त्यांच्यासकट दक्षिणेकडे निघालेल्या यच्चयावत सगळ्या गोष्टींना भारतीय प्रदेशातल्या आसाम भागाच्या हद्दीकडच्या कडेकपारींच्या प्रदेशात लोटत नेत होता. पण एखादी जरी चुकीची गोष्ट, चुकीचे वळण घेतले गेले, तरी तास काय दिवसचे दिवसदेखील वाट चुकल्याने वाया जाऊ शकले असते आणि त्यानंतरही ते पुन्हा पूर्वीच्याच ठिकाणी पोहोचल्याचे पाहावे लागले असते, असे अतिशय गंभीर मुद्रेने जॅकने बजावून सांगितले होते. असे झाले तर त्यांच्याकडे पुरेसे अन्न आणि पाणीदेखील नव्हते. त्यामुळे कोणत्याही परिस्थितीत वाट चुकायची नाही, असे त्यांनी ठरवले होते.

झाडांच्या खाली उतरलेल्या फांद्या बाजूला सारत सारत वाट काढत चार तास चालल्यानंतर नॅन्सीचे हात दुखायला लागले. झाडे तशी दहा-बारा फुटांच्या अंतरावर असली आणि शेकडो वर्षं वाढ होताना अधिक सूर्यप्रकाश मिळवण्यासाठी फांद्या उंच गगनाकडे गेल्या असल्या तरी जिथे जमिनीत बदल झाला होता किंवा काही प्रमाणात उतार होता अशा ठिकाणी काही फांद्या खाली वाकून एकमेकांत गुंतल्या होत्या. त्याचबरोबर जमिनीतून खांदाभर उंच वाढलेले तण, झुडपांचे गचपण आणि गुंतलेल्या फांद्यांवरच्या कायमच्या ओलसरपणामुळे त्यावर वर्षांनुवर्षं वाढलेले, लटकणारे शेवाळ यांचा एक अभेद्य पडदाच ठिकठिकाणी टांगल्यासारखा आडवा येत होता. मधेच एखादे वेळी पाणथळ जागा आडवी येत होती. त्यातून वाट काढण्यासाठी एखाद्या जुनाट खोडाचा वापर करावा लागत होता. एकदा तर अशा एका जुनाट सडत पडलेल्या ओंडक्यावर नॅन्सी उभी राहिली तर त्या ओंडक्याचा आतल्या किड्यांनी पोखरलेला तिच्या पायाखालचा भाग एकदम कोसळला आणि काळ्या किड्यांनी बुजबुजलेल्या खालच्या खळग्यात पडता पडता ती वाचली. पण कधीकधी वाटचाल चांगलीही होत होती. जमीन चांगली टणक असल्यानं नीट चालता येत होतं. लवकर पुढे जाता येत होतं. त्यामुळे नॅन्सीला बरंही वाटत होतं. कधी कुठं झाडांमध्ये मोकळी जागा होती. उंच झाडांच्या पानांनी डोक्यावर धरलेल्या छतामुळे थंडही वाटत असे, तर कधी अगदी शंभर-दीडशे फुटांपर्यंतदेखील पुढचा प्रदेश दिसत होता. सगळं कसं ठीक चाललं आहे, वाटलं होतं तितकं काही जंगलातून चालणं अवघड नाही असं वाटायला लागेपर्यंत पुन्हा एकदा त्यांना घनदाट, फांद्यांच्या गुंतागुंतीच्या, खांदाभर गवत वाढलेल्या आणि दलदलीच्या किंवा भुसभुशीत मातीच्या भागाला

सामोरे जावे लागत होते आणि कोणत्याही क्षणी पुढे जाण्याचा मार्ग बंद होऊन आपण अडकून पडलो आहोत, अशा भीतीने त्यांचं मन पोखरलं जात होतं.

जंगलातल्या प्राण्यांच्या वहिवाटीने तयार झालेल्या एका वाटेवर ते आले तेव्हा अंधार पडायला लागला होता. दोन्ही बाजूला उंच वाढलेले गवत होते. वाट मात्र मोकळी होती. वाटेत येणाऱ्या फांद्या वगैरे कापून वाट काढायचा त्रास नव्हता. जॅकच्या मागोमाग काही पावलांच्या अंतराने नॅन्सी चालत होती. वाटेत येणाऱ्या फांद्या दूर करणे, आडवी पसरलेली झाडांची जाडजूड मुळे ओलांडून पुढे जाणे, सापा-किरडांकडे लक्ष देणे, फांद्यांवरून लटकणाऱ्या, भक्ष्यावर झडप घालण्याच्या तयारीत असलेल्या जंगली कोळ्यांकडे आणि त्यांच्या जाळ्यांकडे लक्ष देणं, या सगळ्यात त्यांचे लक्ष पूर्ण गुंतले होते. त्यामुळे बराच वेळ दोघेही काहीच बोलले नव्हते.

जंगलातल्या आवाजांचा अभ्यास असणाऱ्या माणसांना जंगलातल्या प्राण्यांच्या एकत्रितपणे ऐकू येणाऱ्या कोलाहलातदेखील झालेल्या सूक्ष्मशा बदलामुळे जंगलात कोण येत किंवा जात आहे याचा अंदाज करता येतो हे तिला माहीत होतं. म्हणून ती तिच्या आजूबाजूच्या कोलाहलातल्या पक्ष्यांच्या आरोळ्या, झाडांच्या खोडांवर केलेली टकटक, गवताची सळसळ, लाटेमागून लाट यावी तशी काहीतरी खूण सांगणारे चीत्कार लक्षपूर्वक ऐकत होती. इतक्यात आपल्या डावीकडच्या भागात एकदम शांत असल्याचे तिच्या लक्षात आले. फक्त एक माकड जणूकाही एखादा बिनतारी संदेश पाठवावा त्याप्रमाणे ठरावीक वेळाने घशातून एक विशिष्ट आवाज काढत होते. फक्त त्याचाच आवाज त्या बाजूने येत होता. त्या बाजूच्या गचपणातून पलीकडे पाहण्याचा तिने प्रयत्न केला. तिच्या समोरचं दहा फुटांपर्यंतचं तिला नीट दिसत होतं. तिची खात्री होती की, तिच्या डाव्या बाजूला आणखी पुढे सर्व प्राणी थबकले होते. इतकंच काय, किडे आणि सरपटणारे प्राणीदेखील शांतपणे एका जागी बसून होते. तिकडे काहीतरी होते खास!

हे सगळे आपल्या मनाचे खेळ आहेत किंवा जंगलातल्या बदलत्या प्रदेशाप्रमाणे तिथले आवाजही कमीजास्त होत असावेत किंवा निव्वळ एखादे हरीण किंवा तसलाच एखादा निरुपद्रवी प्राणी त्या बाजूला असावा आणि म्हणून आपल्याला हे आजूबाजूच्या आवाजातले बदल जाणवत असावेत असे म्हणून मनातील भीती झटकून टाकण्याचा तिने प्रयत्न केला. जॅकला गाठण्यासाठी तिने भराभर चालायला सुरुवात केली. पण ते माकड अजूनही आवाज काढतच होते. एवढे होईपर्यंत तिला थांबावेच लागले. जॅक चालता चालता थांबला होता आणि हाताने इशारा करून तिला शांत राहण्यास सांगत होता.

जवळपास मिनिटभर ते अगदी थिजल्यासारखे एकाच जागी खिळून उभे राहिले. मग तिच्याकडे वळत कुजबुजत्या आवाजात तो तिला म्हणाला, "कोणीतरी आपल्यावर पाळत ठेवतंय असं तुलाही वाटतंय का?"

"हो," तिनेही कुजबुजल्या स्वरातच घाईघाईनं उत्तर दिले. "तिकडे काहीतरी असावं असं तुला सांगावं, असा मी विचारच करत होते."

"तिकडे कुठे?"

तिने डावीकडे बोट दाखवले. भीतीने तिचा थरकाप उडाला होता.

"हो, मलाही तिकडेच काहीतरी असावं असं वाटतंय."

अनिवार भीतीने तिचा घसा कोरडा पडला.

"काय असेल तिथं?" ती कसेबसे बोलली.

घाबरल्यामुळे दरदरून घाम फुटलेल्या जॅकच्या कपाळावर अतिविचाराने आणि ताणामुळे आठ्यांचे जाळे झाले होते.

"काही समजत नाही. यती असेल का तिथं?"

"जॅक!"

हात तोंडावर ठेवत त्याने गप्प राहण्याची खूण केली. तो मस्करी करत नव्हता, खरंच त्याची भीती बोलून दाखवत होता. मग तो पुन्हा कुजबुजल्या आवाजात म्हणाला, "तुला ऐकू येतंय का?"

दोघेही अगदी निश्चल, शांत होऊन त्याने ऐकलेला आवाज पुन्हा ऐकू येतोय का याचा अंदाज घेत उभे राहिले. काही वेळाने तो आवाज तिलाही स्पष्टपणे ऐकू आला. भीतीने तिचे डोळे पांढरे व्हायची वेळ आली.

"अरे देवा! कण्हण्याचा की गुरकावण्याचा, कसला आवाज होता तो?"

जॅक कुकरीचे पाते पँटवर घासून साफ करत होता. खालच्या बाजूच्या दाट झुडपांमध्ये त्याने निरखून पाहिले. खरं तर काहीही दिसणे शक्य नव्हते. काय आणि किती अंतरावर आहे त्याचा अंदाजही येत नव्हता. तिने त्याचा हात खेचला, म्हणाली, "चल, इथून परत जाऊ या."

त्याने उत्तर दिले नाही. उलट तो खाली बसला आणि रांगत रांगत सावकाश त्या झुडपाच्या दिशेने एका हातात कुकरी परजत पुढे जाऊ लागला. आपल्याला बाजूच्या झुडपात कोणीतरी खेचून घेईल, अशा भीतीने नॅन्सीने जॅकचा पट्टा एका हाताने घट्ट धरला आणि दुसऱ्या हातात कुकरी घट्ट धरून जे काही अंगावर झेप घेईल त्यावर कमीतकमी एक तरी सणसणीत वार करायचा अशा विचाराने सावधपणे इकडेतिकडे पाहत राहिली.

रांगता रांगता जॅक अचानक थांबला. तो आश्चर्याने ओरडला तेटे तिला समजले. पण कशामुळे, ते कळले नाही. मग ती त्याच्या बाजूने पुढे

ती अरुंद वाट पुढे जरा रुंद झालेली दिसत होती. त्याहीपुढे साधारण पन्नास यार्डांपर्यंतचा मोकळा भाग स्पष्ट दिसत होता आणि त्यांच्यापासून साधारण तीस यार्डांवर तिच्या आजवरच्या आयुष्यात तिने पाहिलेले सगळ्यात भयावह दृश्य होते. एक तपकिरी अजस्र अस्वल मागच्या पायांवर उभे राहून पुढचे पाय हवेत जोरजोरात हलवत, झाडत होते. खरं तर ते झाडाच्या वरच्या फांद्यांपासून लटकत असलेल्या एका मोठ्या जाळ्याला हात घालण्यासाठी धडपडत होते. जंगली वेल गुंफून ते जाळे बनवलेले होते आणि त्या जाळ्यात एक अंग आखडून अगदी मुटकुळे करून बसलेले काहीतरी होते. बहुधा तो माणूसच असावा. स्वत:च लावलेल्या सापळ्यात तो माणूस पिचल्यासारखा अडकला होता आणि ते अस्वल त्याचा घास घेण्यासाठी धडपडत होते असे दिसत होते. आता तिच्या डोक्यात वेगाने विचार येऊ लागले. जर ते अस्वल मागे वळले आणि त्याने त्या दोघांना पाहिले, तर त्यांची धडगत नव्हती. कुकरीचा काहीही उपयोग नव्हता आणि त्या जाळ्यात अडकलेल्या माणसाचे काय? तो किंवा ती अशी किती वेळ त्या जाळ्यात अडकलेले होते? जिवंत होते की मेले होते?

जॅकने आपल्या पाठीवरची सॅक अगदी सावकाशपणे खाली घेतली. तो आता काय करणार आहे अशा विचाराने नॅन्सी हवालदिल झाली. अस्वलाला घाबरवून सोडण्याचा तर त्याचा विचार नाही ना, असा विचार तिच्या मनात डोकावला. कदाचित त्याचा उपयोग झालाही असता, पण इतक्या प्रचंड आकाराच्या तपकिरी अस्वलाचा हल्ला कसा असतो याची तिला काहीच कल्पना नव्हती. पण नुसतं त्याच्याकडं पाहूनदेखील ते अस्वल सरळ येईल. जॅकचं डोकं, मान मुरगळून धडावेगळं करेल आणि मग तिच्याकडे वळेल असंच तिला वाटलं. सॅकचा वरचा बाजूचा कप्पा उघडून जॅकने सावकाश प्लॅस्टिकची एक लांब लाटण्याएवढी नळी काढली. तो काय करतोय, करणार आहे, असे त्याला विचारावे असे तिला वाटले, पण ती बोलू शकत नव्हती हे तिला माहीत होते.

जॅक पायवाटेच्या कडेला असलेल्या झुडपात शिरण्याचा तिला इशारा करत असताना आणि ती त्याप्रमाणे बाजूला सरकत असतानाच त्याच्या हातात आहे ते एखाद्या वैराण वाळवंटात किंवा उंच पर्वतप्रदेशात वाट हरवून अडकल्यावर, संकट काळी आपण कुठे आहोत ते मदतीसाठी येणाऱ्या लोकांना कळावे [illegible]ून रंगीत प्रकाश पाडून इशारा करण्याचे यंत्र आहे हे तिच्या लक्षात आले. [illegible]ागे सरकत जॅकने ते यंत्र वर आकाशाकडे रोखण्याऐवजी थेट अस्वलाच्या [illegible]खले आणि यंत्राची वादी ओढली.

[illegible]ा वाटलं होतं त्यापेक्षाही मोठा 'हुश्श्शशऽऽऽऽऽऽऽ' असा आवाज [illegible]ोपाठ कडकडाटासह फक्त काही सेकंदच टिकलेला प्रकाशाचा

एक प्रखर झोत अस्वलाच्या दिशेने जाताना तिला दिसला. पुन्हा भानावर येऊन तिने पाहिले, तेव्हा ते अस्वल अदृश्य झाले होते आणि ते उभे होते त्याच्याही पुढे डाव्या बाजूला साधारण चाळीस फुटांवर जंगलात पडलेल्या त्या जळत्या निशाणीतून निघून हवेत तरंगत असलेला रंगीत कडवट धूर दिसत होता.

''चल, ते अस्वल पुन्हा परत यायच्या आधी घाई करायला हवी.'' जॅक म्हणाला.

झुडपातून बाहेर पडून धावतच ते जाळ्याखाली पोहोचले. तिथं पोहोचून जवळून पाहताना तो जाळ्यात अडकलेला माणूस एक घाणेरड्या गणवेशातला चिनी माणूस आहे असे त्यांच्या लक्षात आले. उजव्या हातात कुकरी तशीच धरून जाळ्याखाली उभ्या असलेल्या नॅन्सीने विचारले, ''सैनिक आहे का हा?''

''हो, मला वाटतं. पण त्याच्याकडे काही शस्त्र आहे असं वाटत नाही. असा किती वेळ इथे लटकलाय देव जाणे!''

''खाली कसं उतरवायचं याला?''

असं काही करायचा त्याने विचारही केला नसावा, इतक्या आश्चर्याने जॅकने तिच्याकडे पाहिले.

''त्याला आपण खाली उतरवलंच पाहिजे, जॅक'' ती ठामपणे म्हणाली, ''त्याच्यापासून काही धोका नाही. कदाचित आतापर्यंत तो मेलादेखील असेल.''

'नाइलाज आहे', असे दर्शवत जॅक झाडाकडे गेला. वेलींच्या दोराचे दुसरे टोक वाटेपासून दूर झाडाच्या बुंध्याशी असलेल्या एका मोठ्या खडकाला बांधले होते. तराजूच्या दुसऱ्या पारड्यातल्या वजनाप्रमाणे ते काम करत होते, याचाच अर्थ त्याचा दुसरीकडे कुठल्यातरी वजनाशी संबंध असणार होता. विशिष्ट कृती घडल्याबरोबर खटका दाबल्यासारखे ते वजन खाली येऊन जमिनीवरचे जाळे वर उचलले जाऊन त्या जाळ्यावर पाय पडलेले कोणीही त्या जाळ्यात गुरफटणार होते. आपल्या डोक्यावर दिसत असलेला दोर कापण्यासाठी जॅकने हातातील कुकरी सरसावली, पण तेवढ्यात नॅन्सी ओरडली,

''थांब! कापू नकोस ती – तसं केलंस तर तो धपकन खाली पडेल आणि त्याची मान मोडेल. आधी वरच्या बाजूला तो दोर हाताने पकड, मग मी त्याच्या खालच्या बाजूचा दोर कापते. मग तू त्याला अलगद जमिनीवर सोड.''

थोडंसं कुरकुरत जॅकने तिने सांगितल्याप्रमाणेच केले. दोन्ही हातांनी दोर घट्ट पकडून झाडाच्या एका उंचावरच्या फांदीवरून त्याने ताणून धरला आणि असे माणसासकट त्या जाळ्याचे वजन पेलून धरल्यावर नॅन्सी पुढे झा खडकाला घट्ट बांधलेल्या दोराचा ताण एकदा तिने अजमावून पाहिला. जोरात घाव घालावा लागेल त्याचा अंदाज घेतला आणि एकाच घाव

कापला. घट्ट ओढून धरले होते तरी जॅकचे पाय पलीकडच्या वजनाने उचलले गेले. हातातील कुकरी टाकून ती पळतच जाळ्याखाली गेली आणि जाळे हातात पकडण्याचा तिने प्रयत्न केला.

"थोडं आणखी खाली सोड," तिने जॅकला सांगितले.

हात आणखी वर ताणत जॅकने जाळे उतरवण्याचा प्रयत्न केला. शेवटी थोडी उडी मारत दोर ढिला केल्यावर फूटभर खाली आल्याने जाळे आणि त्यातला माणूस नॅन्सीच्या हातावर पडला. ते जाळे, तो माणूस असे सगळे पेलण्याचा ती प्रयत्न करत असताना इकडे जॅकला दोर सोडावाच लागला. त्यामुळे जाळे, त्यातला माणूस आणि नॅन्सी सगळे खाली कोसळले. थोडं खरचटलं तरी फारसा काही मार लागला नसल्याने ती झटपट उठून उभी राहिली. जाळ्यातला माणूस जिवंत होता. वेदनेने तो कण्हत होता, लहान बाळाप्रमाणे मुटकुळे करून पडला होता.

"अशा अवघडल्या अवस्थेत किती दिवस पडून राहिला असेल काय सांगावं? पण त्यामुळे त्याचे हातपाय आखडून गेले असणार." जॅक म्हणाला.

"काय करू शकतो आपण त्यासाठी?"

"काही नाही."

"त्याला थोडं पाणी तरी पाज, जॅक."

तिने सांगितल्याप्रमाणे त्याने पाण्याची बाटली त्या माणसाच्या ओठांजवळ धरली. त्या माणसापासून त्यांना काहीच धोका नव्हता. आयुष्यात पुन्हा कधी तो सरळ उभा तरी राहू शकेल की नाही अशी शंका वाटत होती. शिवाय त्याच्याकडे शस्त्र असे काहीच नव्हते. त्यावर अजूनही तो जाळ्यातच अडकलेला होता. तिने वाकून त्याच्याकडे पाहिले. तो दिसायला चांगला होता, चेहऱ्याची ठेवण ताशीव चौकटीसारखी होती आणि आता जरी हातपाय गुंतवून मुटकुळे करून पडला असला तरी तो चांगलाच उंचदेखील होता हे तिच्या लक्षात आले. त्याच्या वयाचा अंदाज मात्र करता येत नव्हता. कदाचित तिशीतलाच असेल असे तिला वाटले.

तहानेने व्याकूळ झालेल्या त्या माणसाने जॅकने देऊ केलेल्या पाण्याचा शेवटचा थेंबदेखील अधाशीपणाने पिऊन घेतला. चांगलं मिनिटभर पाणी ...रून झाल्यावर जॅकने बाटली बाजूला घेत त्याला विचारलं, "तुला इंग्रजी ...ा येतं का?"

...घडलेली मान वळवता येत नसल्यामुळे डोळ्याच्या कोपऱ्यातूनच ... बघत अगदी क्षीण आवाजात तो म्हणाला, "हो, येतं."

...ग्रहेस तू?"

"माझं नाव कर्नल जेन आहे. मी पीएसबी दलातला एक अधिकारी आहे." उठलेली कळ सहन करत तो थोडा थांबला. पुढे म्हणाला, "मला खाली उतरवल्याबद्दल मी तुमचा आभारी आहे."

नॅन्सीने जॅककडे पाहिले.

"चल, त्याला जाळ्यातून सोडवले पाहिजे."

खाली बसत त्यांनी त्या माणसाचे हात, पाय जाळ्यातून सोडवायला सुरुवात केली. थोड्याच वेळात त्याची सुटका केल्यावर त्याला लोळतच वाटेच्या मोकळ्या जागेत आणून कुशीवर झोपवून ठेवले. अजूनही तो कण्हतच होता. थोड्या वेळाने स्वत:च प्रयत्न करून तो पाठीवर झोपला. हातपाय ताणून लांब करत त्याने आखडलेपण घालवायचा प्रयत्न केला. तसे करतानाही त्याला दुखत होते ते दिसतच होते. मग पुन्हा एकदा कुशीवर वळत त्याने कृतज्ञ नजरेने नॅन्सीकडे पाहिले.

"तुम्ही मला मदत कराल का?"

जॅक नेहमीप्रमाणे उपरोधिक हसला.

"तुझा स्पर्श छान मुलायम आहे, असं आता तो सांगेल बहुधा."

त्याच्या टोमण्याकडे दुर्लक्ष करत नॅन्सी त्या माणसाला म्हणाली, "काय हवंय तुम्हाला?"

"मला आणखी पाणी हवंय. फार तहान लागलीय."

"चल जॅक, आपण याला त्या झाडाला टेकवून बसतं करू या."

त्यांनी त्याच्या काखेत हात घालून खेचतच नेले आणि झाडाच्या बुंध्याला टेकवून बसते केले. मग नॅन्सीने त्याला आणखी थोडे पाणी पाजले. तो असा तहानल्यासारखा पाणी पीत असतानाच नॅन्सीच्या खांद्यावर हळूच हाताने थापटून खूण करत जॅक म्हणाला, "जरा इकडे ये."

आता काय आणखी? असा विचार करत ती उभी राहिली. या माणसाला मदत करायलाच हवी होती. पाणी न मिळाल्यामुळे त्याचं रक्त आतल्या आत सुकून गेलं असेल इतका तो शुष्क झालेला दिसत होता. त्याच्या पाठोपाठ थोडे अंतर चालल्यावर तो मागे वळला आणि तातडीच्या सुरात तिला म्हणाला, "या माणसाला मदत करायच्या विचाराने तू वहावत जाण्याआधीच तुला सावध करावे म्हणून सांगतो, हा माणूस कदाचित अन्तोनच्या शोधासाठी आलेल पथकापैकीच एक असण्याची शक्यता आहे." मागे वळून त्यानं कर्नल जेन पाहिलं. "दु:खितांची पीडा हरण करणाऱ्या फ्लॉरेन्स नाइटिंगेलचा अ आणायची काही गरज नाही आणि तो कोण आहे, कशासाठी इथे आ हे कळण्याआधी तर नाहीच नाही. त्याच्या अंगात पुन्हा ताकद येण्य

त्याला बांधून टाकणार आहे.''

''चिनी गुप्तहेर पथकाच्या एका अधिकाऱ्याला आपण असे बांधून ठेवू शकत नाही, जॅक!'' नॅन्सीने धोक्याची सूचना दिली.

''का बांधू शकत नाही? नंतर आपण त्याला सोडू या ना! नाहीतर तो आपल्याला काहीही सांगणार नाही.''

''अरे, पण तसं केलं तर आपणच गोत्यात येऊ. असला वेडेपणा नको करू.''

''नॅन्सी, आपण फक्त त्याचा जीव वाचवला आहे. पण तो कोण आहे, हे आपल्याला माहीत नाही. आपल्यासाठी कदाचित तो धोकादायक असेल आणि अन्तोन कुठे आहे हे त्याला माहीत असण्याचीदेखील शक्यता आहे. मी त्याला बांधणार आहे. परिस्थिती उलट असती तर त्याने तुलादेखील असंच बांधून ठेवलं असतं, याची मला खात्री आहे.''

तिच्या हातातील पाण्याची बाटली घेऊन जॅक त्या चिनी माणसाकडे गेला. मग त्या माणसाच्या बाजूला गुडघे टेकून बसत हातातल्या सुरीने त्याने पटापट वेलाच्या दोराचे तुकडे कापून घेतले आणि त्या तुकड्यांनी त्या चिन्याचे हात आणि पाय मनगट आणि घोट्यापाशी बांधून टाकले. अजूनही वेदनांनी कण्हत असलेल्या त्या चिन्याने हे सगळे होत असताना कोणताही प्रतिकार केला नाही. तो अतिशय अशक्त झाला होता. जॅकने त्याला कुशीवरून ढकलत सरळ केले, तर त्याचे डोके मानेत काही जोरच नसल्यासारखे हलत राहिले. त्याला काही हालचाल करता येणार नाही इतपत खात्री करून घेतल्यावर जॅक पाठीमागे सरकून बसला.

''या जंगलात तू काय करतो आहेस ते आता पटापट सांगायला लाग बरं!''

निकराचा प्रयत्न करत त्या चिनी माणसाने डोके उचलून पाण्याच्या बाटलीकडे नजर वळवली, डोळ्यांनीच खूण केली.

''आणखी पाणी देईन मी तुला, पण आधी माझ्या प्रश्नाचं उत्तर दे.''

शरीरभर उठणाऱ्या कळा सहन करता करता बोलण्यासाठी थोडी शक्ती गोळा करून तो माणूस म्हणाला, ''मी एका माणसाला शोधतोय.''

जॅकने समजल्यासारखी मान हलवत म्हटले, ''गोरा माणूस? अन्तोन झोग नावाचा?''

पुन्हा एकदा बोलण्यासाठी शक्ती एकवटताना कर्नल जेननी थोडा वेळ ... एकच शब्द बोलले, ''हो.'' पण ते थोडे गोंधळलेले दिसत होते.

... दे जॅकच्या बाजूला येऊन गुडघ्यांवर बसली. जॅक त्या माणसाला पाणी ... हिस्रे पाहणेदेखील तिला असह्य झाले होते. जॅकच्या हातातील बाटली ... ती म्हणाली, ''तुला नाही द्यायचं, तर मी देते त्याला पाणी.''

त्या माणसाच्या ओठांवर बाटली टेकवून ठेवून पाणी पिता पिता धाप लागेपर्यंत तिने त्याला पाणी पाजले.

"तो कोणी हेरगिरी करणारा असावा म्हणून तुम्ही त्याचा शोध घेता आहात का?" तिने विचारले. तो माणूस गप्प राहिला. त्याच्या गप्प राहण्याचा तिला राग आला. त्याला पाण्याविना तडफडत ठेवायचे नसले तरी त्याला जे काही माहिती होते ते सगळं तिला कळायलाच हवं असं तिलाही वाटत होतंच.

"हे पाहा, तू जर आम्हांला मदत केलीस, तर आम्ही तुला बांधून ठेवणार नाही. तुला प्यायला पाणी आणि थोडं खायलापण देऊ. नाही तर तू इथं जंगलातच मरशील. आम्हीदेखील त्याच गोऱ्या माणसाला शोधतो आहोत."

त्या माणसाने पुन्हा एकदा बोलण्यासाठी जीव एकवटला.

"तो हेरगिरी करणारा माणूस नाही, पण तो धोकादायक माणूस आहे."

"तो धोकादायक आहे असं तुम्हाला का वाटतं?"

पुन्हा तो माणूस बोलण्याआधी थांबला. सगळी ताकद एकवटत स्वतःला सावरून झाडाच्या बुंध्याला टेकून बसला.

"त्याच्याकडे फार महत्त्वाची माहिती आहे. मला त्याला शोधलंच पाहिजे."

त्याच्या शब्दांनी नॅन्सीला जणू विजेचा शॉक बसल्यासारखे झाले. अंतर्मनाने सूचना दिल्यासारखी ती पटापट पुढे बोलू लागली.

"ते काळं पुस्तक, तो ज्ञानग्रंथ कुठं आहे हे त्याला माहीत आहे, खरं ना? तेच तुला म्हणायचंय ना? सांग. त्यासाठीच तू त्याचा शोध घेतोयस ना?"

त्या माणसाने होकारार्थी मान हलवली. तो कुणाचा आणि कशासाठी शोध घेत होता हे तिला कसे माहीत होते याचे त्याला आश्चर्य वाटल्याचे दिसत नव्हते. कदाचित कसल्याही गोष्टीचं आश्चर्य वाटण्याच्या पलीकडे तो पोहोचला असावा. अगोदरच तो एका जाळ्याच्या सापळ्यात अडकला होता. नुकताच एका महाकाय अस्वलाच्या तोंडचा घास होण्यापासून बचावला होता आणि आता दोन पाश्चात्त्य माणसे त्याची झाडाझडती घेत होती. तीदेखील कुठं तर पिमाकोच्या घनदाट जंगलात! नॅन्सीने जॅककडे पाहिलं. जॅक त्या चिनी माणसाकडे गोंधळलेल्या नजरेने बघत होता.

अचानक उसळून आल्यासारखा त्याच्या तोंडून प्रश्न आला, "मग तुमचं सरकार त्याला गुप्तहेर का ठरवतं आहे?"

त्या माणसाने आपली नजर जॅककडे वळवली.

"कारण त्यांना त्याची भीती वाटते." एखादे शाश्वत सत्य सांगावे तशा सुरात तो म्हणाला.

"पण का भीती वाटते त्यांना?" नॅन्सीने विचारले.

तो चिनी माणूस एकदा नॅन्सीकडे आणि एकदा जॅककडे टकमक पाहत राहिला. तो गोंधळला आहे, कदाचित नीट विचार करण्याइतकी ताकद अजून आली नसावी आणि तशातच ज्या परिस्थितीत अडकलो आहोत त्याचे बुद्धीने आकलन करण्याची पाळी आली असावी असे त्याच्याकडे पाहताना नॅन्सीला वाटले.

अखेर तो बोलायला लागला. "त्यात असलेल्या सामर्थ्याबद्दल तो ग्रंथ चीनमध्ये प्रसिद्ध आहे. त्या पुस्तकामुळे क्रांती घडू शकते, मोठा बदल घडू शकतो असं म्हणतात. हजारो वर्षं झाली, पण त्या पुस्तकाचा शोध लागलेला नाही. ते पुस्तक जर सापडलं, तर त्यांची सत्ता उलथून टाकण्यासाठी त्याचा उपयोग केला जाईल अशी कम्युनिस्ट पक्षाला भीती वाटते. 'दी कम्युनिस्ट मॅनिफेस्टो' नावाच्या एका पुस्तकात सांगितलेल्या कल्पनांच्या आधारानेच तर ते स्वत: सत्ता मिळवू शकले. त्यामुळे पुस्तकं फार धोकादायक ठरू शकतात याची त्यांना पूर्ण कल्पना आहे."

"हरझोग कुठं आहे?" नॅन्सीने पुन्हा प्रश्न केला. तो चिनी माणूस पुन्हा गप्प झाला. ती पुन:पुन्हा त्याला विचारत राहिली. "सांग कुठे आहे तो? तुला माहीत आहे, हो की नाही? सांग लवकर!"

बराच वेळ शांततेत गेल्यावर तो म्हणाला, "तो मरायला टेकला आहे."

आपलं हृदय अचानक थांबलं आहे, फुफ्फुसांनी काम करायचं सोडूनच दिलं आहे असं नॅन्सीला वाटलं. हरझोग मरणासन्न अवस्थेत आहे? माणूस कधी ना कधी तरी मरणारच, हे तिला माहीत होतं, पण तिचं मन हरझोग मृत्यूच्या दारात आहे हे मान्य करायला तयार नव्हतं. त्याची सुरुवातीला तिला काळजी वाटत होती, पण तिबेटमध्ये तर तो एक दंतकथाच बनलेला होता, किमयागार मानला जात होता आणि ते पाहिल्यावर तो म्हणजे एक अचाट शक्तीचा, सिद्ध पुरुषच असावा असं तिला वाटायला लागलं होतं.

"मरायला टेकलाय, म्हणजे तुला काय म्हणायचंय तरी काय?" तिने विचारले.

"ते भिक्षू त्याला स्ट्रेचरवर घालून घेऊन गेले आहेत."

"घेऊन गेले आहेत? कुठे?"

"अगार्थीला. परमपवित्र शहरात!"

जॅक अॅडम्सने मधेच विचारले,

"काहीतरीच काय बोलतोस तू? अख्ख्या पिमाकोमध्ये शहर नावाची गोष्टच नाही."

"कर्नल जेन, ते कुठं गेले आहेत ते तुम्हाला खरोखरच माहीत आहे का? आपण त्यांना शोधू शकतो का?" नॅन्सीने शक्य तितक्या शांतपणे विचारले.

त्याला बोलते ठेवण्यासाठी पाण्याची बाटली पुढे केली.

"मी त्यांना जवळजवळ गाठलंच होतं. पण तेवढ्यात आमच्यावर हल्ला झाला."

जॅकने पुन्हा तोंड खुपसले. "कुणी केला हल्ला?"

"हल्ला इतक्या वेगानं झाला, की काही कळलंच नाही. माझी सर्व माणसं मारली गेली." झाडाला टेकूनच थोडं वर सरकून बसण्याचा त्याने प्रयत्न केला, पण त्याला ते जमलं नाही. तेवढ्या श्रमानेही त्याला दमायला झाले.

"मला गेलंच पाहिजे. इतर कुठल्याही सैनिकांच्या हाती लागण्याआधी मला त्याला गाठलंच पाहिजे. कृपा करून माझे हातपाय सोडा."

कमरेवर हात ठेवून त्याच्याकडे तिरस्काराने पाहत अॅडम्स उभा राहिला. "तो काय बोलतोय, काही कळत नाही, नॅन्सी."

तिने त्याच्याकडे लक्ष दिले नाही. त्या माणसाने आपल्या नजरेला नजर देऊन बोलावे यासाठी तातडीने ती त्याला म्हणाली, "कुठले सैनिक? आणि ते सैनिक तुझ्याबरोबरच तर काम करत होते ना?"

"नाही, नाही. तुम्हाला समजलं नाही मी काय म्हणतोय ते. मी म्हणतोय की मला ते पुस्तक मिळायलाच हवं आहे. फक्त ते पुस्तकच आता चीनला वाचवू शकतं."

"पण मग इतर सैनिकांना ते मिळू नये, असं तुला का वाटतंय?"

"सैनिक ते पुस्तक बीजिंगला घेऊन जातील, नष्ट करतील आणि तसं झालं तर कशालाच काही अर्थ उरणार नाही."

"म्हणजे तू एकटाच, स्वतःच्या हिमतीवर हे काम करायला निघाला आहेस असं समजायचं का?"

छातीवरचे ओझे उतरल्यासारखा त्या चिनी माणसाने एक जडशीळ निःश्वास सोडला आणि क्षणभर डोळे मिटून घेतले. मग डोळे उघडून आपल्या बांधलेल्या हातापायांकडे पाहत राहिला. मग आपली नजर तिच्यावर स्थिर करत काही निश्चित विचार केल्यासारख्या ठाम सुरात तो तिला म्हणाला,

"तुम्ही त्या माणसाला शोधता आहात, मला ते पुस्तक हवं आहे. तुम्ही मला मदत करा, मी तुम्हाला मदत करतो. माझ्या मदतीशिवाय तो तुम्हाला सापडणार नाही. कधीच नाही."

हा काय बरळतोय अशी अविश्वासाची भावना दर्शवत जॅक उद्‌गारला, "कोण आहेस कोण तू? कर्नल जेन, कोण आहेस तू नक्की?"

"तुला ते समजण्याची काही गरज नाही. आम्ही चीनला पुन्हा ताओ तत्त्वज्ञानाकडं वळवण्याचा प्रयत्न करत आहोत. चीनच्या इतिहासातला या

तथाकथित क्रांतीपूर्वीचा, राजेरजवाड्यांचा समृद्ध काळ पुन्हा निर्माण करण्याचा प्रयत्न करत आहोत, एवढंच तुला माहीत असलं तरी पुरे.''

त्याच्या बोलण्याचा नीट, सरळ अर्थ समजून घेण्याचा नॅन्सी प्रयत्न करत होती.

''पण हरझोगला ते पुस्तक मिळालं आहे हे तुम्हाला कसं समजलं?''

''इथल्या धार्मिक मठांमध्येदेखील आमच्या हेरांचे जाळे पसरलेले आहे. अन्तोन हरझोग फार मोठा माणूस आहे. तो ताओ तत्त्वांच्या अगदी जवळ पोहोचलेला आहे. इथं आता आपण बोलतो आहोत तेव्हा तिथं ते पुस्तक जर त्याच्या हातात आलं नसेल, तर ते कुठं आहे हे तरी त्याला नक्कीच कळलेलं असेल.''

''इतकी खात्री कशी काय आहे तुला?''

''हेरखात्याच्या लोकांना तसेच वाटते आहे आणि आमचे लामादेखील तसंच सांगताहेत. इतकंच काय, आमच्या दैवी संकेत उलगडून सांगणाऱ्या पुस्तकानंदेखील तेच सांगितलं आहे आणि आमचं हे पुस्तक कधीच चुकीचं उत्तर देत नाही.''

'हो, हे खरंच आहे म्हणा,' नॅन्सीने विचार केला. हरझोगला ते तंत्रविद्येचे साधन मिळाले आहे का? असा प्रश्न तिनेदेखील संकेत पुस्तकाला विचारायला हवा होता. फार पूर्वीच विचारायला हवा होता. या माणसाने तो विचारला होता आणि त्या पुस्तकाने त्याला उत्तरही दिले होते. या माणसाने संकेत पुस्तकाला प्रश्न विचारावा हे साहजिकच होते, कारण कम्युनिस्ट पक्षाने ज्या गोष्टींचे अंधश्रद्धा म्हणून धर्माच्या नावाखाली दडपशाही करणाऱ्या सरंजामशाहीचे प्रतीक म्हणून उच्चाटन केलं, ज्या गोष्टी अतार्किक, अशास्त्रीय आणि माओवादाच्या विरोधात जाणाऱ्या आहेत म्हणून नाकारल्या, त्या चीनच्या समृद्ध इतिहासकाळावर, तेव्हाच्या ज्ञानसंपदेवर आणि त्याच्या उपयुक्ततेवर हा माणूस श्रद्धा बाळगणारा होता.

''ते पुस्तक कुठं आहे हे हरझोगला माहीत असावं हे कम्युनिस्ट पक्ष आणि त्यांच्या सैनिकांना कसं काय कळलं असेल?''

कर्नल जेनला आता जरा बरे वाटू लागले होते, आवाजात जोर येऊ लागला होता. ''त्यांना हेरखात्याकडून त्वरित माहिती मिळत असते. म्हणूनच मला लवकरात लवकर माझे काम केले पाहिजे. कारण तेदेखील त्याच्याच शोधात आहेत. हरझोगला मारून टाकून ते पुस्तक मिळवण्यासाठी त्यांनी सैनिक पाठवले आहेत. तुम्ही त्यांच्या हाती लागलात, तर ते तुम्हालाही मारून टाकतील. ते पुस्तक अस्तित्वात असल्याची माहिती असलेल्या प्रत्येकाला पुरते नामशेष करण्याचा त्यांचा विचार आहे. तुम्ही मला बंधमुक्त केले नाहीत, तर या जंगलखोऱ्यातून तुम्ही जिवंत बाहेर पडू शकणारच नाही. माझ्यावर विश्वास ठेवा. तुम्ही मला वाचवलंत हे माझं नशीबच आहे, पण माझ्यामुळे तुम्हीदेखील

नशीबवान आहात, हे लक्षात ठेवा. अगदी थोड्या वेळापुरते का असेना, आपण एकमेकांसाठी नशीबवान ठरतो आहोत, हे लक्षात घ्या.''

हा शुद्ध वेडेपणा आहे, असे आता नॅन्सीला वाटू लागले. जे घडतेय, ऐकायला मिळतेय, ते सगळे म्हणजे अगदी निव्वळ वेडेपणा आहे असे तिला वाटायला लागले. सु ला खिंड ओलांडून ती या वेडाचाराच्या आणि संकटांनी भरलेल्या भूमीत आली होती. पृथ्वीवरच्या नंदनवनापासून पिमाको फार दूर नव्हतं असं म्हणावं तर कसल्या तरी काळ्या विद्येच्या आणि तंत्रजारणमारण विद्यांच्या अघोरी कृत्यात गुंतलेल्या काळ्या करणीच्या माणसांनी आणि रक्तपिपासू सैनिकांनी बजबजलेला हा एक नरकच वाटत होता. भरीला हा चिनी कर्नल. पद आणि अधिकार हिसकावून घेतलेला, चिनी व्यवस्थेने बाजूला टाकून दिलेला माणूस हरझोग मरणाच्या वाटेवर आहे असे सांगत होता आणि वर त्यांच्या जिवालादेखील धोका आहे असे सांगत होता. हा शुद्ध वेडेपणा नव्हता तर काय होतं? एखादं दु:स्वप्न वर्णन करून सांगावं तसे त्याच्या तोंडून बाहेर पडणारे शब्द तिच्या मनात फेर धरून नाचत होते. तिने जॅक ॲडम्सकडे पाहिले. त्याचा भीतीने काळवंडलेला चेहरा पाहून तिला आणखीच निरुत्साही वाटायला लागले.

''नॅन्सी, या कसल्या भयंकर प्रसंगात तू मला अडकवलंयस, सांग बरं?'' खोल गेलेल्या आवाजात तो म्हणाला.

त्याचे हे उद्‌गार तिच्या जिव्हारी लागले. आता आपल्याला रडू येणार असे तिला वाटायला लागले. एक मन पुढे जाऊन हरझोगचा शोध घ्यावा असे म्हणत होते, तर दुसरे इथून पळून जायला सांगत होते आणि जॅक घाबरल्यामुळे तिच्या भीतीत भरच पडली होती. खरंच ती दिल्लीतच राहिली असती किंवा मुळात ती भारतातच आली नसती तर किती बरं झालं असतं, असेही तिला वाटायला लागले.

''मी तुझी मनापासून क्षमा मागते,'' कसेबसे तिच्या तोंडून शब्द बाहेर पडले. ''हे जे काही घडतंय ते मलाही कळत नाही.''

''हो, पण आता आपण नक्की काय करायचं? इथून आपल्याला बाहेर तर पडलंच पाहिजे. शक्य तितक्या लवकर मागे खिंडीपाशी पोहोचलं पाहिजे.''

कर्नल जेनने विषादाने मान हलवली.

''आता त्याला फार उशीर झाला आहे. आणखी अनेक सैनिक इकडच्या वाटेवर असतील. लवकरच पिमाकोच्या खोऱ्यात सर्वदूर ते पसरतील. हरझोग आणि ते पुस्तक सापडेपर्यंत त्यांचं शोधसत्र चालूच राहील.''

स्वत:भोवतीच गोल फिरत जॅक उद्वेगाने म्हणाला, ''देवा, कसल्या फंदात अडकलोय मी!''

सेहेचाळीस

"आपण त्याला मोकळं केलं पाहिजे." नॅन्सी जॅकला म्हणाली. त्या चिनी माणसापासून जॅकला तिने जरा दूर नेले होते आणि घाबरलेल्या नजरेने आजूबाजूच्या जंगलाकडे पाहत ती दोघं बोलत होती. जॅकदेखील तिच्याइतकाच घाबरलेला आणि अतिसावधपणे जंगलाकडे पाहत होता हे तिच्या लक्षात आले. त्याच्याकडे काहीही नाही. त्याला अन्न आणि पाणी देणं आवश्यक आहे. त्याच्याकडे पाणी स्वच्छ करण्यासाठी आयोडीनच्या गोळ्यादेखील नाहीत, त्यामुळे तो जंगलातलं पाणीदेखील पिऊ शकत नाही. तो पळून गेला तर सुरक्षितपणे राहण्यासाठी एखादे गाव शोधता शोधता तो सैनिकांच्या हाती सापडण्याचीच शक्यता जास्त आहे आणि ते त्याला नको आहे. आता हा माणुसकी म्हणून केलेला विचार झाला. पण तो म्हणतोय ते मला पटते आहे. आपल्याला त्याच्या मदतीची गरज आहे."

जॅकनं खांद्यावरून मागे नजर टाकत कर्नल जेनकडे पाहिलं. तो अजूनही तसाच हातपाय बांधलेल्या स्थितीत झाडाला टेकून बसलेला होता.

"हे बघ नॅन्सी, कदाचित तो काहीतरी खोटंनाटं सांगत असेल आपल्याला. कदाचित सु ला खिंडीकडून एकही सैनिक येत नसेल. कदाचित तो आपल्याला फसवून सरळ लष्कराच्या तावडीतच द्यायच्या विचारात असेल. कोण जाणे? त्याच्या एका शब्दावरदेखील विश्वास ठेवायची काय गरज आहे?"

"पण मग त्याला इथं असंच मरायला सोडून जाता येत नाही, की अस्वलाने खाऊन टाकावं म्हणून इथंच टाकून जाता येत नाही."

इतक्यात जेन जोरजोरात हात हलवून त्यांचे लक्ष वेधण्याचा प्रयत्न करत असल्याचे जॅकला दिसले.

"आता आणखी काय विचार आहे याचा?" त्रासलेल्या सुरात जॅक म्हणाला.

नॅन्सीदेखील जेनकडे पाहू लागली. 'काहीतरी गडबड दिसतेय.' असं म्हणत ती घाईघाईने त्यांच्या कैद्याकडे निघाली आणि चालता चालता ओरडतच म्हणाली, ''काय चाललंय तिथं?''

त्याच्या तोंडाकडे पाहून तिला तो भयंकर घाबरलेला आणि घायकुतीला आला असल्याचे जाणवले. पण तो उत्तरादाखल बोलत का नाही, ओरडत का नाही? अशीही तिला शंका आली. त्याच्यापासून अगदी काही फुटांवर ती पोहोचल्यावर तो घाईघाईने म्हणाला, ''ते इकडंच येताहेत, ते सैनिक! मला वाटेतून दूर झुडपात कुठंतरी लपवा, तुम्हीदेखील लपा. लवकर! घाई करा!!''

आता जॅकदेखील नॅन्सीच्या बाजूला येऊन उभा राहिला होता. तो बोलत होता ते खरंच होते, त्यांच्याच दिशेने येत असलेल्या पावलांचा आवाज खालच्या बाजूने त्यांना ऐकायला येत होता. आपल्या सॅक्स उचलून झटकन झुडपात फेकत त्यापाठोपाठ तिने ते जाळेदेखील फेकले.

जॅकने कर्नल जेनच्या खांद्याखाली हात घालत खेचतच बाजूच्या दाट जंगलात नेले. एवढे होईपर्यंत खालच्या बाजूने साधारण शंभर फुटांवर एक गणवेशधारी डोके जमिनीतून उगवल्यासारखे वर आलेले नॅन्सीला दिसलेच. भीतीने हृदय धडधडत असताना आणि प्राण कंठाशी आले असतानाच घाईघाईने एका मोठ्या झाडामागे तिने लोळण घेतली.

काही सेकंदांतच हत्यारबंद चिनी सैनिकांची एक लांबच लांब रांग, तीस-एक तरी असावेत ते, तिच्यासमोरून दाणदाण पावले टाकत पुढे गेली. पायवाटेच्या किनाऱ्यापासून नॅन्सी काही फुटांवरच होती आणि त्यांचे दाणदाण चाललेले जडशीळ बूट तिच्या नजरेसमोरून सरकायला लागल्यावर डोळे घट्ट मिटून घेत तिने देवाचा धावा सुरू केला. रांगेतल्या शेवटच्या सैनिकाच्या बुटांचा आवाज तिच्यापुढून सरकल्यानंतर तब्बल दोन मिनिटांनी तिने डोळे उघडले आणि मान वर करून इकडं-तिकडे पाहण्याचे धाडस केले.

''जॅक?'' घोगऱ्या सुरात तिने हाक मारली.

''मी इकडं आहे.''

हातपाय थरथरत होते तरी ती सरपटत जॅकच्या दिशेने गेली. जॅक शंकेखोर नजरेने कर्नल जेनकडे पाहत होता. कर्नल जेन दाट झाडीत, अर्धवट दिसेल अशा अवस्थेत जमिनीवरच पडून राहिला होता.

''मदतीसाठी तुझ्याच देशबांधवांना तू हाक का मारली नाहीस?''

''याचं कारण मी आधीच सांगितलं आहे,'' जेन कोरड्या सुरात म्हणाला. ''मी एकटाच काम करतोय. ते पुस्तक नष्ट करण्याच्या आज्ञा त्या सैनिकांना देण्यात आल्या आहेत आणि मला ते घडू द्यायचं नाही. मी आता एक

कायदेभंग केलेला, त्यांच्या दृष्टीनं गुन्हेगार माणूस आहे. मला दिसताक्षणीच गोळ्या घालण्याचे आदेश त्यांना दिले गेले असतील.''

''आता तुझे हातपाय सोडवले तर तू आमच्याबरोबर येशील?''

''हो.''

जॅकने एकदा नॅन्सीकडे पाहिले, मग पुढे वाकून हातातल्या सुरीने सपासप घाव घालत कर्नल जेनचे बांधलेले हात-पाय सोडवले. हातपाय ताणून लांब करत त्या चिनी माणसाने थोडा अंदाज घेतला. इतक्या वेळानंतर प्रथमच त्याने उभे राहण्याचा प्रयत्न केला. नुकतेच जन्मलेले शिंगरू जसे हेलपाटते तसा हेलपाटत, कधी झाडाला तर कधी झाडाच्या एखाद्या जाडसर फांदीला धरत धरत तो वाटेवर चालण्याचा प्रयत्न करू लागला. मनगटाशी दोरामुळे पडलेले घट्टे हाताने चोळत हळूहळू चालताना सैनिक निघून गेलेल्या दिशेने तो पाहत होता. थोडेसे चालल्यामुळे हातापायात आलेले आखडलेपण जाऊन स्नायू मोकळे होत होते. पाणी प्यायला मिळाल्यामुळे जरा जिवात जीव आला होता. त्यामुळे वाढत्या आत्मविश्वासामुळे आता तो एक वेगळाच माणूस वाटायला लागला होता. आता त्याच्याकडे पाहताना तो एक कार्यक्षम आणि आपले अधिकार निश्चितच चांगल्या प्रकारे वापरण्याची सवय असलेला माणूस असल्याचे नॅन्सीला जाणवत होते.

कोरड्या व्यावहारिक सुरात तो म्हणाला, ''आणखी एक मैलभर आपल्याला असंच खाली जायला लागणार आहे. त्यानंतर मात्र आपण खोऱ्याच्या वरच्या बाजूनं जाऊ. त्यांना गाठायचं असेल, तर आपल्याला घाई केली पाहिजे.''

''तसं गेलं म्हणजे आपण कुठं पोहोचू?'' जॅकने विचारले.

आता कर्नल जेनच्या आवाजाला एक ठामपणा आणि निश्चयाची धार होती. त्यांच्या निर्णयाला कुणी विरोध केलेला त्यांना आवडत नव्हता, अशी नॅन्सीला शंका येत होती.

''ते भिक्षू हरझोगला जादूगारांच्या गुहेकडे घेऊन गेले आहेत. तिबेटमधल्या सगळ्या पुरातन गुहा जोडणाऱ्या आणि त्याबरोबरच अगार्थी शहराकडे नेणाऱ्या गुहामार्गाला जोडणाऱ्या गुहाजोडणीच्या एका प्राचीन व्यवस्थेचं ते प्रवेशद्वार आहे.'' बोलता बोलता जॅककडे एक तिखट नजर टाकत तो पुढे म्हणाला, ''खास करून तुला सांगावंसं वाटतं, की अगार्थी हे प्राचीन पवित्र शहर खरोखरच अस्तित्वात आहे, बरं का!''

''आणि तुला तिथं जाण्याचा मार्ग माहीत आहे?'' जॅक म्हणाला.

''नाही आणि म्हणूनच ते त्या जादूगारांच्या गुहेत शिरण्यापूर्वीच आपण त्यांना गाठणे आवश्यक आहे. एकदा ते त्या गुहांच्या जोडणीत शिरले की, त्यांचा माग

लागणं अशक्य आहे. इतकंच नाही, तर ते आपल्या जिवावरदेखील बेतेल. आपण त्यांच्यापासून फार मागं नाही, पण आपल्याला घाई करायलाच हवी.''

मग घाईघाईने चालता चालता काही काळापूर्वी त्यांचा कैदी असलेल्या, पण आता त्यांचा वाटाड्या झालेल्या त्या चिन्याला नॅन्सीने प्रश्न विचारला,

''कर्नल जेन, तुम्ही त्या जाळ्यात किती वेळ लटकला होतात?''

मृदू नजरेने कर्नल जेन तिच्याकडे पाहू लागल्यावर हा माणूस मनानं वाईट नसल्याची पुन्हा एकदा नॅन्सीला जाणीव झाली.

''कृपा करून मला जेन अशी हाक मारा. आपण काही चिनी लष्करात नाही आहोत, हुद्यानं हाक मारायची गरज नाही.''

''बरं बरं. माझं नाव नॅन्सी केली आणि हा जॅक अॅडम्स.''

''तुझ्या प्रश्नाचं उत्तर द्यायचं तर साधारण तीन तास मी त्या जाळ्यात अडकलो होतो.''

''पण तो सापळा कुणी लावला होता?''

''मोम्पा नावाचे आदिवासी असावेत बहुधा. एखादं हरीण वगैरे सापडेल अशा आशेनं त्यांनी लावला असावा तो सापळा.''

''तुमच्यावर हल्ला कुणी केला?''

''ते कळलंच नाही, हे मी तुम्हाला सांगितलंच.''

''पण हल्ला करणारी माणसंच होती, की...?''

''की काय?'' कर्नलने हसत हसत विचारले. ''यती वाटला का तुला? मला तर फक्त माणसंच दिसली. कदाचित ते मोम्पाच असतील. त्यांना चिनी सैनिक आणि भिक्षूदेखील अजिबात आवडत नाहीत.''

हे सगळं वर्णन सांगायचा त्याला कंटाळा आलेला दिसत होता किंवा तो फारच वस्तुनिष्ठपणे सांगायचा प्रयत्न करत होता असे वाटत होते. कदाचित यामुळेच तो इतक्या तरुण वयात कर्नलपदाला पोहोचला असावा.

''तुझ्याबरोबर आणखीही माणसं होती, असं तू म्हणाला होतास, त्यांचं काय?''

''बारा सैनिक होते माझ्याबरोबर. पण ते कसलेले सैनिक नव्हते. सैनिकांचा दाणागोटा, दारूगोळा इत्यादी गोष्टींची तरतूद करणारे कामगार सैनिक होते. त्यांना शिस्तीत राहून प्रतिकार करता आला नाही. ते विखुरले गेले आणि बळी पडले.''

''पण बंदुकांच्या फैरी झाडल्या गेल्या का?''

''नाही. मोम्पा लोकांकडं बंदुका क्वचितच असतात. त्यांची शस्त्रं वेगळी असतात. पण आपल्याला पावलं भराभर उचलायला हवीत हे लक्षात असू

द्या.'' पुढच्या वाटेकडं पाहत जेन म्हणाला. ''एक सेकंदही वाया घालवून चालणार नाही. चला, मी तुमची सॅक घेतो.''

खांद्यावरची सॅक त्याच्या हातात देता देताच तो ती सॅक आणि त्यातला त्यांचा अन्नपाण्याचा साठा घेऊन पळून जाऊ शकतो अशी शंका तिच्या मनात दाटून आली. त्यामुळे सॅक देताना ती जरा कचरली. तिच्या मनात काय चालले आहे त्याचा जेनला तत्काळ अंदाज आला.

''मी घेणार नाही ते. काळजी करू नका. घ्यायचंच असतं तर मी तुम्हा दोघांवरही मात करून ते घेऊ शकतो. पण मला तसं करायचं नाही.''

त्याने जॅककडे पाहिले, तो कपाळाला आठ्या घालून त्याच्याकडं साशंकपणे पाहत होता. ''मी त्यांचं प्रशिक्षण घेतलं आहे, एवढंच सांगतो.'' असे म्हणून तो विषय त्याने तिथेच थांबवला.

''तुम्ही चिनी नाही. तुम्ही दोघेही पाश्चात्त्य आहात हे फार बरं आहे.'' तो म्हणाला. ''हरझोग जर अजून जिवंत असला, तर हरझोगला आपल्या ताब्यात देण्यासाठी त्या भिक्षूंना गळ घालण्यात मला मदत होईल त्यामुळे. माझ्या अंगावर लष्करी गणवेश आहे, त्यामुळे मी एकटा असताना माझं स्वागत काही लाल गालिचे घालून ते करणार नाहीत हे उघड आहे. शिवाय माझे सैनिकही आता माझ्याबरोबर नाहीत. त्यामुळे जोर-जबरदस्तीऐवजी दुसऱ्या मार्गानंच माझा कार्यभाग साधणं भाग आहे.''

पुन्हा एकदा त्याने पुढच्या वाटेकडे नजर टाकली.

''प्राणी पकडण्यासाठी लावलेल्या सापळ्यांवर नजर ठेवा. ही मुख्य वाट एकदा आपण सोडली, की मग आपल्याला काळजी नाही.''

सत्तेचाळीस

एखाद्या वाडग्यासारखा आकार असलेल्या त्या दरीच्या कडेकडेने असलेल्या उतारावरून ते बरेच तास चालत होते. शेवटी एकदाची जेनने थांबायची सूचना केली. त्याने ज्या वेगाने चालायला सुरुवात केली होती त्या वेगाने चालताना नॅन्सी आणि जॅकला दोन शब्द बोलण्याइतकाही दम घ्यायला मिळत नव्हते. पायपिटीने थकलेली नॅन्सी त्याने थांबायला सांगितल्याबरोबर कमरेवर हात ठेवून धापा टाकत उभी राहिली. दीर्घ श्वास घेत तिने दम घ्यायला सुरुवात केली. मग पाण्याची बाटली काढून मोठमोठे घोट घेत पाणी प्यायली.

दाट जंगलात एका हिरव्यागार शेवाळाने मढलेल्या मोठ्या खडकापाशी ते थांबले होते. आसपासच्या झुडपात जेन काहीतरी शोधत होता. इतक्यात घामाने पूर्ण भिजलेला शर्ट आणि चालण्याच्या श्रमामुळे जोरदार रक्ताभिसरणामुळे लाल झालेले तोंड अशा अवतारातला जॅकदेखील तिथं पोहोचला.

"आपण का थांबलो आहोत? वाट तर चांगली आहे की!"

खाली वाकत जेनने त्यांनादेखील तसेच करायला सांगितले. "का थांबलो, ते दाखवतो, म्हणजे उलगडा होईल."

डोंगरउतारावरून रांगल्यासारखे काही अंतर गेल्यावर ते साधारण पाच यार्ड लांब आणि दोन यार्ड रुंदीच्या एका खडकाळ भागात पोहोचले. काही अंतच नसल्यासारखी समोर पसरलेली डोंगरउताराची हिरवीगार भिंत पाहायची सवय झालेल्या नॅन्सीचा अचानक समोर आलेल्या दृश्याने श्वासच थांबला. गेले कित्येक तास चालल्यानंतर आपण दरीच्या तळाकडून किती उंचीवर आलो आहोत याचा तिला काहीच अंदाज नव्हता. हजारो फूट वर आल्यानंतर दरीतील दृश्य किती पाचूसारखे हिरवेगार, मनोहर दिसते याचा ती पहिल्यांदाच अनुभव घेत होती. यार्लान्ग त्सांगपा नदी वळणे घेत घेत दक्षिणेकडे असलेल्या पर्वतांच्या

दिशेने जाताना तिला दिसत होती. आतापर्यंत सूर्य उंच पर्वतांच्या मागे उतरला होता. दिवसाचा प्रकाश हळूहळू कमी होत संधिप्रकाशात बदलत चालला होता.

"ते पहा तिथं." जेन म्हणत होता. नॅन्सीने त्याच्याकडे पाहिले. दरीच्या दुसऱ्या बाजूच्या उताराकडे बोट दाखवून तो काहीतरी सांगत होता. तो बोटाने दाखवत असलेल्या दिशेने तिने पाहिले. तो काय दर्शवत होता त्याचा पहिल्यांदा तिला काहीच उलगडा झाला नाही.

"नक्की कशाकडं पाहायचं आहे आपण?" अजूनही धापा टाकत असलेल्या नॅन्सीने विचारले.

"त्या तिथं. त्या झाडांच्या रांगांच्या वर. साधारण दोन मैल दूर. तिथं आहेत ते."

नॅन्सीचे हृदय अचानक बंद पडल्यासारखे झाले. मग तिला डोंगरउतारावर झाडांच्या रांगांच्या वर मुंग्यांसारख्या दिसणाऱ्या आकृत्या दरीच्या कडेकडेने अरुंद रस्त्यावरून कष्टाने वाट काढत चालत असलेल्या दिसल्या. खांद्यावरच्या सॅकमध्ये हात घालत जॅकने एक लहानशी दुर्बीण काढली.

"बाप रे!" दुर्बिणीतून पाहता पाहता तो उद्‌गारला, "काही भिक्षू दिसताहेत मला. साधारण चोवीसएक असतील ते आणि एक स्ट्रेचरदेखील आहे त्यांच्याकडे."

समोरचे दृश्य पाहून आश्चर्यचकित झाल्याने त्याचे हात गळून गेल्यासारखे खाली आले. तीच संधी साधून नॅन्सीने त्याच्या हातातील दुर्बीण घेतली आणि समोरच्या डोंगरउताराकडे पाहत माणसांची ती रांग शोधून काढली. जॅक म्हणाला ते बरोबर होते. चोवीस जण होते ते आणि ते स्ट्रेचरवरून कुणाला तरी घेऊन जात होते. तो नक्कीच हरझोग असणार. तिचा कंठ दाटून आला. शेवटी तिला तो दिसला, म्हणजे जवळपास दिसला. कारण त्याचे शरीर आणि डोकेदेखील एका निळ्या कापडात किंवा खोळीसारख्या कशात तरी गुंडाळलेले दिसत होते. हृदयाची धडधड वाढलेली असतानाच तिने हातातील दुर्बीण जेनकडे दिली. त्यानेही त्या माणसांच्या रांगेची पाहणी केली. मग त्यांच्याकडे वळत अगदी कोरड्या व्यवहारी सुरात तो म्हणाला, "चला, एक सेकंदही वेळ दवडायचा नाही. तासाभरात अंधार पडेल आणि दोन तासांत ते त्या जादूगारांच्या गुहेपाशी पोहोचतील, मग सगळंच मुसळ केरात जाईल."

अठ्ठेचाळीस

सरतेशेवटी ते भिक्षू जादूगारांच्या गुहेच्या सुरक्षित वातावरणात पोहोचले होते. अंतर्भागातल्या दगडी भिंतींवर चित्रविचित्र टोप्या घातलेल्या, शेकोटीच्या जाळाभोवती नाचणाऱ्या, जादूटोणा आणि बतावण्या करणाऱ्यांची आणि आता पृथ्वीतलावरून कधीच अस्तंगत झालेल्या प्राण्यांच्या तिबेटच्या पठारभर पाठलाग करून चाललेल्या शिकारीची चित्रे रंगवलेली होती. माणसाची आणि प्राण्यांची हाडे गुहेत विखुरलेली होती आणि कधी काळी विझून गेलेल्या जाळामुळे काळे पडलेले दगडधोंडेदेखील पडलेले होते. तिथल्या हवेत जादूटोण्याचा आणि मृत्यूचा गंध भरून राहिला होता.

एक क्षणही वाया घालवून चालणार नाही, हे उपमठाधिपतींना माहीत होते. आपला पाठलाग होतोय, अशी शंका जरी त्यांना असली तर त्यांनी या गूढ गुहामार्गातून थेट अगार्थीच्या आश्रयाला जावे, असे मठाधिपतींनी सांगितले होते. गुहामार्गाच्या गूढ गर्भात शिरेपर्यंत ते सुरक्षित होणार नव्हते हे माहीत असले तरी ती वेळ येऊन ठेपल्यावर त्यांचं मन कच खात होते. याच्या पुढच्या मार्गाने त्या गोऱ्या माणसाला घेऊन जाता येणार नव्हतं, हे कटू सत्य होते. स्ट्रेचरवर बांधलेल्या अवस्थेतच त्या गुहांच्या अंतर्भागातल्या मार्गावरून त्याला घेऊन जाता येणार नव्हतं आणि स्ट्रेचरवरून नेल्याशिवाय तो अशा खडतर प्रवासादरम्यान जगणार नाही असं डॉक्टरांनी सांगितलं होतं. आतापर्यंत त्यांनी त्याला एखाद्या संतविभूतीसारखं, राजासारखं इथपर्यंत आणलं होतं, पण आता त्याला जंगली श्वापदांच्या आणि चिनी सैनिकांच्या हवाली करून पुढे कूच करणं एवढंच त्यांच्या हाती होतं. असं मरायला किंवा बंदिवान व्हायला सोडून जाण्याच्या कल्पनेमुळे उपमठाधिपतींना अतीव दु:ख झालं होतं, पण परिस्थितीनेच हा निर्णय घ्यायला त्यांना भाग पाडलं होतं. त्याचं नकळत एक समाधानही

त्यांना वाटत होतं. हा परका माणूस तसा बरोबर असणं धोक्याचंच होतं. शरीराने पार जर्जर झाला असला तरी मनाने तो फार कणखर होता, विद्वान होता. त्याला अगार्थीच्या पवित्र शहरात नेणं उचित नव्हतं.

पुढ्यात वाकत उपमठाधिपतींनी आपले ओठ अगदी त्याच्या कानाजवळ नेले. मग तो झोपला आहे की जागा आहे अशा संभ्रमात असतानाच हलक्या आवाजात म्हणाले, ''तुम्ही इथं जरा विश्रांती घ्या. मी आता जातो आहे, पण काही काळजी करू नका, तुम्हाला न्यायला आम्ही परत येणार आहोत.''

असं धादांत खोटं बोलताना त्यांची जीभ अडखळली. पण त्यांचा नाइलाज होता. अगदी शांतपणे त्यांनी आपला शेवटचा प्रश्न उच्चारला,

''जाण्यापूर्वी मला फक्त एवढंच सांगा, शांग्री-लामधून तुम्ही स्वतःची सुटका कशी काय करून घेतली आणि... आणखी एक... म्हणजे मला हे कळायलाच हवं आहे, तुम्ही तो ज्ञानग्रंथ खरोखरंच पाहिलात का?''

त्या माणसाने डोळे उघडले. अस्थिपंजर हात प्रार्थनेसाठी जोडले जावेत तसे जुळवले. मग डोळे वळवून गुहेच्या छताकडे टक लावून पाहिले. काय दिसत होते त्याला तिथं कोणास ठाऊक आणि आपण कुठं आहोत हे तरी त्याला कळतंय का असा विचार उपमठाधिपतींच्या मनात आला. इतक्यात तो म्हणाला, ''मला आता फार अशक्तपणा वाटतोय. आपण पोहोचलो का? हे अगार्थी आहे का? मला काही सुचत नाही, कळत नाहीये.''

उपमठाधिपती गप्प राहिले. त्या माणसाच्या प्रश्नांना काय उत्तर द्यायचे, ते त्यांना सुचत नव्हते. एक भयावह शांतता गुहेत भरून राहिली होती. नक्की काय घडत होते ते या गोऱ्या माणसाला कळत होते का? त्याला तिथे चक्क मरणाची वाट पाहत पडून राहण्यासाठी सोडून दिले जात होते हे त्याला समजत होते का? प्रश्नाला उत्तर मिळण्याची वाट पाहून ते मिळत नाही असे लक्षात घेऊन तो परका माणूस पुढे बोलू लागला.

''मी कसा सुटलो तेही मी सांगेन आणि त्या ज्ञानग्रंथाबद्दलचं निखळ सत्यदेखील मी तुम्हाला सांगेन.''

पुन्हा एकदा शांतता पसरली. त्या गोऱ्या माणसाने मनात विचारांची जुळवाजुळव केली. पुन्हा भूतकाळातल्या त्या शांग्री-लामधल्या दिवसांत शिरला. मग शेवटचे सांगावे तसा तो बोलू लागला.

''एक राजा म्हणून माझ्यासमोर कोणता भयानक अंत वाढून ठेवलेला आहे, याचा अंदाज आल्यावर माझा निर्णय झाला आणि मग तो मठ आणि आसपासचा परिसर किंवा माझ्या त्या तुरुंगाचं आणि आसपासच्या भागाचं तपशीलवार निरीक्षण करण्याचा मी निश्चय केला.''

आता या परक्या गोऱ्या माणसाच्या कथेचा शेवटचा महत्त्वाचा भाग ऐकायला मिळेल या कल्पनेने, पण आपण यानंतर मात्र त्याला मरणाच्या दारात सोडून निघून जाणार असल्याबद्दलची अपराधीपणाची भावना मनात घेऊन उपमठाधिपती तो काय सांगतोय ते लक्षपूर्वक ऐकण्यासाठी सरसावून बसले.

गुहेत दाटून येत चाललेल्या अंधाराला भेदत शब्द येऊ लागले.

''पायऱ्या उतरून मी तळमजल्यावर पोहोचलो. मग ज्या बाजूला मठाचा अंतर्भाग, ते भीतिदायक जाळ पेटवलेले आणि त्यावर तो लाकडाचा पिंजरा लटकणारे अंतस्थ आवार असावे असा माझा अंदाज होता. त्या दिशेनं चालू लागलो. पण तिथल्या दाराला कुलूप होतं. कोणी मदत करायलाही नव्हतं. मग मी उगाचच त्या मठाच्या अंतस्थ भागातल्या वाटा शोधत फिरत राहिलो. फिरता फिरता जेवणाच्या खोलीत शिरलो, ती आता रिकामीच होती. तसाच पुढे कोणतीही आडकाठी न येता शाही इतमामाच्या खोल्याखोल्यांमधून फिरलो. सगळीकडे शांतता भरून उरली होती आणि ते भयावह होतं. शेवटी एका दारातून बाहेर पडल्यावर मी मठाच्या पुढच्या भागातल्या आवारात पोहोचलो आहे, त्याच्या दुसऱ्या टोकाला ते अजस्र आकाराचं लाकडी प्रवेशद्वार आहे आणि त्यापलीकडे ती तटबंदी आहे, हे माझ्या लक्षात आलं. महाद्वारापाशी एकच शेरपा पहाऱ्याला उभा होता.

त्याच्याकडं पाहता पाहता माझ्या डोक्यात एक कल्पना आली. आवार पार करून मी त्याच्याजवळ पोहोचलो आणि त्याला नेपाळी भाषेत विचारले, ''राजा कुठं आहे?''

हात जोडून आणि कमरेत वाकत नमस्कार करून मग माझ्या मागच्या बाजूला बोट दाखवत म्हणाला, ''ते त्या मनोऱ्याच्या अगदी वरच्या भागात आहेत, साहेब.''

मी मागे वळलो. मनोरा नितळ निळ्या आकाशात उंच गेलेला दिसत होता आणि त्याच्या वरच्या टोकाकडे पुन्हा तटबंदीच दिसत होती.

''मी त्यांच्याशी बोलू शकतो का?''

''मी या प्रश्नाचं उत्तर देऊ शकत नाही साहेब, ते तर राजेसाहेबांच्या मर्जीवर अवलंबून असेल.''

मग पुन्हा काहीतरी विचार येऊन मी त्याच्याकडं वळलो आणि विचारलं, ''ही दारं जरा उघडतोस का? मला जरा त्या तटबंदीजवळून फेरफटका मारायचा आहे.''

''क्षमा करा साहेब, पण मठाधिपतींशिवाय अन्य कोणासाठीही ही महाद्वारे उघडण्याची मला परवानगी नाही.''

"राजासाठीसुद्धा नाही?"

"हो साहेब, अगदी राजासाठीसुद्धा नाही!"

तसा तो अगदी मजबूत शरीरयष्टीचा माणूस होता आणि माझ्याकडं पाहून हसत असला आणि लवून नमस्कार करत असला तरी मी त्याला बाजूला करून बाहेर जाण्याचा प्रयत्न जरी केला तरी लवकरच तो मला कब्जात घेईल यात शंका नव्हती. मला तो धोका पत्करायचाच नव्हता.

"धन्यवाद!" असे घाईघाईने बोलून मी पुन्हा मनोऱ्याच्या दिशेने गेलो. चालताना माझ्या मनातील खळबळ माझ्या चालण्यात दिसणार नाही याची खबरदारी घेतली. पण आपल्याकडे अगदी थोडा वेळ आहे याची मला जाणीव होती. थोड्याच वेळात म्हणजे आणखी तीन-एक तासांत संध्याकाळ होणार होती. मग त्यानंतर त्यांचा तो भीषण समारंभ सुरू होणार होता.

घाईतच पायऱ्या चढून माझ्या खोलीच्या दारापुढे जात आणखी वरच्या भागात गेलो. रुंद पायऱ्या लहान होत होत शेवटी छताच्या दिशेने गेल्या होत्या. वर एक दार होते. ते अर्धवट उघडेच होते. त्यातून सूर्यप्रकाश आत येत होता. हलकेच ते दार ढकलत उघडले आणि मी छतावर पाऊल ठेवले. सगळीकडे तटबंदी होती आणि त्यापलीकडचे दृश्य अवर्णनीय होते. पण ते सगळे नीट पाहायला मला वेळच मिळाला नाही, कारण छतावर पाऊल ठेवल्याबरोबर माझी नजर राजावर पडली.

मठाधिपतींनी वर्णन केले होते तसाच तो दिसत होता. एक युरोपियन माणूस, पन्नाशीतला असावा असा वाटणारा असाच माणूस होता तो. सोनेरी किनार असलेला पांढराशुभ्र वेष त्यानं परिधान केला होता आणि माझ्या येण्याची दखलही न घेता तो तटबंदीच्या पलीकडे भारावून गेल्यासारखा पाहत बसला होता. त्याच्या डोक्यावर सोन्याचा मुकुट होता. मनगटावर, गळ्यात आणि पायातदेखील सोन्याची जाडसर कडी होती.

भराभरा पायऱ्या चढून आल्यामुळे जरा दम खात मी थांबलो. माझ्या तिथे येण्यामुळे इतका आवाज होत होता तरी त्याच्या ते गावीही नसल्यासारखे वाटत होते. तो अगदी पुतळ्यासारखा स्तब्ध बसला होता. हातातल्या भल्यामोठ्या कड्यांच्या वजनाने ओघळल्यासारखे त्याचे हात बाजूला लटकत होते.

"महाराज?" मी चाचरतच बोललो. मग मागचापुढचा काही विचार न करता सरळ जर्मन भाषेतच बोलू लागलो.

"माझं नाव अन्तोन हरझोग."

अगदी सावकाश तो माणूस माझ्याकडे वळला. हातापायातल्या जडशील सोन्याच्या वळ्यांमुळे त्याच्या हालचाली खोल समुद्रातल्या एखाद्या पाणबुड्यासारख्या

सावकाश होत होत्या. त्याच्या गळ्यातले कडे इतके जाड होते की, त्यामुळे त्याच्या हनुवटीला वर रेटा बसून त्याला त्रास होत असणार हे उघड होते. त्या माणसाच्या भयानक अवस्थेकडे पाहून माझ्या पोटात ढवळून आले. राजेशाही थाटात आणि वेषात असला तरी तो एक अतिशय असहाय असा, आपल्या भयानक मरणाची वाट पाहत बसलेला माणूस होता.

आता माझ्याकडे वळल्यावर मला त्याला नीट पाहता आले. त्याचे डोळे अगदी निर्जीव, चैतन्यहीन होते. ना आत्म्याची, ना आशेची, त्यात कसलीच चमक नव्हती. अचानक तो बोलू लागला. त्याच्या बोलण्यात ओतप्रोत भरलेला दुःखाचा स्वर मला अस्वस्थ करत होता.

"शेवटी हे खरंच ठरलं तर! आलासच तू शेवटी इथं!"

भीतीचे भूत माझ्या डोक्यावर स्वार होऊ पाहत होते. माझा आवाज कंप पावत होता.

"हे पहा, इथं काय चाललंय ते मला काही कळत नाही. तुम्ही मला मदत केलीच पाहिजे. मला इथून निसटायलाच हवं आहे तत्काळ."

"मी तुला काहीच मदत करू शकत नाही. मी मला स्वत:लादेखील मदत करू शकत नाही, कितीही वाटलं तरी!"

माझ्या मनातील भीती क्षणाक्षणाला वाढत होती. असह्य ताणामुळे माझे डोके पुरते कामातून जाणार आहे असेच वाटायला लागले होते. जिवाच्या आकांताने मी जवळजवळ ओरडलोच.

"आपल्याला इथून बाहेर पडायलाच हवं. ते आज रात्री तुला मारून टाकणार आहेत. तुला जिवंत जाळणार आहेत."

राजा तसाच निर्जीव डोळ्यांनी माझ्याकडे एकटक पाहत होता. त्याच्याकडे पाहिल्यावर मी आताच जे काही बोललो त्याचा भयावह अर्थ पुन्हा एकदा माझा मलाच जाणवला आणि त्या राजा नामक माणसाची कीव आली. खरे म्हणजे त्याचा हा असा भयानक प्रकाराने मृत्यू होणार आहे हे त्याला माहीतच असणार होते.

"मला खरोखरच असं वाटतं की, आपण दोघांनीही इथून बाहेर पडायलाच हवं आहे. तुम्ही जर्मन आहात, खरं ना? तुम्ही फेलिक्स कोएनिगबरोबर इथं आलात ना?"

त्याने माझ्या प्रश्नांकडे दुर्लक्षच केले.

"मी इथून कुठंही जाऊ शकत नाही आणि तूदेखील! इथून बाहेर पडताच येणार नाही. तुझ्या आधी राजा बनलेल्या अनेकजणांनी जसं स्वीकारलं, तसं नशिबात जे आहे ते तुला मान्य करायलाच लागणार आहे." इतके बोलून तो

थोडासा थांबला. पुढे बोलू लागल्यावर त्याच्या शब्दांचा निर्जीवपणा जाऊन थोडी भावनेची धार आल्यासारखे भासले. तो म्हणाला, "तुझ्या येण्याची मी फार फार वाट पाहिली आहे. तू येशील त्या दिवसाची मनाशीच तयारी करतो आहे, पण तरीही मला इतक्यातच जाण्याची इच्छा नाही. इथला राजा म्हणून फक्त आणखी काही तास... आणखी काही दिवस मला राहता आलं तर..."

त्याच्या बोलण्याकडे आणि एकूणच वावरण्याकडे पाहताना कुणीतरी त्याच्या मेंदूचा पूर्णपणे कब्जा घेतला आहे आणि तो निव्वळ एखाद्या कळसूत्रासारखा वागतो आहे असे मला वाटत होते.

"हे पहा, तुमचं हे वायफळ बोलणं थांबवा पाहू आधी आणि इथून बाहेर पडण्याचा कोणता तरी मार्ग असेलच ना, तर तो सांगा."

"इथून बाहेर पडायचा मार्गच नाही."

"रेशमाच्या ज्या धाग्यावरून मी वर आलो तो मार्ग?"

"ते तुला तिकडून जाऊ देणार नाहीत."

"मग पाठीमागच्या बाजूनं, हिमालयाकडं?"

"तो फार लांब आहे. एखादं गवताचं पातं दिसायला लागेपर्यंतदेखील शेकडो मैल चालावं लागेल. त्या बाजूनं कोणीही आतापर्यंत सुटू शकलेलं नाही आणि खरं तर अशक्यच आहे. पण तरीही तू प्रयत्न केलासच, तरी हे लोक तुला पकडून पुन्हा इथं आणतीलच."

"पण तो बाह्य जगातून इथं जीवनावश्यक वस्तू आणणारा तांडा तर व्यवस्थित पोहोचतो, तो कसा काय?"

"ते या लांबलचक प्रवासाची पूर्ण तयारी करून येतात. भरपूर अन्न आणि उबदार कपडे लादून घेऊन येतात ते. एकटादुकटा माणूस फार काळ जिवंत राहूच शकणार नाही तिकडं. तो सगळा भाग चंद्रावरच्या जमिनीसारखा वैराण आहे."

त्याच्या अवसानघातकी बोलण्यामुळे माझा धीर हळूहळू खचू लागला होता आणि मला रागही येऊ लागला होता.

"पण ते तुझं जे काही करणार आहेत ते सगळं तू मूकपणे कसं काय मान्य करतोस?"

"मी शांग्री–लाचा राजा आहे. इथल्या भिक्षूंना आपल्या कार्यात सहभागी करून घेण्यासाठी आणि तो अमूल्य ज्ञानग्रंथ संपादन करून त्याच्या साहाय्याने एक सर्वशक्तिमान दैवी पुरुष घडवण्यासाठी मी जर्मनीहून इथं आलो आणि आज रात्री मी त्या वरच्या लोकातल्या विश्वसत्ताधीशांमध्ये सहभागी होणार आहे."

खंडणीसाठी पकडून ठेवलेल्यांनी, पढवून ठेवलेल्या ओलिसाने बोलावे तसे त्याचे बोलणे वाटत होते.

"तू काहीही म्हणालास, तरी मी इथून सुटण्याचा प्रयत्न करणारच आहे आणि त्यात मला मरण आलं तरी बेहत्तर. तुला यायचं असलं तर चल माझ्याबरोबर. आपण तो ज्ञानग्रंथदेखील घेऊ आपल्याबरोबर."

राजा आपले जड जड कडी घातलेले हात सावकाश, कष्टाने खांद्यापर्यंत उचलून जणूकाही ती कडी आयुष्यात पहिल्यांदाच पाहत असावा तशी निरखून पाहत राहिला.

"आज रात्री माझं दहन होईल. उरेल फक्त हे वितळलेलं सोनं आणि माझी काही हाडं आणि हे सगळं त्या गुहेच्या दारापाशी डोंगरउतारावर विखरून टाकलं जाईल. सकाळी ते हेच सोनं वितळवतील आणि तुझ्यासाठी योग्य मापाची कडी वगैरे बनवतील. ती चढवल्यावर मात्र इथून निसटून जाण्याचा विचार स्वप्नातदेखील तुझ्या मनात येणार नाही."

तो बोलला ते खरेच होते. ती जडशीळ कडी अंगाखांद्यावर चढवलेली असताना त्याला नुसते चालायलादेखील किती कष्ट पडत असतील, डोंगर चढून जाण्याची तर गोष्टच नको. नुसत्या त्या मनोऱ्याच्या पायऱ्या चढून यायलादेखील त्याला महाकर्मकठीण झाले असेल, तर इथून पळून जाण्याचा विचारदेखील अतिरेकी वाटणे स्वाभाविक होते.

"आपण ही कडी काढून टाकू शकतो."

"ते शक्य नाही. माझ्या या राज्यात मी कुठंही जाऊ शकतो, पण कार्यशाळेत मात्र नाही. शिवाय ही कडी कापायला लागणारं कौशल्य काही माझ्याकडं नाही. मग सुटका करून घ्यायची, तर मला माझे हात आणि पायच कापून टाकावे लागतील."

किती महाभयंकर बंदिवास आहे हा, मी विचार केला आणि असला तुरुंगवास भोगायला लावणारे हे स्वतःला अगदी पवित्र, पुण्यवान म्हणवणारे, विश्वाची चिंता करतो म्हणणारे शांग्री-लाचे लामा किती दुष्ट आहेत, असेही विचार मनात येऊ लागले.

"ही जागाच फार भयंकर आहे आणि या भिक्षूंचं त्यांच्या गुहांच्या पलीकडं काहीही चालत नाही. तरीही त्यांनी तुम्हाला कैद करून ठेवलं आहे आणि वर ते तुम्हांला जाळून मारणार आहेत."

"ख़ोटं आहे ते!" तो अचानक जोरात ओरडला. "मी शांग्री-लाचा राजा आहे. इथल्या मठाधिपतींनी आपल्याला मदतच केली आहे. त्याच्याजवळ असलेल्या ज्ञानग्रंथातल्या ज्ञानाचा उपयोग करून, त्यानं जर्मनांना युद्ध जिंकण्यात

मदत केली आहे.''

"बाप रे!'' वास्तव जगापासून तो इतका दुरावला होता की, प्रत्यक्षात युद्धाचा शेवट काय झाला वगैरे त्याच्या गावीही नव्हते. त्याला गदागदा हलवून भानावर आणावे असे एकदा मला वाटले.

"तू काय बोलतोयस तुला कळतंय का, भल्या गृहस्था? जर्मनीचा युद्धात पराजय झाला. दोस्त राष्ट्रं जिंकली आणि तुझ्या सगळ्या स्वप्नांचा पार चुराडा झाला आहे. या भिक्षूंनी तुला काडीचीही मदत केलेली नाही.''

काय विचित्र बरळतोय, अशा भावनेने तो राजा माझ्याकडे पाहू लागला. कदाचित माझ्या बोलण्याचा थोडाफार परिणाम झाला असावा. मग मी जरा समजुतीच्या, शांत सुरात बोलत राहिलो. न जाणो माझ्या बोलण्यामुळे कदाचित तो हादरून गेला असता.

"जपान आणि जर्मनीचा पराभव झाला. अमेरिका, फ्रान्स आणि इंग्लंडचा विजय झाला. विजयी रशियन सैन्य बर्लिनमध्ये घुसल्यावर हिटलरनं आत्महत्या केली. मग सगळंच संपलं. या भिक्षूंनी तुम्हाला कधीच काहीच मदत केली नाही. त्यांनी फक्त तुम्हाला कैदेत ठेवलं.''

मी बोलत असतानाच तो हसायला लागला. अगदी वेड्यासारखा खदखदा हसायला लागला. त्याच्या त्या वेडगळपणामुळे भिऊन मी दोन पावले मागे पायऱ्यांकडे सरकलो.

"किती मूर्ख आहेस रे तू! तुला पार मतिभ्रष्ट करण्यात आलेलं आहे आणि ते अगदी ठरवल्याप्रमाणं झालं आहे. जर्मनी युद्धात हरली नाही. तूच सांग, १९४५ पासून कोणती तीन राष्ट्रं जगातील आर्थिकदृष्ट्या प्रबळ राष्ट्रं म्हणून ओळखली जातात? कोणत्या तीन राष्ट्रांतल्या लोकांचं सरासरी जीवनमान सगळ्या जगात जास्त आहे? कोणाकडं सगळ्यांत जास्त तंत्रकुशलता आहे, सगळ्यांत उत्तम शिक्षणसंस्था आहेत आणि सर्वोत्तम इंजिनीअर्स आहेत?''

त्याच्या भडिमाराने अवाक होऊन मी बघतच राहिलो. माझे डोके बधिर झाले होते. कुत्सितपणे माझ्याकडे पाहत तो पुन्हा हसला. त्याचे गडगडाटी पोकळ हास्य त्या तटबंदीत घुमत राहिले.

"अमेरिका, जर्मनी आणि जपान हे खरे त्या युद्धामुळे विजयी झालेले देश आहेत. ती तुझी तथाकथित मित्रराष्ट्रं नव्हेत. त्यांनी फक्त आपसात शांतता राखण्याच्या अटी मान्य केल्या आणि आम्हाला हे असंच व्हायला पाहिजे होतं. आमच्या ज्ञानग्रंथानं हे असंच व्हावं असं आम्हाला फार पूर्वीच सांगितलं होतं. मानवजातीला प्रगतिपथावर घेऊन जाणारी तीन महान शक्तिपीठं स्थापन करावयाची; एक आशिया खंडात, एक युरोपमध्ये आणि एक उत्तर अमेरिकेत. भौतिक

जगाची, संस्कृतींची ती महाशक्तिशाली इंजिने असतील आणि ती जेव्हा त्यांच्या पूर्ण सामर्थ्यानिशी कार्यरत होतील तेव्हा मानवकल्याणासाठी अतिप्रचंड मानसिक सामर्थ्य मुक्त करण्याच्या आमच्या यज्ञात आम्ही ती समर्पित करू आणि त्यानंतरच आम्ही खराखुरा दैवी सामर्थ्य असलेला महापुरुष घडवू.''

त्याच्या या महावेडगळ वक्तव्याची मला शिसारी यायला लागली होती. प्रयत्नपूर्वक माझे विचार नीट जुळवून घेत पुढे काय बोलायचे ते मी ठरवले, पण प्रत्यक्ष बोलायला लागल्यावर माझा आवाज खोल जाऊ लागला होता.

''चुकतोयस तू. नाझींचा पराभव झालाय. हिटलर बर्लिनमध्ये मरण पावला.''

माझी कीव करत राजा हसला.

''तुझं अज्ञान पाहून मला कीव येते रे. मला सांग, अशा कितीशा नाझींना शिक्षा झाली? अगदी मूठभर आणि तीसुद्धा ते आमच्याशी प्रामाणिक राहिले नाहीत म्हणून! दुसऱ्या कशासाठीही नाही आणि बाकीच्यांचं काय झालं? त्यातले काही जण इथं आले, काही अमेरिकेत गेले, पण बहुतेक जण जर्मनीतच राहिले. आमच्या जवळपासही कोणी फिरकत नव्हतं, कारण आम्ही जेते होतो आणि हिटलरबद्दल सांगायचं, तर त्याचं शरीर कधीच सापडलं नाही हे तर तुलादेखील माहीत आहे. हे सगळं आम्ही इथून नियोजनबद्धपणे घडवून आणलं आहे. जर्मनीच्या या अशा अनोख्या विजयाचं अधिपत्य मी स्वत: इथूनच केलं आहे. आतापर्यंत अनेकांना इथं या महान कर्तव्यात आहुती देण्यासाठी पाचारण करण्यात आलं; त्यांनी ते केलं आणि आता माझीदेखील अशा त्यागी वृत्तीच्या लोकांमध्ये वर्णी लागणार आहे, हे योग्यच आहे, नाही का?''

आयुष्यात पहिल्यांदाच माझा माझ्याच ज्ञानावरचा विश्वास डळमळीत झाला होता. गेली साठएक वर्षं ती दडपशाहीची, जुलमाची काळी वर्षं, ते जुलमी राजवटीविरोधात उभे ठाकणे आणि अंती सत्याचा झालेला विजय यासारख्या ज्या ऐतिहासिक दंतकथांच्या आधाराने स्वातंत्र्याचे गोडवे गाणारे देश जगत होते, त्या प्रत्यक्ष इतिहासावरचाच विश्वास डळमळीत होत होता. कारण स्पष्ट होते. तो म्हणत होता तसे खरोखरच जर्मनी, जपान आणि अमेरिका हे देश जगातले आर्थिकदृष्ट्या प्रबळ देश होते. त्यांच्या तंत्रज्ञानाने, भौतिक सुखसाधनांनी सगळ्या जगात बाजी मारली होती. त्यांची यंत्रे, त्यांचे कॉम्प्युटर्स, त्यांची माणसे सगळेच बाकीच्या जगाच्या कित्येक मैल पुढे होते, प्रगत होते. राजा पुन्हा एकदा समजूतदारपणे माझ्याकडे पाहून हसला. मग सौम्य, मृदू स्वरात पुढे बोलू लागला.

''पराभूत झालेल्यांना त्यांचा पराभव झाला आहे, असं मुद्दाम सांगत बसण्याची गरज नाही. त्यांना ज्या काही स्वप्नांच्या राज्यात रममाण व्हायचं असेल

ते होऊ दे. प्रत्यक्ष दिसत असलं तरी त्यांचा खरं तर पराभव झाला आहे हे त्यांना मान्य करायचं नसलं तरी आपण जिंकलोच आहोत. आपण इतिहासातल्या अडगळीच्या ढिगाऱ्यातलेच एक नाही, अशी खुळी समजूत उराशी घेऊनच त्यांना जगायचं असलं तर तसंच राहू दे. आता आपल्याला जो दैवी सामर्थ्याचा महापुरुष घडवायचा आहे तो मात्र लवकरात लवकर घडवणे हेच सगळ्यात महत्त्वाचं आहे.''

मी त्याच्या बोलण्यात गुंतत चाललो होतो. ''हे सगळं त्या ज्ञानग्रंथामुळे घडतंय, म्हणजे त्या ग्रंथानं आधीपासूनच याचे संकेत दिले आहेत असं तुम्ही म्हणता?'' मी पुटपुटलो.

माझ्या प्रश्नासरशी राजाचे डोळे असीम आकांक्षेने चमकू लागले.

''होय आणि इथंच आहे तो ग्रंथ. तीच आपली वडिलोपार्जित संपत्ती आहे. तोच सगळ्या जगांना एका सूत्रात बांधतो. त्रिकाल आणि अवकाशातला तोच एक सेतू आहे. तोच आपणा सर्वांचं नियंत्रण करतो. त्याच्या इशाऱ्यानंच तुला इथपर्यंत आणलं आणि इतरही अनेक येतील. त्याच्याच संचालनानं आणखी एक महायुद्ध होईल. ग्यॉटरडेमरुंग देवांनी दिलेला संधिप्रकाश असं नाव दिलंय त्याला आणि आतापासूनच त्या महायुद्धाची बीजं पेरायला आम्ही सुरुवात केली आहे. या महायुद्धाद्वारे आम्ही यज्ञात लागणारे असंख्य नरबळी मिळवू आणि त्यामुळे आमचं उन्नयन होऊन आम्ही अधिक वरच्या स्तरावर जाऊ. तू इथला राजा असशील. सर्वसामान्य लोकांच्या दृष्टीने शांत, सुरक्षितपणे चाललेला आताचा जगरहाटीचा काळ आणि आमच्या नियोजनानुसार जसे जग असायला हवं आहे तो काळ यादरम्यानच्या, सर्वसामान्यांच्या दृष्टीनं विध्वंसाच्या असलेल्या काळातला तू राजा असशील आणि या नष्टकालातून तूच जगाला तारून नेशील. तूच सर्वहार असशील. तूच प्रत्यक्ष कली असशील. तू साक्षात मृत्यू असशील.''

त्या माणसासमोर मी असा उभा होतो. उन्हात त्याच्या अंगावरची ती सोन्याची आभूषबंधने चमचमत होती. त्यावरून परावर्तित होणाऱ्या प्रकाशानं डोळे दीपत होते. त्याने मला ग्लानी आल्यासारखे होत होते. काळोखाच्या खोल गर्तेत मी बुडत चाललो आहे असे वाटत होते. इथवरच्या सगळ्या श्रमांचा थकवा आता अंगात दाटू लागला होता. ती या ठिकाणाच्या शोधात घालवलेली वर्षं, ते मेटोक शुलेन, तो तांत्रिकाचा मृत्यू, ते पाचूसारखे चमकणारे खोरे, ती सुळावर लटकावल्यासारखी सडणारी मुंडकी आणि तो माणसाला अडकवायचा लाकडी पिंजरा सगळे अंगावर चाल करून येत होते, पण अजूनही त्या राजाचा खणखणीत उमटणारा स्वर माझ्या कानावर आदळतच होता.

''भूतकाळाच्या गर्भातून हा ज्ञानग्रंथ आपल्यापर्यंत आला आहे. अन्य जंगली

श्वापदांसारख्या अवस्थेत जगण्याच्या अवस्थेपासून या ग्रंथानंच मानवाला आताच्या प्रगत अवस्थेत पोहोचविलं आहे. आता आपले काम अंतिम टप्प्यात आहे. ते तसेच तडीस जाताना पाहायला मिळावं एवढीच माझी इच्छा आहे. ते पाहण्याचं भाग्य तुला प्राप्त होणार आहे. तुला आणि तुझ्या राणीलादेखील होणार आहे. तिला इकडं आणण्याची व्यवस्था आम्ही केलीच आहे.''

'काळी जादू', डोके दोन्ही हातांनी गच्च धरून मी बडबडलो, ''ही तर काळी विद्याच आहे.''

''नाही. ही विश्वाची आंतरिक हाक आहे आणि जे कुणी या ग्रंथातले संकेतसंदर्भ पाहतात ते त्याचे अंकित होतात. मग आपल्या हातून घडणाऱ्या सगळ्या गोष्टींना आणि आपल्या मनात येणाऱ्या विचारांनासुद्धा हे पुस्तकच सर्वस्वी जबाबदार असतं. या पुस्तकाचे आपणा सर्वांवर नियंत्रण असते.''

बोलता बोलता राजा थोडा थांबला. मला तर तो एखाद्या धर्मवेड्या माणसासारखा वाटत होता. आता माझ्या आयुष्याचे नियंत्रण माझ्याच हातात घेणे आवश्यक होते. तो जे काही सांगतो आहे ते चुकीचे आहे हे सिद्ध करायलाच हवे होते. जवळजवळ ओरडूनच मी विचारले, ''हा ज्ञानग्रंथ मुळात निर्माणच कुणी केला? माणसानंच ना? मग तो चुकीचादेखील असू शकतो, नाही का?''

''नाही. तो कुणी माणसानं लिहिलेला नाही. तो आपोआप अस्तित्वात आला. अवघ्या ब्रह्मांडाचा, विश्वाचा तो अंतर्ध्वनी आहे, स्वसंवादी शब्द आहे.''

आता मात्र मी हतबुद्ध, अवाक झालो होतो.

''म्हणजे तुला म्हणायचंय तरी काय?''

''शेकडो, हजारो वर्षांपूर्वी तो ग्रंथ प्रथम दृष्टीस पडला तेव्हा तो कासवाच्या पाठीवर कोरलेल्या स्वरूपात होता. ऋषीमुनींनी त्यात सांगितलेलं शहाणपण ओळखलं. म्हणून त्यांनी ते भूर्जपत्रावर लिहून ठेवलं. मग त्या ज्ञानाचं सामर्थ्य वाढू लागलं. त्यानं स्वत:च काही योजना बनवायला सुरुवात केली. ज्यांनी त्या योजनांबरहुकूम काम केलं ते समृद्ध झाले. मग या ज्ञानग्रंथाच्या प्रतीमागून प्रती काढल्या गेल्या. तसतशी त्याची शक्ती आणखीच वाढत गेली.''

त्याचे हे शब्द ऐकता ऐकतानाच एखाद्या दु:स्वप्नामधून जागा होत असल्यासारखे मला वाटले. कोणीतरी महान व्यक्ती वाटणारा तो राजा अचानक लहान होत होत अगदी सामान्य माणसाएवढा झाला. कासवाच्या पाठीवर? प्राचीन ऋषीमुनी? स्वत:च आपली शक्ती वाढवणारे आणि सजीवाप्रमाणे योजना आखणारे एक पुस्तक? कासवाच्या पाठीवर लिहिलेले आणि आपल्या आपणच सामर्थ्य वाढवणारे पुस्तक? निव्वळ मूर्खपणा होता हा. एक क्षणभरदेखील त्याची ही बाष्कळ बडबड मला ऐकावी लागणार नव्हती एवढेच त्यातल्या त्यात बरे होते.

तिथून तत्काळ पळून जाणे मात्र आवश्यक होते. हा वेडा राजा इथून सुटू शकणार नाही हे स्पष्टच होते. त्याच्या हातातील ती सोन्याची कडी त्याची खात्री द्यायला पुरेशी होती. शिवाय त्याचे डोके तर पूर्ण कामातून गेलेलेच होते आणि सोन्याच्या असल्या तरी माझी त्या हातकड्या आणि बेड्यांमध्ये अडकून घेण्याची मुळीच इच्छा नव्हती. त्याची मूर्ख बडबड डोक्यातून काढून टाकून माझ्या सुटकेच्या उपायावर लक्ष केंद्रित करणे गरजेचे होते.

गर्रकन वळत मी धाडधाड पायऱ्या उतरून खाली आलो. राजाचे बोलणे अजूनही मला ऐकू येतच होते. तांत्रिक थुप्टन जिन्पाच्या पोटलीत उरलेले थोडेसे वाटण मेटोक शुलेनपासून माझ्याकडेच राहिलेले होते. यापूर्वी ते खाल्ले तेव्हाचा अनुभव काही फारसा चांगला नव्हता, पण आतातरी तेवढेच माझ्याकडे होते. त्यामुळे त्यावरच भरवसा ठेवून मला निभावून न्यावे लागणार होते. तेवढ्याशाच शिदोरीवर मी वाटेतले डोंगर पार करून जवळच्याच कुठल्यातरी खुष्कीच्या व्यापारी मार्गावर किंवा बाजारपेठेत पोहोचेन एवढीच आशा होती. तसे झालेच नाही, तरी मी कुठेतरी पर्वताच्या कुशीत, माझ्या स्वतःच्या मर्जीने, मुक्त वातावरणात मरेन. कुणीतरी जबरदस्तीने ढकललेल्या चितेवर नाही. एवढेदेखील मला पुरेसे होते आणि जाण्यापूर्वी, जर शक्य झालेच तर ते पुस्तक, तो ज्ञानग्रंथ मला पळवायचा होता.

गोऱ्या माणसाच्या सारे काही सजीव, समूर्त करणाऱ्या वर्णनामुळे भारावून जात स्वतःदेखील मनाने शांग्री-लामध्ये पोहोचलेले उपमठाधिपती आपण जे काही ऐकतो आहोत ते किती अद्भुत आहे अशा विचारात होते. अफूने त्या माणसाला एका तरल अवस्थेत नेले होते. तो फार उत्तम वक्ता होता. अद्भुत, गूढ कथेचे वेगवेगळे धागे अलगद एकमेकांत गुंफत ऐकणाऱ्यांना त्यात गुरफटून टाकत आपल्या ओघवत्या कथनाबरोबर खेचत नेणारा अभिजात कथाकथनकार होता हे खरेच होते. पण तो गोरा माणूस आणि ते स्वतः यांच्या पलीकडे असलेला तो गुहांचा गूढ काळोखा गर्भ आणि त्याहीपलीकडचा अज्ञात प्रदेश त्यांना खुणावत होता. त्या परकीय, गोऱ्या माणसाच्या सुटकेच्या महाकथेचा इथे या प्राचीन गुहेत अंत होणार होता. पूर्वीप्रमाणेच आतादेखील त्याचा विश्वासघात होणार होता. उपमठाधिपतींच्या अंगावर या विचारानेच सरसरून काटा उठला. मग विमनस्कपणे त्यांनी आपली नजर त्या मृत्युशय्येवर पडलेल्या माणसावरून उचलून वर आढ्याकडे असलेल्या प्राचीन चित्रांकडे लावली.

एकोणपन्नास

जेन काही काळ वाटाड्यासारखा पुढे पुढे चालत होता. त्याच्या पाठोपाठ ते दोघेदेखील चालत होते, वरवर जात होते. कधीकधी तर चढण जास्तच कठीण असल्याने त्यांना जनावरासारखे रांगत रांगत चढावे लागत होते. एका ठिकाणी त्यांची वाट एका ओढ्यातूनच जात होती. त्यामुळे त्यांना शेवाळाने माखलेल्या दगडाधोंड्यातून धडपडतच वाट काढावी लागली. जेन धडाक्याने पुढे जातच होता, त्याच्या काटकपणाला सीमाच नव्हती. तो इतक्या भराभर चालत होता, की जॅकसारख्या कसलेल्या गिर्यारोहकाचीदेखील दमछाक होत होती आणि नॅन्सीला तर आपली फुप्फुसे आता फुग्यासारखी फुटणार, असेच वाटायला लागले होते.

ते चालता चालता अचानक थांबले. बोटाने कपाळावरचा घाम आणि माती निपटून काढून नॅन्सीने पाहिले तेव्हा दोन्ही हात कमरेवर ठेवून उभा असलेला जॅक आणि अरुंद वाटेच्या किनाऱ्यावरील खडबडीत भागात येरझाऱ्या घालत असलेला जेन दिसला आणि मग खरी अडचण काय आहे ते तिच्या दृष्टिपथात आले. ते अशा जागी पोहोचले होते, की पुढच्याच पावलावर कित्येक हजार वर्षांदरम्यानच्या काळात झालेल्या भूस्तरीय उलथापालथीतून तयार झालेले एक भलेमोठे खिंडार, अगदी ते उभे होते त्याला काटकोनात छेद देत खाली खोल गेलेले मोठ्या चरासारखे भगदाड होते. ते आणखी खोल असलेल्या कुठल्या तरी दरीत अदृश्य झालेले दिसत होते. भगदाड साधारण दहा फूट रुंद होते आणि ते उभे होते तिथे जवळच एक दोर पडलेला होता. एका झाडाला घट्ट बांधलेल्या त्या दोराचे दुसरे टोक भगदाडात गडप झाल्यासारखे वाटत होते. इतक्यात नॅन्सीला भगदाडाच्या पलीकडच्या बाजूला एका झाडाला बांधलेले दोराचे दुसरे टोक दिसले. पण इकडच्या दोराचा आणि तिकडच्या झाडाला

बांधलेल्या दोराचा नीट मागोवा घेतल्यावर तिच्या लक्षात आले की, दोर मधेच कुणीतरी कापला आहे. त्या भिक्षूंनीच तो कापला असावा. आता पलीकडे जाताच येणार नव्हते.

तिने जेनकडे पाहिले. इतक्या वेळात पहिल्यांदाच त्याचा शांतपणा ढळला असून, तो वैतागलेला दिसत होता. त्याला जेव्हा त्यांनी त्या जाळ्यातून सोडवले, तेव्हादेखील तो आपला अलिप्तपणा, आब राखून वागत होता, पण आता मात्र तो भडकलेला दिसत होता.

अजूनही धापा टाकत असलेला जॅक म्हणाला, "पाहायला तर आपण सहज उडी मारून पलीकडे जाऊ शकू इतकं लहान आहे असं वाटतंय."

नॅन्सी भगदाडाच्या काठाशी येऊन उभी राहिली. भगदाडात खाली डोकावून पाहणे शक्य नव्हते. काळे ताशीव खडक थेट खालपर्यंत गेलेले दिसत होते. तुरळक कुठंतरी खबदाडीत उगवलेली खुरटी झुडपे दिसत होती. जॅकला काहीही वाटले तरी तिला उडी मारून ते पार करता येणे शक्यच नव्हते. जोरजोरात डोके हलवत आणि चिनी भाषेत काहीतरी पुटपुटत जेन वाकून वाकून त्या भगदाडाकडे एकदा डावीकडे, एकदा उजवीकडे मान वळवून पाहत होता. कुठल्याच बाजूला भगदाड अरुंद असेलसे दिसत नव्हते. आसपासचे जंगलदेखील दाट होते, भगदाडाला बगल देऊन जायचे तर कित्येक तास लागले असते.

काही बोलण्याऐवजी जेनने खांद्यावरची नॅन्सीची सॅक खाली टाकली, त्यातून नॅन्सीची कुकरी काढली. मग पटकन तो जंगलात शिरला. गोंधळून जॅक आणि नॅन्सी नुसतेच एकमेकांकडे बघत उभे राहिले. तेवढ्यात त्यांना कशावर तरी घाव घातल्याचा आवाज आला. जेन बहुधा एखादे झाडच तोडायच्या प्रयत्नात असावा.

जेन गेला त्या दिशेने पाहताना साधारणपणे दहा यार्ड लांबीच्या एका झाडाच्या बुंध्यावर सपासप घाव घालत असलेला जेन तिला दिसला. ते झाड तसे बारीकच, अगदी माणसाच्या मानेएवढ्या जाडीचे होते. झाड फारसे भक्कम असेल असे तिला वाटले नाही. एवढ्यात जेनने त्यांना हाक मारली.

"इकडं या, मी बुंध्यावर घाव घालतोय तोपर्यंत तुम्ही फांद्या तोडा. म्हणजे मग आपण ते खेचून त्या भगदाडावर नेऊन टाकू शकू."

ते दोघे घाईघाईने गेले. जॅकने खालच्या बाजूच्या फांद्या छाटायला सुरुवात केली आणि तुटण्याच्या बेतात येताच खेचून तोडत नॅन्सी त्या फांद्या उतारावर टाकून देऊ लागली. काही वेळानंतर झाडाचा बुंधा जेनने जवळपास तोडला होता. तरीदेखील ते झाड अजूनही ताठ उभे होते, कारण त्याच्या वरच्या

बाजूच्या फांद्या आजूबाजूच्या झाडांच्या फांद्यात गुंतल्या होत्या. एक दीर्घ सुस्कारा सोडून नव्या जोमाने जेन वरच्या फांद्यांवर घाव घालू लागला. बुंधा एका हाताने पकडून धरत, वर वर सरकत एकेक फांदी तोडू लागला. दुसरीकडे जॅकने एका अगदी वरच्या बाजूला असलेल्या फांदीचे टोक धरले आणि खाली खेचले. नीट पकडण्याएवढी फांदी हातात आल्यावर मनातला सगळा राग त्या फांदीवर काढत एक जोरदार झटका देऊन झाड खाली पाडले. जेन उरलेल्या फांद्या घाईघाईने तासून टाकू लागला. पुढच्या काही मिनिटांतच ते तिघे ते झाड भगदाडाकडे ओढून नेत होते. तिघे असले तरी इतक्या झटपट ते झाड तोडू शकले याचे नॅन्सीला आश्चर्यच वाटत होते. झालेल्या श्रमांनी ते घामाने भिजले होते, पण त्या दोघांनी भगदाडापलीकडे जितक्या लवकर जाता येईल तितक्या लवकर जायचा चंगच बांधलेला दिसत होता.

जमीन फाटून चर पडावा तशा दिसणाऱ्या त्या भगदाडापर्यंत खेचत नेल्यावर त्यांनी ते झाड त्याच्यावर आडवे टाकले. मग मागेपुढे न बघता जेनने आपल्या दोन्ही हातांनी झाड घट्ट धरले आणि खाईवर आडव्या टाकलेल्या झाडाला लटकू लागला. त्याच्या झाडाला घट्ट पकडलेल्या हातांव्यतिरिक्त त्याचे बाकीचे शरीर खालच्या खाईत नाहीसे झाल्यासारखे वाटत होते. पण पुढच्याच क्षणी जंगलातल्या माकडाने एका फांदीवरून दुसऱ्या फांदीवर हाताने लटकत लटकत जावे तसा तो पुढे पुढे जाताना नॅन्सीला दिसला. त्याच्याकडे पाहताना ते खूपच सोपे वाटत होते, पण लगेचच आपल्यालाही तेच करावे लागणार आहे या विचारानेदेखील तिला भीती वाटू लागली. दुसऱ्या बाजूला पोहोचल्यावर जेन झाडाखालून वर जमिनीवर आला. मग जॅकच्या बॅगेतून काढलेला दोर तुटलेल्या दोराला जोडून पुन्हा झाडाला बांधून टाकला आणि तुटलेला पूल पुन्हा तयार केला. त्यामुळे आता उभं राहायला त्यांच्याकडे तो खाईवर आडवा टाकलेला झाडाचा ओंडका होता आणि साधारण खांद्याएवढ्या उंचीवर बांधलेला दोर तोल सावरत पलीकडे जाण्यासाठी धरायला होता.

"आधी तू पुढे हो," घोगऱ्या आवाजात जॅक म्हणाला.

आता घाबरत बसायलाही वेळ नव्हता. घाबरण्याचे लाड वगैरे सगळं नंतर, नॅन्सीने विचार केला. खाली खाईकडे जराही न बघता दोराला धरून ती पलीकडे जाऊ लागली. मागोमाग येणाऱ्या जॅकचा आवाज तिला येत होताच. त्यांच्या वजनाने आणि हालचालीने दोर हलत होता आणि ओंडक्याचा कर्रकर्र आवाज येत होता. एकदाची पलीकडे पोहोचल्यावर हायसे वाटून तिने खोलवर श्वास घ्यायला सुरुवात केली, पण अजूनही भीतीने ती थरथरत होती. कोणीच काही बोलले नाही. काही क्षणांतच ते पुन्हा पुढच्या वाटेने चालायला लागले.

रात्र व्हायला लागली होती. अंधूक होत चाललेल्या प्रकाशात ते डोंगर चढत होते. पुन्हा एकदा त्यांनी झाडांच्या रांगा मागे टाकल्या आणि वाटेतील खुरटी झुडपेसुद्धा कमी कमी होऊ लागली. भिक्षूंच्या जथ्याला दरीत ज्या ठिकाणी पहिल्यांदा पाहिले होते त्याच्या अगदी जवळ आपण बहुधा पोहोचलो असू असे नॅन्सीला वाटायला लागले. दाट झाडीतून आणि झुडपांतून वर डोंगरमाथ्यावर आल्यावर प्रथमच खाली पसरलेल्या संपूर्ण खोऱ्याचे हिरवेगार गालिच्यासारखे दर्शन होत होते. मधेच कुठेतरी मैल-दोन मैलाच्या अंतरावर चमकणारे दिवे दिसत होते.

खाली दरीकडे बोट दाखवत जेन म्हणाला, "शोध पथकं!"

ही पायपीट, दऱ्याखोऱ्यात वणवण भटकण्याचे श्रम, हे सगळं सोसायची आपली ताकद आता संपत आली आहे. रात्रीचा अंधार त्या तिघांना गुरफटून घेत असताना नॅन्सी अगदी तटस्थपणे स्वत:शीच विचार करत होती. वास्तविक ती आता शेवटच्या टप्प्यात पोहोचली होती. म्हणजे निदान काही ना काही तरी ठामपणे कळेल अशा टप्प्यावर तरी पोहोचलीच होती. अन्तोन हरझोगला खरोखरच जर गाठता आले, तर नक्की काय समोर वाढून ठेवलेले असेल याची तिला कल्पनाच करता येत नव्हती. दिल्लीत असेपर्यंत हा हरझोग कसा आहे, त्याची आपल्याला फारच चांगली माहिती आहे असे तिला वाटत होते. सभ्य, उत्साही, थोडासा एककल्ली, पण त्यांच्या व्यवसायाच्या दृष्टीने पाहिले तर त्याच्या वागण्याचे स्पष्टीकरण देता येईल एवढ्या प्रमाणातच विक्षिप्त असा काहीसा तो वाटत असे. अर्थात जगात असे नमुनेही काही कमी नव्हते. पण इथे पोहोचेपर्यंत या पहिल्या चित्रात अनेक चित्रविचित्र रंग भरले गेले होते. त्याच्या व्यक्तिमत्त्वाचे नवेच पैलू साकार होत होते. कसल्या कसल्या विचारांनी झपाटून तो कुठे भटकत होता ते सगळे आठवताना तो खरोखरीच कसा असावा याबद्दल आता पुरता गोंधळ झालेला होता. इतकी वेगवेगळी कौशल्ये आणि इतके विविध पैलू असलेले व्यक्तिमत्त्व, कुठल्याही एका प्रकारात मोडत नाही असे, अमर्याद! सर्वसामान्यांच्या आकलनशक्तीच्या पलीकडे असलेले व्यक्तिमत्त्व तिने उभ्या आयुष्यात यापूर्वी कधीच पाहिले नव्हते.

आणि दिल्लीच्या बाजारातल्या गजबजलेल्या रस्त्यांपासून या दगडाधोंड्यांनी, खाचाखळग्यांनी भरलेल्या आणि सरतेशेवटी दगडफुलांनी आणि शेवाळ्यानेदेखील साथ सोडलेल्या बोडक्या डोंगरमाथ्यावरच्या आणि दुसऱ्या बाजूला खोल खाई असलेल्या वाटेवरच्या प्रवासानंतरदेखील तिला तिच्या नशिबाने साथ देणे दूरच राहिले होते.

तिने पुढे पाहिले. जेन झपाझप पुढे चाललाच आहे असे तिला दिसले.

एवढं कशाने भारावून जात ते अशी पायपीट करत होते. कशाची आंतरिक तळमळ होती की, कुठल्या तरी गूढ शक्तीच्या चालनेने हे सगळे ते करत होते. रात्रीच्या या अस्वस्थ शांततेत तर असे काही नव्हते ना, की पर्वतांमध्ये वास करणारी कुठलीतरी चिरंतन, त्यांच्या बुद्धीपलीकडे असलेली शक्ती त्यांच्याकडून हे करवून घेत होती?

एका खडकांच्या उतरंडीपाशी जेन पोहोचला आहे असे तिला दिसले. अचानक तो खाली वाकला आणि जितक्या झटकन वाकला तितक्याच वेगाने दिसेनासा झाला.

"त्याला सापडलेली दिसते ती जागा," जेन गेला त्या दिशेने धावता धावता जॅक ओरडला.

पाठोपाठ नॅन्सीदेखील धडधडत्या अंत:करणाने तिथं पोहोचली.

पन्नास

नॅन्सीला अंधारातून एक आवाज ऐकू आला. एक चिरकलेला हताश आवाज, तो आवाज कर्नल जेनचा आहे असे वाटतच नव्हते.

"ते इथून गेले आहेत. आपल्याला उशीर झालाय इथं पोहोचायला."

त्याचे शब्द गुहेत प्रतिध्वनित होत राहिले. नॅन्सी काहीही बोलण्याच्या मन:स्थितीत नव्हती. धक्क्यातून अजून ती सावरली नव्हती, पण बाजूला उभ्या असलेल्या जॅकचा नैराश्यपूर्ण सुस्कारा तिला ऐकू आला.

"त्यांनी काहीच खूण मागं ठेवली नाहीये का?" जॅक म्हणत होता.

त्यांच्या मागोमाग धावतच आल्यामुळे धाप लागलेल्या नॅन्सीने गुहेच्या ओलसर भिंतीवर हात टेकला. आपल्याला आता बहुतेक उलटी होणार, असे वाटल्याने ती पुढे वाकली.

"अरेच्चा, हे इकडं काय आहे बघा!" जेनच्या आवाजात बदल झाला होता.

गुहेच्या दाराजवळच असलेल्या कसल्यातरी गोष्टीकडे एकटक पाहत असलेल्या जेनकडे नॅन्सीने वळून पाहिले. पटकन खाली बसत त्याने आपल्या जवळचा सिगारेट लायटर पेटवला. लायटरच्या फडफडणाऱ्या ज्योतीमुळे गुहेच्या भिंतीवर सावल्या नाचू लागल्या आणि त्या नाचऱ्या सावल्या आणि फडफडत्या प्रकाशाच्या खेळातच नॅन्सीला ते दिसले. जमिनीवर काहीतरी ठेवलेले होते तिथे. हलणाऱ्या ज्योतीचा पुन्हा जेव्हा प्रकाश तिथे पडला, तेव्हा तिला दिसले की ते काहीतरी नव्हते, तर कुणीतरी होते .

"हरझोग आहे का तो?" तिचा श्वास रोखला गेला. पुढच्याच क्षणी ती जेनजवळ पोहोचली. "जिवंत आहे की मेला आहे?"

अजूनही धुमसत असलेल्या शेकोटीजवळच त्या व्यक्तीला ठेवलेले होते.

अंधारात आधी तर तो त्यांना दिसलाच नव्हता. त्याचे शरीर एका प्लॅस्टिकच्या कापडाखाली झाकलेले होते. डोके एका बाजूला कलंडलेले होते. जिवंतपणाचे कोणतेच लक्षण दिसत नव्हते. जेनने लायटरची ज्योत त्या माणसाच्या तोंडाजवळ धरली. आता जॅकदेखील त्या मानवी आकृतीच्या बाजूला गुडघे टेकून बसला आणि त्याच्या चेहऱ्याचा अदमास घेऊ लागला, काही ओळख पटतेय का ते पाहू लागला.

"बाप रे!" तो उद्गारला, "अन्तोनच आहे हा! त्याला भरपूर ताप येऊन गेला असणार. ओळखताही येत नाही त्याला इतका अशक्त दिसतोय तो."

त्या माणसाची गालफडे पार खोलगट झाली होती. निव्वळ कवटीच असावी आणि त्यावर कातडे ताणून बसवलेले असावे आणि केसही कवटीवर जेमतेम चिकटवून ठेवलेले असावे तसे दिसत होते. त्याचा चेहरा इतका पांढराफटक दिसत होता की, त्या कातडीखालून कधी रक्त खेळले तरी असेल की नाही अशी शंका येत होती. जेनने नाडी लागतेय का ते पाहण्यासाठी त्या माणसाच्या गळ्याजवळ अलगद दोन बोटे टेकली.

अचानक एखाद्या सापाने डोळे उघडावे तसे बोटांचा स्पर्श झाल्याबरोबर त्या माणसाचे डोळे उघडले.

"बाप रे!" धक्का बसलेला जॅक उडी मारतच मागे सरकला.

"झटपट पाणी घे" नॅन्सी म्हणाली, "आणि पाज त्याला."

जॅक सॅकमध्ये पाण्याची बाटली शोधायला लागला.

"नुसतं पाणी देऊन काही उपयोग नाही. त्याला औषधपाण्याचीही गरज आहे."

त्याने एक गोळ्यांची बाटली काढली. जेनने साशंक नजरेने त्याकडे पाहिले.

"आपण त्याला ते गिळायला लावू शकू, असं वाटत नाही मला."

आता हरझोग काहीतरी आवाज करत होता. तेवढ्या कष्टानेदेखील त्याचे डोळे खोबणीतून बाहेर येताहेत असे वाटत होते.

"चि... चि..."

मृत्यूपूर्वीची घरघर असावी असे सुरुवातीला वाटले, पण थोडे कान देऊन ऐकल्यावर तो काहीतरी बोलण्याचा प्रयत्न करतो आहे असे लक्षात आले. जेनने तो काय सांगायचा प्रयत्न करतोय ते फक्त तुम्हालाच कळण्याची शक्यता आहे, तेव्हा तुम्हीच कृपा करून त्याचे बोलणे ऐकण्याचा, समजण्याचा प्रयत्न करा, अशा आर्जवी नजरेने त्या दोघांकडे पाहिले.

"काय म्हणतो आहे तो? काय हवंय त्याला?"

''काही समजत नाही.'' जॅक म्हणाला.

''चिली...'' हरझोगच्या तोंडातून शीळ घातल्यासारखा आवाज येत होता. ''चिली...'' त्याने पुन्हा बोलण्याचा प्रयत्न केला.

''चिलीम! ती बघ तिथं पडलीय. त्याला चिलीम हवीय.''

मरणासन्न अवस्थेतल्या त्या माणसाच्या जवळच हातभर अंतरावर एक अफूची काळी चिलीम पडलेली होती.

''जेन काहीतरी कर. ती चिलीम पेटव. त्याला भरपूर वेदना होत असणार, म्हणून चिलीम मागतोय तो.''

जॅकच्या हातात लायटर देऊन जेनने ती चिलीम उचलली. ''रिकामी आहे ही. कुठंतरी थोडीतरी अफू असली तर बरं होईल.''

कवटीच असावी तशा दिसणाऱ्या त्या माणसाच्या चेहऱ्याकडे नॅन्सी अविश्वासाने पाहत होती. त्याचे शुष्क ओठ परत हलले. जीभ हलताना दिसली. जॅकने बॅगेतील पाण्याची बाटली तिच्याकडे दिली. झाकण उघडून अलगदपणे त्याच्या ओठाशी धरून तिने काळजीपूर्वक काही थेंब त्याच्या तोंडात ओतले. त्या माणसाने अगदी सावकाश डोळे तिच्याकडे वळवले आणि एकच शब्द उच्चारला.

''पट्टा.''

जेनने प्लॅस्टिकचे निळे कापड बाजूला केले, तेव्हा त्याखाली झाकलेले पार चिंध्या झालेल्या घाणेरड्या कपड्यात गुंडाळलेले अस्थिपंजर शरीर, कुजलेला कुबट वास येणारे उघडे पाय, त्यावर पडलेल्या भेगा, सगळे एकदम दिसू लागले. पार खपाटीला गेलेल्या कमरेभोवती गुंडाळलेला पट्टा दिसला. जेनने घाईघाईत त्याची चेन उघडली आणि कप्प्यात त्याला एक अफूचा गोळा मिळाला.

तो गोळा सुरीच्या टोकावर टोचून ठेवून जेनने तो ज्योतीवर गरम केला. त्यातून थोडा धूर येऊ लागताच त्याने झटपट तो गोळा चिलमीत भरला. मग त्या चिलमीचा निमुळता भाग हरझोगच्या ओठांमध्ये खुपसून धरून ठेवला.

''घे, श्वास घे,'' तो म्हणाला.

हरझोगने श्वास भरून घेतला की, तो निखारा प्रज्वलित होत होता. चिलमीच्या तोंडावर थोड्या थोड्या वेळाने प्रज्वलित होणाऱ्या निखाऱ्याकडे ते थोडा वेळ खुळावल्यासारखे पाहत राहिले. ''घे, भरपूर घे श्वास.'' जेन म्हणाला.

पुन:पुन्हा चिलमीतला निखारा धगधगताना आणि मंद होताना दिसत होता. मग अगदी सावकाश एक अस्थिपंजर हात चिंध्या झालेल्या कपड्यातून वर आला आणि त्या हाताने चिलीम पकडली. जेनने चिलीम त्या हाताच्या ताब्यात दिली आणि मागे होत सैलावून बसत त्या हाडाच्या सापळ्याकडे पाहत बसला.

दोन मिनिटांनी त्या हाडकुळ्या हाताने ती चिलीम सोडली आणि खाली मातीत पडू दिली. कोणाची काहीही बोलण्याची हिंमत झाली नाही. अनिश्चिततेच्या, संदिग्ध भावनेने कोणीतरी बोलेल, याची ते वाट पाहत राहिले. मग हरझोगने त्यांच्याकडे मान वळवली.

"धन्यवाद!"

थोडा खोकला आल्याने तो थांबला, मग हात ओठापाशी नेत खूण करून म्हणाला, "मला अजून थोडं पाणी देता का?"

नॅन्सीने पुन्हा पाण्याची बाटली काळजीपूर्वक त्याच्या ओठावर टेकवली. या वेळी तो चांगले चार-पाच घोट पाणी प्यायला.

"पुन्हा एकदा धन्यवाद!"

नॅन्सीच्या आठवणीतल्या त्याच्या आवाजाच्या जवळपासही आताचा त्याचा आवाज येत नव्हता, इतका तो आजारपणामुळे बारीक झाला होता. त्याचे बोलणे ऐकायला कष्ट पडत होते. कधीकाळी तो एक जोरदार भाषण करू शकणारा फर्डा वक्ता होता याची आठवणदेखील येणे आता दुरापास्त वाटत होते. पण शब्दांत सांगता येत नसले तरी काय आहे ते तिला सांगता येत नव्हते. तरीही त्याच्या तिच्याकडे पाहणाऱ्या नजरेत पूर्वीच्या कसल्यातरी गोष्टीची खूण पटवणारे असे काहीतरी होते. त्याच्या एकटक नजरेने अस्वस्थ होत तिने नजर खाली झुकवली. काय बोलायचे ते कळत नसल्याने कोणीच काही बोलले नाही. मग तो हाडाचा सापळाच बोलू लागला.

"कुणीतरी मला मदत करा. उशीसारखं काहीतरी माझ्या डोक्याखाली ठेवा. म्हणजे डोकं जरा वर उचललं गेलं की, मला नीट श्वास घेता येईल. बोलता येईल..."

बोलता बोलता त्याचा आवाज क्षीण होत गेला. आपल्या बॅगेचीच उशी करून जॅकने सावकाश त्या माणसाचे डोके उचलून त्याखाली ठेवली. तेवढ्या हालचालीच्या त्रासानेदेखील तो माणूस कण्हला आणि डोके उशीवर टेकल्यावर त्याने सुटल्यासारखा निःश्वासही टाकला. त्याचे डोळे पुन्हा उघडले आणि एका चेहऱ्यावरून दुसऱ्या चेहऱ्याकडे फिरत फिरत नॅन्सीकडे येऊन स्थिर झाले. या वेळी मात्र त्याच्या नजरेला नजर देऊन त्याचे खोल आवाजातले बोलणे लक्षपूर्वक ऐकण्यासाठी ती पुढे झाली.

"शेवटी तू इथं पोहोचलीसच, याचा मला आनंद होतोय, नॅन्सी केली." एवढे बोलून त्याने डोळे मिटले. थोड्या वेळाने पुन्हा उघडले. आता त्याच्या ओठांवर स्मितहास्याची लकेर दिसत होती.

"प्रत्येक जादूगाराला जादूसाठी काहीतरी माध्यमाची गरज असते आणि

प्रत्येक राजाला एका राणीची गरज असते. तुला इथं आमंत्रित करण्यात आलं होतं आणि आता तू आली आहेस.''

''तो चक्क बरळतोय,'' जॅक म्हणाला. ''ताप मेंदूपर्यंत पोहोचला असणार त्याच्या.''

''थांब,'' हात वर करत नॅन्सी म्हणाली. ''हरझोग, तू पिमाकोला कशासाठी आलास ते आम्हाला माहीत आहे. तू काय शोधत होतास तेही आम्हाला माहीत आहे. फेलिक्स कोएनिग तुझे वडील होते. सगळ्या नाझींना आर्य संस्कृतीच्या श्रेष्ठत्वाचं जे स्वप्न पडलेलं होतं त्या स्वप्नाच्या शोधात तू इथं आलास हेसुद्धा माहीत आहे. मी मायाशी बोलले आहे. मी...''

पण बोलता बोलता ती थांबली. तिला जे काही बोलावेसे वाटत होते ते सगळे चुकीचे आहे असे वाटू लागले होते. गुहेतल्या काळोखातूनही हरझोगच्या व्यक्तिमत्त्वाचा प्रभाव सगळीकडे संक्रमित होत होता. त्याच्या प्रभावाचे क्षितिज त्या गुहेलाच नव्हे, तर त्याहीपलीकडच्या संपूर्ण डोंगर-दऱ्याखोऱ्यांना आपल्या कवेत घेत आहे असे तिला वाटू लागले. त्याच्यासमोर आपण किती क्षुद्र आहोत असे तिला वाटले. आता अखेर तो तिला सापडला होता, पण काय आणि कशी सुरुवात करायची ते तिला कळत नव्हतं.

जॅकने घाईघाईने विचारलं, ''हरझोग, काय झालं नक्की? तिबेटमध्ये तू काय करत होतास आणि त्या तांत्रिकाचं काय झालं? आणि ते भिक्षू कुठं आहेत?''

बराच वेळ शांततेत गेल्यावर हाडाचा सापळा पुन्हा बोलला.

''मला सापडलं ते आणि आता मला सत्य काय आहे ते माहीत आहे.''

त्याच्या बोलण्याचा अर्थच न कळल्याने जॅक आणि नॅन्सी गोंधळून पाहत राहिले. तो माणूस खरंच तापात बरळत असेल तर सावध होऊन आपण काय विचारतोय ते त्याने नीट ऐकावे म्हणून नॅन्सी पुढे वाकून सावकाशपणे एकेक शब्द स्पष्ट बोलत म्हणाली, ''तुला ते तंत्रविद्येचे साधन मिळाले? तो ज्ञानग्रंथ मिळाला?''

वेदना असह्य झाल्याने हरझोग कण्हला आणि त्याने क्षणभर डोळे मिटले. मग म्हणाला, ''तुझ्या आकलनशक्तीच्या पलीकडे असलेल्या महाशक्ती तुला प्रवृत्त करत आहेत, मुली. तू माझा पाठलाग करत इथपर्यंत आली आहेस, पण का आली आहेस ते खरोखरच तुला कळलेलं नाही, खरं ना?''

आणि हे नॅन्सीला मनोमन पटले. या सगळ्याच शोधकामात ती अनिश्चिततेच्या सावटाखालीच वावरत होती. तिला तिबेटपर्यंत कोणत्या गोष्टीच्या ओढीने खेचून आणले होते, का ती हे सगळे करत होती, मुळात फारशी ओळखही

नसलेल्या माणसाचा निकराने शोध घेण्याचा निश्चय तरी तिने का केला होता, ते तिला पूर्णपणे कधीच कळले नव्हते. हा प्रश्न तिने स्वत:लाच वारंवार विचारला होता, पण प्रत्येक वेळी ती अधिकच गोंधळात पडली होती. मग तो प्रश्न तिने बाजूला ठेवायचा प्रयत्न केला होता, तर वारंवार तो प्रश्न नव्या नव्या प्रसंगांतून उभा राहत होता. कोणीतरी, काहीतरी तिला या कामाकडे खेचत होते, आज्ञाच करत होते. अगदी सुरुवातीपासूनच तिची प्रत्येक कृती, प्रत्येक निर्णय फक्त तिचा स्वत:चा, एकटीचा असा झालेला नव्हता; तर तिला न समजलेल्या, न जाणवलेल्या अशा कुठल्यातरी शक्तीच्या निर्देशनाद्वारे होत होते याची तिला आता प्रकर्षाने जाणीव होत होती.

"मी तुझा शोध घेत आले," ती पुटपटली. "तुझं काय झालं ते पाहायला मी इथपर्यंत आले."

"तर आता तुला मी सापडलो आहे. पण आता खूप उशीर झाला आहे."

जॅकने मधेच प्रश्न केला, "हरझोग, तंत्रसाधन म्हणजे काय? तो ज्ञानग्रंथ कुठं आहे? काय सांगितलं आहे त्या ग्रंथात?"

"जॅक ॲडम्स, तू खूप चांगला माणूस आहेस; पण तू फारच साधा, सामान्य माणूस आहेस. तुला ते कधीच समजणार नाही."

"इतकं कुत्सितपणे, उद्धटपणे बोलण्याची काही गरज नाही, हरझोग," हरझोगच्या अपमानकारक बोलण्याने धक्का बसलेला जॅक म्हणाला. "खरं तर तुलाच काही कळत नाही. तुला तिबेटी अंधश्रद्धा आणि नाझी तंत्रमंत्र, जादूटोणा असली कशाकशाची नशा चढली आहे आणि तूच पहा ना त्या नशेनं तुला कशा अवस्थेत आणून टाकलं आहे ते!"

"मूर्ख आहेस रे तू! तू तर तुझ्या या जगाबद्दल कुणी कुणी सांगितलेल्या तद्दन खोट्या गोष्टीच खऱ्या मानणारा खरोखरच एक मूर्ख अमेरिकन मुलगाच राहिलायस. निखळ सत्य काय आहे, ते तुझ्यासारख्या भौतिकतावादी माणसाला कळणारच नाही कधी."

"तू माझा धडधडीत अपमान करतोयस, हरझोग!"

नॅन्सीने त्यांचे भांडण थांबवण्याचा प्रयत्न केला.

"जॅक, कृपा करून त्याला बोलू दे. त्याला जे काही सांगायचं आहे ते सांगू दे." बोलता बोलता तिने त्या मृतवत दिसणाऱ्या माणसाकडे पाहिले.

हरझोग खोकला. मग त्याच्या चेहऱ्यावरच्या रेषा हलल्या आणि एका ठरावीक कोनात स्थिर झाल्या. बहुधा तो स्मित करत असावा. पण मांसल भाग कुठेच शिल्लक नसलेल्या कवटीवर ताणून बसवलेल्या कातड्यावर हलून स्थिर झालेल्या रेषांमधून उमटलेले ते स्मित म्हणजे साक्षात मृत्यूनेच दात विचकून

पाहिल्यासारखे वाटत होते. ते पाहून पुन्हा एकदा नॅन्सी भीतीने मागे सरकली, पण तिने त्याच्यावरची नजर हटवली नाही.

"या मुलाचा माझ्या बोलण्यावर विश्वास नाही. माझी तशी अपेक्षाही नाही. कदाचित तुला ते समजेल. तुला ते समजेल असं वाटलं म्हणून तर ते पुरातन हाड तुझ्याकडे पाठवून तुला मी बोलावून घेतलं. म्हणजे असं पहा, की या एका क्षणासाठी मी इतकी वर्षं काम करत होतो. तुला तुझी कारकीर्द घडवायला मदत करत होतो. तुला बढती देण्याची संपादकाकडे शिफारस केली आणि मी हे सगळं का करतो आहे हे मलाच माहीत नव्हतं किंवा कदाचित एक चांगली पत्रकार होण्याची जी क्षमता तुझ्यात दिसत होती त्यासाठी मी ते करत होतो असं मानलं तरी चालेल. पण हीच तर शांग्री-लाच्या राजांची कामाची पद्धत आहे. आपल्या कामामागे ते काम करायला प्रवृत्त करणारी कोणती शक्ती होती ते आपल्याला सगळ्यात शेवटी कळतं हेच खरं. संकेतपुस्तकाच्या इशाऱ्याप्रमाणे मी ते हाड तुझ्याकडे पाठवलं. ते हाड घेऊन तू जॅक ॲडम्सकडे जाणार हे पुस्तकाला माहीत होतं. हे हाड ओळखू शकेल असा अख्ख्या दिल्लीत तोच एक माणूस आहे आणि तोच तुला इथवर आणूही शकतो. शिवाय ते हाड पाहिल्यावर त्याचे महत्त्व त्याला कळणारच होते आणि मग तो सगळ्याचा खोलवर शोध घ्यायला अगतिकपणे, अनिवारपणे, अनावरपणे पुढे होणारच होता. मला हे हाड कुठं सापडलं हे शोधून काढण्यासाठी तो जिवाचं रान करेल हे त्या संकेतपुस्तकाला नक्की माहीत होतं. ते हाड म्हणजे तुम्हाला निश्चितपणे अडकवून इथपर्यंत आणणारा गळ होता."

हरझोग बोलायचा थांबला. त्याच्या डोळ्यातील ओळख विझू लागली. बहुधा पुन्हा तो आठवणींच्या साम्राज्यात शिरला असावा. प्रत्यक्षात ते दोघे जरी नुसत्या त्या गुहेच्या भिंतीवर हलणाऱ्या सावल्यांसारखेच दिसत असले तरी त्याच्या मनःचक्षूंसमोर ते अगदी स्पष्ट दिसत होते.

एक्कावन्न

इतिहासाच्या अथांग काळात अनेक योजने मागे जाऊन अन्तोन हरझोग पाहू शकत होता. एका प्रार्थनागृहात उशीवर डोके टेकून आणि आपल्या हातांची घडी छातीवर ठेवून पहुडलेला एक शिल्पाकृतीतला सरदार त्याला दिसत होता. तो असाच अनादि अनंत काळपर्यंत पहुडलेला राहणार होता. फक्त त्याने जे जे काही पाहिले होते त्यातले थोडे तरी त्याला त्यांना सांगता यायला हवे होते. त्याला खोकल्याची जोरदार उबळ आली, त्याची छाती दुखू लागली. आपली फुप्फुसं आता काम करेनाशी झाली आहेत आणि आपल्याकडे वेळ अगदी थोडा आहे याची त्याला जाणीव होती. विचार करण्याइतका, आठवण्याइतका, जगण्याइतकादेखील वेळ नव्हता. आसपासच्या दगडांमध्ये त्याला त्याचे आयुष्य चितारायचे होते. अफूच्या अमलाखाली तो थोडा वेळ तग धरू शकेल, मग मात्र त्याची गात्रे थंड पडत जाऊन शेवटी तो अंधाराच्या गर्तेत फेकला जाणार होता आणि तो अंधार चिरकाल राहणार होता. पण त्याला घेऊन जायला शांग्री-लाची माणसे आली नसती तरच!

पण सुरुवात तरी कुठून करायची? त्याला जो काही शोध लागला होता आणि त्याचा जो काही भयावह अर्थ होता, ते त्यांना समजेल अशा भाषेत कसे सांगायचे? आपल्या भूतकाळाचा एकेक धागा सावकाश जुळवून त्यातून त्यांना समजणारे असे काहीतरी चित्र या गुहेच्या भिंतीवर उमटेल अशा आशेने तो बोलू लागला. आपणच आपल्या शरीरापासून अलग होऊन आपलाच आवाज ऐकावा तसा त्या मुलीशी बोलणारा स्वतःचा आवाज त्याला ऐकू येत होता. ''एक माणूस होता. बारीकशा अंगचणीचा, तपस्वी, गोल डोक्याचा आणि सर्वसामान्य नागरी वेषातला माणूस होता तो. तो माणूस ब्रेमरव्योर्डे पूल पार करून जायचा प्रयत्न करत होता. तो दिवस होता २० मे १९४५.

युद्ध संपलं होतं तेव्हा.''

पुन्हा एकदा त्याला खोकला आला, फुप्फुसं चिरत जाणारी एक असह्य कळ आली आणि हळूहळू नाहीशी झाली. सहन होण्याइतपत वेदना कमी झाल्यावर आणि श्वास घेण्याइतकी ताकद आल्यावर त्याने पुन्हा बोलायला सुरुवात केली.

काही ब्रिटिश सैनिक पुलावर पहारा देत होते. त्यांनी त्याला हटकले. त्याच्याकडे हित्झिंगर या नावाने तयार केलेली कागदपत्रे होती. त्याच्या उजव्या डोळ्यावर बँडेज बांधलेले होते. नंतरच्या अहवालात म्हटल्याप्रमाणे त्या माणसात काहीतरी विचित्र, काहीतरी वेगळे होते, संशयास्पद होते, असे सगळ्याच सैनिकांना वाटले होते. त्याच्याकडे जी कागदपत्रे होती ती खोटी होती हे अगदी स्पष्ट होते. त्यामुळे सैनिकांनी त्याला अटक करून जवळच्याच लष्करी पोलीस स्टेशनमध्ये नेले. तिथे तीन दिवस आणि तीन रात्री सतत त्याच्यावर प्रश्नांचा भडिमार झाल्यावर शेवटी थकून जात त्याने आपल्या डोळ्यांवरचे बँडेज काढले आणि म्हणाला, ''मी हेनरि हिम्लर आहे. मीच आहे एसएस या जर्मनीच्या खास लष्कराचा प्रमुख, रीशफ्युहरर. हेल हिटलर.''

पुन्हा एकदा जोरदार कळ आल्याने हरझोग कळवळला. जेनने सिगारेट लायटर बंद केला होता. ते तिघे वाटसरू गुहेच्या अंधारात हरझोगची ती गूढकथा पुन्हा एकदा ऐकू लागले.

''आधी त्या पोलिसांचा त्याच्यावर विश्वासच बसला नाही. कोणीतरी वेडा असावा असेच वाटले त्यांना. त्याच्या अंगावरचे सगळे कपडे त्यांनी उतरवले. मग एक संपूर्ण अमेरिकन प्रकारचा सूट किंवा एका निराश्रिताला दिले जाणारे ब्लँकेट यातले एक काहीतरी निवडायला सांगितले. त्याने ब्लँकेट निवडले. त्याच्याजवळ काही आत्मघातकी विषाची गोळी वगैरे आहे का याचा शोध घ्यायला ते सुरुवात करणारच होते, तेवढ्यात त्याने जोरात चावून त्याच्या दातातच अडकवून बसवलेली सायनाईडची गोळी फोडली. सैनिकांनी त्याला तिथंच जंगलात दफन केले. त्याच्या कबरीवर एकही खूण ठेवली नाही.''

नॅन्सीने त्याला अडवले. ती घाबरली होती.

''हरझोग, हे सगळं तू आम्हाला का सांगतोयस? त्या दुष्ट माणसाबद्दल तुला सहानुभूती वाटते का? याच्याचसाठी तू तुझ्या वडलांचं स्वप्न पूर्ण करायला निघाला होतास का?''

''अगं मुली, सहानुभूती किंवा कसल्याच भावनेचा संबंधच नाही इथं. तू आताच ज्याला दुष्ट माणूस म्हणालीस त्याला माझे वडील- फेलिक्स कोएनिग भेटले. अनेक वेळा भेटले. हा माणूस एका निराळ्याच नीतिमत्तेच्या जगातून आलेला होता, असं माझ्या वडिलांनी मला सांगितलं. पारंपरिक मोजपट्टीनं

त्याच्या व्यक्तिमत्त्वाचं मोजमाप करणं योग्य नव्हतं. परलोकातील शक्तींशी संवाद साधणाऱ्या सिद्ध पुरुषांसारखा होता तो. तो येशू ख्रिस्तानंतरच्या संस्कृतींचे नीतिनियम लागू असलेला युरोपीय माणूस नव्हताच मुळी. कारण नाझी सत्तेवर आल्यापासूनच्या बारा वर्षांच्या काळात ऱ्हाईन नदीच्या काठावर एक नवीच संस्कृती उभारण्यात आली होती. नीतिमत्तेची एक नवी चौकट तिथं आखण्यात आली होती आणि ती चौकट आजवरच्या नीतितत्त्वांच्या चौकटींपेक्षा सर्वस्वी वेगळी होती.''

आता जॅकने त्याला अडवले. ''मानवतेचे गुन्हेगार असणाऱ्यांबद्दल असं बोलण्याची तुझी पद्धत फारच विलक्षण आहे बरं का!''

मधेच विचारलेल्या प्रश्नामुळे जणू हरझोगची समाधी भंग पावली होती. त्यामुळे जरा वेळ शांतता पसरली. मग पुन्हा हरझोगचा भावनाहीन आवाज अंधाराला छेद देत येऊ लागला.

''त्यांना गुन्हेगार म्हटल्याने तुझ्याच मनाचा कर्मदरिद्रीपणा उघड होतो आहे. तुझ्या पारंपरिक नीतितत्त्वांचे निकष लावून जर तू नाझींचं मूल्यमापन करणार असशील, तेवढीच तुझी बुद्धी असेल, तर तुला मी काय म्हणतोय ते कधीच कळणार नाही. तू अगदीच त्या न्युरेम्बर्गमधल्या ज्युरींसारखा किंवा जेरुसलेममध्ये ईशमानच्या निवाड्याला बसलेल्या ज्युरींसारखा आहेस. पण त्यामुळे तू तुझाच दांभिकपणा जगासमोर उघड करतोयस. कसल्या पोकळ नैतिक तत्त्वांना कवटाळून बसलाहेस ते उघड करतोयस. आता आपल्याला सगळ्यांनाच माहीत आहे, की निसर्गाला पोकळी आवडत नाही. तू जे काही करतोयस त्याने मानवी जीवनाचा सर्वनाश करणाऱ्या आणखी एका महाभयंकर घटनेची सुरुवात मात्र होत आहे.''

''तू हे असलं काही बोलू तरी कसं शकतोस!''

नॅन्सीने जॅकच्या खांद्यावर हात ठेवला. त्याला शांत करण्यासाठी म्हटले, ''जॅक, त्याला बोलू दे.''

पुन्हा एकदा खोकण्याचा आवाज गुहेत घुमला. मग थोड्या वेळाने हरझोग पुन्हा बोलू लागला. ''हा मुलगा चिडला आहे ते स्वाभाविक आहे. पचवता न येणाऱ्या सत्याचा नेहमी असाच परिणाम होत असतो. या नश्वर जगातल्या भौतिकवादाच्या दांभिकपणानुसार त्याला ज्या चुकीच्या पद्धतीनं इतिहास शिकवला गेला आहे त्याचा हा परिणाम आहे. म्हणजे असं, की पहिल्या महायुद्धामुळे प्रचंड महागाई वाढली त्यामुळे सगळीकडे असंतोष पसरला. त्या असंतोषानं जर्मन लोकांना एक नेता निवडायला भाग पाडलं आणि तो एक महादुष्ट, वेडाच निघाला. या अशा शब्दातच पारंपरिक इतिहास महायुद्धाचे स्पष्टीकरण देत

असतो; परंतु ब्रेमरव्योर्डे पुलावर पकडला गेलेला तो माणूस म्हणजे असाच कुणी एक वेडा माणूस होता असं म्हणणंच वेडेपणाचं ठरेल. परकीय देवतांचं उच्चाटन करून आपल्या मूळ देवदेवतांपाशी येण्यासाठी आर्य लोकांना पाचारण केलं जात होतं आणि हे पाचारण त्यांच्या नियंत्रणाबाहेरच्या शक्ती करत होत्या.''

जे कानावर पडत होतं, त्यामुळे धास्तावलेल्या नॅन्सीला शब्द सुचत नव्हते. तरीही प्रयत्नपूर्वक ती म्हणाली, ''तू हे असं कसं काय बोलू शकतोस, त्यांनी तुझ्या वडिलांना मारून टाकलं. स्टॅलिनग्राडमध्येच त्यांचं दफन व्हावं असं त्यांना वाटत होतं, मग...''

हरझोगने तिला थांबवले. ''माझे वडील या यःकश्चित हिटलरांच्या, हिम्लरांच्या, आकर्षक गणवेशातल्या ठगांच्या पलीकडचे पाहू शकत होते. या कःपदार्थ लोकांची त्यांना काळजीच नव्हती. ते शांग्री-लामध्ये चाललेल्या गोष्टी पाहू शकत होते. आपल्या नजरेसमोर घडणाऱ्या गोष्टींमागे प्रत्यक्षात काय चाललं आहे ते त्यांना दिसत होतं. ज्यूंना त्यांची वडिलोपार्जित, वंशपरंपरेची मालमत्ता मिळवण्याचा अधिकार आहे, मग आर्यांनाच का नाही? तिबेटी लोकांनादेखील तो आहे, आर्यांनाच नाही? माझे वडील सत्याशी प्रामाणिक होते, नाझी राजवटीशी नाही. जर्मन लोकांना त्यांचे मूळ दाखवण्याची इच्छा होती वडिलांची आणि त्यांचे भवितव्य ते कसे घडवू शकतात तेही दाखवायचे होते त्यांना. स्टॅलिनग्राडमधल्या त्या रणसंग्रामाबद्दल विचारलं होतं मी एकदा त्यांना. ते भर थंडीतलं युद्ध - रस्त्यारस्त्यावर, भग्नावशेषांमध्येदेखील वेड्यासारखं चाललेलं, माणुसकीचा लवलेश न ठेवता चाललेलं युद्ध पाहून ज्या एका स्वप्नाच्या पूर्तीसाठी युद्ध सुरू झालं होतं त्या स्वप्नाचाच तिटकारा येत नाही का, असं मी विचारल होतं त्यांना. जर्मनांची उज्ज्वल परंपरा पुन्हा प्रतिष्ठापित करण्याच्या, तो ज्ञानग्रंथ आणि शांग्री-ला या सगळ्याला पुन्हा मानमरातब मिळवून देण्याच्या कार्याला त्यांनी सुरुवातच केली नसती तर बरं झालं असतं असं नव्हतं का वाटलं त्यांना, युद्ध आणि त्याचे परिणाम पाहून? त्यांनी इच्छिलेलं सगळं एक शुद्ध रानटीपणा होता आणि कल्पनाविलास होता. स्टॅलिनग्राडने त्यांना ते निःसंशयपणे पटवून दिलं होतं असं त्यांनी मान्य करावं असं मला वाटत होत; परंतु भरल्या डोळ्यांनी माझ्याकडं पाहत ते फक्त एवढंच म्हणाले, 'ते फार उच्च कोटीतलं होतं, बाळ.' ते काय बोलले ते तेव्हा मला कळलं नव्हतं. पण आता मला कळतंय, स्पष्टपणे कळतंय.''

जॅकला आता गप्प राहणं अगदी असह्य झालं होतं. तातडीच्या सुरात तो म्हणाला, ''तुम्ही सगळेजण ठार वेडे लोक आहात, हरझोग. वेडे, मनोविकारग्रस्त, कसल्याही भयानक कृतीला उदात्त हेतूचं परिमाण द्यायला सहज तयार होणारे

ठार वेडे लोक आहात. आणि एक सांगतो, तुम्ही मानवी नीतिमत्तेची मर्यादा कधीच ओलांडली आहे. तुम्ही फार पलीकडे पोहोचलेले आहात.''

''नाही. मी शांग्री-लात गेलो होतो आणि मी ज्ञानग्रंथ पाहिला आहे.''

एक क्षणभर हरझोग थांबला, मग म्हणाला, ''मी सांगणारच आहे तुला. त्यानंतर तुलाच कळेल, तुला कळेलच सत्य काय आहे ते!''

रात्रीच्या नि:स्तब्ध शांततेत फक्त त्याच्या श्वासाचा आवाज ऐकू येत होता. मग तो पुन्हा बोलू लागला, आता त्याचा आवाज खोल गाभाऱ्यातून आल्यासारखा येत होता, पण जोमदार वाटत होता. जिवंत वाटत होता. दुसरेच कोणीतरी त्याच्या तोंडून बोलत असावे, इतका स्पष्ट होता.

बावन्न

कल्पनेहूनही अद्‌भुत, विलक्षण आणि जगावेगळ्या अशा हरझोगच्या कहाणीच्या प्रदेशात हरझोगच्या वाणीच्या वारूवर स्वार होऊन ते दोघे निघाले तशी ती रात्र, ती गुहा, तो गुहेतला अंधार हे सगळे पटापट विरून गेले. ते दौडतच आधी ऑस्ट्रिया, मग अर्जेंटिना, मग अमेरिका आणि शेवटी पुन्हा तिबेटमध्ये पोहोचले. डोळे मिटून ऐकणाऱ्या नॅन्सीसमोर तर सगळ्या घटनांचा चित्रपटच सरकत होता. ऐकताना ती स्वतःच अन्तोन हरझोगच्या भूमिकेत शिरली. त्याचे तरुणपणातले वडील पाहिले. म्युनिकमधल्या कॉलेजमध्ये अनेक वर्षांपूर्वी शिकवणाऱ्या व्युत्पन्न प्राध्यापकाला पाहिले. गेल्या काही दशकांचा त्याच्या आयुष्याचा प्रवास त्याच्याबरोबर पुन्हा एकदा केला आणि त्याच्याबरोबरच त्रिखंड फिरली. फिरत फिरत ती त्या पाचूसारख्या चमचमणाऱ्या खोऱ्यातदेखील गेली. शांग्री-ला नावाच्या महाभयंकर राज्यातही गेली. विश्वाचं सत्य काय आहे ते तिथल्या राजाच्याच तोंडून प्रत्यक्ष ऐकले आणि निसटून जायला जमले नाही तर त्याच्यापुढे कसा भयानक अंत नियतीने ठेवलेला होता तेदेखील अनुभवले.

"शांग्री-लाच्या मध्यवर्ती भागात असलेल्या माझ्या खोलीत जाऊन मी माझी बॅग घेतली आणि पुन्हा तळमजल्यावर आलो."

त्याचा आवाज तिचा स्वतःचाच आवाज असल्यासारखा तिच्या डोक्यात घुमत होता. हा प्रवास तिचाही होताच ना.

"आजूबाजूला कोणीही नव्हतं. मी त्या इमारतीतल्या बोळासारख्या वाटा आणि रस्ते धुंडाळत फिरायला लागलो. फिरता फिरता मी एका आवारात आलो. तिथे एक विहीर होती. घाईघाईने त्यातले पाणी काढून मी माझ्या पाण्याच्या बाटल्यांमध्ये भरले. माझे नशीब जोरावर होते. जवळच भिंतीला टेकून सातूच्या पिठाचे एक पोते ठेवलेले होते. मग मी माझ्या बॅगेतल्या

सगळ्या वस्तू टूथब्रश, बँडेजेस, ते निरुपयोगी नकाशे सगळे काढून टाकले आणि सातूचे पीठ बॅगेत भरता येईल तितके अगदी ठासून भरून घेतले. मेटोक शुलेनमधून भरून घेतलेली पिठाची पिशवी म्हणजे माझा सगळ्यात मौल्यवान ठेवा होता. तो मी माझ्या गळ्यातच बांधून ठेवला. थोडी आणखी शोधाशोध केल्यावर बागकामाचे सामान ठेवलेल्या एका खोलीत मला थंडीत घालायचे लोकरीचे खोळासारखे शुबादेखील सापडले आणि एक वापरून खराब झालेली याकच्या लोकरीची टोपीदेखील मिळाली. मापासाठी शुबा घालून पाहिले आणि त्यातल्या त्यात मोठा शुबा घेतला. ती टोपी त्याच्या खिशात कोंबली. आता माझी शक्य तेवढी तयारी झाली होती. फक्त तो ज्ञानग्रंथ शोधायचे बाकी होते.

''ग्रंथालय शोधायला फारसा वेळ लागला नाही. एखाद्या भग्नावशेष किल्ल्यातून कुणाचंतरी भूत फिरत असावं तसा शांतपणे एका खोलीतून दुसऱ्या खोलीत बोळासारख्या रस्त्यांवरून जात मी शेवटी एका ओळीने पुस्तकेच पुस्तके लावून ठेवलेल्या खोलीत शिरलो. खोलीच्या मध्यभागी सोन्याचे एक उच्चपीठ होते. घाईघाईने तिथे जाऊन मोठ्या आशेने मी पाहिले, पण तिथे कसलेच पुस्तक नव्हते. मी खोलीभर नजर फिरवली. त्या खोलीत इंचभरसुद्धा मोकळी जागा न सोडता हजारो प्राचीन ग्रंथ ठासून भरलेले होते. त्यात शोधायचे म्हटले तर कित्येक आठवडे लागले असते. माझ्याकडे तर फक्त काही मिनिटे होती जेमतेम. निराशेने सुस्कारा टाकतानाच मला ज्ञानग्रंथाबद्दल तो राजा काय सांगत होता ते आठवायला लागले. तशी ती बाष्कळ बडबडच होती. तरी पण आधी कासवाच्या पाठीवर लिहिलेले, मग चर्मपत्र आणि भूर्जपत्रांवर लिहिलेले पुस्तक, असे तो म्हणाला होता. विश्वाच्या पसाऱ्याबद्दलचे विचार बोलणारे पुस्तक असे म्हणाला होता. 'वेडेपणा नाहीतर काहीतरी जादूटोणा' मोठ्याने बोलत माझी मीच आठवण करून दिली. मग मागे वळून मी बाहेर पडायचा रस्ता शोधायला सुरुवात केली.

''गुहेच्या अगदी पाठीमागच्या बाजूच्या भिंतीवर चढून किंवा उडी मारून पलीकडे गेले पाहिजे असा विचार मनात येत होता. त्यासाठी मला एक दोर हवा होता. पण प्रत्यक्षात ते फारच सोपे होते. एका बोळकांडीवजा रस्त्यातून चालत मी मागच्या बाजूच्या आवारात पोहोचलो. आवाराच्या दुसऱ्या टोकाला एक दार होते. मी भराभरा चालत तिकडे गेलो, ते दार उघडे असेल अशी शंकासुद्धा माझ्या मनात नव्हती. तरीही मी हँडल फिरवून पाहिले आणि काय आश्चर्य! दार चक्क उघडले आणि दूरवर पसरलेली पर्वतांची रांग दिसू लागली. माझ्या नशिबावर माझा विश्वासच बसेना. पण मग इथून पळून जाण्याचा कोणी प्रयत्नच करणार नाही याची इथल्या भिक्षूंना अगदी खात्रीच असल्यामुळे हा

दरवाजा कुलूपबंद ठेवण्याचा विचारही त्यांच्या मनात आला नसेल आणि कोणी अनाहूत पाहुणा या बाजूने भयाण डोंगरवाटांमधून या दारापाशी येऊन उभा राहील अशी शक्यताही त्यांना वाटली नसावी म्हणूनच त्यांनी हा दरवाजा उघडा ठेवला असेल असाही विचार माझ्या मनात आला.

"आवाज न करता ते दार बंद करून घेत शांतपणे मी पुढचे पाऊल टाकले तेव्हा अंधार दाटून येत होता. दगडाधोंड्यांच्या, ओबडधोबड पायवाटेवर मी पाय घातला तेव्हा शुद्ध, निखळ भीतीने माझ्या शरीरातील नस न् नस ताठरली होती. आता जर मला त्यांनी पकडले असते, तर पुन्हा पळण्याची संधी मिळणार नव्हती आणि माझा अंत अगदी ठरलेलाच होता. पाठीवरच्या बॅगेचे पट्टे नीट घट्ट करून घेताना जमिनीवर काहीतरी चमकत असल्याचे मला दिसले. खाली वाकून पाहतो, तर ती एक हाडाची तुतारी होती. किल्ल्याच्या आवारात आणि आसपासदेखील सगळीकडे नुसती हाडं, हाडं आणि हाडंच पसरलेली दिसत होती ते मला आठवले. इथे तर माझी पावलं हाडांच्या ढिगाऱ्यात दिसेनाशी झाली होती. शांग्री-ला राज्याच्या आतापर्यंतच्या यच्चयावत राजांच्या कबरस्तानात मी उभा होतो. मी ती हाडाची तुतारी उचलून बॅगेत टाकली. मी जर खरोखरच जिवंतपणी इथून पळून जाऊन पुन्हा माणसांमध्ये पोहोचू शकलो तर माझ्या या भयानक प्रवासाचा निदान तो एक तरी पुरावा मला हवा होता.

"काही मिनिटांतच मी गुहेपासून अर्धा मैल तरी दूर गेलो असेन. मी घाबरतच मागे वळून पाहिले. सांजप्रकाशात मनोऱ्याची धूसरशी रेखाकृती दिसत होती. मनोऱ्यात उभा राहून आकाशातल्या चांदण्यांकडे पाहत आपल्या मृत्यूची वाट पाहत उभा असलेला राजा मला खरोखरच दिसत होता, की ती माझी केवळ कल्पना होती? कदाचित मी त्याला वाचवलं असण्याची शक्यता होती. मी निघून गेलो आहे हे समजल्यावर त्यांनी आताच्या राजाला पायउतार केले नसते आणि पुढचा माझ्यासारखाच कोणीतरी माणूस इथं पोहोचेपर्यंत तरी हा राजा जिवंत राहू शकणार होता. त्याच्या त्या भयानक भ्रमकल्पनांमध्ये तो आणखी काही काळ राहू शकणार होता. आणखी काही वर्षं जगावर राज्य करू शकणार होता. म्हणजे त्याच्या दृष्टीतले जे जग होते त्या जगावर राज्य करू शकणार होता.

"पण कदाचित ही माणसं माझ्या मागावर निघालीही असतील हा विचार मनात उमटल्याक्षणीच माझ्या पावलांचा वेग वाढला आणि त्या खडकाळ डोंगरउतारावरून ठेचकाळत मी जितक्या जोरात जाता येईल तितक्या जोरात एका खिंडीकडे घेऊन जाणाऱ्या एका अरुंद, खोल दरीच्या दिशेने जाऊ लागलो. वाटचाल अतिशय त्रासदायक होती. हवेत ऑक्सिजन अगदीच कमी

होता. जोरजोरात चालताना श्वास जोरजोरात चालला असला तरी पुरेसा ऑक्सिजन मिळत नसल्याने फुप्फुसे रिकामीच फडफड करताहेत असे वाटत होते. तासाभरानंतरही मी डोंगरवाटेने वर चढतच होतो आणि पुढे पुढे जात होतो. संधिप्रकाशाचे शेवटचे राखाडी कवडसेदेखील अस्तंगत होत होते, म्हणून थोडे थांबून पूर्ण अंधार पडण्याआधी आकाशात उगवत असलेल्या ताऱ्यांच्या मदतीने आणि आसपासच्या पर्वतशिखरांच्या खाणाखुणा नीट डोक्यात साठवून ठेवून आपली पुढची वाट निश्चित करावी असा विचार मी केला. त्याचबरोबर थोडे सातूचे पीठ आणि त्या तांत्रिकाने दिलेली ती मेटोक शुलेनची जादुई पिठी पाण्यात कालवून खाल्ली. मग पुन्हा एकदा पर्वतरांगांकडे वळलो आणि थोड्या धीम्या गतीने पुढची अंधारातील वाटचाल सुरू केली.

"दिवस उजाडेपर्यंत मी खिंडीच्या वरच्या बाजूला पोहोचलो होतो आणि त्या राजाने वर्णन केल्याप्रमाणेच माझ्या डोळ्यांसमोर क्षितिजापर्यंत दूरवर चंद्राच्या पृष्ठभागासारखे निव्वळ शुष्क, वैराण पठार पसरलेले होते. इतकेच काय, या पृष्ठभागावरून भराभरा चालण्याचा प्रयत्न करणेदेखील शक्य नव्हते; इतके त्यात खाचखळगे, एखाद्या सफरचंदापासून माणसाच्या कवटीएवढ्या वेगवेगळ्या आकारांचे दगडधोंडे भरलेले होते आणि मला इतक्या वेळाच्या चालीने आता थकवादेखील जाणवू लागला होता. थोडा वेळ थांबण्याची मुभा घेऊन मी खाली पाठीमागच्या अरुंद दरीत पाहू लागलो. दृश्य चांगले होते. माझ्या वाटचालीतल्या शेवटच्या पाच-सात मैलांचा भाग मला दिसत होता आणि माझ्या मागावर कुणी असल्याची कोणतीच लक्षणे मला दिसली नाहीत. याचाच अर्थ असा होता, की ते भिक्षू आताच जरी माझ्या मागावर निघाले असले तरी मी त्यांच्या पुढे किमान बारा तासांची वाट चालून गेल्याचा फायदा मला मिळणार होता.

"माझ्या सुटकेच्या प्रयत्नांमागचा एकमेव ऊर्जास्रोत होता, माझ्या मनातील प्रचंड भीती! त्याच्याच बळावर एवढी मजल मारल्यावर आता जे काही धोकादायक असणार आहे ते पुढे असेल, मागे नाही असे मला जाणवायला लागले. मी नक्की कुठे आहे, कुठे चाललो आहे, मला फारसे काही कळत नव्हते. लितांग गुहेच्या नैऋत्येला असलेल्या पर्वतरांगांमध्ये कुठेतरी, त्सांग्पो नदीच्या खोऱ्यापासून कदाचित शंभर मैलांपेक्षाही दूर असा कुठेतरी असेन मी बहुतेक. पण हिमालयात या अंतरांना काहीच अर्थ नसतो. कारण कोणताच प्रवास सरळ रेषेत होत नसतो. एका दरीतून दुसऱ्या दरीत उतरण्यासाठी डोंगरांच्या रांगा, दऱ्याखोऱ्यांमधील चढउतार आणि वळणावळणांच्या रस्त्यांनंतर येणाऱ्या खिंडी पार कराव्या लागतात. मी आणि पिमाको यादरम्यान अशा किती दऱ्या पसरलेल्या होत्या याची मला कल्पना नव्हती. पण माझ्या अंदाजाप्रमाणे दहा असाव्यात आणि

तेवढेच डोंगर ओलांडण्याशिवाय आता माझ्यासमोर पसरलेल्या पठारासारखी आणखी किती पठारे वाटेत येणार होती. गोठवून टाकणाऱ्या थंड पाण्याच्या नद्या वाटेत येणार होत्या. ओलांडून जायला कर्मकठीण असे खंदक लागणार होते. बर्फाच्छादित शिखरे पार करावी लागणार होती. पाय मुरगळावा किंवा हाड तुटावे असे किती अडथळे पार करत जावे लागणार होते, याची काहीच कल्पना नव्हती. माझ्याकडे होते फक्त एक होकायंत्र, रात्री दिशा दाखवायला वर आकाशात तारे, साधारण दहा लीटर पाणी, ती जादुई पिठी आणि सातूच्या पिठाची एक पोटली.

"अशा परिस्थितीत तुमच्यासमोरच्या अडचणींकडे लक्ष दिले तर काही साध्य होत नाही. उलट एकाग्रपणे कष्ट करत राहणे आणि इप्सित स्थळी लवकरात लवकर पोहोचण्याचा मार्ग शांत डोक्याने शोधत राहणेच चांगले असते. एक चांगलं होतं, त्या जादुई पिठीचा प्रभाव आता जाणवू लागला होता. आतापर्यंत दुखणारे माझे पाय आणि दगडाधोंड्यातून चालताना ठेचकाळल्यामुळे, धडपडल्यामुळे होणाऱ्या शारीरिक वेदना आता जाणवेनाशा झाल्या होत्या. त्याचबरोबर इतक्या विपरीत परिस्थितीत असतानादेखील मी दिवास्वप्ने पाहू लागलो होतो. भ्रम उत्पन्न करणाऱ्या त्या औषधाचा परिणाम होत असल्याचे ते एक लक्षणच होते. एक अख्खी शँपेनची बाटली एका झटक्यात संपवल्यासारखे मला वाटत होते. मला उत्साह वाटत होता. माझी पावले जलद पडत होती. डोक्यात कसलेही विचार येत नव्हते. फक्त संध्याकाळ झाली की, ती पिठी, ते औषध घ्यायचे एवढेच लक्षात ठेवायचे होते. हे असे आणखी किती दिवस मी करू शकणार होतो? कल्पना नव्हती पण तरीही मी पुढे चालतच राहणार होतो. मग असाच कधीतरी मी कुठल्यातरी गावात पोहोचलो तरी असतो, नाहीतर यातल्याच कुठल्यातरी पर्वताच्या पाठीवर कायमचा पहुडणार तरी होतो.

"सूर्याचे आगमन होत होते, रात्री चंद्र आपल्या कला दाखवत होता आणि आपली वेळ झाली की, एखाद्या कलाकाराने रंगमंचावरून 'एक्झिट' घ्यावी तसा तो अदृश्यदेखील होत होता. मग पुन्हा सूर्य आला की, तो खडकाळ प्रदेश पुन्हा झळाळून उठत होता. मी असाच खाचखळग्यातून, दगडधोंड्यातून वाट काढत चालत राहिलो. एका ठिकाणी मला एक खडकांचे वर्तूळ दिसले. ते पाहून मला ब्रिटनीमधल्या स्टोनहेन्जची किंवा कार्‌नॅकची आठवण झाली. त्यातल्याच एका महाकाय खडकाला पाठ टेकून मी बसलो आणि हे सगळे कोणी, कधीकाळी उभारले असेल याचा विचार करत अगदी एकटा, अनाथपणे बसून राहिलो. समोर ही एवढी जमीन पसरलेली होती, मला तर एखाद्या मुंगीसारखे क्षुद्र जीव आहोत आणि या महाप्रचंड दगडाखडकांमधून या अनादिअंत

पसरलेल्या आकाशाखाली एकेक पाऊल न जाणो कुठल्या दिशेने टाकत निघालो आहोत असे वाटत होते. तिकडं सूर्यदेखील रक्ताच्या थारोळ्यात बुडताना दिसत होता.

"असे किती दिवस मी चाललो होतो, माहीत नाही. वाटेत घोंगावणाऱ्या वाऱ्याने पालापाचोळा उडवून नेत स्वच्छ केलेला एक छानसा गवताळ प्रदेश मी पार केला. मला आता थेट पाताळातच घेऊन जाईल असे वाटणाऱ्या एका दरीत मी उतरलो. अनेक डोंगर आणि अनेक खिंडी पार करून शेवटी अगदी अर्धमेल्या अवस्थेत डोंगरउतारावरून गडगडत जंगल आणि हिरव्यागार कुरणाने भरलेल्या दरीच्या काठापाशी पोहोचलो. पृथ्वीच्या पाठीवर मी नक्की कुठे होतो मला माहीत नव्हते, पण खाण्यासाठी काही कंदमुळे आणि काही वनस्पती मिळत होत्या. बर्फाच्छादित भागातून येणारे थंडगार पाणी माझ्या शुष्क पडलेल्या घशाला जाळत का होईना, पण प्यायला मिळत होते. सरतेशेवटी थकव्याने माझा पूर्ण लोळागोळा होण्याच्या बेतात असताना शांग्री-लाच्या राजाच्या दर्शनापेक्षाही धक्कादायक किंवा त्या जळत्या चितेवर जिवंत जाळायच्या लाकडी पिंजऱ्यापेक्षाही विलक्षण अशी गोष्ट मला दिसली. सुसाट वाऱ्यानं निपटून स्वच्छ केलेल्या पठारावर मी उभा होतो आणि माझ्या थकलेल्या, भुरकटलेल्या नजरेने नीटसे कळले नसले तरीदेखील काही अंतरावर एक बुजगावणे असावे तसे काहीतरी मला दिसत होते. एक अगदी बारीक अंगकाठीची व्यक्ती, आजूबाजूच्या सुसाट वाऱ्याची, उष्णतेची दखलसुद्धा न घेता अगदी अविचलपणे उभी होती. लक्ष वेधून घेण्यासाठी हातवारे करत आणि ओरडतच मी तिकडे धावलो. पण तिकडून काहीच प्रतिसाद मिळाला नाही. मी त्या माणसाच्या अगदी जवळ पोहोचलो. एखादा भिक्षु, ऋषी की कुणी वेडा माणूस तो एकटाच तिथे काय करत होता देव जाणे. तो माणूस बगळ्यासारखा एकाच पायावर उभा होता. हात प्रार्थनेसाठी जोडलेले, उजवा पाय सरळ आणि डावा पाय गुडघ्यात मुडपून उजव्या जांघेत अडकवलेला अशा स्थितीत उभा होता तो. माझा माझ्याच डोळ्यांवर विश्वास बसत नव्हता. थेट त्याच्यासमोर जाऊन उभा राहत मी त्याचे लक्ष वेधण्याचा प्रयत्न केला. कदाचित त्याच्याकडे काहीतरी खायला असेल, पाणी असेल किंवा मी कुठे आहे हे तरी तो सांगू शकेल अशी आशा मला वाटली. पण मी त्याच्याकडून काहीच मिळवू शकलो नाही. मी विनवण्या केल्या, ओरडलो, शेवटी तर हताश होत ढसाढसा रडलोदेखील, पण त्याने ढिम्म केले नाही. त्याच्या मंत्रोच्चारणाचा गुणगुणल्यासारखा आवाज मात्र ऐकू येत राहिला. असा तो किती दिवस किंवा किती आठवडे उभा होता, सांगणे अशक्य होते. त्याच्यापाशी भाकरीचा एक तुकडा काय सातूचा एक दाणादेखील

नव्हता की पाणी नव्हते. अंगावरच्या वस्त्राशिवाय त्याच्याकडे काहीच नव्हते.

"मी म्हणजे कुणीतरी दैत्य असावा किंवा मी असल्याचा त्याला निव्वळ भ्रम होत असावा, अशा समजुतीत तो असावा. तेही साहजिक होतं, कारण या पठारापलीकडून गोरा माणूस तर राहू द्याच, पण कोणी कधी आलेच नव्हते. त्याच्या लेखी मी अस्तित्वातच नव्हतो. सामान्य मानवी जगाने माझे अस्तित्वच आता नाकारले आहे असे मला वाटायला लागले. मी प्रत्यक्षात मरण पावलो आहे आणि म्हणून मी त्याला दिसतच नाही असेही मला एकदा वाटून गेले. म्हणजे आता मला एखाद्या भुतासारखेच फिरत राहावे लागणार होते आणि माझे काय झाले, मला काय शोध लागला हे सगळे कुणालाही कळण्याची, कळवण्याची शक्यताच नष्ट झाली होती. मग अचानक मला एक कल्पना सुचली. सुचली कसली, चित्र उमटल्यासारखी मनाच्या पटलावर दिसू लागली किंवा नीट सांगायचं तर मला एक षटकोनाकृती दिसली, 'आता मी काय करू?' या माझ्या प्रश्नाचं उत्तर सांगणारी आकृती होती ती!

"साक्षात संकेतपुस्तक माझ्याशी संवाद साधत होते. म्हणजे असं बघा, की आता मला षटकोनाकृती तयार करायला दर्भाच्या काड्यांची गरज नव्हती की, त्या पुस्तकाचीही गरज नव्हती. ते संकेतपुस्तक ज्या विश्वशक्तींशी अनुसंधान राखून होते त्यांच्याशी मी तादात्म्य झालो होतो. त्यामुळे ते संकेत थेट माझ्यापाशी पोहोचत होते आणि इतक्या वर्षांच्या साधनेनंतर कुठलीही षटकोनाकृती काय अर्थ सांगते आहे, काय कृती करायला सांगते आहे हे मला आपोआप कळू लागले होते. मग मी ती हाडाची तुतारी काढली, त्यावर माझे ट्रिब्यूनचे ओळखपत्र गुंडाळले. माझ्या बॅगेतून एक पेन काढले. माझ्याकडे कागदाचा एक तुकडादेखील नव्हता, पण बॅगेत वरखाली करून पाहत असताना मेटोक शुलेनच्या त्या पिठीने माखलेले दलाई लामांचे एक चित्र मला मिळाले. मी नेहमीच दलाई लामांची चित्रे बरोबर बाळगतो. कुणाला भेट म्हणून द्यायला बरी असतात ती, कारण त्यांच्या चित्राला तिबेटमध्ये बंदी असल्यामुळे ते अधिकच मौल्यवान ठरलेले आहे. त्या चित्राच्या पाठीमागच्या बाजूला मी काही शेवटचे शब्द लिहिले. माझ्या कामाच्या जागी दिल्लीत आता कोणाला तरी पाठवले असेलच आणि नॅन्सी केली, तुलाच पाठवले जावे असे मला वाटणे अगदी स्वाभाविक होते. त्यासाठीच तर ते हाड तुझ्या नावाने पाठवले होते. नेहमीच माझा सल्ला घेण्याचे डॅन फिशरने मान्य केलेलेच होते.

"पण हे सगळे होईपर्यंत तुझ्या एकूणच कारकिर्दीचा इतकी वर्षं मी मागोवा का घेत होतो त्याचा साक्षात्कार झाल्यासारखेच झाले. तू एक उत्तम पत्रकार आहेस, माझ्या जागेची जबाबदारी पेलायला सक्षम असलेली सुयोग्य व्यक्ती

आहेस म्हणून मी ते करतोय असे मला वाटत होते. पण खरी गोष्ट अशी होती की, तू माझी राणी व्हावीस अशी संकेतपुस्तकाची इच्छा होती. माझा एक माध्यम म्हणून वापर करून तुला या अंतिम क्षणापर्यंत खेचून आणण्यासाठी आणि हे सगळे मी माझ्या स्वतंत्र बुद्धीने, इच्छेने करतो आहे असे मला वाटत राहावे अशा पद्धतीने करून हे सगळे या अंतिम परिणामापर्यंत पोहोचविण्याची प्रक्रिया त्याने नेहमीप्रमाणेच कित्येक वर्षं अगोदरपासूनच सुरू केलेली होती, पण मी त्याचा हा सगळा बेत उधळून टाकला आहे, नाही का? संकेतपुस्तकाने इतक्या नीटसपणे आखलेल्या योजना मी धुळीला मिळवल्या होत्या, नाही का? कारण आता इथे या निर्मनुष्य, ओसाड जागी मी मरणार आहे आणि तू शांग्री-लापर्यंत कधीच पोहोचू शकणार नाहीस.

"त्यानंतर बा ग्वा या पुरातन हस्तमुद्राशास्त्राचा मी पूर्वी अभ्यास केला होता. त्यातल्या एका हस्तमुद्रेचा प्रयोग मी त्या तपस्व्यावर केला. त्याच्या डाव्या कानाच्या थोडेसे खालच्या बाजूला मानेवर स्पर्श करत मी त्याला आज्ञा केली. "हे हाड तू भारतात घेऊन जा. तिथे ते ज्यांना मिळेल त्यांना माहीत आहे पुढे काय करायचे ते. ते ते हाड पोलिसांच्या ताब्यात देतील." हे बा ग्वाचे तंत्र फारच प्रभावी असते, पण ते या वेड्या तपस्व्याच्या संमोहित अवस्थेत प्रभावी ठरेल की नाही हे मला माहीत नव्हते. पण मला प्रयत्न करणे भागच होते. तसा तो करून मी पुन्हा एकदा त्या तळपत्या उन्हात धगधगणाऱ्या पठारावरून माझे वेदनांनी आक्रोश करणारे शरीर ओढत त्या अजूनही एकाच पायावर उभ्या असलेल्या त्या तपस्व्याला सोडून दूर जाऊ लागलो.

"माझी अवस्था अतिशय बिकट होती. माझ्या शरीरातील राखीव ताकद पूर्णपणे संपली होती आणि माझे स्नायू दर तासागणिक कमजोर होत होते. मेटोक शुलेनच्या त्या जादुई पिठीचादेखील आता काहीच परिणाम होत नव्हता; परंतु माझ्या त्या अंधारयात्रेतदेखील मला दिलासा देणारं काहीतरी घडलं. कुठे चाललो आहे हे काही कळत नाही अशा अवस्थेत चालत असताना एकाएकी एका खुरट्या झुडपांच्या जाळीतून मी चक्क खालच्या मोकळ्या जागेत पडलो आणि त्या मोकळ्या जागेत मध्यभागी असलेल्या विझत चाललेल्या शेकोटीकडे पाहून माझा आनंद गगनात मावेनासा झाला. त्या खड्ड्यात मी तसा जोरातच आदळलो होतो. त्यामुळे जनावरासारखे हातापायांवर रांगत शेकोटीपर्यंत जाण्याइतकीदेखील उभारी यायला मला बराच वेळ लागला, पण शेवटी मी ते साधले. तिथे उबेला पडून राहत त्या शेकोटीचा मालक लवकरात लवकर, किमान मी मरण्यापूर्वी तरी परत यावा अशी प्रार्थना करत राहिलो.

"थोड्या वेळानंतर मला जाग आली तेव्हा दोन माणसे माझ्या बाजूला उभी

असलेली दिसली. याकच्या कातडीचा डगला आणि पायात याकच्याच चामड्याचे बूट घातले होते त्यांनी. ती तिबेटी नव्हती हे निश्चित! तिथल्या डोंगरदऱ्यांत दुर्गम भागात राहणाऱ्या, अतिप्राचीन आदिमानवी काळातल्या धार्मिक श्रद्धांचा पगडा असलेल्या, असंख्य क्रूर रानटी जमातीपैकी होती. माझे डोळे उघडल्याचे पाहिल्याबरोबर त्यांनी कमरेला अडकवलेल्या कुकऱ्या काढल्या आणि माझ्यासमोर नाचवू लागले. मी घाबरून अंग आखडून घेतले. ते पाहून ते थोडे सैलावल्याचे मला डोळ्याच्या कोपऱ्यातून दिसले. मग ते अगम्य भाषेत एकमेकांशी काहीतरी बोलू लागले. मला ते काहीच कळत नव्हते, पण मग त्यातल्या वयस्कर दिसणाऱ्या माणसाने हातातील कुकरी खाली ठेवली आणि कमरेला अडकवलेली पखाल माझ्या तोंडाशी धरून तो काहीतरी बोलला. मला काहीही कळले नाही. मी हसण्याचा प्रयत्न केला, पण तेवढ्यानेदेखील मला वेदना होत होत्या. तशाच त्या सहन करत मी थोडे पाणी प्यायलो. तो वयस्कर माणूस माझ्याकडे लक्ष देऊन पाहत होता. माझे पाणी पिऊन झाल्यावर त्याने पुन्हा एकदा माझ्याशी बोलण्याचा प्रयत्न केला. या वेळी तोडक्यामोडक्या चिनी भाषेत बोलण्याचा तो प्रयत्न करत होता.

"बरं वाटतंय?"

"बरं आहे, पण तितकं बरं नाही. पण मला सांगा, लितांग गुहा कुणीकडे आहे?"

माझ्या या प्रश्नाबरोबर त्या दोघा रानवटांमध्ये जणू वाग्युद्धच माजलं. मग थोड्या वेळाने पुन्हा तो वयस्कर माणूस चिनी भाषेत बोलण्याचा प्रयत्न करत म्हणाला, "तुझ्याकडे सोने आहे? मीठ आहे?"

"माझ्याकडे काहीही नाही. पण मला लितांगला घेऊन चला. तिथे पोहोचल्यावर मी तुम्हाला नक्की मोबदला देईन.'

मी बोललो ते त्यांना समजलं की नाही याची खात्री नव्हती. पुन्हा ते आपसात बोलू लागले. मग शेकोटीजवळ जात त्यांनी कुकरीने शेकोटीत निखारे हलवल्यासारखे केले. त्यांचे काय चालले होते देव जाणे. तेवढ्यात तो वयस्कर माणूस पुन्हा माझ्याजवळ आला. मला वाटते त्यांचा निर्णय झाला असावा.

"आम्ही हाडाचे ऐकतो," तो गूढ भाषेत बोलावे तसे म्हणाला, "हाड आम्हाला सांगेल."

"मला कळले असे दाखवण्यासाठी मी मान हलवली आणि आता माझ्याजवळ संकेतपुस्तक असते तर किती बरे झाले असते असा विचार करू लागलो. गेल्या काही दिवसांतल्या खडतर अडचणींमधून वाट काढताना त्याचा मला किती उपयोग झाला असता याचा विचार करत राहिलो. शांग्री-लाकडे प्रस्थान करण्याचा

शेवटचा संदेश त्या पुस्तकाने दिल्यानंतर मी ते पुस्तक दिल्लीतच सोडून आलो नसतो. बरोबर घेऊन आलो असतो, तरी या अशा भयानक परिस्थितीत आणि अवस्थेत मी अडकलोच नसतो असं मला राहून राहून वाटत राहिलं. पण मग माझ्या पलायनादरम्यान त्या संकेतपुस्तकावरचा माझा विश्वास डळमळीत झाला होता. मान्य होतं मला ते! त्या पुस्तकाने मला शांग्री-लापर्यंत पाठवले तरी का होते? मला काय शिकवायचा प्रयत्न होता त्या पुस्तकाचा? माझ्या मनावर ज्या चुकीच्या विचारांचा पगडा होता, तो कसल्यातरी जगावेगळ्या गोष्टीचा दुराभिमान होता. त्याचे फोलपण तर मला दाखवून द्यायचा प्रयत्न नव्हता ना त्याचा?

''जाळातील लाकडे सारखी करून जाळ नीट पेटवत त्यात आणखी बारीक बारीक फांद्या टाकून तो मोठा करत बसलेल्या त्या दोघांकडे मी डोळ्याच्या कोपऱ्यातून पाहिले. जाळ बऱ्यापैकी मोठा झाल्यावर त्या दोघांपैकी एकाने आपल्या जवळच्या भाल्याचे टोक आगीत खुपसले. मग काहीतरी संकेत दिसण्याची आणि जो काही संकेत मिळेल त्याप्रमाणे माझे काय करायचे ते ठरवण्याची वाट पाहत बराच वेळ त्या जाळाकडे बघत बसले. एका लांब काठीने तो भाल्याचा फाळ आगीतून काढून जमिनीवर ओढला, मग त्यांच्या अगम्य भाषेत बरेच काहीतरी पुटपुटल्यानंतर तो भाल्याचा फाळ पुन्हा त्याच्या मुठीत बसवण्यात त्यांना यश आले.

पुढे काय झाले ते शब्दात सांगता येणे अवघड आहे. म्हणजे ते अतर्क्य किंवा अतिशयोक्तीपूर्ण असे नव्हते, पण तरीही ते पाहताना माझे काळीज लक्क झाले एवढे नक्की! दोघांपैकी जो तरुण होता त्याने आपल्या चामड्याच्या पोतडीतून जी वस्तू बाहेर काढली, ती इतर कोणत्याही ठिकाणी, कोणत्याही परिस्थितीत दिसली असती तर मला फारसे काही वाटले नसते; पण त्या दिवशी, त्या ठिकाणी आणि मी ज्या खडतर परिश्रमांनंतर तिथे पोहोचलो होतो आणि त्या राजाच्या तोंडून कसल्या कसल्या महाभयंकर गोष्टी ऐकल्या होत्या, त्यानंतर ती वस्तू पाहताना माझ्या अंगावर भीतीचा काटा सरसरून उभा राहिला.

''ती वस्तू म्हणजे कासवाची पाठ होती.

''त्याने ती कासवाची पाठ नक्षीची बाजू वर दिसेल अशी जमिनीवर ठेवली. मग आपला उजवा हात त्याच्यावर धरून तो त्याच्या भाषेत काहीतरी बोलला. मग हातात तो भाला धरून बसलेल्या दुसऱ्या माणसाने कासवाच्या पाठीच्या डाव्या बाजूला त्या लालबुंद तापलेल्या भाल्याच्या फाळाने जरा जोरकसपणे ठोके मारले. मला काडकन तुटल्यासारखा आवाज स्पष्ट ऐकू आला. ती दोन्ही माणसे त्या फुटलेल्या पाठीकडे पाहत होती. वयस्कर माणसाने त्याच्या समोरच्या

जमिनीवरील पालापाचोळा दूर करून स्वच्छ जागा तयार केली आणि पुढे त्या धुळीत त्याने काहीतरी रेखाटायला सुरुवात केली. काहीतरी चिन्ह काढत होता तो, मी नीट पाहिले. शंका घ्यायला जागाच नव्हती. एक षटकोनाकृती होती ती!

"आणि माझी कथा इथेच संपते, कारण त्या क्षणानंतर माझी शुद्ध हरपली आणि मी जेव्हा पुन्हा जागा झालो तेव्हापासून मला या स्ट्रेचरवर बांधलेले आहे आणि हे बॉन पंथाचे भिक्षू या उभ्या जंगलातून वाट काढत मला कुठेतरी घेऊन चालले आहेत.

"शुद्धीवर आल्यावर पहिल्यांदा काय झाले असेल, तर मला भरपूर दुःख झाले, रडायला आले. कारण अख्खं आयुष्यभर मीच माझा भाग्यविधाता असल्याची माझी जी समजूत होती त्यात काही तथ्य नव्हते. एका मोठ्या कळसूत्राच्या खेळातले मी फक्त एक खेळणे होतो आणि तो शांग्री-लाचा राजा जे काही बोलला ते खरेच होते. माझ्या प्रत्येक कृतीला त्या ज्ञानग्रंथाने दिशा दिली होती, आयुष्यभर त्याने मला आपल्या इशाऱ्यावर नाचवले होते आणि जे मला निरुपद्रवी, किंबहुना प्रसंगी साहाय्यकारी भाकीत करणारे वाटले होते ते वास्तवात सैतानी प्रवृत्तीकडे जाण्याचे महाद्वार होते."

त्रेपन्न

एका प्रदीर्घ निद्रेतून जागे होत असल्यासारखे नॅन्सीला वाटत होते. जादूगारांच्या त्या गुहेतल्या अंधारात त्याचा आवाज विरून जाईपर्यंत अन्तोन हरझोग फक्त एकच शब्द पुन:पुन्हा उच्चारत होता,

"संकेतपुस्तक, संकेतपुस्तक..."

आपण कसल्यातरी विचाराने नुसतेच मान हलवत आहोत असे नॅन्सीच्या लक्षात आले. दु:ख अगदी गळ्यापर्यंत दाटून आले. सगळेच कसे अगदी विचित्र, फक्त स्वप्नातच घडले असावे असे वाटत होते. आपल्याला नक्कीच स्वप्न पडले असणार. हा हरझोग इथे असा स्ट्रेचरवर पडून असा अखंडपणे बोलत राहून त्याची विलक्षण कहाणी सांगत असावा ही गोष्ट शक्यदेखील वाटत नव्हती. कदाचित तो बोलला असेल आणि तिला झोप लागली असेल. मग वास्तवाची आणि स्वप्नाची, शुद्ध वेडेपणाची आणि तर्कशुद्धतेची, सगळ्याचीच सरमिसळ झाली असेल असे तिला वाटत होते. जीवनाशी धागा जुळवून ठेवण्यासाठी जोरजोरात कष्टाने श्वास घेताना होणारा त्याचा आवाज आणि त्याची बिघडत चाललेली लय कानावर पडत असताना तो जे काही बोलला; खरोखरच तो आतापर्यंत बोलतच होता असे खरे मानले तर त्यामुळे तर तो जास्तच अनोळखी, समजण्यापलीकडचा वाटायला लागला होता. इतके असले तरी तो सांगत होता ते खरे होते का?त्यातले काय खरे होते? शांग्री-ला नामक काहीतरी खरोखरच अस्तित्वात होते का? शिवाय तो ज्ञानग्रंथ किंवा ते संकेतपुस्तक, दोन्ही एकच होते का? सदासर्वकाळ त्यांच्यासमवेत असणारे, सैतानी संकेतांचे, एकामागून एक प्रत्येकाला आपल्या प्रभावाखाली खेचून नेणारे – प्रत्येकाचा ललाटलेख लिहिणारे, नियंत्रितपणे, पद्धतशीरपणे त्याबरहुकूम घडवून आणणारे, सगळ्या जगाचा इतिहास नियंत्रित करणारे, त्यासाठी कार्य करण्यास देशच्या

देश भरीस घालणारे, त्यांना आपसात युद्धे करायला लावणारे सकल खल प्रवृत्तींचे प्रतीक होते का ते?

एखाद्या दगडी मूर्तीसारख्या पडून राहिलेल्या, फक्त श्वासाची घरघर ऐकू येत असलेल्या हरझोगकडे पाहताना तिला वाटले, याचे हृदयदेखील आता दगडाचे झाले आहे. मग या विचाराने तिच्या मनाचा कब्जा घेतला. आयुष्यात ज्या नानाविध घटना घडल्या त्यामुळे मानवी भावभावनांपासून तो फार दूर गेला. म्हणूनच सामान्य माणसांच्या आवाक्याबाहेर, आकलनापलीकडे असलेल्या जागी पोहोचण्याचे स्वप्न त्याने पाहिले. महायुद्धाच्या दुष्परिणामांचा तो एक बळी होता. प्रत्यक्षात युद्धात भाग घेऊन जखमी झाला नसला तरी मानसिक आघात पुरेपूर झेलले होते त्याने. तो इतका परका, माणसांपासून तुटलेला असा वाटावा याचे हेच कारण असावे का आणि त्यामुळेच तो सतत याबद्दलच बोलत असावा का, तिला विचार पडला. पण यापेक्षाही आणखी काहीतरी होते हे तिला कळत होते.

इतक्या वेळेच्या शांततेनंतर जेन प्रथम बोलू लागला. त्याच्या आवाजातला ताण आणि दु:ख लपत नव्हते.

"याचा अर्थ आपल्याला सगळ्यांनाच ज्ञानग्रंथ उपलब्ध होता, आहे आणि तो म्हणजे दुसरं तिसरं काही नसून हे संकेतपुस्तकच आहे आणि हे एवढंसं पुस्तक सगळं आयुष्यभर आपल्यावर नियंत्रण राखून असतं यावर विश्वास बसतो तुमचा? सगळ्या आयुष्यभर, सगळ्यांच्या आयुष्यावर नियंत्रण..."

हरझोगला खोकला आला.

"होय. अगदी नि:संशय! हे पुस्तक उघडून जो कोणी त्याला प्रश्न विचारेल तो तत्काळ त्याच्या प्रभावाखाली येतो. संकेतपुस्तकच आपल्याला चालना देतं. प्रत्येकाला या संपातबिंदूपर्यंत आणून सोडतं. तेच जगात युद्धे आणि उलथापालथ घडवतं, कोणतेही कार्य करायला ते एखाद्या देशालादेखील उद्युक्त करू शकतं आणि एका एका पुरुषाला किंवा स्त्रीलादेखील प्रवृत्त करू शकतं. शांग्री-लाच्या राजाने सांगितलं ते खरं आहे - दुसरं महायुद्धच काय, मानवी इतिहासातल्या सगळ्या घटनांचं गूळ शांग्री लाच्या राज्यात आहे. तिथं बसून या संकेतपुस्तकाच्या साहाय्यानं सगळं घडवून आणणाऱ्या त्या अज्ञात विश्वसत्ताधीशांच्या हातात आहे. आपल्या प्रश्नांची उत्तरं जो कोणी, मग ते सत्ताधीशसुद्धा, या पुस्तकात शोधतात आणि मग या पुस्तकाचे अंकित होतात."

"म्हणजे तुला असं म्हणायचं आहे का, की या संकेतपुस्तकानेच मला तिबेटपर्यंत खेचून आणले. तू मला इथं बोलावलं नाहीस तर या संकेतपुस्तकानं मला इथवर आणलं आहे असं म्हणायचं आहे का तुला?" नॅन्सीने विचारले.

"माझ्यापेक्षा तुलाच याचं उत्तर चांगलं ठाऊक आहे, पण माझ्यापुरतं

सांगायचं तर या पुस्तकानेच ते हाड तुझ्या नावाने पाठवायचा संकेत दिला. माझं काही बरंवाईट झालं तर माझ्या जागी नेमणुकीसाठी तुझी शिफारस डॅन फिशरकडे करण्याचा संकेतदेखील या पुस्तकानेच दिला. मी हे आणि असंच केलं पाहिजे हे या संकेतपुस्तकानेच स्पष्ट केलं. त्यानेच तुला इथं पाचारण केलं, तुला वेळोवेळी सल्ला दिला. तू तुझी भूमिका व्यवस्थित पार पाडशील याची संकेतपुस्तकाला खात्री होती,'' हरझोग म्हणाला.

मनात दाटलेल्या भीतीची किनार आवाजात जाणवू लागलेला जॅक, हा मरणासन्न माणूस जे काही सांगतोय ते खोटं ठरवण्यासाठी घाईघाईनं बोलू लागला.

''हरझोग, हा शुद्ध वेडेपणा आहे. तू जे काही सांगतोयस त्यात सत्याचा लवलेशही नाही. जग हे असं चालत नसतं. शांग्री-ला अस्तित्वातच नाही. अख्ख्या जगावर सत्ता चालवणारं असं कोणतंही राज्य असणं शक्य नाही आणि ते संकेतपुस्तक म्हणजेच तो अनुपम ज्ञानग्रंथ आहे याचा कोणताही पुरावा तुझ्याकडे नाही. तुला खरा ज्ञानग्रंथ शोधायला वेळच मिळाला नाही. तू तो कधीच पाहिलादेखील नाहीस. शिवाय तुझी सगळी कथाच तू जे काही सांगतोयस ते खोटं ठरवते आहे. घटकाभर आपण असं धरून चालू या, केवळ कल्पना करू या की, शांग्री-ला अस्तित्वात आहे आणि संकेतपुस्तक म्हणजेच ज्ञानग्रंथ आहे. त्यानेच तुला काही विशिष्ट हेतूने तिथपर्यंत खेचत नेलं. मग त्यानेच तुला तिथून सुटू कसं दिलं? त्यानेच लिहून ठेवलेलं तुझं विधिलिखित खोटं पाडायला त्याने तुला मुभा दिलीच कशी? पटतंय का तुला हे? तुझ्याच सुटकेमुळे तुझी ही ज्ञानग्रंथाने आयुष्य नियंत्रित होत असल्याची गोष्ट खोटी ठरत नाहीये का?''

एक अशक्त, अस्पष्ट होत चाललेला आवाज गुहेच्या अंधारात उमटला.

''मुळात मी काय सांगत होतो तो मुद्दाच तुझ्या लक्षात आलेला नाही. किंबहुना, मी सांगितलेलं काहीच तुला कळलेलं नाही.''

''छे छे! तुलाच तू काय बोलतोयस ते कळलेलं नाही. तुझी स्वत:चीच गोष्ट तुलाच नीट कळलेली नाही. तुझी प्रकृती फार खालावली आहे. तुझ्या डोक्यात विचारांचा नुसता गोंधळ माजलेला आहे. स्वप्न आणि वास्तव यातला फरक समजण्याइतकी तुझी बुद्धी शाबूत राहिलेली नाही.''

त्या शुष्क कवटीसारख्या चेहऱ्यावरच्या रेषा हलून पुन्हा एकदा मृत्यूच्या हास्याची लकेर होऊन स्थिर झाल्या. लायटरच्या थरथरत्या प्रकाशात हरझोगचा हडकुळा हात काहीतरी बाजूला सारल्यासारखा हलला. ''मी आजारी आहे आणि स्वप्न आणि वास्तव काय ते मला कळत नाही या दोन्ही गोष्टी खऱ्या आहेत, पण एक गोष्ट मला अगदी स्पष्ट कळली आहे ती म्हणजे मी अयशस्वी होणार, हे संकेतपुस्तकाला बरोबर माहीत होतं. मी कुठं कमजोर पडणार आहे ते

त्याला खूप आधीपासूनच माहीत होतं. मी माझ्या विधिलिखितापासून पळून जाण्याचा प्रयत्न करणार, शांग्री-लातून पळून जाण्याचा प्रयत्न करणार, हे त्याला माहीतच होतं. आपल्याला कळण्यापूर्वीच आपल्याला कल्पनाही करता येणार नाही इतक्या लवकर त्याला ते कळलेलं असतं. म्हणूनच नॅन्सीला त्यानं त्या हाडाच्या माध्यमातून बोलावणं धाडलं आणि नॅन्सीमुळे तुलाही इथं आणलं, कारण मला शोधायला तिला मदत करू शकेल असा तूच एकमेव माणूस होतास. नॅन्सी ते हाड घेऊन तुझ्याकडेच जाईल हे पुस्तकाला पक्कं माहीत होतं. तसंच या जेनचंही या शेवटच्या टप्प्यात तुम्हाला बरोबर वाट काढत माझ्यापर्यंत घेऊन येण्यासाठी त्या पुस्तकानंच नियोजन केलं होतं. तुम्ही इथं यावं, मला वाचवावं, मला एक शेवटची संधी मिळावी, कारण या कार्यासाठी माझीच निवड झाली आहे, यासाठीच तुमचं नियंत्रण करून तुम्हाला इथं पोहोचवलं गेलं आहे.''

''निवड झालीय काय!'' ओठ मुडपून दबक्या आवाजात बोलताना जॅकच्या आवाजातला कुत्सितपणा आणि भीती लपून राहत नव्हती.

''एक शेवटची संधी, कसली?'' नॅन्सीने विचारले, पण प्रश्न विचारतानाच आपल्याला याचे उत्तर माहीतच आहे अशी भीतीही तिला वाटत होती.

''शांग्री-लाला परत जाऊन माझी चूक दुरुस्त करण्याची संधी. कारण तिथून सुटका करून घेणे ही माझी फार मोठी चूक होती, अशी आता माझी खात्री पटली आहे. शेवटच्या काही दिवसांदरम्यान या भिक्षूंच्या बरोबर असल्याने मला विचार करायला वेळ मिळाला आहे. कोंडा आणि गव्हाचं पीठ वेगळं करायला वेळ मिळाला आहे. माझं सगळं चुकलंच होतं. संकेतपुस्तक हेच आपले मातापिता आहेत. त्यापासून दूर पळून काहीच साध्य होणार नाही. त्याच्या योजनांपासून अंग काढून घेण्याचा काही उपयोग होणार नाही आणि तसं केल्याने आपण सुखी तर कधीच होणार नाही. मला आता खरं काय ते कळलं आहे. माझा मार्ग आता मला स्पष्ट दिसतो आहे. मला परत गेलंच पाहिजे, बहकलेलं गूल जरां परत घराकडे येतं तसंच, अगदी तसंच मला परत गेलं पाहिजे.''

''हे बघ अन्तोन, आपल्या प्रांजळपण' स्पष्ट बोलण्यामुळे या मरणासन्न माणसाला त्याच्या कथेत बदल करायला भाग पाडता येईल, आपली गोष्ट सगळी काल्पनिक, रचलेली होती असं तो कबूल करेल अशी अजूनही आशा वाटणारा जॅक म्हणत होता, ''आपण जरा सरळपणे विचार करू या. तू रस्ता चुकलास, आजारी पडलास, मग तू कोणा भिक्षूंच्या हाती लागलास हा तुझ्या कथेतला भाग मला खरा वाटतो, समजतो. त्यांना तू ती कासवाची पाठ घेऊन काहीतरी तंत्रमंत्र करताना पाहिलंस आणि मग तुझ्या कल्पक बुद्धीने या सगळ्याभोवती

ही अद्‌भुतरम्य कथा रचली. कशासाठी, तर तू प्रत्यक्षात शांग्री-लाला पोहोचू शकला नाहीस, तो ज्ञानग्रंथदेखील पाहू शकला नाहीस, हे तुझं अपयश झाकण्यासाठी! पण तुझं तुलाच माहिती आहे की हे सगळं थोतांड आहे, खोटं आहे. तू तिथं पोहोचलाच नाहीस आणि तुला अजून एकदा प्रयत्न करायचा आहे.''

''नाही, मी तिथं पोहोचलो होतो. माझी खात्री आहे. मी तिथं पोहोचलो, तिथल्या राजाशी बोललो आणि त्या आदिमानवी वाटणाऱ्या लोकांना निसर्गशक्तीकडून घ्यायच्या सल्ल्यासाठी योग्य ती षटकोनाकृती मिळवण्यासाठी कासवाची पाठ वापरताना पाहिलं. शांग्री-लाचा राजा बोलला ते खरंच आहे आणि संकेतपुस्तक म्हणजेच ज्ञानग्रंथ आहे. त्यात लिहिल्यानुसार या विश्वाची रहाटी चालते. मोठमोठी साम्राज्यं उदयाला येतात, अस्तंगत होतात, शांग्री-लाचे राजे लोकांना जागे करतात, कामाला लावतात. लोकांना कधीही समजणार नाही अशी महान कार्ये घडवून आणण्यासाठी कार्यप्रवण करतात,'' हरझोग बोलत होता, पण त्याचे बोलणे ऐकू येण्यासाठी त्याच्या अगदी जवळ जाऊन लक्षपूर्वक ऐकावे लागत होते.

''पण त्या क्रूर, रानटी राज्यात तुला कशासाठी परत जायचं आहे?'' नॅन्सीने विचारले.

''कारण मला आता सगळं कळलं आहे. उलगडा झाला आहे. ती कासवाची पाठ पाहिल्याबरोबर मला स्पष्ट कळलं, माझा ललाटलेख काय आहे ते. छतावर उभ्या असलेल्या त्या राजाकडे एक कैदी, एक नरबळी म्हणून मी पाहत होतो तेव्हा मला भीती वाटत होती. मी फक्त माझ्यातल्या क:पदार्थ मनुष्य जीवाला वाचवण्याचाच विचार करत होतो तेव्हा. पण त्या दोन माणसांनी जेव्हा मला वाचवलं, तेव्हा मला सत्याचा साक्षात्कार झाला. मला परत गेलंच पाहिजे. मला नेमून दिलेली भूमिका मला करायलाच हवी. स्वर्गात कुणाची तरी सेवा करत राहण्यापेक्षा नरकाचा का होईना, पण राजा होणं केव्हाही चांगलंच! शिवाय आपण राजा व्हायचं हे काही तो स्वत: ठरवत नाही. त्याची नेमणूक अज्ञात, अमर्याद अशा शक्तींकडून केली जाते. आणखी एका गोष्टीचा संकेतपुस्तकानं निर्देश करून ठेवलेला आहे, नॅन्सी. तुला माझ्याबरोबर यावं लागेल, कारण शांग्री-लात तू माझी राणी असणार आहेस. आतापर्यंत कधीही न अनुभवलेल्या महाभयंकर जागतिक युद्धात या जगाला आपण दोघं मिळून ढकलणार आहोत. त्या युद्धात पडलेल्या आपल्या आहुतींच्या सामर्थ्यातून एक दैवी महापुरुष जन्माला येईल आणि राखेतून जन्माला आलेल्या फिनिक्स पक्ष्याप्रमाणे युद्धाच्या आगीतून तावून सुलाखून शुद्ध झालेल्या मानवजातीवर तो अधिराज्य करेल. चल माझ्याबरोबर. ग्यॉटरडेमरुंग आता जवळ येत आहे.''

त्याच्या बोलण्याने दचकून नॅन्सी मागे सरकली.

"तू ठार वेडा झालायस," जॅक रागाने ओरडलाच.

संकेतपुस्तकाचं सामर्थ्य कितीही परिचयाचं असलं आणि आतापर्यंत घडलेल्या अनेक चित्रविचित्र घटना आणि इथवरचा प्रवास, हे सगळं कल्पनेबाहेरचं असलं तरी आता मात्र असह्य ताणामुळे हरझोगची बुद्धी काम करेनाशी झाली आहे, असे नॅन्सीलाही वाटायला लागले होते. या अंधारात तो काय वाट्टेल ते बरळत होता असा तिचा समज व्हायला लागला होता.

"तुझं अज्ञान अगाध आहे, जॅक. तुझ्या अल्प बुद्धीला जे समजत नाही त्या गोष्टीचं अस्तित्वच तू नाकारतोस." हरझोग दातओठ खात सगळी शक्ती एकवटून बोलण्याचा प्रयत्न करत होता. "मला इथंच सोडा. शांग्री-लाचे लोक मला न्यायला येतीलच इथं. अगदी अचूक त्या राजाने सांगितल्याप्रमाणे. ते येतील आणि मला घेऊन जातील. पहालच तुम्ही. ते येतीलच."

"निव्वळ वेडेपणा!" बऱ्याच वेळानंतर जॅक बोलला. "हा शुद्ध वेडाचार आहे." मग अचानक काहीतरी ठरवल्यासारखा तो उठला आणि म्हणाला, "चल, आपल्याला जायला हवं. चिनी सैनिक कोणत्याही क्षणी इथं पोहोचतील. जेन, तू काय करायचं ठरवलं आहेस?"

जेन काहीच बोलला नाही. त्यांची भेट झाल्यापासून पहिल्यांदाच आपल्याला काय करायचे आहे याबद्दल तो साशंक झालेला दिसत होता. हरझोगने आपली कथा सांगायला सुरुवात केल्यापासूनच जेन स्वतःला आखडून घेत अगदी कोशात शिरल्यासारखा त्याच्यापासून दूर राहण्याचा प्रयत्न करत होता. जणूकाही त्या कथेतले तथ्य आणि त्याचे परिणाम या सगळ्यापासून दूर राहण्याचा प्रयत्न करत होता. तो ज्ञानग्रंथ मिळवण्याची जेनची इच्छा असली तरी त्यासाठी हरझोगला ज्या दिव्यातून जावे लागले होते ते ऐकून आणि ते पुस्तक मिळवण्याचे परिणाम काय होणार होते तेदेखील ऐकून त्याच्यापासून दूरच राहावं असं त्याला वाटत असावं असे नॅन्सीला वाटले. एखाद्या दगडासारखा निश्चल, निःशब्द बसला होता तो.

"जेन, उठ आता!" जॅक तातडीच्या सुरात म्हणाला, "आपण फार वेळ इथं थांबलो आहोत."

जेनने अगदी सावकाश, कष्टाने डोके वर केले.

"बरोबर आहे. आपल्याला जायला हवं. मला बीजिंगला परत जायला हवं आणि माझ्या धर्मबांधवांशी चर्चा करून सल्ला घ्यायला हवा आहे. या नव्यानं प्राप्त झालेल्या ज्ञानानंतर आता ज्ञानग्रंथाचा शोध घेत बसणं व्यर्थ आहे. आतापर्यंत मी जे काही कष्ट घेतले ते सगळे पाण्यात गेले आहेत. कारण तो ग्रंथ आमच्याजवळ कायम होताच, पण आम्हाला ते माहीतच नव्हतं."

"जेन, सावर स्वतःला," जॅक घोगऱ्या आवाजात म्हणाला, "हरझोगचं डोकं पूर्णपणे कामातून गेलं आहे. त्याच्या बोलण्यावर काडीचाही विश्वास ठेवू नकोस."

"चुकतोयस तू जॅक. हरझोग खरं बोलतोय अशी मला भीती वाटते. माझी इथली उपस्थितीच त्याचं प्रमाण आहे. मला संकेतपुस्तकानंच इथवर खेचून आणलं हे खरं आहे. त्यानेच मला लितांग गुहेकडे जायला आणि जंगलवाटेकडे जायला सांगितलं. प्रत्येक निर्णायक क्षणी मी त्याचा सल्ला घेतला आणि सांगायला, मान्य करायला कष्ट पडत असले तरी मला हे सांगितलंच पाहिजे की, प्रत्येक वेळी मी त्याचा सल्ला मानत आलो आहे."

रागाने गुरगुरतच जॅक म्हणाला, "मूर्खासारखं बोलू नकोस. हे निव्वळ योगायोग आहेत. कसंही केलं तरी तू इथं आला असतासच. एका अट्टल अफूबाजानं नशेत केलेलं स्वप्नरंजन आहे हे सगळं. तो जे काही बोलला ते सगळं इथंच सोडून तू आमच्याबरोबर आलं पाहिजेस."

त्या दोघांतल्या या वादावादीकडे अजिबात लक्ष नसलेली नॅन्सी अन्तोन हरझोगच्या निश्चेष्ट शरीराजवळ वाकून पाहत होती.

"याचं काय करायचं आपण?"

जॅकने उत्तरही दिले नाही आणि तिच्याकडे पाहिलेसुद्धा नाही. अख्खी रात्र ते हरझोगची कहाणी ऐकत होते आणि आता पहाट होत होती. वेळ कसा गेला होता तिला कळलेही नव्हते. पुन्हा एकदा तिने त्या अस्थिपंजर देहाकडे पाहिले. तोंड एका बाजूला कलंडलेले, डोळे घट्ट मिटलेले, जणूकाही तो तीव्र वेदना सहन करत असावा तसे दिसत होते. ओठ हलत होते, पण आवाज फुटत नव्हता.

"जगेल का तो?" तिने जॅकला विचारले. त्याने उत्तर द्यावे याची अपेक्षा करत राहिली.

नकारार्थी मान हलवत जॅक म्हणाला, "आपण जरा जरी हलवायचा प्रयत्न केला तरी जगणार नाही आणि जरी असंच सोडून गेलो तरीही!" आणि काय अर्थ काढायचा ते तिच्यावरच सोपवले.

डोळ्यांतून ओघळणारे अश्रू परतवण्याचा नॅन्सी निष्फळ प्रयत्न करू लागली. तिचे सांत्वन करण्यासाठी जॅकने हलकेच तिच्या खांद्यावर हात ठेवला.

"त्याला वेदना होत नाहीयेत. अफूमुळे ती काळजी नाहीये."

जेन त्याच्या सॅकमधील सामान ठीकठाक करत होता, निघण्याची तयारी करत होता. अचानक काहीतरी सुचून तो नॅन्सीकडे वळला आणि म्हणाला, "नॅन्सी, मला एक कल्पना सुचलीय. संकेतपुस्तक आहे का तुझ्याकडे?"

"हो."

खांद्यावरची बॅग खाली घेऊन तिने पुस्तक काढले आणि खालीच धूळभरल्या

जमिनीवर ठेवले. त्या पुस्तकातून एक ऊर्जा– काळी ऊर्जा– उत्सर्जित होत होती. जॅक आपल्या मागेच उभा राहून सगळं पाहतो आहे, काय वेडेपणा चाललाय अशा अर्थाने बघतो आहे हे सगळं तिला जाणवत होते. पण तरीही ती पुढे काय करायचे ते करतच राहिली.

"तुझ्याकडे नाणं आहे का एखादं?" तिने विचारलं.

"हो."

एका गुडघ्यावर उठत जेनने खिशात हात घातला आणि एक नाणे काढले. ती त्याच्याकडे अपेक्षेने पाहत म्हणाली, "प्रश्न काय आहे?"

तिच्या नजरेला नजर देत जेन एक क्षणभर थांबला. मग खाली ठेवलेल्या त्या पुस्तकाकडे पाहत आपला हात त्या पुस्तकावर ठेवला आणि आधी चिनी भाषेत आणि मग इंग्रजीत म्हणाला, "हे संकेतपुस्तका, अन्तोन हरझोगच्या कथेमध्ये काही खरेपणा आहे का, तूच तो ज्ञानग्रंथ आहेस हे खरं आहे का?"

एक खोलवर श्वास घेऊन नॅन्सीने छापकाटा करायला सुरुवात केली. नाणेफेकीच्या निकालानुसार षटकोनाची तयार होणारी एकेक बाजू जेन खाली धुळीत चितारत गेला. सहा वेळा नाणेफेक झाल्यावर षटकोनाकृती पूर्ण झाली. ती पाहता पाहता जेनचा चेहरा पांढराफटक पडला. संपूर्ण शक्तिपात झाल्यासारख्या सपाट, कोरड्या आवाजात तो म्हणाला, "माथ्यावर सूर्य. तळाशी (पृथ्वी?)त्वी तत्त्व. मध्यभागी पोकळी."

धास्तावलेल्या नॅन्सीने विचारले, "या आकृतीचा अर्थ माहीत आहे का तुला, पुस्तकात न पाहतासुद्धा?"

"हो" जरा रागीट नजरेनेच तिच्याकडे पाहत जेन म्हणाला.

भावनातिरेकाने चिरकलेल्या आवाजात ती म्हणाली, "सांग ना मग लवकर, काय ते!"

"त्याला शुंग फू म्हणतात. अंतस्थ, गाभ्यातले सत्य." अर्थाचे पूर्ण आकलन झालेल्या जेनचे ओठ सत्याच्या भीतीने मुडपले होते.

नॅन्सीने पुन्हा काही बोलण्यापूर्वीच तो कळकळीच्या सुरात सांगू लागला, "अन्तोन अगदी खरं बोलतो आहे असा त्याचा अर्थ आहे. शांग्री-ला खरोखरच अस्तित्वात आहे आणि संकेतपुस्तक म्हणजेच ज्ञानग्रंथ आहे असाही त्याचा अर्थ आहे."

स्वतःच्याच विचारात बुडालेल्या जेनने तोंड फिरवले. काही काळ शांतता पसरली. मग पुढे वाकून जॅकने धुळीतील आकृती हाताने पुसून टाकली. दोघांच्याही खांद्यावर हात ठेवत हलकेच म्हणाला, "चला, निघायची वेळ झाली."

चौपन्न

अन्तोन हरझोगला शोधत येत असलेल्या चिनी सैनिकांच्या शेकोट्या आणि कंदिलांचा प्रकाश खाली दरीत चमकत होता आणि त्याही खाली खोल दरीच्या अंधारात भारताच्या सरहद्दीजवळच्या तिबेटच्या शेवटच्या आऊटपोस्टचा, मेटोकचा नारिंगी प्रकाश चमचमताना नॅन्सीला दिसत होता.

"तुम्ही याच रस्त्याने पुढे जात राहिलं पाहिजे," अंधारातून जेनचा आवाज आला, "मी आता दुसऱ्या दिशेने, गोबीच्या वाळवंटाकडे, माझ्या धर्मबांधवांना ही भयंकर बातमी सांगून त्यांचा सल्ला घेण्यासाठी जातोय. खिंडीतून पलीकडे गेलात की, थोडी झोप काढा. मग पठारावरून चालत गेलात की, तुम्हाला मिठाचा व्यापार करणाऱ्या जमातीचे लोक भेटतील. ते तुम्हाला भारतीय हद्दीपर्यंत घेऊन जातील, तिथं यार्लान्ग त्सांग्पो नदीचा धबधबा आहे. धबधब्याजवळूनच एक तीव्र उताराचा रस्ता आहे कठीण आहे उतरायला, पण आहे. तुम्हाला जमेल तिथून उतरायला. त्या रस्त्याने तुम्ही डोंगराडोंगरातून वाट काढत ब्रह्मपुत्र नदीच्या काठावर पोहोचाल, एकदा तिथं पोहोचलात की, त्या पवित्र नदीच्या काठाकाठानं जाताना कुठंतरी लवकरच तुम्हाला मनुष्यवस्ती दिसेल. तुमच्याकडं काही सोनं-नाणं आहे का?"

"थोडी चिनी चलनी नाणी आहेत माझ्याकडं," जॅक म्हणाला.

"त्याचा तिथं उंच पर्वतपठारावर काही उपयोग नाही," असे बोलता बोलताच जेनने जॅकेटची बटने उघडली. जॅकेटच्या आतले अस्तर फाडून त्याने त्यातून एक भक्कम असे सोन्याचे कडे काढले.

"हे घ्या. तीन औंस वजनाचे आहे ते. मिठाचा व्यापार करणाऱ्या जमातीच्या मुखियाला हे द्या आणि हे पण द्या." असे म्हणत त्याने खिशातून काही छोट्या आकाराची कार्डे काढली.

"हे परमपूज्य दलाई लामांचे फोटो आहेत. तिबेटमध्ये हे फोटो बाळगणे बेकायदेशीर आहे. हरझोग म्हणालाच होता तसं आणि त्यामुळेच ते अमूल्य आहेत. शिवाय ते दाखवले म्हणजे मिठाचा व्यापार करणारे लोक तुम्हाला लुबाडणार नाहीत. आता तुमच्याकडचं थोडं सातूचं पीठ आणि पाणी मला द्या. वाटेत कामाला येईल माझ्या, तेवढं झालं की आपण आपापल्या वाटेने जायला मोकळे.

जेनचे आभार मानण्यासाठी जॅकने मान तुकविली.

"पुन्हा भेट झाली तर तुझ्या या सोन्याच्या कड्याचे पैसे मी तुला नक्की देईन," तो म्हणाला.

"काही गरज नाही. तुम्ही माझा जीव वाचवलात, त्यात सगळं आलं. आता मार्गस्थ व्हा आणि चुकूनही मागे वळून पाहू नका."

एकामागून एक झालेल्या मानसिक आघातांच्या धक्क्यातून नॅन्सी अजूनही सावरली नव्हती. तिचे या दोघांच्या बोलण्याकडे लक्ष नव्हते.

"हरझोगचं काय?"

जेन काहीच बोलला नाही. पण त्याच्या मौनातच फार मोठा अर्थ भरला होता. सावकाश एकेक वाक्य उच्चारत तो म्हणाला, "मी त्याला आणखी एकदा चिलीम बनवून देतो. शिवाय आणखी एक चिलीम भरून त्याच्याजवळ ठेवू या. यापेक्षा जास्त कुणालाच काही करता येणार नाही. आपण त्याला हलवू शकत नाही आणि आपण इथं थोडा वेळ जरी आता थांबलो, तर एकतर आपण पकडले जाऊ किंवा मारले जाऊ."

अन्तोन हरझोगला इथे अशीच मरणाची वाट पाहत सोडून जाण्याला दुसरा काही पर्यायच नव्हता, ही गोष्ट तिघांच्याही मनावरचा ताण हलका करत होती. तो काही आता दिल्लीला परत जाऊन औषधपाणी घेऊन बरा होणे शक्य नव्हते, की पुन्हा धडधाकट होऊन नव्या जोमाने त्या शांग्री-ला का काय म्हणाला होता, त्या ठिकाणी पोहोचण्याच्या मोहिमेवर निघणे शक्य नव्हते. तो अगदी एकाकी अवस्थेत मरणार होता. त्याला झालेला भ्रम त्याच्या मरणानेच दूर होणार होता आणि या तिघांनी त्याच्याकडे पाठ फिरवल्यामुळे त्याचे ते भयानक सत्य जगासमोर उघड होणारच नव्हते. माणसाची स्वतंत्रपणे जगण्याची ऊर्मी विजयी होणार होती आणि त्याने सांगितलेली जगाला वेठीला धरण्याच्या कारस्थानाची कहाणी केवळ एक दुःस्वप्न म्हणून उरणार होती. पण तरीही त्याला एकट्याला सोडून जाणे बरोबर वाटत नव्हते. मग नॅन्सी बराच वेळ अन्तोनच्या फोलपटासारख्या शुष्क शरीराकडे पाहत राहिली. एक दंतकथा बनलेला पत्रकार, एक विद्वान माणूस आता मरणार होता. वेड लागलेल्या

अवस्थेत, एकटा, या असल्या भयाण जागी! दु:ख अनावर होऊन ती हमसून हमसून रडू लागली. दूर कुठेतरी विमानाची घरघर ऐकू येत होती. आता निघायलाच हवे होते. शेवटचे निरोपाचे शब्द बोलून जेन डोंगरावर चढावाच्या दिशेला जाणाऱ्या त्याच्या वाटेने निघून गेला.

नॅन्सीला आपले अश्रू थांबवता येत नव्हते. ती तसा प्रयत्नही करत नव्हती. तशीच डोळे न पुसता ती चालत होती. इतक्या दूर प्रवास करून ती आली, इतके काही तिला समजले, पण कशासाठी? ज्या माणसाला शोधायला ती इथवर आली त्याला असे मरणासन्न अवस्थेत सोडून जायला? शिवाय अन्तोन बोलला त्यात तथ्य असेलही कदाचित! आपण खरोखरच कठपुतळ्यांसारखी कुणा विश्वनियंत्याच्या हातातील खेळणी असूही, कुणी सांगावं? जॅक अॅडम्सने कधीही संकेतपुस्तकाचा सल्ला घेतला नाही. त्यामुळे विश्वसत्तेच्या योजनांचा त्याच्यावर परिणाम झाला नाही. पण तिला तर त्या पुस्तकाचे सामर्थ्य उमजले होते. हरझोगने वर्णन केलेल्या त्या पुस्तकाच्या पाशवी शक्तीचा प्रत्यय त्यांच्या सगळ्यांच्या आयुष्याला एका विशिष्ट दिशेने आणि त्यांच्या आकलनापलीकडे असलेल्या गोष्टी घडवण्यासाठी घेऊन जाणाऱ्या शक्तीचा अनुभव तिला तर आला होताच ना! ती हे नाकारू शकत नव्हती.

तिला आता भूक लागली होती आणि थंडीदेखील वाजत होती. इतक्या दिवसांच्या अथक परिश्रमांनी ती अशक्त झाली होती. त्या क्षणी तरी तिला या ऐहिक जगातील दुसरी कुठलीच गोष्ट नको होती. माणूस नावाच्या प्राण्यापासून दूर, एकटं राहायचं होतं. प्रचंड वेगाने फिरणाऱ्या चक्रात लहान मुलाची भंबेरी उडावी तसा हा अनुभव, दुष्टांनी आणि पाप्यांनी नियंत्रित केलेल्या जगात घडणाऱ्या प्रचंड उलथापालथी, सुख म्हणजे स्वार्थाचेच दुसरे नाव आहे याचा अनुभव आणि हेच जगाचे निखळ सत्य रूप आहे याची स्पष्ट जाणीव; यातले काय बरोबर ठेवण्यासारखे होते? मान खाली घालून हुंदके देत रडत रडतच ती आपले थकलेले पाय खिंडीच्या रस्त्याने ओढत होती. तिकडे पाठीमागे त्या गुहेत तो कोण होता, साधुपुरुष की कुणी वेडा पीर? कोणत्यातरी धाग्याने तिच्या आयुष्याशी ज्याचे आयुष्य जोडले गेले होते तो अन्तोन हरझोग कदाचित आतापर्यंत मेलादेखील असेल.

उपोद्घात

न्यूयॉर्क

जेन म्हणाला होता त्याप्रमाणे सुसाट वारा झाडून काढत असलेल्या पठारावर याकच्या कातडीची वल्कले घातलेले ते मिठाचा व्यापार करणारे लोक होतेच. त्यांचे पाळीव प्राणी बर्फात इतस्तत: फिरत होते आणि त्यांची मुलेदेखील अल्लड रानटी कुत्र्यांसारखी हुंदडत होती. सुरुवातीला त्यांनी जरा शंकेखोरपणे आणि आक्रमकपणे पाहिले, कारण काळ्या मिचकूट झालेल्या कपड्यातील, गोंधळलेली; पण शांत अशी दोन पाश्चात्त्य माणसे अचानक त्यांच्यासमोर उभी राहिली होती. पण दलाईंच्या चित्रांनी आणि सोन्याच्या कड्याने ते निवळले आणि त्यांनी त्यांचे मनापासून स्वागत केले. त्यांना मुखियाच्या तंबूत नेण्यात आले. त्या अंधाऱ्या तंबूत कसलातरी धूर भरला होता आणि मानवी आकृत्या त्या अंधारातच पसरलेल्या होत्या. उग्र चेहऱ्याच्या मुखियाच्या हातात काचेचा पेला आणि कमरेला पिस्तूल लटकलेले होते. त्याने भेटवस्तू स्वीकारल्या आणि मग दोघांच्या मदतीसाठी दोन तरुण माणसं आणि एक जनावर देऊन खोल अंधाऱ्या दरीतून वाट काढत हिमालयाच्या पायथ्याकडे असलेल्या सीमारेषेपर्यंत पार ब्रह्मपुत्र नदीच्या काठापर्यंत त्यांना पोहोचवण्यासाठी मार्गस्थ केले.

अगदी जेनने सांगितल्याप्रमाणेच वाटचाल खडतर होती. तरीदेखील शेवटी त्यांना एक गाव दिसलेच. मग वाटेत भेटलेले शेतकरी आणि लॉरी ड्रायव्हरांनी पुढच्या टप्प्यापर्यंत त्यांच्या गाडीतून सोडल्यामुळे बारा तासांतच ते एका रेल्वे स्टेशनवर पोहोचले. भारतातल्या सिक्कीम राज्याच्या एका टोकाकडे असलेल्या भारतीय रेल्वेच्या स्टेशनवर पोहोचले होते ते. इथून स्थानिक रेल्वे व्यवस्थेने ते आणखी खालच्या भागातल्या भारतीय रेल्वेच्या मुख्य जाळ्यात पोहोचणार होते

आणि त्यानंतर प्रचंड गर्दीतून केलेल्या छत्तीस तासांच्या प्रवासानंतर ते पूर्ण गलितगात्र अवस्थेत दिल्ली सेंट्रल स्टेशनवर ढकलल्यासारखे पडणार होते.

हे सर्व सहा महिन्यांपूर्वी घडले होते. त्यानंतर भारत आणि त्याच्या आठवणी मागेच ठेवून नॅन्सी परतली होती. भारतीय पोलिसांनी हरझोगचा शोध घ्यायचे थांबवले असल्याचे कृष्णाकडून नंतर तिला कळले होतेच. अन्तोन मरण पावला असे गृहीत धरल्याचे चीनने जाहीर केले होते, पण त्याचे शव सापडले नसल्याचेदेखील सांगितले होते. कदाचित हिमालयातील रिवाजाप्रमाणे जादूगारांच्या गुहेच्या दारात दफनविधी झालेले त्याचे शरीर अजूनही तेथील गिधाडे फस्त करत असतील. हेरगिरीचे आरोप रद्द केले नसले तरी सोयीस्करपणे विसरले गेले होते आणि पोलिसांनी नॅन्सीला देश सोडण्याची परवानगीदेखील दिली होती.

मायाची भेट घेण्याचे काम फक्त राहिले होते. तिला भेटून काय आणि कसे बोलायचे याचा दिवसभर विचार करून तिचे डोके भणभणले होते. शेवटी तिने एक चिठ्ठी लिहून आपण तिबेटमध्ये गेलो, हरझोग सापडला, पण तो मरणासन्न अवस्थेत होता आणि आपल्या डोळ्यासमोरच तो मरण पावला असे तिला कळवले. मायाने हरझोगचे मृत्युपत्र वकिलाकडे न्यावे आणि त्यात लिहिल्याप्रमाणे तिला मिळणारे पैसे घेऊन त्यांच्या मुलाचे संगोपन करावे असेही तिने लिहिले. शेवटचे वाक्य लिहिण्यापूर्वी ती जरा विचार करत थांबली. मग तिने लिहिले, ''मरताना अन्तोन हरझोगच्या तोंडी तुझंच नाव होतं. त्याने उच्चारलेला शेवटचा शब्द 'माया' होता. आपण लिहितोय ते खरं नाही हे तिला माहीत होतं, पण इतकं सारं घडून गेल्यानंतर तिला दिलासा मिळावा म्हणून असं लिहिणंच योग्य होतं. मी त्याला मृत्युशय्येवर पाहिलं, त्याने एकदाही तुझं नाव घेतलं नाही असं क्लेशकारक सत्य सांगण्याची काय गरज होती?''

एक अन्तोन हरझोग जर नसता तर आपलं भारतात राहणं किती वेगळं झालं असतं असं अमेरिकेला परत जाणारं विमान दिल्लीच्या धावपट्टीवरून तापत्या उन्हात सरकत जात असताना खिडकीतून बाहेर पाहत बसलेल्या नॅन्सीच्या मनात येत होते.

तिला स्वत:ला नक्की काय झाले ते सांगता येत नव्हते, तरीदेखील स्पष्टपणे सामोरे आल्यावर अन्तोनला ज्या निखळ, भयकारी सत्याने झपाटून टाकले होते तेच सत्य पूर्णपणे आकलन होण्याच्या अगदी जवळ ती पोहोचली असावी आणि तिथेच थांबली असावी हा विचार काही केल्या झटकून टाकता येत नव्हता. हरझोग सांगत होता त्यातले अणुमात्र तरी खरे असावे असा विचारसुद्धा करायचे टाळून

जगाकडे पाहण्याचा आपला दृष्टिकोन जराही बदलायला तयार नसलेल्या जॅकचा तिला हेवा वाटत होता. पण काही झाले तरी हे जग, ती युद्धे, त्या विश्वसत्तेच्या गोष्टी, असली अतर्क्य गूढ प्रमेये आणि त्यांचे परिणाम खरे वा खोटे, बरे वा वाईट, कसेही असले तरी हा गुंता माणसाने एकाच आयुष्यात सोडवण्याचा प्रयत्न करणेदेखील तिच्या दृष्टीने जरा जास्तच होते. आपण अन्तोनला शोधण्यासाठी केलेल्या पायपिटीबद्दल आणि अन्तोन आपल्याला सापडला होता त्याबद्दलही कुणाला काही सांगायचे नाही, असे तिने आणि जॅकने ठरवले होते. आयुष्यातील एक फार मोठी सनसनाटी वृत्तकथा आपल्या हाती पडेल अशा आशेने ती तिबेटमध्ये गेली होती आणि एका अर्थाने तिला ती मिळालीदेखील होती. तरीदेखील भारतात परतण्याच्या प्रवासादरम्यान जादूगारांच्या गुहेतल्या अनुभवाबद्दल चर्चा करताना आणि आत्मपरीक्षण करताना त्यांच्या असे लक्षात आले होते की, कितीही विलक्षण असली तरी अन्तोनच्या आणि त्यांच्यादेखील कथेवर कोणाचाही विश्वास बसणे शक्य नव्हते. कोणाला ती समजणे तर त्याहूनही अशक्य होते. तिच्या आयुष्यात तिला गवसलेली अत्यंत विलक्षण अशी वृत्तकथा कधीच प्रकाशात येणार नव्हती.

दिल्लीच्या प्लॅटफॉर्मवर जॅकचा निरोप घेताना त्याचे पैसे त्याच्या अकाउन्टमध्ये जमा करण्याचे तिने त्याला आश्वासन दिले होते. स्टेशनवर इकडून तिकडे येत-जात असलेल्या माणसांच्या गर्दीत काही क्षण ते दोघे एकमेकांकडे नुसतेच पाहत उभे राहिले होते. मग निरोपादाखल जॅकने तिचा हात हाती घेत पटकन तिच्या गालांवर ओठ टेकले होते.

"तो जे काही बोलला त्यावर फार विचार करू नकोस. काहीही खरं नाही त्यातलं. तो तिथं त्या गुहेच्या दाराशी मेला यानेच ते सगळं खोटं असल्याचं सिद्ध होतंय. आपण त्याला सोडून परत आलो याचाच अर्थ आपल्यावर कोणाचे नियंत्रण नाही, आपण स्वतंत्र आहोत. जर ते संकेतपुस्तक दैवी संदेश देतं असं मानलं तर ते खोटंही बोलतं असं म्हटलं पाहिजे." असं बोलून जॅक पुन्हा त्या पुराणवस्तूंच्या आणि प्राचीन हाडांच्या व्यापाराच्या आणि प्रचंड उष्म्याने घामाघूम करणाऱ्या दिल्लीच्या परिचित जगात निघून गेला होता. डोक्यात भरलेल्या गेल्या काही दिवसांमधल्या घटनांच्या आठवणी हलवून हलवून काढून टाकाव्यात तशा आविर्भावात डोके हलवत चाललेल्या जॅककडे ती बराच वेळ पाहत राहिली होती.

त्याला तसे जाताना पाहताना तिच्या हृदयात एक कळ उठली होती. एका परीने ती त्याच्या प्रेमात पडायला लागली होती. परिस्थिती अशी नसती, तर कदाचित त्यांचे नाते आणखी गहिरे झाले असते, रोमँटिक झाले असतेही कदाचित. पण ते काही खरे नव्हते. त्यालाही त्याच्या आयुष्याची इतर अनेक अवधाने

सांभाळायची होती. तिने जे पाहिले, मानसिक उलथापालथीचे जे भूकंपसदृश अनुभव घेतले होते, ते त्यानेदेखील पाहिले होते. त्यामुळे त्याला संकोच वाटणे स्वाभाविक होते. त्यांच्या आयुष्यात नुकतेच जे घडले होते, त्यापासून त्यांना दूर जायचे होते, सुटका हवी होती आणि दोघांनाही ते एकटे राहूनच करता येणे शक्य होते.

नॅन्सी न्यूयॉर्क, ब्रुकलीन आणि पानाफुलांनी बहरलेल्या पार्क स्लोपच्या, आपल्या मित्रमैत्रिणींच्या, नेहमीच्या कॅफेमधल्या गप्पाटप्पांच्या, पुस्तकांच्या दुकानातल्या फेरफटक्याच्या, नित्याच्या परिचित जगात परतली होती. वसंताचे आगमन झाले होते आणि सेंट्रल पार्कमध्ये जागोजागी रंगीबेरंगी फुले उमललेली दिसत होती. तिला रजा देऊ करण्यात आली होती, पण तिनेच ती नाकारली होती. एकटेच घरी बसून तोच तोच विचार करत बसण्यापेक्षा काहीतरी संपादकाच्या टेबलावरचे सरळसोपे काम करावे असा विचार तिने केला होता. रोज वेळच्या वेळी संपवायची कामे, संपादकांच्या रोज सकाळच्या मीटिंग्ज, दररोज वर्तमानपत्र एकदाचे छपाईला जाईपर्यंतची घालमेल, मेजवान्या, व्यावसायिक संबंध जपण्यासाठी केलेल्या पार्ट्या, असल्या नित्यनेमाच्या सुरक्षित वातावरणात आता ती रुळली होती. हळूहळू तो विचित्र अनुभव विसरायचा प्रयत्न करत होती. मनातून पूर्णपणे काढून टाकता येत नसला तरी आता ती सारखा सारखा त्याचाच विचार करत नव्हती. सुरुवातीला काही तास, मग एखादा दिवस आणि आणखी काही काळानंतर तर दिवसचे दिवस तिला त्याची आठवण येईनाशी झाली. आता तोदेखील एक गाडला गेलेला इतिहास होईल असे तिला वाटायला लागले. म्हणजे तसे केले तरच ती सर्वसामान्य माणसासारखे जगू शकेल हे तिला समजत होतेच, तसे घडायलाही लागले. जगरहाटीबद्दल हरझोगने मांडलेला दृष्टिकोन, त्या गुहेत मरणासन्न अवस्थेत त्याने सांगितलेली कथा, त्याचं स्वप्न, त्याचं दुःस्वप्न, संपूर्ण मानवजातीचं भवितव्य नियोजनबद्धतेने संचालित करणारी ती शांग्री-लाची विश्वसत्ता, सगळं सगळं रोजच्या धबडग्यात आणि गदारोळात गाडून टाकणेच इष्ट होते. आपण किती दुष्ट विचार करतो आहोत असे एक मन म्हणत असले तरी हरझोग मरण पावला आहे या विचाराने सुटका झाल्यासारखेच वाटत होते. त्याचे चूकच होते किंवा जॅक म्हणत होता, तसा तो वेडाच झाला असावा. शांग्री-लाचे लोक आलेही नसावेत आणि त्याला घेऊन गेले नसावेत आणि त्या संकेतपुस्तकाने सांगितलं होतं ते भाकीत खरं करण्यासाठी त्याला संधीदेखील मिळालीच नसावी. कारण तो खरोखरच मरण पावला असावा. हरझोगचा जगाकडे आणि जगाच्या व्यवहाराकडे पाहण्याचा दृष्टिकोन चुकीचा होता. ते शांग्री-लापर्यंत पोहोचणे आणि संकेतपुस्तक म्हणजेच ज्ञानग्रंथ असल्याचे समजणे वगैरे सर्व कपोलकल्पित कथा होत्या असे मानणे

त्यामुळे सोपेच झाले होते.

मग सरत्या उन्हाळ्यातल्या एका दिवशी फोन वाजला. सकाळचे सात वाजले होते. नित्याच्या चक्रात अडकवून घेतलेली नॅन्सी अजूनही अंथरुणातच लोळत रेडिओ ऐकत होती आणि आता उठावं असा विचार करत होती. ऑफिसमध्ये पोहोचेपर्यंतसुद्धा या लोकांना थांबता का येत नाही, असा विचार करत तिने फोन उचलला. फोनवर तिच्या अगदी परिचयाचा, कायमचा लक्षात राहिलेला आवाज ऐकू आला. तिचे हात थरथरू लागले.

"नॅन्सी, मी जॅक बोलतोय." पलीकडून आवाज आला.

क्षणभर तिला काही बोलताच आले नाही. कदाचित इतक्या लांबून फोन करत असल्याने नीट ऐकू येत नसेल, संपर्क तुटला असेल अशा शंकेने त्याने परत विचारले, "नॅन्सी?" मग अचानक तिच्या तोंडून शब्द बाहेर पडले, "जॅक, अहो आश्चर्यम्!" आवाजात शक्य तितका मैत्रीचा, सौहार्दाचा भाव आणण्याचा तिने प्रयत्न केला. एकत्र प्रवास केलेले जुने मित्र एकमेकांशी कसे बोलतील, तशा सुरात बोलण्याचा तिने प्रयत्न केला.

"बऱ्याच दिवसांत तुला फोन केला नाही त्याबद्दल मला माफ कर. पण का केला नाही ते तुलाही माहीत आहे. पण तरी आता तुला फोन करतोय, कारण मी अमेरिकेत आलोय आणि न्यूयॉर्कमधून आता पुढे जाणार आहे. आता मी एअरपोर्टवरच आहे आणि सकाळी सकाळी माझ्याबरोबर कॉफी घेत बोलायला थोडा वेळ काढता येईल का हे विचारायला मी फोन केलाय. अर्थात कामाच्या व्यापातून तुला शक्य असेल तरच!"

त्याच्या विनोदावर तिने हसण्याचा प्रयत्न केला. पण त्याचा नुसता आवाज कानावर पडल्याबरोबर मनाने ती क्षणात पिमाकोच्या जंगलात पोहोचली होती. दिङ्मूढ अवस्थेत उभी होती. त्याला पाहणे, भेटणे या कल्पनेनेसुद्धा तिचा थरकाप उडाला होता. इतके दिवस भूतकाळात गाडून टाकण्याचा प्रयत्न केलेल्या त्या तिबेटमधल्या आठवणी पुन्हा उकरून वर येणार होत्या. रोजचे रटाळ, नेमस्त पण सुरक्षित जीवन तिने जाणूनबुजून स्वीकारले होते. आकर्षक वाटले तरी दुसरे पर्यायच समोर नसतील याची काळजी घेतली होती आणि यात कुठंही जीवन नाकारण्याचा प्रयत्न नव्हता. सर्वसामान्य माणसाचा इतिहासकाळाबद्दल जो समज होता तोच स्वीकारून शांतपणे जीवन जगायचं हा खरं तर तिच्या दृष्टीने सकारात्मक प्रयत्न होता. पण आपण अन्तोन हरझोगला त्या जंगलात तसंच मरायला सोडून निघून आलो याबद्दलची अपराधीपणाची भावना, जी थोडीशी दबली होती, ती त्याच्या आवाजाने पुन्हा उसळून वर आली होती.

"तुला भेटायला आवडलं असतं मला, पण आज सकाळी जरा अवघडच

आहे. बरीच कामं आहेत रे माझ्यापुढे.'' ती म्हणाली.

''नॅन्सी, फक्त पाचएक मिनिटं, एक कॉफी पिण्यापुरतंच भेटू या ना! मी जास्त वेळ नाही घेणार तुझा.'' ती भेटायचे का टाळते आहे हे त्याला कळत होते. हे तिलाही समजत होते. मग पटकन ती म्हणाली, ''चल, ठीक आहे, बेजेल झोनच्या बाहेर, टॉम्प्किन्स स्क्वेअर पार्कजवळ अल्फाबेट सिटीत आहे ना बेजेल झोन, तिथं भेटू या. सगळ्या टॅक्सी ड्रायव्हर्सना माहीत आहे ते पार्क. बरोबर पंचेचाळीस मिनिटांनी आपण भेटू या तिथं.''

नॅन्सीने अस्वस्थपणे, घाईघाईतच अंघोळ उरकली. हाताला येतील ते कपडे घातले आणि बाहेर पडून टॅक्सीत बसली. वर आकाश अगदी निरभ्र होतं. टॉम्प्किन्स स्क्वेअर पार्कच्या मध्यभागातल्या हिरवळीवर सकाळच्या कोवळ्या उन्हाचा आनंद लुटायला बरीच माणसे येऊन बसली होती. टपालवाटपाची कामे करणारी माणसे सायकली हातात घेऊन पुढचे टपाल कधी हातात पडते त्याची वाट पाहत थांबली होती. सकाळची वर्दळ चालली होती. माणसे कॉफीचे घोट घेत, नाहीतर हिरवळीवर लोळत ताज्या बातम्या वाचत होती. एक मोकळा बाक पाहून नॅन्सी बसली, पण तिला फार वेळ वाट पाहावी लागली नाही. ती बसली होती तिथे अगदी समोरच्याच वळणावर उभ्या राहिलेल्या टॅक्सीतून जॅक उतरला. उतरून तिला शोधण्यासाठी त्याने इकडेतिकडे पाहिले. नेहमीप्रमाणेच आकर्षक, चपळ आणि उत्साही दिसणाऱ्या जॅककडे पाहून तिच्या काळजाचा ठोका चुकला, पण या वरवरच्या देखाव्यामागे किती काय दडले होते ते तिलाच फक्त माहीत होते.

''हॅलो, मी इथं आहे.'' तिने हाक मारली. तिच्या चिरक्या आवाजातला अस्वस्थपणा लपत नव्हता. तिच्याकडे पाहून त्याने स्मित केले. तिच्याजवळ येता येता हस्तांदोलनासाठी त्याने हात पुढे केला. तिने हात मिळवल्यावर मात्र त्याने तिला जवळ खेचले आणि पटकन तिच्या गालावर ओठ टेकले. त्याचा उष्ण श्वास तिला जाणवला. तो जवळ आल्यावर त्याच्याबरोबर येणारा गंध आपल्या किती परिचयाचा आहे, हे जाणवून तिला अधिकच गोंधळायला झाले. स्वत:लाच घाबरून ती पटकन त्याच्यापासून दूर झाली.

''नॅन्सी, तुला पुन्हा भेटल्यानं बरं वाटतंय.'' एकदा तिला आपादमस्तक पाहून तो म्हणाला, ''छान दिसतेस तू आता.''

''म्हणजे ते तिबेटमध्ये अर्धपोटी अवस्थेत भटकत असताना शेवटचं भेटलो होतो त्यापेक्षा बरी असंच ना? पण तू बोललास त्याने बरंच वाटलं.''

दिलखुलासपणे हसत तो तिच्याजवळ बाकावर बसला. थोडा वेळ कोणीच काही बोलले नाही, पण मग सुरुवात कशी करायची असा प्रश्न पडल्यामुळे तो बोलण्याचा थांबला आहे, हे तिच्या लक्षात आले.

मग त्याला बोलते करण्यासाठी तिनेच प्रश्न केला, “सांग, न्यूयॉर्कमध्ये काय करतोयस तू?”

“मी मेट्रोपोलिटन म्युझियमकडे निघालोय. माझ्या संशोधनाच्या विषयाबद्दल, हिमालयात सापडणाऱ्या अश्मीभूत अवशेषांच्या अभ्यासाबद्दल मला जरा चर्चा करायचीय तिथं.”

“हो, आठवतंय मला तू त्याबाबत बोलल्याचं.”

“तुझं कसं काय चाललंय पार्क स्लोपच्या रम्य वातावरणात?”

“चांगलं चाललंय. मी आता सेक्शन एडिटर म्हणजे एका विभागाची संपादक म्हणून काम करते आहे. परदेशात राहून तिथल्या बातम्या मिळवण्याच्या कामासारखं आकर्षण वाटावं असं नाहीये ते, पण आहे तसं ठीक आहे.”

“हो, पण त्यामुळेच भारतीय पोलिसांबरोबर झगडे होण्याची शक्यतादेखील कमी झाली आहे, नाही का!” हसत हसतच तो म्हणाला.

“हो, तसलं काहीच फारसं घडत नाही इथल्या कामात. फक्त रोजच्या संध्याकाळच्या पार्ट्या आणि तेच ते ऑफिसातलं राजकारण असतं, तेवढंच!”

“मला तर हेदेखील फार अवघड वाटतं.” तो म्हणाला.

ती मान हलवत होती, स्मित करत त्याच्या बोलण्याला दाद देत होती, पण हे सगळं काय चाललंय असाही विचार तिच्या मनात घोळत होता. म्हणजे आपण दोघांनी कसल्या संकटांना एकत्र तोंड दिलं, जवळपास नरकापर्यंत जाऊन जीव वाचवून परत आलो आणि आता मात्र अगदी जुजबी ओळख असलेल्या लोकांप्रमाणे अगदी औपचारिकपणे बोलतो आहोत याचं तिला आश्चर्य वाटत राहिलं. तिला स्वत:चाच राग आला. आपल्याला काय बोलायचंय आणि आपण काय बोलतो आहोत याचा तिला विषाद वाटला.

मग अचानक ती उद्गारली, “मला क्षमा कर... माझ्या मनात तसं नव्हतं... म्हणजे मला तसं म्हणायचं नव्हतं... खरंच...”

त्याने आपला हात तिच्या हातावर ठेवला. त्याच्या स्पर्शातील ऊब तिला जाणवली. “नॅन्सी, तुला काय म्हणायचंय ते मला कळलं. मला समजतंय ते.”

“गेले अनेक महिने मी सर्वसामान्य जीवन जगण्याचा प्रयत्न करते आहे. जे घडून गेलं त्याचा विचार विसरायला मी शिकले आहे. कारण तेच सारखं आठवत बसलं तर जगणंच अवघड होऊन जातं.”

जॅक शांतपणे एकटक तिच्याकडे बघत बसला. तिला खूप काही बोलायचं होतं, पण शब्द फुटत नव्हता. शेवटी तिच्या हातावर ठेवलेला हात काढून घेत त्याने बॅगेत काहीतरी शोधायला सुरुवात केली.

“मला ही गोष्ट तुला दाखवायची होती.”

बॅगेतून सकाळचा न्यूयॉर्क टाइम्स काढून टेबलावर टाकल्यावर बॅगेत हात घालून खोलवर शोधून त्याने एक बॉक्स बाहेर काढला. पेपर बाजूला सारत तो बॉक्स त्याने काळजीपूर्वक टेबलवर ठेवला आणि मग तितक्याच काळजीपूर्वक वरचे झाकण काढल्यावर त्यात ठेवलेले एक हाड दिसू लागले.

"हे तू काय आणलंयस जॅक?" भीतीने कोरड्या पडलेल्या घशातला आवंढा तसाच गिळत नॅन्सी म्हणाली.

"ही मानवी कवटी आहे. शरीरविज्ञानाच्या निकषांनुसार ही इतिहासातल्या अगदी अलीकडच्या, आधुनिक काळातल्या वानर वंशातल्या प्राण्याची कवटी आहे. एका अर्थाने ती आधुनिक मानवाची पुरातन काळातील कवटी आहे. आज जिवंत असलेल्या कोणत्याही कॉकेशियन वंशाच्या मानवाच्या धडावर नीट बसू शकेल अशी आहे ती."

"एखाद्या झाडाचा तुकडा असावा तशी दिसते आहे ती."

"ते त्या कवटीतूनच एक झाड उगवलं आहे म्हणून! ते झाड वाढता वाढता कवटी फोडून वर आले आहे. मी ही कवटी उचलली की तुला दिसेल, हा कवटीचा भाग आणि हे खालून वाढत आलेलं झाड कसं आहे ते. काय झालं असेल तुला सांगतो. या झाडाचं बीज कवटीत पडलं असेल, कधी पडलं असेल, कदाचित शेकडो, हजारो वर्षांपूर्वी असेल. पण या कवटीतल्या मेंदूच्या ओलाव्याने ते बीज अंकुरलं असेल किंवा या उलट्या पडलेल्या कवटीत कधीतरी पावसाचं पाणी शिरलं असेल, त्याने मोड आला असेल. पण त्यामुळे ही कवटी एखाद्या फ्लॉवरपॉटचं काम करायला लागली असेल."

"मग?"

"हा अगदी अचूक पुरावा आहे. या झाडाचं लाकूड आणि या कवटीचं हाड या दोन्ही गोष्टी एखाद्या वस्तूचं वयोमान, ऐतिहासिक काळ ठरवण्याच्या शास्त्राची विश्वासपात्रता मोठ्या प्रमाणात सिद्ध करतात."

ती काहीतरी विचारेल या अपेक्षेने तो थांबला. मग म्हणाला, "आशिया खंडात सापडलेली सगळ्यात प्राचीन काळातल्या वानरवंशीय मानवाची ही कवटी आहे. याच एका गोष्टीच्या शोधात मी इतकी वर्षं होतो. ही सापडल्यामुळे माझे संशोधनाचे काम पूर्ण झाले आहे आणि मी जे सांगत होतो ते बरोबरच होते असे निःसंशयपणे सिद्ध होत आहे. आधुनिक मानवाने या पृथ्वीतलावर पंचवीस लाख वर्षांपूर्वी पावले टाकली होती असा माझा निष्कर्ष होता, आहे. आता यातून मला काही पैसे मिळणार नाहीत, पण किमानपक्षी माझा निष्कर्ष बरोबर होता हे तरी मला कळले आहे. ही कवटी मी आता प्रयोगशाळेत नेणार आहे. त्यांचा विश्वास बसणार नाहीच, पण तरीही मी त्यांना ही दाखवणार आहे."

तो कडवटपणे हसला.

"तुझं संशोधन आणि निष्कर्ष सिद्ध झाले हे छानच झालं की! अभिनंदन करते तुझं! आणि मला ही कवटी दाखवल्याबद्दल खरंच मी आभारी आहे."

पण तोपर्यंत त्याच्या चेहऱ्यावरचे भाव बदलले होते. वेगळंच काहीतरी सांगत होते. काय ते तिला कळत नव्हतं. वरवरचा शांतपणा नाहीसा होऊन त्याच्या मनातील खळबळ आता त्याच्या चेहऱ्यावर स्पष्ट दिसत होती. कवटीवरून फिरणारे त्याचे हात भीतीने थरथरत होते. इतक्यात तो म्हणाला, "नॅन्सी, मी कसल्या विषयात संशोधन करतोय हे कुणाला फारसं माहीतही नव्हतं, कळण्याची तर गोष्टच सोड आणि त्यावर विश्वास ठेवणं तर पलीकडेच राहिलं. खरं म्हणजे यावर विश्वास असलेला एकच माणूस होता..." एकटक त्या कवटीकडे पाहत जॅक म्हणाला.

"दोन आठवड्यांपूर्वी ही कवटी पोस्टानं माझ्याकडं आली. माझ्या दिल्लीतल्या घरी ती पाठवली होती."

यापुढचं काहीही ऐकायची नॅन्सीला इच्छा नव्हती. तिने हात वर करून त्याला थांबायचा इशारादेखील केला. तो आपल्याच विचारात मग्न होऊन पुढे बोलतोच आहे, असं पाहून तिने तिथून निघून जायचादेखील प्रयत्न केला, पण तिचे पाय थिजल्यासारखे झाले होते. पायालाच झाडासारखी मुळे असून, ती जमिनीत घट्ट रुतली असावीत तशी ती उभीच राहिली. इकडं जॅक बोलतच होता आणि तिला ते अपरिहार्यपणे ऐकणे भाग होते.

"ही कवटी मला पोममधून, भाका गुहेच्या जवळ असलेल्या पोममधून म्हणजे तिबेटमधून पाठवली गेली होती. त्याच्याबरोबर एक चिठ्ठीदेखील होती आणि ती चिठ्ठी तुझ्यासाठी आहे. ती तुझ्यासाठी आहे हे समजण्यापूर्वीच मी ती वाचली त्याबद्दल क्षमा कर. पण कदाचित काहीही असतं तरी मी ती वाचलीच असती असंही वाटतं. म्हणजे मला माहीत नाही नक्की! त्या चिठ्ठीत अक्षांश आणि रेखांश अगदी अचूक लिहिले आहेत. आणखीही काहीतरी लिहिलं आहे त्यात."

असं बोलत त्याने एक कागदाचा तुकडा काढला आणि टेबलावर ठेवत तिला तो घ्यायची खूण केली.

"पुन्हा एकदा, मी एक चालीसाठी वापरलेलं प्यादं आहे," विषादपूर्ण हसत तो म्हणाला.

नॅन्सीने चिठ्ठी उचलून वाचली. जणूकाही जळतं लाकूड हातात धरलं जावं त्याप्रमाणे झटक्यातच तिने ती खाली टाकली. वर सूर्य आता झळाळत होता. त्यांच्या आजूबाजूचं वातावरण अगदी सर्वसाधारण, शहरातल्या सकाळच्या घाईगर्दीचं, पण रुळलेलं होतं. माणसं जात-येत होती, हातातले कॉफीचे कप आणि वर्तमानपत्रे

सावरत लगबगीने कुठूनतरी कुठंतरी चालली होती. त्यांचा आयुष्याचा हेतू स्पष्ट होता. त्यांच्यासाठी तरी आयुष्याचे रहस्य वगैरे काहीच अस्तित्वात नव्हते. ती काहीतरी बोलेल म्हणून बराच वेळ जॅक वाट पाहत राहिला, मग खांदे उडवत त्याने तो कवटीचा बॉक्स बंद केला.

"तुला हे दाखवावंसं वाटलं म्हणून तुला इथं येऊन भेटलो. पण कवटी पाहून तुला त्रास होईल याची कल्पना नव्हती. मला क्षमा कर. मला वाटलं होतं की, हे पाहून तरी तुझ्या मनातील अपराधीपणाची भावना कमी होईल. पण मला वाटतं माझ्या येण्यामुळे तुला जास्तच त्रास झालाय."

ती चिठ्ठी अजूनही एखाद्या निरुपद्रवी, कागदाच्या कपट्यासारखी तिच्या मांडीवर पडलेली होती, पण चिठ्ठीकडे पाहायचे धाडस काही तिला होत नव्हते.

"हे बघ, या सगळ्याला काही अर्थ नाही," जॅक म्हणाला, "तो जिवंत कसा राहिला हे देवालाच ठाऊक! कोणा आदिवासी लोकांना तो सापडला असेल, त्यांनी त्याचा जीव वाचवला असेल. मथितार्थ एवढाच की, तो जिवंत आहे आणि वेडा तर आहेच आहे. पूर्णपणे आणि अगदी शब्दश: वेडा झालेला आहे."

अजूनही नॅन्सीच्या तोंडून शब्द फुटत नव्हता. हळूहळू भानावर येत तिने मान हलवली.

"मी आणलेल्या त्या चिठ्ठीमुळे तुझी मन:स्थिती बिघडली असेल, तर मी त्याला कारणीभूत झाल्याचं मला खरोखरच वाईट वाटतं." जॅक म्हणाला. त्याचा चेहरा दु:खाने खरोखरच इतका विदीर्ण झाला होता, की त्याला सावरण्यासाठी नॅन्सीने त्याचा हात धरून थोपटल्यासारखे केले.

"नाही, नाही, इतकं मनाला लावून घेऊ नकोस तू. तू आल्याने मला आनंदच झालाय आणि तू केलंस ते योग्यच केलंस."

हलकेच चिमटीत धरून तिने ती चिठ्ठी उचलून पुन्हा वाचली. त्यात लिहिलेले फक्त सहा शब्द जॅकपुरते तरी हरझोग एक पार वेडा झालेला, स्वत:च्याच स्वप्नांच्या राज्यात हरवलेला माणूस असल्याची खात्री पटवणारे शब्द होते पण तिच्यासाठी... आणि म्हणूनच कदाचित इतके दिवस एकत्र राहूनदेखील, एकत्रपणे संकटांना तोंड देऊनदेखील त्या दोघांमध्ये एक वैचारिक दरी होती. ते शब्द वाचताना तिचे तथाकथित सर्वसामान्य जीवन जगण्याचे स्वप्न भंगून पार ठिकऱ्या ठिकऱ्या झाले होते. आता काहीही सांधून येणे शक्य नव्हते. ती पूर्णपणे बदलली होती. तिच्यासाठी सर्व काही बदलले होते, कायमचे बदलले होते. घाबरतच तिने टॉम्प्किन्स स्क्वेअर पार्कमध्ये आजूबाजूला नजर फिरवली. या जगाचे अस्तित्व अजून किती काळ राहणार होते? दिवस, आठवडे, की त्याहूनही कमी? सहज तिची नजर टेबलावर पडलेल्या न्यूयॉर्क टाइम्सच्या मथळ्यावर गेली. "चीनच्या

आण्विक पाणबुड्यांनी तैवानला वेढा घातलाय आणि अमेरिकन नौदल या नव्या क्यूबन क्षेपणास्त्र समस्येविषयी धोक्याचा इशारा देत आहे. बेटांवर वसलेल्या देशाचं संरक्षण करण्यासाठी प्रसंगी अण्वस्त्रांचा वापर करू, असा कडक इशारा अध्यक्ष देत आहेत.'' अचानक जोराचा वारा आल्यामुळे सगळे कागद, कपटे गोळा होऊन फुटपाथच्या कडेला जमा झाले. कुठून तरी काळे ढग आले आणि त्यांनी सूर्याला पार झाकोळून टाकलं. टॉम्प्किन्स स्क्वेअरवर अंधार पसरला. ग्यॉटरडेमरुंग, देवांनी दिलेला संधिप्रकाश. जॅक तिच्याकडे गोंधळून पाहत असतानाच तिने चिठ्ठीतले शब्द पुन्हा एकदा वाचले. जणूकाही एखादा जादूचा मंत्र असावा तसे वाचले. सगळं जग या जादूच्या प्रभावाखाली होतं आणि आता त्यातून कोणाचीही सुटका होणं शक्य नव्हतं.

''शांग्री-लाचा राजा अनेकोत्तम शुभेच्छा देत आहे.''

■